सातारकर महाराज व पेशवे ह्यांची रोजनिशी

भाग ८ वा.

सवाई माधवराव पेशवे

(निवडक उतारे)

अंक ३ रा.

—।—✳—।—

रावबहादूर गणेश चिमणाजी वाड बी. ए.

माजी नेटिव्ह असिस्टंट निसबत कमिशनर मध्यभाग

ह्यांनीं निवड करून काढली

ते

काशीनाथ बाळकृष्ण मराठे बी. ए. एल्. एल्. बी.

ह्यांनीं छापण्याकरितां तयार केली.

———————

डेक्कन व्हर्न्याक्युलर ट्रान्सलेशन सोसायटी -पुणें,

हिनें

मुंबई सरकारच्या परवानगीनें छापून प्रसिध्द केली,

———————

सन १९११

———————

के. रा. गोंधळेकर यांच्या जगद्धितेच्छु छापखान्यांत छापिली.

किंमत २॥ रुपये.

(ह्या पुस्तकामंबंधीं सर्व हक्क डी. व्ही. टी. सोसायटीनें आपणाकडे ठेविले आहेत.)

अनुक्रमणिका.

सवाई माधवराव पेशवे
यांची रोजनिशी.

६ इतर मुलकी नोकर व त्यांचा मुशाहिरा.

८१९–(१) परगणे इंदापूर येथील फडणिसी बाळाजी कृष्ण यांजकडून दूर करून भास्कर हरी यांस सांगोन, वेतन सालीना रुपये २०० दोनशें रुपये करार केले असेत, तरी मशारनिल्हेचे हातून फडणिसीचें कामकाज घेऊन, सदरहूप्रमाणें वेतन पावीत जाणें झणून, गोपाळ भगवंत कमाविसदार परगणे मजकूर यांचे नांवें.

अर्बा सबैन मया व अलफ रजब २

सनद १.

रसानगी यादी.

८२०–(९) सर्वोत्तम शंकर यांजकडे सरसुभा होता, तो दूर करून, सालमजकुरापासून बाबूराव बल्लाळ यांजकडे सांगितला असे, तरी महालानिहायचे जमाबंदीचा वगैरे बंदोबस्त मशारनिल्हे करून देतील, त्याप्रमाणें वर्तणूक करणें झणोन, कमाविसदारांचे नांवें छ. ९. रजब. सनदा.

अर्बा सबैन मया व अलफ रमजान ३०

११ कित्ता.

१ नारो बल्लाळ कमाविसदार, सरकार हांडे व परगणे हर्दें.
१ राघो नारायण कमाविसदार, परगणे नांशीक.
१ श्रीपत जिवाजी कमाविसदार, परगणे चणदिंडोरी.
१ विठ्ठल गणेश कमाविसदार कजबे खेड व कडूस.

VI. OTHER REVENUE OFFICERS AND THEIR REMUNERATION.

(819) Bàlàji Krishṇa was deprived of the office of Fadnis of Parganá Indápur, worth Rupees 200 a year, and the office was conferred on Bhàskar Hari.

A. D. 1778-74

(820) Báburao Ballàl was appointed to the post of Sirsubhà in succession to Sarwotam Shankar, and orders were issued to the Kamàvisdàrs of Parganàs Nàsik, Dindori, Pimpalner etc. to give effect to the settlement of the jamà-

A. D. 1778-74

१ खंडो गणेश कमाविसदार मौजे कोकमठाण व कसबे संवत्सर व मौजे मरकळ.
१ येशवंतराव कृष्ण कमाविसदार मौजे पांडुरली व मोकासा सिन्नर.
१ बाजी गोविंद कमाविसदार, मौजे आपटी.
१ अमृतराव वासुदेव कमाविसदार जकात सरकार संगमनेर.
१ परगणे सिन्नर निजबत अंताजी महादेव व गंगाधर राम.
१ नारो गोविंद कमाविसदार परगणे कुंभारी.
१ रघुनाथ रामचंद्र कमाविसदार बाबती सरदेशमुखी तर्फ देपूर.

११

५ कित्ता कमाविसदार महालानिहाय यांचे नांवें कीं, घासदाणा व पेशकसी, व दिवाणदस्तुरी, वगैरे सरसुभाचीं कलमें असतील तीं सुदामतप्रमाणें सरसुभा देत जाणें ह्मणून.
१ गोविंद हरी कमाविसदार प्रांत बागलाण.
१ हरी बल्लाळ कमाविसदार परगणे पिंपळनेर.
१ कृष्णाजी विश्वनाथ कमाविसदार परगणे भामेर.
१ बाजीराऊ आपाजी कमाविसदार परगणे लोहनेर, वाखारी वोतुरपालें.
१ भिकाजी कृष्ण कमाविसदार परगणे दहिवल यांस.

५

१ अमृतराव बांडे यांचे नांवें सनद कीं, परगणे वरसें, व उमरपाटें.
तुम्हांकडे सरंजामास आहे तेथील दिवाण दस्तुरी वगैरे सरसुभ्यांचीं कलमें असतील तीं सुदामतप्रमाणें सरसुभा देत जाणें ह्मणोन.

सनद १.

रसानगी यादी.

८२१–(११) गोविंद बल्लाळ यांस प्रांत राजपुरी येथील कुल कारभार सांगोन पाठविले आहेत, त्यांस तैनाती सन सबा सितैनांत करार केल्या त्याप्रमाणें.

अर्बा सबैन
मया व अलफ
रमजान ३०

bandi of the maháls that might be made by him, and to pay him the dues of the office such as Ghàs Dànà, Peshkasi, Dasturi etc.

(821) Govind Ballál was sent to Prànt Ràjpuri to do duty as Kulkàrbhàri on annual Tainát of Rupees 250 and 30 seers of oil for lighting purposes; and the following instructions were issued to Govindrao Chimàji Mánkar:—

A. D. 1773-74

नक्त सालीना मोईन निवळ २५० रुपये. तेल दिवटीस दरमहा वजन ८८२॥ पक्कें.

एकूण अडीचशें रुपये नक्त सालीना, व दिवटीस तेल दरमहा वजन पक्कें अडीच शेर केलें असे, तरी प्रांत मजकूर पैकीं पावीत जाणें याखेरीज. कलमें.

१ कुलकारभार मशारनिल्हेनीं करावा. तुम्हीं यांचे हातून घ्यावा. बखेडा करूं नये. इतर कारकुनांनीं यांचे रजातलबेंत रहावें. किल्याचे चवकी पाहऱ्याचे बंदोबस्त तुम्हीं करून शिका मोर्तब करीत जावें. कलम.

१ मखलासी करणें ती यांणीं करावी. त्याप्रमाणें फडणीस, मजमदार व चिटणीस यांणीं लिहावें. कदाचित एक वेळ मखलासी चुकली, तरी फडनीस, मजमदार व चिटणीस बहुत दिवसांचे माहितगार आहेत, त्यांणीं मशारनिल्हेस समजाऊन सांगोन, यांचे हातून नीट करवावें. मखलासींत चुकले तरी तसेंच लाटून मग यांचे पदरीं वेडेपण आणावें असें करूं नये. निष्कपटपणें वर्तणूक करून सरकारकामावर लक्ष धरावें. कलम.

१ निकामी माणूस असेल त्यापैकीं पन्नास माणूस दूर करून त्याचे ऐवजीं मशारनिल्हे यांनीं आपले निसबतीचे चांगले कसबी ठेऊन पेशजींचे नेमणुकीप्रमाणें सरकारचाकरी करावी. कलम.

१ रयतेकडे ज्याचें कर्ज असेल, तें सर्व यांनीं निवडोन सरसुभा समजवावें, तेथून विल्हे होईल त्याप्रमाणें करावें. कलम.

१ दरकदारांकडे, व कारकुनांकडे, व मक्तेदारांकडे, प्रांत मजकूरचे गांव खोतीस आहेत. त्या गांवीं मक्तेयांची बेरीज भरून जाजती कूस असेल ती खोतांनीं भरून द्यावी. तो ऐवज हुजूर समजवावा. कलम.

---

(1) the whole management should be entrusted to him (Govind Ballāḷ), and the clerks should serve under his orders; but orders about the guarding of forts should be issued by the Mànkar;

(2) all orders, when approved by Govind should be written by the Mujamdár, the Chiṭnis and the Faḍnis; if any such order be wrong, it should be the duty of the Mujamdár, the Chiṭnis and the Faḍnis, who are experienced officers of Government to point out the error and to get it corrected; they should not allow a wrong order to pass merely because it had been approved by the Kulkárbhári, and thereby hold him up to ridicule; they should serve him loyally keeping the interests of the public service in view;

१ सालाबादची कमावीस जमेस आहे, त्याशिवाय मशारनिल्हेंनीं साधून देतों ह्मणोन कबूल केलें त्याचीं. कलमें.

१ खंड गुन्हेगारी.
१ रावते महार, इस्तकबील.
१ पेंढेयाचा खर्च होऊन बाकी राहतील त्याचे फरोक्ताचा ऐवज.

३

एकूण तीन कलमें वगैरे कमावीस मिळोन दहा हजार रुपये साधतील, तो ऐवज मशारनिल्हेपासून पेशजीं रसद सरकारांत घेतली आहे, त्याचे रकदर्जी लिहावें, ह्मणोन सन सबा सितैनांत करार होऊन मुभ्यास गेले; आणि चवकशी करून पंधरा हजार सहाशें रुपयांचीं यादी मशारनिल्हेंनीं आणून समजाविली, त्याचे रुजवातीस हल्लीं हुजुरून विष्णु अनंत व भिकाजी केशव पाठविले आहेत, त्यांचे गुजारतीनें रुजुवातमुळें कलमें खरीं होतील, त्यांपैकीं यांजपासून सरकारांत रसद सन सीत व सबा सितैनांत दुसालांत दहा हजार तीनशें सद्रुसष्ट रुपये घेतले. त्यांपैकीं हुजूरून वगैरे पांच हजार चारशें सवा ब्याण्णव रुपये दोन आणे रदकर्जी ऐवज पावला आहे, तो सरकारांत घेऊन बाकी ऐवज अठ्ठेचाळीसशें साडे चवऱ्याहात्तर रुपये दोन आणे यांचा देणें राहिला आहे, तो रद्दकर्जी द्यावा. दहा हजारांहून जास्ती ऐवज राहिला तो सरकारांत जमा करावा. दहा हजारांस कमी ऐवज जहाला तर यांचे देण्यांत वजा करावा. सरकारांतून देऊं नये. त्याप्रमाणें बोलून चालून करार केला असे, येणेंप्रमाणें. कलम.

६

एकूण सहा कलमें करार केलीं असेत, तरी सदरहूप्रमाणें वर्तणूक करणें ह्मणोन, गोविंदराव चिमाजी माणकर यांचे नांवें.

सनद १.

रसानगी यादी.

(3) he should be allowed to replace 50 useless men by good working hands of his selection;

(4) he should ascertain the debts due from the ryots and report the same to the Sirsubhá, and should abide by his orders;

(5) the difference between the amounts fixed to be levied from Darakdárs, Kárkuns and farmers, holding Khoti villages in farm, and the amounts actually recovered by them from the villages should be credited to Government. etc. etc.

नारो आपाजीच्या रोजकीर्दींपैकीं.

८२२-(६४) हरि भिकाजी यांची असामी दप्तरदारीची तालुके कावनई येथें आहे, खमस सबैन त्यास मशारनिल्हे लिहिणार चांगले नाहीं. याजकरितां गोपाळ घोंड-
मया व अलफ देव माजी कमाविसदार यांणीं आपले कारकिर्दींत सालगुदस्तांचे बेहे-
जमादिलाखर २९ ड्यास मुबदला कारकून ठेऊन बेहेड्याचे नेमणुकीप्रमाणें वेतन द्यावें; ह्मणोन, कलम लिहून घेतलें आहे. त्यास पेशजींप्रमाणें हरी भिकाजी यांजपासून लिहि-
ण्याचें कामकाज घेऊन, बेहेड्यास नेमणूक रुपये २०० दोनशें आहे. त्याप्रमाणें वेतन
पावीत जाणें. हे लिहिणार चांगले नसल्यास यांजपासून लिहिणार गुमास्ता घेऊन, यांची
असामी यांजकडे चालवणें ह्मणोन, परशराम त्रिंबक, तालुके मजकूर, यांचे नांवें छ. ६
रबिलाखर.
सनद १.
रसानगी यादी.

८२३-(७५) आपाजी गणेश यांचे नांवें सनद कीं, परगणा बिरमगांव, तालुके
खमस सबैन अमदाबाद, येथील दफ्तरदारीची असामी तीर्थ[स्व]रूप कैलासवासी
मया व अलफ नानासाहेब यांणीं वेदमूर्ति राजश्री क्रष्णंभट पाटणकर यांस दिल्ही,
जमादिलाखर २९ त्यांणीं आपले तर्फेनें त्रिंबक हरी कारकून यांचे नांवें सरकारची सनद
घेऊन असामीवर पाठविलें, त्यास असामीचें वेतन करारप्रमाणें भटजींस त्रिंबक हरी देत
गेले. आलीकडे मशारनिल्हे वेतन द्यावयास घालघसर करूं लागले, सबब भटजींनीं असामी
राजश्री विठ्ठलराव मोरेश्वर गोळे यांचे स्वाधीन करून वेतन घेत आले. त्रिंबक हरी मृत्य
पावले. त्यांचे पुत्र भिवराव त्रिंबक यांणीं सालगुदस्तां गैरवाका आपली असामी असें सम-
जाऊन ताकीद पत्र घेतलें आहे, त्यास हल्लीं चौकशीकरितां भटजींची असामी, सबब त्यांचे
पुत्र अंताजी क्रष्ण पाटणकर यांचे नांवें परगणा मजकूरची दफ्तरदारीची असामी पेशजी-
प्रमाणें करार करून दिल्ही असे, तरी यांचे तर्फेनें कारकून येईल त्याचे हातून दफ्तर-

---

FROM NÁRO APPÁJI'S DIARY.

(822) The office of the Daftardár of Táluká Kawanai belonged
A. D. 1774-75 to Hari Bhikáji, and it was represented that he was
not a good writer. It was ordered that if that was the
case, a substitute should be taken from him for duty, but that he
should not be deprived of his office.

(823) The office of Daftardár in Parganá Biramgaon in Táluká
A. D. 1774-75 Ahamdábád was conferred on Krishnabhat Pátankar
by Nánásaheb Peshwa. Krishnabhat appointed a sub-
stitute to do duty for him. The substitute after some years refused to
pay to Krishnabhat the salary of the office, viz. Rs. 300, as agreed

दारिंचें कामकाज घेऊन वेतनाची नेमणूक बेहड्ड्यास रुपये ३०० तीनशें आहे, त्याप्रमाणें देत जाणें. गुदस्तां भिवराव त्रिंबक यांणीं सरकारचें ताकीदपत्र नेल्याबरी वेतनापैकीं ऐवज घेत [ला अस] त्यास माघारे घेऊन भटजींस पावता करणें म्हणून.   सनद १.

रसानगी, सनद पुरंधर छ. २५

८२४–(१२३) तालुके करनाळा, प्रांत कल्याण, येथील मजमू जगन्नाथ नारायण

खमस सबैन
मया व अलफ
जिल्काद २०

यांजकडे आहे, त्यास गांबगन्ना चिठ्ठी महालींहून होत्ये; त्याजवर मजमूचें निशाण होत नाहीं, म्हणोन मशारनिल्हेंनीं विदित केलें; त्याजवरून हे सनद सादर केली. असे, तरी महालींहून चिठ्ठी होईल त्याजवर मजमदाराचें निशाण करवीत जाणें; व जमाबंदीचें वैगेरे कामकाज यांचे इतल्यानें करीत जाणें. दुसरे महालीं कारकुनी दोह्हें चोहों महालीं मजमदारास पावत असेल, त्याप्रमाणें तुह्मी यांस देत जाणें म्हणून.

सनदा.

१ श्रीधर नारायण सरखोत तालुके मजकूर यांस.

१ रामराव त्रिंबक यांस कीं, श्रीधर नारायण सरखोत तालुके मजकूर यांस तुह्मीं ताकीद करून सदह्हूप्रमाणें चालवणें म्हणोन.

रसानगी यादी.

२

८२५–(१२५) तालुके राजमाची येथील फडणिसी अंताजी केशव यांजकडे होती,

खमस सबैन
मया व अलफ
मोहरम ६

त्यास साल्मजकुरीं दरकदारांकडे कर्जाचा ऐवज करार केला, त्यास फडणिसी त्यांजकडून दूर करून सालमजकुरापासून जनार्दन बल्लाळ निसबत नारो रघुनाथ सिदोरे यांस अवल सालापासून सांगितली असे, तरी यांचे हातें तालुके मजकूर येथील फडणिसीचें कामकाज पेशजीप्रमाणें घेऊन बेहड्ड्यास नेमणुकेप्रमाणें पाववीत जाणें म्हणोन, रामराव नारायण यांचे नांवें.   सनद १.

रसानगी यादी.

upon. Krishṇabhaṭ therefore appointed another substitute. Orders were issued to accept service from the second substitute and to disburse the salary as usual.

(824) On the complaint of Jagannáth Náráyaṇ, the Mujamdár of

A. D. 1774-75

Táluká Karnálá, it was directed that all orders issued to the village from the mahál should bear Jagannáth Náráyan's mark of attestation, and that all jamábandi work should be done in consultation with him.

(825) The Faḍnis of Rájmáchi, Antáji Keshav, having refused to

A. D. 1774-75

advance money, as other Darakdárs did, was deprived of his office, and it was conferred on another person.

८२६--(१९१) सदाशिव कृष्ण फडणीस परगणे नाशिक, यांचे नांवें खत लिहून
दिलें कीं, तुम्हांकडे फडणिसीचे दरकसंबंधें कर्जांचा ऐवज करार
केला, त्याचा भरणा सरकारांत येणेंप्रमाणें.   रुपये.

खमस सबैन
मया व अलफ
रबिलाखर ५

१४०८ शकें १६९६ जयनाम संवत्सरे, भरणा फाल्गुनमासीं.
      २३८ वद्य नवमी ९
      २०० वद्य १० दशमी.
      ९७० वद्य ११ एकादशी.
      _____
      १४०८

२५९२ शके १६९७, मन्मथनाम संवत्सरे, चैत्रमासीं भरणा.
      ५९२। शुद्ध १ प्रतिपदा.
      ३६९॥ शुद्ध १३ त्रयोदशी.
      १६३०। वद्य १ प्रतिपदा.
      _____
      २५९२

      ४०००

एकूण चार हजार रुपये सदरहूप्रमाणें सरकारांत कर्जे घेतलें आहे. त्यासी, व्याज दर
माहे दरसदे रुपया एकोत्रा शिरस्तेप्रमाणें करार केलें असे. व्याजमुद्धां हिशेब करून
ऐवज पेस्तर दिल्हा जाईल म्हणून छ. २७ सफर.   खत १.

                                                        रसानगी यादी.

जनार्दन आपाजीच्या रोजकीर्दीपैकीं.

८२७--(२४५) परगणे रायपूर येथील जमाबंदी वगैरे चवकशी तुम्हांकडे सांगितली
असे, तरी जमाबंदीची वगैरे चवकशी करून बंदोबस्त करून देणें
म्हणोन, नारो कृष्ण सरसुभेदार प्रांत खानदेश यांस.   सनद १.

खीत सबैन
मया व अलफ
रमजान ३०

---

(826) A receipt was given for Rupees 4,000 received from Sadáshiva
A. D- 1774-75   Krishṇa Phadnís on account of a loan advanced by
him to Government in connection with his office of
Fadnís; the amount, it is stated, would be returned in future. The rate of
interest on the loan was one rupee per month per cent.

(827) Náro Krishṇa Sirsubhedàr of Pargaṇà Khándesh was directed

आपाजी गोविंद कमाविसदार, परगणे मजकूर यांस सनद कीं, नारो कृष्ण बंदोबस्त   १
करून देतील त्याप्रमाणें वर्तणूक करणें ह्मणोन.

२

दोन सनदा दिल्या असेत. छ. १७ साबान.   परवानगी रूबरू.

८२८--(२८९) तालुके रेवदंडा येथील कारकून असामी ६ लिहिण्याचे उपयोगीं
सीत सबैन   नाहींत, यास्तव त्यांस दूर करून त्यांचे ऐवजीं चार असामी सन
मया व अलफ   सळास सबैनांत जदीद करार करून दिल्या, त्यांपैकीं केसो नारायण
रबिलाखर १५   लिहिण्याचे उपयोगी नाहींत, याजकरितां मशारनिल्हेंस सालमजकुरीं
सरसुभाहून दूर करून पेशजी सदरहू असामी सहा दूर जाहल्या, त्यांत लिहिणार चांगले
आहेत सबब त्या असामी.

१ गणेश यादव.   १ बाळाजी केशव.

एकूण दोन असामी पेशजींप्रमाणें सरसुभाहून करून देऊन पत्र दिल्हें आहे, त्याप्रमाणें
करार करून हे सनद तुह्मांस सादर केली असे, तरी सरसुभ्याचे पत्राप्रमाणें केसो नारायण
यांस दूर करून सदरहू दोन असामींजवळून चाकरी घेऊन नेमणुकेप्रमाणें वेतन पावीत
जाणें ह्मणोन, आनंदराव शिंदे यांचे नांबें छ. ९ रबिलाबल.   सनद १.

रसानगी यादी.

८२९--(२९३) पुण्यांत जप्तीचीं घरें सरकारांत आलीं आहेत, तीं भाड्यानें लाऊन
सीत सबैन   ऐवज जमा करावयास तुह्मांस आज्ञा केली असे, तरी जीं घरें जप्तीचीं
मया व अलफ   असतील, तीं भाड्यानें लाऊन ऐवज येईल तो सरकारांत जमा करणें
रबिलाखर १५   ह्मणोन, महादाजी बल्लाळ कारकून शिलेदार यांचे नांबें छ. १५

रबिलाखर.   सनद १.

रसानगी यादी.

A. D. 1775-76   to settle the jamâbandi and manage the Parganâ of
Râyapur.

(828) Six Kárkuns of Táluká Rewadandâ being unfit for clerical
A. D. 1775-76 .   duties were removed, and four new men were entertained
in their place; one of these four men being found to be
useless was dismissed by the Subhâ, and two men were entertained in
his place. The appintments were approved.

(829) Many houses in Poona having been attached and having
A. D. 1775-76   thus come into the possession of Government, a Kárkun
was appointed to arrange about letting them on hire
and recovering the rent.

८३०–(२९६) वासुदेव बल्लाळ यांस तर्फे सौंदल प्रांत राजापूर निसबत सुभा

सीत सबैन
मया व अलफ
रबिलाखर १५
आरमार विजेदुर्ग येथील हवाला साळमजकुरापासोन ससुभाहून सांगितला, त्याप्रमाणें हुजुरून करार केला असे, तरी मशारनिल्हे-पासून तर्फे मजकूर येथील हवाल्यांचें कामकाज घेत जाणें. हवाल्या-संमंधें कलमें पेशजी सरसुभाहून करार करून दिलीं आहेत त्याप्रमाणें. कलमें.

हवाल्यासंमंधें रसद पांच हजार रुपये करार केली आहे त्याचा भरणा आ-रमाराकडे मशारनिल्हेंनी एक महि-न्यानीं करावा. सदरहू ऐवजास व्याज एकोत्रा शिरस्तेप्रमाणें करार केलें असे. व्याज व मुद्दल मिळोन ऐवज मशार-निल्हेस पावला पाहिजे, त्यास दरसाल एक हजार रुपये महालाचे ऐवजीं चाब-याची नेमणूक करून दिल्ही असे, तरी देत जाणें. कलम १.

महालाचें कामकाज करणें तें हवाल-दारांनीं कुल अखत्यारीनें करावें. सुभाहून महाली गांवगन्ना परभारा रोखा करूं नये. जें करणें व लिहिणें तें हवालदारास लि-हित जाणें. न्यायमनसुबी चिठ्ठी मसाला करणें तो हवालदारांनीं करित जावा. यांत हर वतनाची मनसुबी पडली, तरी हवाल-दारानें बाजबी निवडून सुभा समजाऊन फडशा करून घेत जावा. कलम १.

फडफर्मास, व वेठ बेगार सालाबाद-

हवालदाराची नेमणूक सालीना रुपये.
२०० हवालदार यास मोईन सालीना खेरीज शिरस्ता अवलसाला-पासून. रुपये.
२५ खेरीज मुशाहिरा खर्चाची नेम-णूक आरमाराकडे आहे, त्या-पैकीं महालाकडे नेमणूक करून दिल्ही. रुपये.
२० कागदबहा व शाईशिरे.
५ रोषनाई तेल बद्दल रुपये.
———
२५
_____

२२५
एकूण सबा दोनशें रुपये सालीना ने-मणूक करून दिल्ही असे, पाववित जाणें. कलम १.

महालाचे लिहिण्यास कारकून व बस-लास प्यादे नेहमी पाहिजेत, त्यास आस-माराचे बेहड्यास नेमणूक आहे त्याप्रमाणें असामी.

_____

(830) The office of Havála of Táluká Saundal in Pránt Rájápur
A. D. 1775-76   in charge of the naval department of Vijayádurga was conferred on Wásudev Ballál by the Sirsubhá. The appointment was approved. The following were some of the in-structions issued for the guidance of the officer:—

  (1) he should as agreed upon advance a loan of Rs. 5,000 to Government;

२

प्रमाणें आरमाराकडे पावत आहे, त्याचा
रोखा हवालदाराकडे करावा. हवालदारानें
गांवगन्ना सालाबादप्रमाणें रोखे करून फड-
फर्मास वगैरे सुभाकडे पाववीत जावी; व
शाकार सालाबादप्रमाणें दास्तानीं जमा
करित जावा.   कलम १.

महालाचे बंदोबस्तास मोतेब महालांचें
चालीनें करून देणें.   कलम १.

१ कारकून नेहमीं लिहिण्यास.
१५ प्यादे.
    १० बारमाही.
     ५ आठमाही.
    ———
     १५
    ———
     १६

एकूण सोळा असामी सदरहूप्रमाणें
नेमून देणें.   कलम १.

महालाचा हिशेब हवालदार यांणीं म-
हालीं करून एकंदर ताळेबंद नक्ती व
ऐनजिनसी आकारून सुभाची मखलासी
करून घेऊन तपसीलवार हिशेब सुभास
द्यावा.   कलम १.

एकूण सात कलमें करार करून दिल्हीं असत, तरी सदरहूप्रमाणें वर्तणूक करणें ह्म-
णोन, आनंदराव धुळप यांचे नांवें.   सनद १.

छ. १२ मोहरंम, रसानगी याद.

सबा सबैन
मया व अलफ
रमजान २९

८३१—(३४४) बोरघाट, व कातळदरा, व हिंदुळा, व मांजर सुभा, व राजमाची
या घाटांस चौकशीबद्दल हुजुरून पिलाजी विट्ठल कारकून निसबत
हुजूर हशम व प्यादे पाठविले आहेत. हे खालून कागद येतील व
वरून खाली कागद लोकांस जातील, त्याची चौकशी करतील. त्यांस

(2) his annual salary should be Rupees 200;

(3) the duties of the mahál should be carried on under his
sole authority: the Subhà should not make any requisition
whatever on the villages except through him;

(4) any adjudication regarding an important judicial dispute
in connection with a Watan should after inquiry be refer-
red by the Haváldár to the Subhà: other disputes should
be disposed of by him;

(831) A Kárkun and some peons were sent to the following
passes, Borghát-Kátaldarà, Hindula, Manjarsubha and
Rájmáchi to examine private letters passing between

A. D. 1776-77

करूं देणें क्षणोन, रामराव नारायण तालुके राजमाची यांचे नांबें छ. १७ रजब परवानगी
राजश्री बाळाजी जनार्दन.   सनद १.

८३२–(३८६) महालानिहाय प्रांत खानदेश येथील सालमजकुरीं जमाबंदी कराव-
सधा सबैन याची, त्यास कमाल सालाचे अन्वयें चौकशी करून आकार कराव-
मया व अलफ याची आज्ञा राजश्री नारो कृष्ण सरसुभेदार, प्रांत मजकूर यांस केली
जिल्हेज २९ असे, ते तुम्हांस लिहितील त्याप्रमाणें वर्तणूक करून त्यांचे इतल्याखे-
रीज तुम्हीं जमाबंदीचा ठराव न करणें क्षणोन कमाविसदारांचे नांबें.   सनदा.

१ परगणे जलोद निसबत काशीनाथ नारायण.

१ परगणे राजदेहर निसबत व्यंकटराव बल्लाळ.

१ परगणे रायपूर निसबत संकराजी मोरराव.

१ परगणे चाळीसगांव निसबत संकराजी विरेश्वर.

१ परगणे बेटावद निसबत कृष्णाजी बल्लाळ.

१ परगणे रावेर निसबत रामाजी बापूजी.

१ परगणे नां(द)गांव निसबत विश्वासराव रामचंद्र, व दामोदर गोविंद.

१ परगणे बोदवाड निसबत विश्वासराव रामचंद्र.

१ परगणे पिंपळोद निसबत पांडुरंग कमलाकर व केशवराव जगन्नाथ.

१ परगणे मुधिभामगड निसबत माधवराव कृष्ण.

१ परगणे बोरनार निसबत गोपाळ बल्लाळ.

१ परगणे आशेर निसबत केशवराव जगन्नाथ.

१ परगणे चोपडें निसबत गोपाळराव हरी.

१ परगणे पाचोरें निसबत विनायक रघुनाथ.

१ परगणे बरणगांव निसबत विनायक रघुनाथ.

१ परगणे डांगरी दिंमत ठोंकें.

१ परगणे बहाळ व परगणे बोरनार निसबत रामचंद्र पवार.

१ कसबे साकोंरें, परगणे माणिकपुंज, निसबत बाबूराव रामचंद्र दिंमत चितो विठ्ठल.

people above and below the Gháts. The officer of Rájmáchi was di-
rected to permit them to carry on the examination. This order was
issued under instructions from Bálaji Janardan.

  (832) The officers of the various Maháls were informed that Náro

२. देशमुख व देशपांडे परगणे वरणगांब, व परगणे पाचोरें यांसी.

२०

रसानगी यादी, छ. २१ सवाल.

८३३—(३९८) प्रांत बेलापूर येथील हशमनिसी शामजी राम यांजकडे होती, त्यास

संबा सबैन
मया व अलफ
जिल्हेज २९

ते मृत्यु पावले, त्यांचे पोटीं पुत्र नाहीं, सबब त्यांचे बंधु अंताजी राम
यांचे नांवें करार करून हे सनद तुह्मांस सादर केली असे, तरी म-
शारनिल्हेचे हातून हशमनिसीचें कामकाज घेऊन बेहेड्याचे नेमणूक-

प्रमाणें वेतन पावीत जाणें ह्मणोन, बाजी गंगाधर यांचे नांवें छ. १८ जिल्हेज. सनद, १
रसानगी याद.

८३४—(४६६) महादजी शिंदे यांचे नांवें पत्र कीं, प्रांत माळवा येथील बाबती

समान सबैन
मया व अलफ
जमादिलावल २६

सरदेशमुखीची मजमू पेशजींपासून बापूजी लक्ष्मण यांचेकडे आहे,
त्याप्रमाणें चालत असतां आलीकडे वेतनांचा ऐवज मशारनिल्हेस
पावत नाहीं, ह्मणोन विदित जालें. त्यावरून हें पत्र तुह्मांस लिहिलें

असे, तरी मजमूची असामी सुदामतप्रमाणें मशारनिल्हेकडे चालऊन वेतनाचा ऐवज रा-
हिला असेल, तो झाडीयानसीं देणें ह्मणोन, मशारनिल्हेचे नांवें.   सनद १.

चिटणिसी.

८३५—(५१८) गंगाधर नारायण कानिटकर यांणीं हुजूर विदित केलें. परगणे

समान सबैन
मया व अलफ
सवाल ३०

रायपूर प्रांत बुंदेलखंड येथील खंडणी पेशजींपासून सरकारांतून आप-
णांकडे आहे, त्यास फडणिसीचे कामावर आपले तर्फेंनें पूर्वीं विठ्ठल
गोपाळ यांसी पाठविलें होतें. त्यास सालगुदस्त सन सबा सबैनांत

A. D. 1776-77   Krishṇa Sir Subhá was instructed to make inquiries and
settle the Jamábandi and that they should act according
to his instructions.

(833) Shâmji Rám, Hasabnis of Pargaṇá Belápur, having died
A. D. 1776-77   without male issue, the office was given to his brother
Antáji Rám.

(834) The office of Majmu of Prânt Málvá belonged to Bápuji
A. D. 1777-78   Laxaman. He complained that he had not received his
remuneration for some time. Orders were issued to
Mahádji Scindia to continue the office to Bápuji as before, and to pay
him his salary with arrears.

(835) The office of the Fadnis of Pargaṇá Ráypur in Prânt Bun-
A. D. 1777-78   delkhand belonged to Gangádhar Naràyan Kanitkar.
He sent Bápuji Appáji to officate on his behalf. The

त्याला दूर करून बापूजी आपाजी यांस महालीं पाठविलें. ते तेथें जाऊन सहा महिने बसले; परंतु फडणिसीचे कामकाजाचा दाखला मामलेदार देत नाहीं, येविशीं आज्ञा झाली पाहिजे म्हणून, त्याजवरून हें पत्र तुम्हांस लिहिलें असे, तरी मशारनिल्हेनीं आपले तर्फेचे गुमस्ते बापूजी आपाजी पाठविले आहेत. यांचे हातें परगणे मजकूर येथील फडणिसीचें कामकाज, कैदकानू, मुदामतप्रमाणें घेऊन पेशजीचे सनदेप्रमाणें वेतन पाठवित जाणें. येविशींचा बोभाट येऊं न देणें म्हणोन, बाळाजी गोविंद, प्रांत बुंदेलखंड, यांचे नांवें चिटणीसी छ. २७ साबान.   पत्र १.

८२६–(   ) सदाशिव गोविंद यांचे नांवें मजमूची असामी होती. त्यास मशार-
समान सबैन   निल्हे त्रिवर्ग बंधू एक जागां होते तेव्हां, सुरळीतच होतें. आलीकडे
मया व अलफ   विभक्त जाहले. असामी सदाशिव गोविंद आपणांकडेसच घेऊं लागले
जिल्काद १०   बंधूस यथाविभागें असामीचा ऐवज द्यावा तो न देत, सबब असामी
दूर करून चिंतामण हरी फडके यांजकडे सांगितली असे, मशारनिल्हे यांणीं तिराहित
कारकून असामी ठेवावा; आणि त्यास थोडें बहुत वेतन करून, बोलीप्रमाणें त्यास ऐवज
द्यावा. बाकी वेतनापैकीं ऐवज राहील तो त्रिवर्ग बंधूस यथाविभागें बरोबर वांटून द्यावा.
असामी त्रिवर्गाची. येणेप्रमाणें यादीवर करार असे.

८२७–(५६१) जगन्नाथ महादेव फडणीस, तर्फे अशेर, यांणीं हुजूर बिदित केलें
समान सबैन   कीं, आम्ही निराळें भोजन करतों, त्यास भोजनखर्चांचा ऐवज देत
मया व अलफ   नाहीं. त्याची नेमणूक करून विश्हीं पाहिजे म्हणोन, त्याजवरून हे
जमादिलाबल २   सनद तुम्हांस सादर केली असे, तरी तुम्हांकडे भोजनखर्चांची नेम-

---

Mámlatadár, however, refused to entrust the duties of Fadnis to him. Gangádhar Náráyaṇ having complained to the Hujur, orders were issued to the Mámalatdár to allow Bápuji to carry on his duties and to give no cause for further complaint.

(886) The office of Májmu belonged to Sadáshiv Govind. He
A. D. 1777-78   had two brothers who were separated from him. Sadá-
shiv, who was the officiator, appropriated all the pro-
ceeds of the office instead of sharing them with his brothers. The office was therefore made over to Chintámaṇ Hari with instructions to appoint a person to do the duty on a moderate salary, and to divide the remaining proceeds among the three brothers.

(837) Jagannáth Mahádev, Fadnis of Turf Asher, complained that
A. D. 1777-78   he received no food expenses though he dined separa-
tely (from the Mámalatdár). The Mámalatdár was ordered

णूक आहे त्यास मशारनिल्हे निराळें भोजन करितात, त्यांस खर्चाचा आजमास पाहून भोजनखर्चाचे नेमणुकेपैकीं ऐवज त्यांस देत जाणें झणोन, केशवराव जगन्नाथ यांचे नांवें.

सनद १.

रसानगी यादी.

८३८–(६२८) तालुकेहाय येथील चौकशीस सर्वोत्तम शंकर यांस पाठविले आहेत,

समानीन
मया व अल्फ
रजब १४

तर तालुक्यांचे लोकांची पाहणी करून, वाईट माणूस दूर करतील, त्यांस रुकाएत करून त्याचे ऐवजीं नेमणुकेंत जदीद लोक व गोलंदाज व जे जालंदाज ठेवतील, त्यांस ठेवणें; व जकीऱ्यांपैकीं तोफांचे फर्म्यांचे गोळे असतील, ते ठेऊन, गैर फर्म्याचे राहतील ते दिगर तालुकीयास देवितील, त्यांस देणें झणोन.

सनदा.

१ गंगाधर गोविंद तालुके विजयदुर्गे यांस.
१ आनंदराव घुलप सुभा आरमार विजयदुर्गे यांस.
१ कृष्णाजी विश्वनाथ तालुके अंजणवेल यांस.
१ बाळाजी गणेश, तालुके देवगड यांस.
१ महिपतराव कृष्ण तालुके रत्नागिरी यांस.
१ रघुनाथ सदाशिव, तालुके रायगड यांस.
१ मोरो बापूजी तालुके सुवर्णदुर्ग यांस.
१ आनंदराव शिंदे तालुके रेवदंडा यांस.

—————

८

आठ सनदा, रसानगी यादी.

८३९–(६२९) कोंकण प्रांतें तालुकेहायचे बंदोबस्तास हुजूरुन सर्वोत्तम शंकर

to pay him a reasonable amount out of the grant allotted to him for food expenses.

(838) Sarvotam Shankar was deputed to inspect certain Tálukás A. D. 1779-80   in the Konkan, including the Táluká in charge of the naval department. The Mámalatdárs were directed to remove all Government servants whom he might deem unfit, to entertain new persons of his selection in their places, and to send to other Tálukas under his direction any cannon balls which might be found to fall short of the standard size.

(839). The Mámalatdárs were further directed to allow Sarwotam

समानीन
मया व अलफ
रजब १५

यांस पाठविले आहेत, त्यांस तालुकेयांचा बंदोबस्त कोणे रीतीचा आहे तो समजोन यथास्थित बंदोबस्त करावयाचीं. कलमें.

जंगी सामान शिलकेस असेल तें पाहून कांहीं मरामत करावयाचें व कांहीं नवें ध्यावयाचें नेमितील त्याप्रमाणें घेऊन व तयार करावयाचें तें करून, शिलकेस ठेवणें; व तालुकेयाचे गलबताची तयारी व दागदोजी सांगतील त्याप्रमाणें करणें. कलम १.

लोकांचे रोजमरे तटले असतील ते समजोन त्यांपैकीं हल्लीं ध्यावयाचे नेमतील, त्याप्रमाणें लोकांचे वाटणीस ऐवज तूर्त देणें; व कांहीं सरदार दुसऱ्या सुभ्यास पाठवितील, व त्या सुभ्याकडून या सुभ्यास ठेवितील. कलम १

शिलकेस जिन्नस आहे तो पाहून जाजती कांहीं ध्यावयाचा, व मरामत करावयाचा, नेमतील त्याप्रमाणें करणें; कलम१.

तोफांचे गाड्यांची व दारूची मरामत, व तोफांचे कानें भरावयाचे, व जेजाला, व बंदुकांचा साज करावयास सांगतील त्याप्रमाणें करणें. कलम १.

प्रांतांतील वस्तीचे लोक हत्यारबंद असतील, त्यांचा झाडा काढून जामीन घेणें. कलम १

एकूण सदरील पांचं कलमें वगैरे जे चौकशी मशारनिल्हे करितील ते समजावणें; व जो कागदपत्र मागतील तो देणें; व तत्वेद्य करावयास तुम्हांस सांगतील, त्याप्रमाणें वर्तणूक करणें. म्हणोन तालुकेहाये येथील मामलेदारांस वगैरे चिटणिसी सदरहू अनबयाचीं पत्रें.

१ बाळाजी गणेश, तालुके देवगड, यांस पत्र.
१ गंगाधर गोविंद, तालुके विजयदुर्ग यांस.
१ आनंदराव घुलप, सुभा आरमार, विजयदुर्गे, यांस पत्र,
१ महिपतराव कृष्ण, तालुके रत्नागिरी, यांस पत्र.
१ कृष्णाजी विश्वनाथ, तालुके अंजणवेल, यांस.
१ मोरो बापूजी, तालुके सुवर्णदुर्ग, यांस पत्र.
१ रघुनाथ सदाशिव, तालुके रायगड, यांस पत्र.
१ अनंदराव शिंदे, तालुके रेवदंडा, यांस पत्र.

८

rao to examine the stores and to repair such of them as might be useful. Boats, guns, and cannons were to be repaired under his instructions. Security was ordered to be taken from all residents in the province possessing arms.

८४०—(६६२) गणेश बल्लाळ कारकून निसबत चिंतामण हरी मुंबईस बातमीचे कामास आहेत; सबब त्यांजकडे दोन महागिऱ्या भरून गवत व एक महागिरीभर लांकडें देविलीं असे, तरी तालुके बेलापूरपैकीं सदरील लिहिल्याप्रमाणें त्यांजकडे पाठऊन देणें ह्मणोन, कृष्णाजी नारायण यांचे नांवें.

समानीन मया व अलफ जिल्हेज २६

सनद १.

रसानगी, गणेश हरी दिंमत चिंतामण हरी.

८४१—(८३४) प्रांत कोंकण येथील सरसुभा जिवाजी गोपाळ यांजकडे सालमजकुरापासोन सांगितला असे, तरी तुह्मीं माहालीं मुलकी, व किल्ले जातचा बंदोबस्त मशारनिल्हेचे विचारें करीत जाणें. यांचे इतल्याशिवाय कांहीं न करणें. हे सरकारचे आज्ञेप्रमाणें बंदोबस्त यथास्थित करितील ह्मणोन चिटणिसी.

अर्बा समानीन मया व अलफ रविलाखर ३

पत्रें.

किल्ले जात, सुद्धां तालुके.

१ प्रांत कल्याणभिंवडी, निसबत गोविंद राम.
१ प्रांत बेलापूर, निसबत अंताजी महादेव.
१ प्रांत राजपुरी, निसबत गोविंदराम, व चिमाजी माणकर.
१ तालुके अवचितगड, निसबत गणेश बल्लाळ व हरी गणेश.
१ मामले कोहज, निसबत गोविंदराव आबाजी.
१ तालुके उंदेरी, निसबत महादाजी कृष्ण.
१ तालुके रेवदंडा, निसबत अनंदराव शिंदे.
१ किल्ले माहूली, निसबत दुर्गाजी शिंदे.
१ किल्ले विकटगड व किल्ले कर्नाळा, निसबत सदाशिव राम दिंमत अनंदराव राम.
१ तालुके बीरवाडी, निसबत गणेश बल्लाळ, व हरी गणेश.
१ तालुके सुवर्णदुर्ग, निसबत मोरो बापूजी.
१ तालुके अंजणवेल, निसबत त्रिंबक कृष्ण.
१ तालुके नेरल, निसबत हरी लक्ष्मण.

---

(840) Krishnaji Narayen was directed to send two boats laden with grass & one with firewood to Ganesh Ballal karkun of Chintaman Hari at Bombay.

A. D. 1779-80

(841) Jiwáji Gopál was appointed Sirsubhá of the Konkan, and the officers of the various Tálukás were directed to abide by his orders in revenue matters, as well as in matters connected with the administration of forts; in fact, to do nothing without his advice.

A. D. 1783-84

१ तालुके रत्नागिरी निसबत महिपतराव कृष्ण.
१ तालुके विजयदुर्ग निसबत गंगाधर गोविंद.
१ तालुके देवगड निसबत चिमणाजी रामचंद्र.

९ मा(हा)ली मुलकी तालुके.
१ परगणे साकर्से निसबत भास्कर लक्ष्मण.
१ तर्फ आठगांव निसबत मोरो गोविंद.
२ जकात प्रांत कल्याणभिंवडी निसबत बापूजी गणेश, व उद्धो दादाजी. पत्र १.
जकात तालुके रेवदंडा व बंदर रोहें व अष्टमी १.

२

१ आरमार विजयदुर्ग निसबत अनंदराव धुलप.
१ देशमुखी प्रांत वसई निसबत अनंदराव भिकाजी.
१ देशमुखी तालुके रेवदंडा, व तालुके उंदेरी निसबत महादाजी लक्ष्मण.
१ देशमुखी प्रांत राजपुरी, निसबत येसाजी रामचंद्र.
१ देशमुखी प्रांत बाळापूर, व आठगांव निसबत कृष्णाजी बल्लाळ.

९

२५
पंचवीस चिटणिसी पत्रें दिल्हीं असेत.

८४२-(८३८) तालुके अंजणवेल येथील सरहवाला लक्ष्मण बल्लाळ याजकडे आहे येविशीं. कलमें.

अर्बा समानीन मया व अलफ जमादिलावल ४

(842) The duties of the office of SirHawáldár of Táluká Anjanwel were prescribed as follows:—

A. D. 1784-85

(1) the SirHaváldár should be one of the officers sent to settle the jamábandi of the Táluká, or to make any inquiry connected with it;
(2) no revenue or account matter should be disposed of without the advice of the Haváldár;
(3) recommendations for letting out lands at reduced rents should be received through him;
(4) he should assist the judge in deciding cases.

जमाबंदी तालुके मजकूरची जिराइती व बागाइती व नक्ती करावयाची, त्यास कारकून नेमावयाचे वेळेस सरहवालदार देखील नेमावे. कमजाजती जाहल्यास चौकशी करणें तेव्हां कारकून पाठवाल त्यांत सरहवालदार यासही पाठऊन चौकशी करावी. सर हवालदाराच्या इतल्याखेरीज जमाबंदीचें व हिशेबाचें काम करूं नये. कलम १.

शिस्ती नक्की गल्याची, व कारसाईची होणें, ते हंगामशीर सरहवालदार यांणीं सुभा सांगोन, शिस्ती करवाव्या, आणि जिकडील तिकडे सुभाहून रवाना कराव्या. कलम १.

तालुके मजकुरीं इस्ताव्याचे वगैरे कौलपत्रें मुलकी देणें, त्यास सरहवालदार यांणीं सुभा रदबदल करून देवीत जावें. कलम १.

तालुके मजकूरचे दादी फिर्यादी येतील त्यांची मनसुबी न्यायाधिशाकडे नेमून देणें. त्यांत सरहवालदार यांसही नेमावें. जो निश्चय होईल तो सुभा समजाऊन विल्हेस लावावें. कलम १.

सरहवालदार यांचे निसबतीस शिपाई असामी दोन पेशजींपासून आहेत, त्याप्रमाणें शिबंदीचे नेमणुकेपैकीं सदरील दोन असामी नेमून देणें. कलम १.

सदरहूप्रमाणें पांच कलमें करार करून दिल्हीं आहेत, त्याप्रमाणें सरहवालदाराचे हातून कामकाज घेत जाणें ह्मणोन, त्रिंबक कृष्ण यांचे नांवें चिटणिसी. पत्र १.

८४३–(८६६) क्षेत्र पंचवटी, परगणे नाशिक, येथें गावांतील रस्ते झाडावयास हलालखोर असामी १ एक ठेवावयाचा करून, त्यास नेमणूक सालीना रुपये ३० द्यावयाचे करार केले असेत, तर परगणे मजकूर पैकीं सदरील तीस रुपये गंगाधरराव भिकाजी रास्ते, यांजकडे देत जाणें ह्मणोन, पांडुरंग धोंडाजी कमाविसदार, परगणे मजकूर, यांचे नांवें. सनद १.

खमस समानीन मया व अलफ सफर ५

रसानगी याद.

८४४–(९५८) क्षेत्र पंढरपूर येथें सन्यासी करपात्री भिक्षेकरितां फिरतात, व ब्राह्मण सोंवळे श्री देवदर्शनास येतात, व भीमा स्नानें करून घरांस जातात; व माधोकरी ब्राह्मण मागतात, त्यांस गल्लींत उष्ट्या पत्रावळी व केरकुश्चीत जागा होऊन विटाळ होतात, याजकरितां गल्या झाडून

समान समानीन मया व अलफ जिल्काद २९

---

(843) A sweeper was entertained for cleansing the streets of Nàsik on a salary of Rs. 30 a year.

A. D. 1784-85

(844) The streets of Pandharpur being dirty and strewn with leaves used as plates for food, Sannyáshis who went out to beg for food, and Brahmins who came to worship

A. D. 1787-88

निर्मळ राखण्याची आज्ञा तुम्हांस केली असे, तरी क्षेत्र मजकूरच्या गल्या हलालखोराक-
डून झाडऊन निर्मळ राखणें. घर पाहून दरमहा एक दोन पैसेप्रमाणें हलालखोरास
देवीत जाणें; आणि गल्या चांगल्या राखणें ह्मणोन, चिंतो रामचंद्र कमाविसदार क्षेत्र
मजकूर दिमत परशराम रामचंद्र यांचे नांवें. सनद १.

रसानगी यादी.

८४५–(९७१) तुह्मांजवळ पारसनिसीचे कामास पारसी लिहिणार पाहिजे, याज-
करितां काजी महमद कारकून शिलेदार निसबत भगवंतराव नारायण
समान समानीन पारसनीस, यांस पाठविले आहेत. तरी यांजपासून पारसनिसीचें काम-
मया व अलफ काज घेत जाऊन, हे तुह्मांजवळ पोहचतील तेव्हांपासून यास रोजमरा
शाबान १० एकमाही रुपये ३५ पसतीस रुपये देविले असेत. पावते करीत जाणें ह्मणोन, अल्लीबाहादर
यांचे नांवें. सनद १.

परवानगी रूबरू.

८४६–(९७८) कारकून निसबत दफ्तर यांचे तांदूळ वगैरे जिन्नस, खेरीज फिर-
गाण कोंकणांतून हरएक घाटें व गल्ला देशांतून खरेदी करून एक
तिसा समानीन खेप पुण्यास आणितील, त्यांस आणूं देणें. जकातीचा तगादा न
मया व अलफ करणें ह्मणोन सालगुदस्तांप्रमाणें सालमजकुरीं. दस्तकें.
सफर १

चालतें दफ्तर.	दस्तकें.	तांदूळ वगैरे.	बैलसर.
महादाजी बल्लाळ	२	५	६०
हरी बल्लाळ फडके	३	३०	३००

the deity and returned from bathing were polluted by contact with the
unclean things. The Kamávisdár was directed to entertain sweepers
and to see that the roads were kept clean. He was authorized to cause
every house-owner to pay, according to his circumstances, one or two
pice to the sweeper every month.

(845) A person knowing Persian being required for carrying on
the duties of the office of Párasnis under Ali Bahádoor,
A. D. 1787-88 Káji Mahamad Kárkun Silledar, was appointed to the
place.

(846) A list is given of the Kárkuns employed in the Daftar De-
partment at Poona to whom passes were granted
A. D. 1788-89 exempting from octroi grain imported by them into
Poona.

गोविंदराव बाजी	१	५	५०
त्रिंबक लक्ष्मण शिधये	३	३८	५५
पांडुरंग कृष्ण गोडबोले	२	३०	३००
त्रिंबकराव नारायण	२	५	५०
परचुरे नारो अनंत मृत्य पावले, सबब पुत्राचे नांवें सालमजकुरीं.			
भास्कर विश्वनाथ सोहनी	१	१	१०
बाबूराव केशव ठाकूर	५	१३	१७०
मोरो बापूजी फडके	३	१८	१८०
गणेश राम बापट	१	१	१०
महादाजी रघुनाथ कारकून शिलेदार	१	१	१०
कोन्हेर राम कारकून शिलेदार	१	१	१०
बालाजी राम लेले	२	८॥	८५
गंगाधर बाबाजी जोशी	१	२	२०
बगाजी रघुनाथ फलटणास न्यावयाचे	१	२	२०
रामचंद्र गोविंद पेंडसे	१	१	१०
गोपाळ कृष्ण बिवलकर	१	२	२०
आपाजी राम सदावर्ती	१	१	१०
आपाजी विठ्ठल लागू, मशारनिल्हे मृत्यु पावले, सबब त्रिंबक आपाजी पुत्र.	१	२	२०
त्रिंबक विठ्ठल जोशी	१	१	१०
नारो शिवराम चक्रदेव	२	३	३०
महादाजी आबाजी विध्वंस	१	१	१०
लक्ष्मण बाबाजी करंदीकर	१	१	१०
बाळाजी महादेव मोघे	१	१	१०
शिवराम शंकर जोशी	१	१	१०
बाजी नारायण आगाशे	१	१	१०
कृष्णाजी चिंतामण सोहनी	१	१	१०
भिकाजी नारायण पाळंदे	२	१०	१००
मोरो लक्ष्मण, लक्ष्मण केशव वाडीकर यांचे पुत्र	२	३	३०

गोविंद मल्हार, मल्हार बल्लाळ भडभडे मृत्यु पावले सबब पुत्राचे नांवें.	१	२	२०
केसो विश्वनाथ टिळक	१	२	२०
महादाजी बल्लाळ साठे	१	५	५०
मोरो रामचंद्र देवधर	१	४	४०
दामोदर गोविंद	१	५	५०
रामचंद्र गोपाळ करकरे	१	३	३०
गोविंद हरी देवधर	१	२	२०
दिनकर नारायण करंदीकर	१	१	१०
मोरो जनार्दन भट	१	२	२०
नारो कृष्ण ओक	१	१	१०
गोविंद महादेव जोशी	१	१	१०
राघो अनंत गोखले	१	१	१०
गोपाळ अनंत अभ्यंकर	१	२॥	२५
कृष्णाजी हरी भोगले	१	१	१०
बाजी रघुनाथ भावे	१	१	१०
महादाजी नारायण अभ्यंकर	१	१	१०
जगन्नाथ बल्लाळ गानू	१	१	१०
बाबूराव जनार्दन गोडबोले	१	१	१०
आबाजी त्रिंबक जोगळेकर	१	१॥	१५
आबाजी धोंडदेव साठे	१	१	१०
आनंदराव गोपाळ	१	५	५०
वासुदेव त्रिंबक आचवल	१	१	१०
नारो कृष्ण गद्रे	१	२	२०
विसाजी बहिरव ढवळे	१	२	२०
विसाजी नारायण वाडदेकर	१	२	२०
बाळाजी सदाशिव करमरकर	१	१	१०
बाळाजी हरी ढवळे	१	१	१०
विनायक मोरेश्वर मेहेंदळे	१	२॥	२५
महादाजी नारायण बापट	१	१	१०
नारो कृष्ण भातखंडे	१	१	१०
रुद्राजी नारायण करमरकर	१	२	२०

धोंडो बल्लाळ लेले	१	१	१०
बाबूराव अनंत करमरकर	१	२	२०
कृष्णाजी गणेश पेंडसे	२	५	५०
नारो महादेव जोशी	१	१	१०
महादाजी विश्वनाथ दातार	१	१	१०
भास्कर बल्लाळ जोशी	१	१	१०
गोविंद राम आपटे	१	२	२०
सदाशिव बल्लाळ भिडे	१	२	२०
कृष्णाजी तुकदेव गोडबोले	१	२	२०
महादाजी बाबूराव लिमये	१	२	२०
मल्हार राम बापट	१	३	३०
सदाशिव महादेव शेवडे	१	२	२०
रामचंद्र हरी ढवळे	१	३	३०
बाजी अनंत पंडित	१	१	१०
धोंडो केशव काळे	१	१	१०
लक्ष्मण बल्लाळ सहस्रबुद्धे	१	१॥	१५
कृष्णाजी राम चोळकर	१	१	१०
बाळाजी बापूजी केळकर	१	२	२०
सदाशिव अनंत अभ्यंकर	१	१	१०
गंगाधर महादेव परचुरे	१	१॥	१५
मल्हार लक्ष्मण वैद्य	१	२	२०
आबाजी बल्लाळ आगाशे	१	२	२०
मोरो महादेव गपचूप	१	१॥	१५
दिनकर अनंत	१	५	५०
चिमणाजी बाबाजी	१	१॥	१५
नारो रामचंद्र काळे	१	१	१०
शिवराम बल्लाळ	१	१	१०
मोरो विष्णू गुणे	१	१	१०
रामचंद्र बल्लाळ शेवडे	१	१	१०
भगवंत आनंदराव	१	१	१०
बाळाजी रघुनाथ वेलणकर	१	१	१०
नारो राम कारकून शिलेदार	१	१	१०

महादाजी विश्वनाथ लिमये	१	२	२०
त्रिंबक शंकर सोहनी	१	१॥	१५
बाळाजी नारायण शेवडे	१	२॥	२५
आबाजी भिकाजी फडके	१	१	१०
सदाशिव नारायण अभ्यंकर	१	१	१०
गणेश बल्लाळ हडप	१	१॥	१५
अंताजी विश्वनाथ खांडेकर	१	१	१०
त्रिंबक महादेव जोशी	१	१	१०
रामाजी बल्लाळ जोशी	१	१	१०
हरी नारायण कोलटकर	१	१	१०
मोरो हरी करंदीकर	१	२॥	२५
मोरो कृष्ण दाभोळकर	१	१॥	१५
बाळाजी रघुनाथ जोशी	१	१	१०
बाळाजी सदाशिव वैशंपायन	१	२	२०
दादो बल्लाळ आचवल	१	१	१०
खंडेराव सुंदर	२	७	७०
रंगो नारायण यांचे पुत्र निळो रंगनाथ करमरकर निसबत दफ्तर पोतनिसी	१	१	१०
बाळाजी नारायण वैद्य	१	१॥	१५
महादाजी गोविंद	१	१	१०
केसो जगन्नाथ	१	·॥·	५
त्रिंबक नारायण भावे	१	१	१०
हरी बाबाजी वैद्य	१	१॥	१५
सदाशिव शामराज निसबत जिराईतखाना हल्लीं बाळाजी सदाशीव पुत्र यांचे नांवें	१	१	१०
राघो कृष्ण गोकटे	१	१	१०
रामचंद्र नारायण	१	१	१०
आबाजी हरी	१	१	१०
बापूजी महादेव	१	·॥·	५
आबाजी विश्वनाथ	१	·॥·	५
मोरो नारायण	१	१	१०

शिदो सदाशिव	१	१	१०
शिवराम बल्लाळ	१	·॥·	५
भालचंद्र विनायक	१	·॥·	५
अंताजी महादेव	१	·॥·	५
लक्ष्मण गणेश गोगटे	१	१	१०
शिवराम विश्वनाथ सोवनी	१	२	२०
महिपतराव हरी	१	२	२०
नारो लक्ष्मण	१	३	३०
भगवंत गंगाधर मौजे माळशिरस येथें आणितील	१	१॥	१५
सदाशिव नारायण पांगारकर	१	१	१०
बाळकृष्ण बाबाजी वैद्य	१	१॥	१५
गोपाळ महादेव	१	१	११
विठ्ठल मोरेश्वर	१	२	२०
विसाजी राम भाटवडेकर	१	२	२०
	१५४	३६५॥	३३८०

एकूण तीनशें साडे पासष्ट खंडी गल्ला एकूण बैल सर तीन हजार तीनशें ऐशीं यांची दस्तकें एकशें चोपन्न दिल्हीं असेत.

८४७—(१०७९) निळो लक्ष्मण कारकून यांचे तीर्थरूप लक्ष्मण कृष्ण, परगणे मज-
अर्बा तिसैन मया व अल्फ मोहोरम ७
कुरीं असामीवर जात होते, ते वाटेस मारले गेले. चिरंजीव लहान याजकरितां असामीवर गुमास्ता ठेविला आहे, त्यास परगणे मजकूरचे आजमासास गुमास्ते याचे हातून कामकाज घेऊं नये. जातीनिशीं चाकरीवर असतील त्यास वेतन द्यावें, म्हणून शेरा लिहिला आहे, त्यावरून वेतन देत नाहीं म्हणून हुजूर विदित जालें, त्यास याचे तीर्थरूप मारले गेले. भशारनिल्हे लहान,

---

(847) In the budget of Parganá Aruṇ &c it was a standing order
A. D. 1793-94
that substitutes should not be allowed to work for permanent officers, and that the salaries should be paid to the officers themselves if actually serving. An exemption to this rule was allowed on the ground that the officer appointed was killed while proceeding to join his appointment and that his son was too young to carry on the duties of his father's office,

याजकरितां गुमास्त्यानें चाकरी केली आहे; सबब मागील सालचें वेतन राहिलें तें नेमणुकेप्रमाणें देणें; व पुढें निळो लक्ष्मण यांचे हातून चाकरी घेऊन आजमासास वेतनाची नेमणूक केली आहे, त्याप्रमाणें देत जाणें म्हणून, नारो चिमणाजी कमाविसदार परगणे अरूण वगैरे महाल यांचे नांवें. सनद १.

रसानगी यादी.

८४८–(१०९४) गंगाधर बापूजी शिधये यांस प्रांत बुंदेलखंड पैकीं नवा मुलूक

अर्बा तिस्सैन
मया व अलफ
जमादिलाबल २०

सरकारांत आला आहे, त्यापैकीं पन्नास हजार रुपयांचे महालची दरकी असामी मोईन सालीना रुपये अडीचशें करार करून नेमून द्यावयाची आज्ञा केली असे, तरी प्रांत मजकूर येथें सदरहू आकाराच्या महालीं असामी नेमून देणें ह्मणोन, अळी बहादर यांचे नांवें. सनद १.

रसानगी यादी.

८४९–(११०९) प्रांत कर्नाटक येथील सरसुभा मोरो बापूजी यांजकडे सालमजकुरी

अर्बा तिस्सैन
मया व अलफ
साबान २६

सांगितला असे, तरी माली. व मुलकी, व किल्ले जातसुद्धां बंदोबस्त मशारनिल्हेचे विचारें करित जाणें. यांचे इतल्याशिवाय न करणें हे सरकारआज्ञेप्रमाणें बंदोबस्त करितील ह्मणोन, मामलेदार, व कमाविसदार यांचे नांवें चिटणिसी. पत्रें.

५ ताळुकेहाय येथील मामलेदार यांस कीं, माली व मुलकी व किल्ले जातसुद्धां बंदोबस्ताविशीं. पत्रें.

१ ताळुके मुदकबी, निसबत माधवराव कृष्ण.
१ ताळुके नवलगुंद, देखील सरदेसगत निसबत गोविंद भिकाजी.
१ ताळुके गदग, निसबत आनंदराव रामचंद्र.
१ ताळुके धारवाड, निसबत बाळाराव येशवंत.
१ ताळुके कितूर, निसबत महादाजी खंडेराव.

५

(848) Ali Bahádhur was directed to give Gangádhar Bápuji Sidhaye an office worth Rs. 50,000 in some mahál of the territory of Pránt Bundelkhand, lately acquired by Government.

A. D. 1793-94

(849) Móró Bápuji was appointed Sirsubhá of Karnátak, and the Mámalatdárs were directed to act under his instructions in all revenue and fort matters and to do nothing without consulting him.

A. D. 1793-94

१० महालानिहाय येथील मामलेदार, व कमाविसदार यांस कीं, माली, व मुलकी, व ठाणींसुद्धां बंदोबस्ताविशीं.

१ परगणे जुनी हुबळी, निसबत मोरो बापूजी.
१ परगणे खानापूर, निसबत परशराम रामचंद्र.
१ फुटगांव बारीपलीकडील परगणे मनोळी, निसबत सदाशिव कृष्ण.
१ परगणे सोंडुरपालें, निसबत वेंकटराव घोरपडे.
१ तर्पे तेगूर, निसबत नरसो मेलगीर.
१ देसगत परगणे गदग वगैरे बाबत, डंबलकर निसबत रघुनाथराव नीळकंठ.
१ परगणे बंकापुर, निसबत गोविंद सखदेव.
१ परगणे होनगुंद, निसबत माधवराव कृष्ण दिंमत तोफखाना.
१ परगणे जालीहाळ वगैरे, निसबत आनंदराव भिकाजी.
१ मौजे सूळ मामले तोरगल, निसबत बापूजी रामचंद्र.

१०

१ किल्ले धारवाड निसबत बापूजी शिंदे यांस कीं, माली, व मुलकी, व किल्ले मजकूर सुद्धां बंदोबस्ताविशीं.

१ तालुके सावनूर, निसबत भास्कर सखदेव यांस कीं, तालुके मजकूर येथील माली, व मुलकी, व किल्ले जातमुद्धां बंदोबस्ताविशीं महाल.

१ परगणे गुत्तल.
१ परगणे अडूर.
१ परगणे केरूर बुदरूख.
१ परगणे तीनवल्ली.
१ परगणे कोड.
१ परगणे केरूरखुर्द.
१ परगणे रटेहळ्ळी.
१ परगणे हवसहट्टी.
१ परगणे कुपेलूर.
१ परगणे शींगांव.
१ परगणे ऐरणी.
१ परगणे कागनेळा
१ परगणे निडसंगी
१ परगणे हानगल.

१ परगणे मासूर.
१ परगणे राणेबेन्नूर.
१ पेठ हांवेरी.
१ परगणे कारडगी.
१ कसबे मोरब.
१ कसबे अण्णिगिरी.
१ तालुके उगरगोळ वगैरे गांव, व किल्ले परसगड.
१ कसबे हलगेरी.
१ देसगत संवस्थान हावनूर.

२३

१७

६५०—Gives the salaries and allowances of the various officers in the different Daftars at Poona. The चालतें दप्तर, एक बेरजी दप्तर, निसबत पोतनिसी दप्तर, निसबत फरासखाना, निसबत मजमदारखाना, निसबत वाकनीस.

रोजकीर्द छ. ५ रबिलाखर सुरसन खमस सबैन मया व अलफ, रवा मुदगीचे पोटांत देणें कारकून निसबत दप्तर यांस सन अर्बा सबैनची मोईन रसानगी पट.

खात्याचें नांव.	इसमाचें नांव.	नक्त				कापड.			एकूण	जास्ती स्वारी हिंदुस्थान.					एकंदर
		ऐन.	दिवट्या आफ्तागिरी	पालखी	एकूण	आंख.	रुपये.	एकूण.		नक्त,	दिवट्या आफ्तागिरी.	कापड	एकूण	पैा करार	
निसबत चालतें दप्तर.	अंताजी बल्लाळ गुरुजी.	४५०	१२१	०	५७१	१००	४०	६११	०	०	०	०	०	०	०
	महादाजी बल्लाळ गुरुजी.	४००	१२१	११८८	१७०९	१००	४०	१७४९	०	०	०	०	०	०	०
	हरी बल्लाळ फडके.	३००	१२१	११८८	१६०९	७५	३०	१६३९	०	०	०	०	०	०	०
	बाबूराव केशव ठाकूर	५००	१२१	०	६२१	१५०	६०	६८१	०	०	०	०	०	०	०

								पैकीं भाताचे रुपये ११३॥ वजा जातां बाकी ५६७॥								
	नारो गंगाधर पाळंदे.	४००	११५	११८८	१७०३	१००	४०	१४७३	०	०	०	०	०	०	०	
	महादाजी विष्णु गपचूप.	४५०	१२१	०	५७१	१००	४०	६११	०	०	०	०	०	०	०	
	नारो अनंत परचुरे.	३००	१३२	११८८	१६२०	७५	३०	१६५०	०	०	०	०	०	०	०	
	बाळाजी राम लेले.	३००	५५	०	३५५	५०	२०	३७५	०	०	०	०	०	०	०	
	लक्ष्मण नारायण सिधये.	३००	१२१	०	४२१	५०	२०	४४१	०	०	०	०	०	०	०	
	कृष्णाजी गणेश पेंडसे.	७००	१२१	०	८२१	१५०	६०	८८१	०	०	०	०	०	०	०	
								पैकीं सेत सनद रुपये १०० वजा								पृ० २९

पृ० ३०

							जातां ७८१							
सदाशिव अनंत अभ्यंकर.	२५०	१२१	०	३७१	५०	२०	३९१	०	०	०	०	०	०	०
कृष्णाजी महादेव गोडबोले.	४००	१७६	०	५७६	१००	४०	६१६	०	०	०	०	०	०	०
गोपाळ रामचंद्र परचुरे.	२७५	५५	०	३३०	७५	३०	३६०	०	०	०	०	०	०	०
आपाजी चिमणाजी गोंधळेकर.	३५०	६६	०	४१६	१००	४०	४५६	०	०	०	०	०	०	०
महादाजी नारायण जोशी.	३००	११०	०	४१०	५०	२०	४३०	०	०	०	०	०	०	०
बगाजी रघुनाथ	३००	१२१	०	४२१	१२५	५०	४७१	०	०	०	०	०	०	०
बाजी गोविंद जोशी.	६००	१२१	१०००	१७२१	२००	८०	१८०१	०	०	०	०	०	०	०
गोविंद राम आपटे.	३००	५५	०	३५५	७५	३०	३८५	०	०	०	०	०	०	०
विसाजी गणेश दातार.	३००	०	०	३००	७५	३०	३३०	०	०	०	०	०	०	०
कृष्णाजी गोविंद आपटे.	३००	०	०	३००	१००	४०	३४०	०	०	०	०	०	०	०
बाजी अनंत पंडित.	३००	०	०	३००	७५	३०	३३०	०	०	०	०	०	०	०
चिंतो शिवाजी सोवनी.	३५०	०	०	३५०	७५	३०	३८०	०	०	०	०	०	०	०

कृष्णाजी राम चोळकर.	२५०	०	०	२५०	६०	२४	२७४	०	०	०	०	०	०	०
वासुदेव राम चोळकर.	३०५	०	०	३०५	०	०	३०५	०	०	०	०	०	०	०
लक्ष्मण बल्लाळ सहस्रबुद्धे.	३००	०	०	३००	७५	३०	३३०	०	०	०	०	०	०	०
कृष्णाजी तुकदेव गोडबोले.	३००	०	०	३००	५०	२०	३२०	०	०	०	०	०	०	०
सदाशिव नारायण सिधये.	२५०	०	०	२५०	५०	२०	२७०	०	०	०	०	०	०	०
सदाशिव बल्लाळ भिडे.	३००	०	०	३००	०	०	३००	०	०	०	०	०	०	०
बाबाजी महादेव भट.	३२५	०	०	३२५	६०	२४	३४९	०	०	०	०	०	०	०
विनायक मोरेश्वर.	३५०	०	०	३५०	१००	४०	३९०	०	१५०	१२१	२०	२९१	१९६	५८६
बाळाजी हरी ढवळे.	४००	०	०	४००	१००	४०	४४०	०	१००	१२१	२०	२४१	१७१	६११
भगवंत अनंदराव.	४००	०	०	०	०	०	४००	०	१०० पैकीं करार २५	१२१	६० पैकीं करार ४०	२८१	१८६	५८६
शिवराम विश्वनाथ.	३००	०	०	३००	७५	३०	३३० पैकीं गैरहजेरी	०	०	०	०	०	०	०

पृ० ३१

								वजा ४० बाकी २९०								पृ० ३२
	बाळाजी बापुजी केळकर.	३००	०	०	३००	१००	४०	३४०	०	०	०	०	०	०	०	
	मल्हार राम बापट.	३००	०	०	३००	७५	३०	३३०	०	०	०	०	०	०	०	
	महादाजी बाबूराव लिमये.	५००	०	०	५००	७५	३०	५३०	०	०	०	०	०	०	०	
	आबाजी कृष्ण विद्वांस.	२५०	०	०	२५०	४०	१६	२६६	०	०	०	०	०	०	०	
	भास्कर विश्वनाथ सोवनी.	२५०	०	०	२५०	५०	२०	२७०	०	०	०	०	०	०	०	
	शिवराम शंकर जोशी.	३५०	०	०	३५०	१००	४०	३९०	०	०	०	०	०	०	०	
	खंडो राम बापट.	२७५	०	०	२७५	५०	२०	२९५	०	०	०	०	०	०	०	
	नारो राम आगाशे.	३००	०	०	३००	५०	२०	३२०	०	०	०	०	०	०	०	
	महादाजी नारायण परचुरे.	१५०	०	०	१५०	७५	३०	१८०	०	०	०	०	०	०	०	
	रामचंद्र गोविंद पेंडसे.	२५०	०	०	२५०	५०	२०	२७०	०	०	०	०	०	०	०	

	सदाशिव महादेव शेवडे.	४७२	०	०	४७२	७५	३०	५०२	०	०	१२१ ५५ पागा १७६	०	१७६ पैकीं लष्क-रांत बद्दल	११८	६२०	पृ० ३३
	बाळाजी नारायण शेवडे.	२५०	०	०	२५०	७५	३०	२८०	०	०	०	०	०	०	०	
५	जनार्दन कृष्ण गोडबोले.	३००	०	०	३००	१००	४०	३४०	०	०	०	०	०	०	०	
	केसो विश्वनाथ टिळक.	३००	०	०	३००	५०	२०	३२०	०	०	०	०	०	०	०	
	धोंडो केशव काळे.	२७५	०	०	२७५	५०	२०	२९५	०	०	०	०	०	०	०	
	महादाजी नारायण बापट.	२५०	०	०	२५०	४०	१६	२६६	०	०	०	०	०	०	०	
	पांडुरंग कृष्ण गोडबोले.	३००	०	०	३००	६०	२४	३२४	०	०	०	०	०	०	०	
	जगन्नाथ महादेव चाकरीवर बाबाजी व्यंकटेश.	२५०	०	०	२५०	५०	२०	२७० पैकीं गैरहजेरीमुळें वजा ७०	०	०	०	०	०	०	०	
	नारो वामन.	२५०	०	०	२५०	५०	२०	२७० पैकीं	०	०	०	०	०	०	०	

सदाशिव लक्ष्मण.	२५०	०	०	२५०	४०	१६	२६६	०	०	०	०	०	०	०
बाळाजी महादेव मोघे.	२००	०	०	२००	४०	१६	२१६	०	०	०	०	०	०	०
गंगाधर बाबाजी जोशी.	४१०	०	०	४१०	१००	४०	४५०	०	०	०	०	०	०	०
लक्ष्मण केशव वैद्य यांचे पुत्र मल्हार लक्ष्मण.	४००	०	०	४००	०	०	४००	०	०	०	०	०	०	०
बाळाजी विश्वनाथ फाटक.	३५०	०	०	३५०	१००	४०	३९०	०	०	१२१	०	१२१	०	५११
मल्हार बल्लाळ.	३५०	०	०	३५०	१२५	५०	४००	०	०	०	०	०	०	०
अंताजी नारायण.	३००	०	०	३००	१००	४०	३४०	०	०	०	०	०	०	०
अपाजी विठ्ठल लागू.	३००	६६	०	३६६	१००	४०	४०६	०	०	०	०	०	०	०
सदाशिव अनंत करमरकर.	३००	१२१	०	४२१	५०	२०	४४१	०	०	०	०	०	०	०
विष्णु कृष्ण.	४०० पैकीं ३५०	०	०	४०० पैकीं ३५०	१००	४०	४४० पैकीं ३९०	०	०	०	०	०	०	०
शिवराम बल्लाळ.	४०० पैकीं	०	०	४०० पैकीं	१००	४०	४४० पैकीं	०	०	०	०	०	०	०

	३५०			३५०			३८०							पृ० ३७
त्रिंबक विठ्ठल.	४०० पैकीं ३००	०	०	४०० पैकीं ३००	१०० पैकीं ७५	४० पैकीं ३०	४४० पैकीं ३३०	०	०	०	०	०	०	०	
बाळाजी विष्णु.	३५० पैकीं ३००	०	०	३५० पैकीं ३००	१०० पैकीं ५०	४० पैकीं २०	३९० पैकीं ३२०	०	०	०	०	०	०	०	
रामाजी मल्हार बापट.	२२५	०	०	२२५	४०	१६	२४१	०	०	०	०	०	०	०	
गणेश हरी खांडेकर बालपर्वेसी पाणीपतच्या असाम्या.	७००	१२१	०	८२१	१००	४०	८६१	०	०	०	०	०	०	०	
बाजी बल्लाळ जोशी.	१२०	०	०	१२०	०	०	१८०	०	०	०	०	०	०	०	
बाळाजी केशव आठवले.	६०	०	०	६०	०										
माणको चिंतामण तैनात.	४००	०	०	४००	१००	४०	४०० पैकीं आदा १४०	०	०	०	०	०	०	०	
मोरो बापूजी फडके.	४००	१२१	०	५२१	१००	४०	५६१	०	०	०	०	०	०	०	

नि॥ येक	गोपाळ महादेव.	५००	१२१	०	६२१	१००	४०	६६१	०	०	०	०	०	०	०
बेजीं	बाळाजी हरी साठे.	५००	१२१	०	६२१	१००	४०	६६१	०	०	०	०	०	०	०
दसर	गोविंद बल्लाळ गुरुजी.	५२५ पैकीं शेत सनद मौजे निगडवली १५	०	०	५२५	१००	४०	५६५ पैकीं शेत सनद मौजे निगडवली १५	०	०	०	०	०	०	०
	रामचंद्र हरी देवधर.	४००	५५	०	४५५	१००	४०	४९५	०	०	०	०	०	०	०
	रामचंद्र गोपाळ करकरे.	३००	०	०	३००	१००	४०	३४०	०	०	०	०	०	०	०
	नारो कृष्ण वोक.	३५०	०	०	३५०	१००	४०	३९०	०	०	०	०	०	०	०
	गोपाळ अनंत अभ्यंकर.	३५०	०	०	३५०	१००	४०	३९०	०	०	०	०	०	०	०
	महादाजी विश्वनाथ जोशी.	२७९	०	०	२७९	६०	२४	२७४	०	०	०	०	०	०	०
	आपाजी राम सिरगोपीकर.	२५०	०	०	२५०	६०	२४	२७४	०	०	०	०	०	०	०
	नारो महादेव अभ्यंकर.	२५०	०	०	२५०	६०	२४	२७४	०	०	०	०	०	०	०

पृ० ३८

विसाजी बहिरव ढवळे.	३००	०	०	३००	७५	३०	३३०	०	०	०	०	०	०	०	पृ० ३९
सदाशिव हरी वैद्य.	२५०	०	०	२५०	५०	२०	२७०	०	०	०	०	०	०	०	
कृष्णाजी हरी मोगले.	३००	०	०	३००	७५	३०	३३०	०	०	०	०	०	०	०	
गोपाळ कृष्ण बिवलकर.	३५०	०	०	३५०	७५	३०	३८०	०	०	०	०	०	०	०	
जनार्दन नारायण भट.	३००	०	०	३००	७५	३०	३३०	०	०	०	०	०	०	०	
रंगो नारायण करमरकर.	२२५	०	०	२२५	४०	१६	२४१	०	०	०	०	०	०	०	
बाजी रघुनाथ भावे.	२७५	०	०	२७५	४०	१६	२९१	०	०	०	०	०	०	०	
रामाजी बल्लाळ जोशी.	३००	०	०	३००	७५	३०	३३०	०	०	०	०	०	०	०	
महादाजी नारायण अभ्यंकर.	२५०	०	०	२५०	५०	२०	२७०	०	०	०	०	०	०	०	
राघो अनंत गोखले.	२२५	०	०	२२५	४०	१६	२४१	०	०	०	०	०	०	०	
गोविंद हरी देवधर.	३००	०	०	३००	५०	२०	३२०	०	०	०	०	०	०	०	
गोविंद सदाशिव पेंडसे.	२५०	०	०	२५०	५०	२०	२७०	०	०	०	०	०	०	०	
अंताजी विश्वनाथ खांडेकर.	३००	०	०	३००	५०	२०	३२०	०	०	०	०	०	०	०	

कृष्णाजी बल्लाळ आपटे.	२५०	०	०	२५०	५०	२०	२७०	०	०	०	०	०	०	०
रामाजी गणेश कोलवार.	२५०	०	०	२५०	५०	२०	२७०	०	०	०	०	०	०	०
बापूजी राम सोमण.	२००	०	०	२००	४०	१६	२१६	०	०	०	०	०	०	०
सदाशिव रघुनाथ खाडीलकर.	४००	०	०	४००	६०	२४	४२४	०	०	०	०	०	०	०
बाबूराव जनार्दन.	२५०	०	०	२५०	७५	३०	२८०	०	०	०	०	०	०	०
सदाशिव महादेव.	२२५	०	०	२२५	५०	२०	२४५	०	०	०	०	०	०	०
आबाजी भिकाजी फडके.	४००	०	०	४००	१००	४०	४४०	०	०	०	०	०	०	०
गोविंद भिकाजी.	४००	०	०	४००	१००	४०	४४०	०	०	०	०	०	०	०
आबाजी धोंडदेव साठे.	२४४	०	०	२४४	४०	१६	२६०	०	०	०	०	०	०	०
बाबूराव बल्लाळ फडके.	२५०	०	०	२५०	५०	२०	२७०	०	०	०	०	०	०	०
आबाजी त्रिंबक जोगळेकर.	३००	०	०	३००	०	०	३००	०	०	०	०	०	०	०
अंताजी शिवदेव.	३००	०	०	३००	७५	३०	३३०	०	०	०	०	०	०	०
बाबाजी अनंत आपटे.	३००	०	०	३००	१००	४०	३४०	०	०	०	०	०	०	०

हरी महादेव चिपळोणकर.	२५०	०	०	२५०	५०	२०	२७०	०	०	०	०	०	०	०	पृ० ४१
जगन्नाथ बल्लाळ गागू.	२५०	०	०	२५०	५०	२०	२७०	०	०	०	०	०	०	०	
रामचंद्र दादाजी खाडीलकर.	२००	०	०	२००	५०	२०	२२०	०	०	०	०	०	०	०	
रामाजी बाबूराव गोडबोले.	२७५	०	०	२७५	५०	२०	२९५	०	०	०	०	०	०	०	
नारो महादेव गोडबोले.	३००	०	०	३००	५०	५०	३५० पैकीं करार ५०	०	०	०	०	०	०	०	
कृष्णाजी विश्वनाथ जोशी.	२५०	०	०	२५०	५०	२०	२७०	०	०	०	०	०	०	०	
रामाजी नारायण आगाशे.	४५०	०	०	४५०	७५	३०	४८०	०	०	०	०	०	०	०	
त्रिंबक महादेव जोशी.	२५०	०	०	२५०	५०	२०	२७०	०	०	०	०	०	०	०	
बच्याजी नारायण फडके.	२२५	०	०	२२५	४०	१६	२४१	०	०	०	०	०	०	०	
नारो रघुनाथ साठे.	२५०	०	०	२५०	४०	१६	२६६	०	०	०	०	०	०	०	
गणेश गोविंद टोळ.	२५०	०	०	२५०	४०	१६	२६६	०	०	०	०	०	०	०	
आबाजी शंकर जोशी.	२५०	०	०	२५०	४०	१६	२६६	०	०	०	०	०	०	०	

बाळाजी सदाशिव वैशंपायन.	२५०	०	०	२५०	४०	१६	२६६	०	०	०	०	०	०	०
दत्तो बल्लाळ काळे.	२२५	०	०	२२५	४०	१६	२४१	०	०	०	०	०	०	०
नारो संभाजी गोखले.	२५०	०	०	२५०	४०	१६	२६६	०	०	०	०	०	०	०
बाळाजी हरी करमरकर.	२५०	०	०	२५०	४०	१६	२६६	०	०	०	०	०	०	०
वासुदेव त्र्यंबक आचवल.	२५०	०	०	२५०	४०	१६	२६६	०	०	०	०	०	०	०
हरी बल्लाळ हडप.	३००	०	०	३००	५०	२०	३२०	०	०	०	०	०	०	०
चिमणाजी महादेव.	३००	०	०	३००	५०	२०	३२०	०	०	०	०	०	०	०
नारो शिवराम चक्रदेव.	२५०	०	०	२५०	४०	१६	२६६	०	०	०	०	०	०	०
गोपाळ लक्ष्मण लवाटे.	२५०	०	०	२५०	४०	१६	२६६	०	०	०	०	०	०	०
बाबूराव बल्लाळ चापेकर.	२५०	०	०	२५०	४०	१६	२६६	०	०	०	०	०	०	०
गोविंद केशव बिवलकर.	२५०	०	०	२५०	४०	१६	२६६	०	०	०	०	०	०	०
अंताजी गोविंद केळकर.	२५०	०	०	२५०	४०	१६	२६६	०	०	०	०	०	०	०
लक्ष्मण अनंत भांब्ये.	२५०	०	०	२५०	४०	१६	२६६	०	०	०	०	०	०	०

पृ० ४२

मोरो गोविंद पटवर्धन.	२५०	०	०	२५०	४०	१६	२६६ पैकीं गैरहजेरी बद्दल १६ वजा जातां २५०	०	०	०	०	०	०	०
रामचंद्र गोपाळ	३५०	०	०	३५०	५०	२०	३७०	०	०	०	०	०	०	०
विठ्ठल बल्लाळ दात्ये.	२५०	०	०	२५०	५०	२०	२७०	०	०	०	०	०	०	०
बाळाजी केशव.	२५०	०	०	२५०	५०	२०	२७०	०	०	०	०	०	०	०
पांडुरंग गोविंद.	२५०	०	०	२५०	५०	२०	२७०	०	०	०	०	०	०	०
प्रल्हाद गोविंद	३००	०	०	३००	०	०	३००	०	०	०	०	०	०	०
गोविंद महादेव जोशी.	४००	०	०	४००	१००	४०	४४०	०	०	०	०	०	०	०
आपाजी रघुनाथ भाव्ये.	२५०	०	०	२५०	४०	१६	२६६	०	०	०	०	०	०	०
रुक्मिणाजी नारायण फडके.	२७५	०	०	२७५	५०	२०	२९५	०	०	०	०	०	०	०

पृं० ४३

त्रिंबक गोविंद पंडित.	२२५	०	०	२२५	४०	१६	२४१	०	०	०	०	०	०	०	पृ० ४४
राघो हरी बोक.	२५०	०	०	२५०	४०	१६	२६६	०	०	०	०	०	०	०	
हरी बल्लाळ दांडेकर.	२७५	०	०	२७५	५०	२०	२९५	०	०	०	०	०	०	०	
कृष्णाजी रघुनाथ दातार.	२७५	०	०	२७५	५०	२०	२९५	०	०	०	०	०	०	०	
कृष्णाजी गणेश राहाळकर.	२५०	०	०	२५०	४०	१६	२६६	०	०	०	०	०	०	०	
सदाशिव हरी बेहरे.	२५०	०	०	२५०	४०	१६	२६६	०	०	०	०	०	०	०	
आपाजी बल्लाळ गाडगीळ.	२७५	०	०	२७५	५०	२०	२९५ पैकीं गैरहजेरीचे रुपये ४५ वजा जातां बाकी	०	०	०	०	०	०	०	
आपाजी लक्ष्मण गोरे.	३००	०	०	३००	५०	२०	३२०	०	०	०	०	०	०	०	
त्रिंबक नारायण जोशी.	२५०	०	०	२५०	४०	१६	२६६	०	०	०	०	०	०	०	
सखाराम बल्लाळ कर्वे.	२५०	०	०	२५०	४०	१६	२६६	०	०	०	०	०	०	०	

गोपाळ बल्लाळ चांदेकर.	२५०	०	०	२५०	४०	१६	२६६	०	०	०	०	०	०	०
लक्ष्मण दादाजी खाडीलकर.	२२५	०	०	२२५	४०	१६	२४१	०	०	०	०	०	०	०
मल्हार महादेव सान्ये.	२५०	०	०	२५०	४०	१६	२६६	०	०	०	०	०	०	०
चिमणाजी बल्लाळ म्हसकर.	२२५	०	०	२२५	४०	१६	२४१	०	०	०	०	०	०	०
लक्ष्मण गणेश खाडीलकर.	२२५	०	०	२२५	४०	१६	२४१ पैकीं गैरहजेरी चे ५१ वजा जातां बाकी १९०	०	०	०	०	०	०	०
सदाशिव नारायण अभ्यंकर.	२५०	०	०	२५०	४०	१६	२६६	०	०	०	०	०	०	०
आबाजी राम जोशी.	२५०	०	०	२५०	४०	१६	२६६	०	०	०	०	०	०	०
गणेश नारायण जोशी.	२५०	०	०	२५०	४०	१६	२६६	०	०	०	०	०	०	०
गणेश बल्लाळ गोखले.	२७५	०	०	२७५	५०	२०	२९५	०	०	०	०	०	०	०
नारो गणेश लिमये.	२७५	०	०	२७५	५०	२०	२९५	०	०	०	०	०	०	०

पृ० ४५

शिव आणाजी पेंढरकर.	३००	०	०	३००	५०	२०	३२०	०	०	०	०	०	०	०	सु० ७६
गोपाळ महादेव करंदीकर.	२७५	०	०	२७५	५०	२०	२९५	०	०	०	०	०	०	०	
लक्ष्मण महादेव.	३००	०	०	३००	४०	१६	३१६	०	०	०	०	०	०	०	
बापूजी अनंत.	२५०	०	०	२५०	४०	१६	२६६	०	०	०	०	०	०	०	
रामाजी मुकुंद.	२२५	०	०	२२५	४०	१६	२४१	०	०	०	०	०	०	०	
गोविंद बाबाजी जोशी.	२५०	०	०	२५०	४०	१६	२६६	०	०	०	०	०	०	०	
दिनकर नारायण करंदीकर.	४००	०	०	४००	१००	४०	४४०	०	०	०	०	०	०	०	
आपाजी महादेव लिमये.	२६६ पैकीं वेतन १००	०	०	२६६ पैकीं वेतन १००	०	०	२६६ पैकीं वेतन १००	०	०	०	०	०	०	०	
सदाशिव धोंडदेव नातु.	२९५ पैकीं ११६	०	०	२९५ पैकीं ११६	०	०	२९५ पैकीं ११६	०	०	०	०	०	०	०	
जनार्दन नीळकंठ बर्वे.	४००	०	०	४००	१००	४०	४४०	०	०	०	०	०	०	०	

	बाजी राम साठे.	२५०	०	०	२५०	४०	१६	२६६	०	०	०	०	०	०	०
	हरी बाबाजी करंदीकर.	३००	०	०	३००	५०	२०	३२०	०	०	०	०	०	०	०
	कृष्णाजी महादेव दाभोळकर.	३००	०	०	३००	६०	२४	३२४	०	०	०	०	०	०	०
	नारो कृष्ण गद्रे.	२१६	०	०	२१६	०	०	२१६	०	०	०	०	०	०	०
निसबत पोतनिसी दप्तर	मचींद्र त्रिंबक.	४००	०	०	४००	७५	३०	४३०	०	०	०	०	०	०	०
	नारो रघुनाथ.	३००	०	०	३००	५०	२०	३२० पैकीं गैरहजेरी बद्दल २० वजा जातां	०	०	०	०	०	०	०
	शिवराम विश्वनाथ.	४७१	०	०	४७१	६०	२४	४९५	०	०	०	०	०	०	०
	महादाजी गोविंद.	२५०	०	०	२५०	६०	२४	२७४	०	०	०	०	०	०	०
	अंताजी महादेव.	२५०	०	०	२५०	५०	२०	२७०	०	०	०	०	०	०	०

पृ० ५७

सदाशिव आपाजी पेंढरकर.	३००	०	०	३००	५०	२०	३२०	०	०	०	०	०	०	०
गोपाळ महादेव करंदीकर.	२७५	०	०	२७५	५०	२०	२९५	०	०	०	०	०	०	०
लक्ष्मण महादेव.	३००	०	०	३००	४०	१६	३१६	०	०	०	०	०	०	०
बापूजी अनंत.	२५०	०	०	२५०	४०	१६	२६६	०	०	०	०	०	०	०
रामाजी मुकुंद.	२२५	०	०	२२५	४०	१६	२४१	०	०	०	०	०	०	०
गोविंद बाबाजी जोशी.	२५०	०	०	२५०	४०	१६	२६६	०	०	०	०	०	०	०
दिनकर नारायण करंदीकर.	४००	०	०	४००	१००	४०	४४०	०	०	०	०	०	०	०
आपाजी महादेव लिमये.	२६६ पैकीं वेतन १००	०	०	२६६ पैकीं वेतन १००	०	०	२६६ पैकीं वेतन १००	०	०	०	०	०	०	०
सदाशिव धोंडदेव नातु.	२९५ पैकीं ११६	०	०	२९५ पैकीं ११६	०	०	२९५ पैकीं ११६	०	०	०	०	०	०	०
जनार्दन नीळकंठ बर्वे.	४००	०	०	४००	१००	४०	४४०	०	०	०	०	०	०	०

	बाजी राम साठे.	२५०	०	०	२५०	४०	१६	२६६	०	०	०	०	०	०	०
	हरी बाबाजी करंदीकर.	३००	०	०	३००	५०	२०	३२०	०	०	०	०	०	०	०
	कृष्णाजी महादेव दांभोळकर.	३००	०	०	३००	६०	२४	३२४	०	०	०	०	०	०	०
	नारो कृष्ण गद्रे.	२१६	०	०	२१६	०	०	२१६	०	०	०	०	०	०	०
निसबतपोतनिसी दप्तर	मचींद्र त्रिंबक.	४००	०	०	४००	७५	३०	४३०	०	०	०	०	०	०	०
	नारो रघुनाथ.	३००	०	०	३००	५०	२०	३२० पैकीं गैरहजेरीबद्दल २० वजा जातां	०	०	०	०	०	०	०
	शिवराम विश्वनाथ.	४७१	०	०	४७१	६०	२४	४९५	०	०	०	०	०	०	०
	महादाजी गोविंद.	२५०	०	०	२५०	६०	२४	२७४	०	०	०	०	०	०	०
	अंताजी महादेव.	२५०	०	०	२५०	५०	२०	२७०	०	०	०	०	०	०	०

पृ० ५७

शिवराम बल्लाळ.	२००	०	०	२००	४०	१६	२१६	०	०	०	०	०	०	०
भगवंत गंगाधर.	३००	०	०	३००	६०	२४	३२४	०	०	०	०	०	०	०
विठ्ठल मोरेश्वर.	२५०	०	०	२५०	६०	२४	२७४	०	०	०	०	०	०	०
भगवंत गंगाधर.	५००	१२१	०	६२१	१५०	६०	६८१	०	०	०	०	०	०	०
हरी बाबाजी.	३००	०	०	३००	७५	३०	३३०	०	०	०	०	०	०	०
भिकाजी नारायण.	३००	०	०	३००	७५	३०	३३०	०	०	०	०	०	०	०
गोविंद महादेव.	२५०	०	०	२५०	५०	२०	२७०	०	०	०	०	०	०	०
गोपाळ कृष्ण.	५३८	०	०	५३८	१००	४०	५७८	०	०	०	०	०	०	०
गोपाळ महादेव.	३००	०	०	३००	५०	२०	३२०	०	०	०	०	०	०	०
लक्ष्मण गणेश.	३५०	०	०	३५०	७५	३०	३८०	०	५०	१२१	१०	१८१	०	५६१
नारो लक्ष्मण.	४००	०	०	४००	१००	४०	४४०	०	०	०	०	०	०	०
गोविंद गंगाधर.	३००	०	०	३००	१००	४०	३४०	०	०	०	०	०	०	०
भालचंद्र विनायक.	२५०	०	०	२५०	५०	२०	२७०	०	०	०	०	०	०	०

पृ० ४८

कृष्णाजी अनंत.	२००	०	०	२००	५०	२०	२२०	०	०	०	०	०	०	०
विठ्ठल कोंडाजी.	२५०	०	०	२५०	७५	३०	२८०	०	०	०	०	०	०	०
जिवाजी सखदेव.	२२५	०	०	२२५	४०	१६	२४१	०	०	०	०	०	०	०
कृष्णाजी महादेव.	२५०	०	०	२५०	४०	१६	२६६	०	०	०	०	०	०	०
रंगो महादेव.	२२५	०	०	२२५	४०	१६	२४१	०	०	०	०	०	०	०
सदाशिव शामराज.	४००	०	०	४००	१२५	५०	४५०	०	०	०	०	०	०	०
बाबाजी लक्ष्मण कानिटकर.	३५०	०	०	३५०	१००	४०	३९०	०	०	०	०	०	०	०
विठ्ठल गोविंद.	२५०	०	०	२५०	७५	३०	२८०	०	०	०	०	०	०	०
बाजी प्रल्हाद.	४००	६६	०	४६६	७५	३०	४९६	०	०	०	०	०	०	०
लक्ष्मण सखाजी.	३००	०	०	३००	१००	४०	३४०	०	०	०	०	०	०	०
बाळकृष्ण बाबाजी.	२००	०	०	२००	४०	१६	२१६	०	०	०	०	०	०	
बाजी माणकेश्वर.	४००	०	०	४००	१००	४०	४४०	०	०	०	०	०	०	०
नारो कृष्ण गोखले.	५४८	०	०	५४८	१००	४०	५८८	०	०	०	०	०	०	०

पु० ५९

लक्ष्मण सखदेव.	२५०	०	०	२५०	५०	२०	२७०	०	०	०	०	०	०	०	पू० ५०.
महिपतराव हरी.	४००	०	०	४००	१००	४०	४४०	०	०	०	०	०	०	०	
विसाजी राम.	५००	०	०	५००	७५	३०	५३०	०	०	०	०	०	०	०	
नारो बाबाजी.	२५०	०	०	२५०	७५	३०	२८०	०	०	०	०	०	०	०	
कृष्णाजी उद्धव.	२५०	०	०	२५०	१००	४०	२९०	०	०	०	०	०	०	०	
बाळाजी नारायण.	२७५	०	०	२७५	६०	२४	२९९	०	०	०	०		०	०	
सदाशिव नारायण.	२५०	०	०	२५०	५०	२०	२७०	०	०	०	०	०	०	०	
येसाजी शंकर.	२००	०	०	२००	५०	२०	२२०	०	०	०	०	०	०	०	
खंडो-दादाजी.	२००	०	०	२००	४०	१६	२१६	०	०	०	०	०	०	०	
विसाजी कृष्ण.	२२५	०	०	२२५	४०	१६	२४१	०	०	०	०	०	०	०	
त्रिंबक नारायण.	२५०	०	०	२५०	६०	२४	२७४	०	०	०	०	०	०	०	
बापूजी-बाळकृष्ण.	३००	०	०	३००	७५	३०	३३०	०	०	०	०	०	०	०	
राघो कृष्ण.	२२५	०	०	२२५	४०	१६	२४१	०	०	०	०	०	०	०	

	गोपाळ राम.	२५०	०	०	२५०	४०	२०	२७० पैकीं गैरहजेरी २० बाकी २५०	०	०	०	०	०	०	०
	सदाशिव महादेव तिखे.	२५०	०	०	२५०	५०	२०	२७०	०	०	०	०	०	०	०
	सदाशिव महादेव सोनी.	३००	०	०	३००	१००	४०	३४०	०	०	०	०	०	०	०
	महादाजी हरी.	४००	०	०	४००	७५	३०	४३०	०	०	०	०	०	०	०
	बाळाजी गोविंद चाकरीवर बापूजी महादेव.	२००	०	०	२००	४०	१६	२१६	०	०	०	०	०	०	०
	उमाजी रखमांगद चाकरीवर विठ्ठल बाजी.	२५०	०	०	२५०	५०	२०	२७०	०	०	०	०	०	०	०
	विठ्ठल लक्ष्मण चाकरीवर गोपाळ गणेश.	२५०	०	०	२५०	५०	२०	२७०	०	०	०	०	०	०	०
	जोती जगन्नाथ, जगन्नाथ सखाजी मृत्यु पावले त्यांचे														

पृ० ५१

वेतन रु. २९९ पैकीं पुत्राचे नांवें करार.	२५०	०	०	२५०	६०	२४	२७४	०	०	०	०	०	०	०
महादाजी अनंत चाकरीवर अंताजी विश्वनाथ.	३००	०	०	३००	७५	३०	३३०	०	०	०	०	०	०	०
हरी कान्हे चाकरीवर भास्कर राम.	२००	०	०	२००	५०	२०	२२० पैकीं आदा होता तो १५०	०	०	०	०	०	०	०
महादाजी राम कानिटकर चाकरीवर पुत्र गोपाळ महादाजी.	३००	०	०	३००	७५	३०	३३० पैकीं आदा होता तो १५०	०	०	०	०	०	०	०
भिकाजी शेषाद्री हे लहान														

पु० ५२

सबब चाकरीवर गोविंद विश्वनाथ गुमास्ता.	३००	०	०	३००	७५	३०	३३०	०	०	०	०	०	०	०
आबाजी विश्वनाथ चाकरीवर लक्ष्मण राम.	२५०	०	०	२५०	५०	२०	२७० पैकीं आदा होता तो १५० रुपये	०		०	०	०	०	०
वासुदेव गोविंद.	०	०	०	०	०	०	०	०	२५०	०	२०	२७०	२२०	२२०
हैबतराव नारायण.	०	०	०	०	०	०	०	०	३००	०	४०	३४०	२७०	२७०
रामचंद्र नारायण.	०	०	०	०	०	०	०	०	४००	०	४०	४४०	३८०	३८०
महादाजी रामभट्ट याचे स्त्रीस.	१००	०	०	१००	०	०	१००	०	०	०	०	०	०	०
मुरार मल्हार मृत्यु पावले सबब चिमणाजी मल्हार.	२५०	०	०	२५०	५०	२०	२७० पैकीं आदा	०	०	०	०	०	०	०

पृ० ५३

	नारायण हरीं.	३५०	०	०	३५०	०	२०	३७० पैकीं वजा ३२० बाकी राहिले ते आदा ५०	०	०	०	०	०	०	०	
निसबत मजमदार.	गणेश शंकर.	५२१	०	०	५२१	०	४०	५६१	०	०	०	०	०	०	०	
	नारो निळकंठ मजमदार.	०	०	०	०	०	८००	८००	०	०	०	०	०	०	०	
	म्हादाजी रामचंद्र.	७००	१२१	०	८२१	१५०	६०	८८१	०	०	०	०	०	०	०	
	बाजी विठ्ठल मृत्यु पावले.	५००	०	०	५००	१००	४०	५४० पैकीं आदा ३००	०	०	०	०	०	०	०	पृ० ५५

निस-बत फरास-खाना.	येशवंतराव भास्कर.	८००	०	०	८००	०	१२०	झाला तो १५० ९२०	०	०	०	०	०	०	०
	त्रिंबक विश्वनाथ.	७००	०	०	७००	०	५०	७५०	०	०	०	०	०	०	०
	बाळाजी शंकर.	३००	०	०	३००	०	१८०	४८०	०	०	०	०	०	०	०
	राघो शंकर.	५००	०	०	५००	०	६०	५६०	०	०	०	०	०	०	०
	गंगाधर नरसी.	३५०	०	०	३५०	०	४२॥।·	३९२॥।· पैकीं वजा पोता आदा रुपये ३०० बाकी ९२॥।·	०	०	०	०	०	०	०

	नारायण हरीं.	३५०	०	०	३५०	०	२०	३७० पैकीं वजा ३२० बाकी राहिले ते आदा ५०	०	०	०	०	०	०	०
निसबत मजमदार.	गणेश शंकर.	५२१	०	०	५२१	०	४०	५६१	०	०	०	०	०	०	०
	नारो निळकंठ मजमदार.	०	०	०	०	०	८००	८००	०	०	०	०	०	०	०
	महादाजी रामचंद्र.	७००	१२१	०	८२१	१५०	६०	८८१	०	०	०	०	०	०	०
	बाजी विठ्ठल मृत्यु पावले.	५००	०	०	५००	१००	४०	५४० पैकीं आदा ३००	०	०	०	०	०	०	०

पृ० ५५

	शामराव रघुनाथ.	७७५	१२१	०	८९६	२००	८०	९७६	०	०	०	०	०	०	०	पृ० ५६
निसब-त वाक नीस.	रामाजी कासी.	७००	१२१	११८८	२००९	३००	१२०	२१२९	०	०	०	०	०	०	०	
	अंताजी मल्हार.	४००	१२१	०	५२१	१५०	६०	५२१	०	०	०	०	०	०	०	
	बाळाजी गोविंद.	३००	०	०	३००	१००	४०	३४०	०	०	०	०	०	०	०	

७ न्यायखातें.

(अ) दिवाणी.

८५३—(४६) सोन्या थरवल दाणेकरी दिंमत पागा हुजूर, याजकडे सरकारची शिलक साडे पांचशें रुपये येणें व हा लबाड आहे, याजकरितां बेडी घालून जुन्या कोटांत बंदीखान्यांत ठेऊन पोटास अडशेरी शिरस्ते-प्रमाणें देणें ह्मणून, शिवराम रघुनाथ यांचे नांवें. सनद १.

अर्बा सबैन मया व अलफ रबिलावल २२

छ. ९ जिल्हेज परवानगी रूबरू.

नारो आपाजीच्या कीर्दीपैकीं.

८५४—(७८) गौड स्वामी सन्यासी, श्री भवानी सप्तशृंग, येथें होते, ते मृत्यु पावले. त्यांचें मठांतील वस्तभाव सदाशिवदास गुजराथी नासिककर यांचा कारकून अंबादास, व अमृतराव टोकें आमोडेकर याचा कारकून, असे दोघे जण येऊन मोजदाद करून ठेविली आहे; ह्मणून हुजूर विदित जाहलें. त्यास स्वामीची वस्तभाव या हरदू जणांस मोजदाद करावयासी प्रयोजन काय ? हल्लीं हुजुरून बाळाजी चिंतामण कारकून शिलेदार पाठविले आहेत; तरी तुह्मीं तेथून तालुके घोडपपैकीं कारकून व प्यादे या समागमें देऊन मठांतील वस्तभाव हरदू जणाचे कारकुनांनीं मोजदाद केली आहे ते वगैरे आणखी सावकाराकडे ठेवरेव जे असेल, ते चौकशी करून कुलमोजदाद यांचे गुजारतीनें करून बंदोबस्तीनें ठेऊन जाबता कारकून मशारनिल्हे समागमें हुजूर पाठऊन देणें ह्मणून, बाजीराव आपाजी यांचे नांवें बरहुकूम सनद पुरंधर छ. १७ जमादिलाखर. सनद १.

खमस सबैन मया व अलफ जमादिलाखर २९

जनार्दन आपाजीच्या कीर्दीपैकीं.

८५५—(२२४) त्रिंबक बल्लाळ देशपांडे तर्फ वाडें, यांची स्त्री सरकारांत येऊन

---

(853) Sónyá Tharwál Dáṇekari employed at the Págá Huzur owed Government Rupees 550 and was a rascal. He was therefore ordered to be sent to prison in fetters.

A. D. 1773-74.

(854) Gaud Swámi Sanyáshi, residing in the temple of shri Bhawani of Sapta-shringa, having died, a list was ordered to be made of the property in his Math and sent to Poona.

A. D. 1774-75.

FROM JANÁRDAN APÁJI'S DIARY.

(855) The wife of Trimbak Ballál Deshpande of Wáde having

सीत सबैन
मया व अलफ
जमादिलाखर २९

गैरवाका समजाऊन घरांतून (तिला) बाहेर घातलें, खावयास देत नाहीं असें समजाऊन देशपांडेपणाची जसी करविली आहे, त्यास हल्लीं देशपांडे यांजकडे अन्याय नाहीं म्हणून वेदशास्त्रसंपन्न राजश्री गोपीनाथ दीक्षित काशिकर यांनीं सांगीतलें त्याजवरून जसी मोकळी करावयाची आज्ञा करून हें पत्र तुह्मांस सादर केलें असे. तरी देशपांडे याचे वतनाची जसी मोकळी करणें म्हणोन, निळकंठराव रामचंद्र ताळुके चास यांचे नांवें चिटणिसी छ. १५ जमादिलावल. पत्र १

८५६–(२४४) कुशा वळद मल्लापा तांबोळी, मौजे खरसी, तर्फ कुडाळ याणें हुजूर

सीत सबैन
मया व अलफ
रमजान ३०

विदित केलें कीं, मी आपली बहिण रांडाव घरीं होती, ते संभापा तांबोळी वस्ती मौजे येकंबे, तर्फ चिमणगांव, याणें आपले लेकास करार केली त्याबद्दल रुपये २०० आपणांस द्यावें, याप्रमाणें केलें असतां त्यांणीं रुपये न देतां कसबे फलटण येथें माझा बाप मलापा यास सरकारचे वाड्यांत बसऊन जबरदस्तीनें तिशीं पाट लावून घेऊन गेला, त्याजवरी ५० पन्नास रुपये आह्मांस दिले. बाकी दीडशें रुपये राहिले, ते धटाईस येऊन देत नाहीं. येविशीं ताकीद जाहली पाहिजे; म्हणोन, त्याजवरून हें पत्र सादर केलें असे, तरी दोनशें रुपये द्यावयाचा पहिला करार जाहला होता, त्याचे साक्ष मोजे, अगर दस्तऐवज असेल तो मनास आणून करारा-प्रमाणें बाकी ऐवज राहिला असेल, त्यापैकीं सरकारची चवथाई घेऊन, बाकी ऐवज कुशा यास देणें म्हणोन, बाबूराव कृष्ण किल्ले सातारा यांचे नांवें चिटणिसी. छ. १६ साबान पत्र १.

८५७–(३५८) मौजे कळवण, परगणा वोतूरपाले, हा गांव खोजे दायम यांनीं हत-

---

A. D. 1775-76.

represented that her husband had turned her out of his house and refused to maintain her, his Deshpande watan was attached. Gopinath Dixit having subsequently informed Government that Trimbak Ballál was not at fault, the attachment was removed.

(856) Kusápá walad Mamápá Tamboli of Kharsi in Tarf kundol

A. D. 1775-76.

agreed to give his widowed sister in marriage to the son of Subhápá Tamboli of Ekambe in Tarf Chimangaum for Rs. 200. Subhápá however managed to get Kusápá's father detained the authorities at Phaltan and then forcibly married the widow himself. He subsequently paid Rs. 50 only to Kusápá. On Kusápá's application, it was ordered that the remaining sum should be recovered from Subhápá and paid to the Kusápá after deducting one fourth of it for Government.

(857) Káji Dayam having surrendered the fort of Hatgad to the

सवा सबैन
मया व अलफ
जिल्काद २६

गड किल्ला सरकारांत दिल्हा, ते समई कैलासवासी नानासाहेब यांणीं जागीर दिला. त्याप्रमाणें गांव चालत असतां खोजे दायम याचा काळ जाहला. तेव्हां त्याची बायको, करीमननिसा बेगम, इणें घरचा दासी-पुत्र खोजे अहमद सरकारांत पत्राकरितां पाठविला; त्यांणें आपलें नांवें पत्रें करून नेऊन गांव अनभऊं लागला. तेव्हां निसाबेगम इणें शहर अवरंगाबाद येथें गुदस्तां कृष्णराव बल्लाळ यास वर्तमान सांगितल्यानंतर खोजे अहमद यास कळल्यावरी निसाबेगम इजकडे जाऊन रुजू जाहला; आणि यजीतपत्र लेहून दिल्हें कीं, तुझीं आपला गांव खाणें. मजला घाल तें खाऊन असेन. त्या यजीतपत्राची नकल काजीचे मोहोरेनीशीं निसाबेगम इणें हुजूर पाठविली ती पाहून मुदामतप्रमाणें मौजे मजकूर येथील जाहगिरीचा अंमल निसा-बेगम इजकडे चालवणें, ह्मणोन.

पत्रें. ॱ

१ सर्वोत्तम शंकर यांस.
१ मोकदम मौजे मजकूर.
१ जमीदार परगणे वोतुरपाले यांस.
१ बाजीराऊ आपाजी यास कीं, खोजे अहमद याजपाशीं पहिले कागदपत्र आहेत, त्यास तुह्मी ताकीद करून कागदपत्र व सरकारचीं पत्रें बेगमेचे स्वाधीन करणें ह्मणोन.
१ करीमनिसा बेगम इचे नांवें पत्र कीं, पेशजी सरकारचीं पत्रें दिल्हीं आहेत, त्या-प्रमाणें मौजे मजकूर जाहगिरीचा अंमल अनभऊन सुखरूप राहणें ह्मणोन.

———

५

चिटणिसी.

समान सबैन
मया व अलफ
रमजान २९

८५८—(५०२) समस्त डिंगरे ब्राह्मण, क्षेत्र पंढरपूर यांणीं हुजूर विदित केलें कीं, काशीनाथ डिंगरे, क्षेत्र मजकूर, हे मृत्यु पावले. त्यास त्यांचे पोटीं पुत्रसंतान नाहीं, सबब त्यांची व्यवस्था करणे ती आह्मीं सर्व भावा-बंदांनीं करावी, असें असतां, आह्मां भावाबंदां न कळतां, त्यांची

———

A. D. 1776-77. late Nánásáheb Peshvá, received the village Kalvan in Parganá Woturpale as a jahágir. On his death his ille-gitimate son by misrepresentation obtained letters from Government for the continuance of the Jahágir to him. On a petition made by Kariman nissa Begum, widow of Káji Dayam, the village was made over to her.

(858) Káshináth Dingre of Pandharpur died without issue. His widow adopted a person of another gotra without consulting the Bháubands. On their complaining to

A. D. 1777-78.

बायको वेणूबाई इणें अन्यगोत्री तिसावर्षांचा पुत्र घेतला ह्मणोन; त्याजवरून, हे सनद सादर केली असे. तरी काशीनाथ डिंगरे मृत्यु पावलेत्याचे बायकोनें अन्यगोत्री तिसावर्षांचा पुत्र घेतला हें ठीक नाहीं, सबब त्यांचे घरदार जप्त करविलें असे, तरी जप्त करून जशीश्रा मोजद्दाद जाबता हुजूर पाठवणें; आणि घरास कुलूप घालून ठेवणें ह्मणोन, चिंतो रामचंद्र कमावीसिदार, क्षेत्र पंढरपूर, दिमत परशराम रामचंद्र यांचे नांवें.　सनद १.

रसानगी यादी.

८५९–(५५२) खेमा रंगारी ब्रह्माणपूरकर मयत जाहला त्याचे पोटीं संतान नाहीं.

समाप्त छबैन
सया व अलफ
रबिलावल २४

बायको व आई मात्र आहे. असें असतां त्याचे घराची जप्ती करून वस्तभाव व ऐवज घेऊन सरकार हिशेबीं जमा केलाच असेल, त्यास हा ऐवज तुमचे बेहेड्यांतील नव्हे. मातबर कमावीसीचें कलम हें सरकारांत दाखल करावें असें असतां तुह्मीं कांहींच लिहिलें नाहीं. यावरून काय ह्मणावें ? हल्लीं रंगारी याचे ऐवजाचे चौकशीस हुजरून राघो सखदेव कारकून, व खिजमतगार व खास बरदार पाठविले आहेत. हे व हरी सदाशिव कोतवाल, शहर मजकूर, यांचे गुजारतिनें चौकशी करितील. त्यास कोणी धटाईस येईल त्यास ताकीद करून वस्तवानीचें ठिकाण लाऊन देऊन त्यापैकीं तुह्मीं जो ऐवज घेतला असेल तो, व कारकून ऐवज ठिकाण लाऊन वसूल करितील तो झाडून या कारकुनासमागमें, वाटेंचे रखवालीस प्यादे लागतील ते देऊन, हुजूर पाठऊन देणें अगर हुंडी करून पाठविणें ह्मणोन, नारो कृष्ण यांस.　सनद १.

परवानगी रूबरू,

८६०–(५७४) सुलतानजी जाधव याणें आपली लेक येसाजी भिलारा यास द्यावयाचा

तिसा सबैन
सया व अलफ
जमादिलाखर २

करार करून गुळपानें वाटलीं, मध्यस्थास पागोटें दिलें; व भिलाऱ्यापासून दोन वेळां चाळीस चाळीस रुपये घेतले. असें असतां दुसरीयास दिल्ही ह्मणोन हुजूर विदित जालें. त्यास येविशींची चौकशी

Government, the property and house of the deceased were ordered to be attached.

(859) Khema Rangári of Baránpur died without issue, leaving behind him his widow and mother. His house and property were ordered to be attached. The Kamávisdar was censured for not communicating the fact of his death to Government. He was informed that as the property was a large one it did not, under the terms of his farm, vest in him but in Government. A karkun was sent from the Huzur to make inquiry regarding the property.

A. D. 1777-78.

(860) Sultanji Jádhav agreed to give his daughter in mariage to

करून भिलारीयास खर्चवेच झाला असेल तो माधारा देऊन सुल्तानजी जाधव यांज-
पासून गुन्हेगारी घेऊन हिशेबीं जमा करणें, ह्मणोन, धोंडो गल्हार किछे तायवडा, यांचे
नांवें चिटणिसी.
पत्र १.

८६१-( ) मोर जोशी, व चिंतामण जोशी, यांनीं हुजूर विदित केलें कीं,
त्रिंबक जाखो यांनीं कुटुंबासहवर्तमान घरास अग्न देऊन दग्ध जाले.
समानीन
मया व अलफ
रबिलावळ ७
त्यांचे वित्तविषय, घर दग्ध जाले त्यांत वगैरे, असेल तें त्यांचे वारीस
असतील त्यांनी घ्यावे ह्मणोन, पेशजी श्रीमंत कैलासवासी नानासाहे-
बांनीं आज्ञा केली, त्यास आह्मी उभयतां, व रेणको अनाजी, असे त्रिवर्ग त्रिंबक जाखो
यांचे पितृभगिनीचे पुत्र त्रिंवर्गही वारीस समान, असें असतां, रेणको आनाजी यांनीं सर-
कारांत गैरवाका समजाऊन पत्र नेलें; आणि दग्ध घरांतील मालियेत वगैरे सर्व घेतली.
घर जळालें ते जागा आमचे घराचे शेजारीं, सबब जागा तुह्मी घेणें, ह्मणून, आह्मांस
सांगितलें. आमचे मतें जागा व मालियेत नीमनीम घ्यावी; परंतु रेणको आणाजीचा कृपाप-
काल. देण्याघेण्याचा बोढा. वित्तविषय उडवाउडव केली. दरबारीं प्रसंग कराशा, तर ते
आपल्यास वडील, आणि घरांत समजले, व असें ह्मणत गेले. इतक्यांत त्यांचा काळ झाला.
मालियेत त्याजकडेंच राहिली. घराची जागा आमचे वारशांत राहिली. हल्लीं रेणको आणा-
जीचे दत्तपुत्र अमृतराव रेणको हे जाग्यांसी वारसा करूं ह्मणतात. औघे ज्ञातीचे सांग्तात
त्यांचे आइकत नाहीं. येविशीं तार्कीद जाली पाहिजे, ह्मणोन; त्याजवरून हें पत्र सादर
केलें असें. तर रेणको अनाजींनीं केल्याप्रमाणें वर्तल्यास उत्तम. नसल्यास आतां तुह्मी मना-
स आणून फडशा करणें. ऐवज निघेल त्यापैकीं चौथाई घेऊन सरकार हिशेबीं जमा करणें.
ह्मणोन, पांडुरंग धोंडजी कमाविसदार परगणे नाशिक यांस चिटणिसी.
पत्र १.

८६२-(६८६) नानाजी गबाजी, व जगंनाथ रंगाजी, व आबाजी दिनकर देशमूख

A. D. 1778-79. Yesáji Bhikra and in token of the agreement distri-
buted jágri and leaves and gave a turban to the go-
between, himself receiving Rs. 80 from Bhikra. In spite of this, he
married his daughter to another person. It was ordered that an inquiry
should be made and that if the above facts were proved, Sultánji should
be fined and made to remburse Bhikrá for the expenses he had
incurred.

(861) Trimbak Jákho of Násik set fire to his own house and burnt
A. D. 1779-80. himself, and all the 9 members of his family to death.
Such property as escaped the fire was given to his
heirs—the sons of a sister of his father.

(862) Dhondo Raghunáth Deshmukh of Trimbak died without

इहिदे समानीन माया व अलफ रमजान १३.

व देशपांडे परगणें त्रिंबक यांचे नांवें निवाडपत्र दिल्हें ऐसेंजे. तुह्मी हुजूर कसबे पुणें येथील मुक्कामीं येऊन विदित केलें कीं, आमचे दायाद धोंडो रघुनाथ देशमूख व देशपांडे परगणे मजकूर यांचे पोटीं पुत्रसंतान नाहीं. त्यांची स्त्री बयाबाई होती, ती मृत्यु पावलियावर तिचे जामात विद्याधरभट बिन गडीभट देवकुटे, वस्ती क्षेत्र त्रिंबक, हे ह्मणूं लागले कीं बयाबाईनें आपली यजमान कुल्याची वृत्ति, व घर, व भांडीं वगैरे होतें, तें आमचे पुत्र रघुपती व दामोदर हे उभयतां आपले दौहित्र ह्मणोन त्यांचें पादप्रक्षालन करून, दान देऊन, दानपत्र करून दिल्हें. त्याप्रमाणें तिचें सर्व आपण घेऊं. तेव्हां आह्मी ह्मणूं लागलों कीं, बयाबाई जीवंत असतां तिणें दानपत्र करून दिल्हें नाहीं. तिचे सर्वस्वाचे मालीक आम्हीं. येविशीं त्यांचा व आमचा कजिया लागोन, धोंडो महादेव मामलेदार परगणें मजकूर याजपाशीं मनसुबी पडली. त्यांणीं आपले कारकून गोपाळ धोंडदेव यांस पाठवून बयाबाईचे घराची जप्ती आमचे व व देवकुटे यांचे विद्यामानें केली; परंतु मनसुबी होऊन फडशा न जाला. देवकुटे यांणीं आमचे दायाद बाळाजी गोविंद यास दोनशें रुपये देऊन, त्यांजपासून बयाबाईचे पत्राप्रमाणें तिचें सर्व तुह्मीं घेणें. आह्मांस व आमचे भावाबंदांस संबंध नाहीं ह्मणून यजीतपत्र, व बयाबाईचे दानपत्रावर, व आणखी एक दोन पत्रावर सह्या करून घेतल्या, त्यास देवकुटे व बाळाजी गोविंद यांस हुजूर आणून येविशींचें वर्तमान मनास आणिलें पाहिजे, ह्मणोन; त्याजवरून देवकुटे व बाळाजी गोविंद यास हुजूर आणून करीने लिहून घेऊन चौकशी हुजूर पंचाइतमतें मनास आणितां, देवकुटे यांस पुरशीस केली कीं, बयाबाईनें दानपत्र करून दिल्हें तें तुह्मीं कोण कोणास दाखविलें, त्यांची नांवनीशी लिहून पुरऊन देणें. कोणांस दाखविलें नसल्यास बयाबाई जिवंत असतां दानपत्र करून दिल्हें असें तुह्मांस दिव्य करावें लागेल. तेव्हां देवकुटे यांणीं विनंति केली कीं आपण पत्र कोणास दाखविलें नाहीं. व बयाबाई जिवंत असतां तिणें पत्र करून दिल्हें, असें दिव्य करवत नाहीं. खरें वर्तमान सांगावें, तरी इतके दिवस बाद सांगितला आहे, येविशीं अभय जाहलीयास खरें असेल ते लिहून देऊं. त्यावर आज्ञा जाहली कीं खरें असेल तें लेहून देणें. तेव्हां देवकुटे

A. D. 1780-81. male issue, being survived by his widow Bayábái. She also subsequently died and a dispute arose regarding her house and pots and her right to officiate as priest in certain families. Her Bháwbands claimed the property as her nearest heirs, while her son-in-law Vydadharbharat Dewkule claimed it on behalf of his sons, to whom, he allaged, it was gifted away by the lady before her death. The latter produced a gift in support of his contention. The matter was taken by the parties before the Mámlatdar but no decision was passed. Eventually the Bhawbands applied to the Peshwa, Dewkule

यांणीं लिहून दिल्हें जे बयाबाई जिवंत असतां तिणें दानपत्र आह्मांस दिले नाहीं. ती मृत्यु पावल्यावर आठारोजीं आह्मीं एकटेंच नाशिकास तिचे मातुळ त्रिंबकभट व भिकंभट चंद्रात्रे यांचे घरास जाऊन, ते उभयतां बंधू, व आह्मीं एकूण त्रिवर्ग बसून भिकंभट याचे हातचें बयाबाईचें नावचें दानपत्र लिहून त्याजवर त्रिंबकभट यांणीं आपली साक्ष घातली. तें पत्र आपणाजवळ ठेऊन वादास प्रवर्तलों हें वर्तमान खरें. याप्रमाणें दिव्य अगर सत्य करूं. यावरून पाहतां, हे तुह्मांशीं वादास प्रवर्तोन खोटा वाद सांगितला असें त्यांचेच मुखेंकरून ते खोटे जाहले. त्यांस बयाबाईचे यजमानकृत्याच्या वृत्तीच्या वह्या, व घर वगैरे जें असेल त्यांसी देवकुटे यांस कांहीं एक संबंध नाहीं असें ठरलें. परंतु देवकुटे यांचे पुत्र ते बयाबाईचे दौहित्र. याजकरितां त्यांस तिचीं भांडीं, व चिरगुट पांघरुणें असतील तीं व एक गाई आहे ती द्यावी. वरकड यजमानकृत्याची वृति व देव, व यजमानकृत्याच्या वह्या, व वतनी वगैरे कागद, व पुस्तकें वगैरे जें असेल, तें तुह्मी व तुमचे दायाद बाळाजी गोविंद सुद्धां सर्व भावाबंदांनीं घ्यावें; व लोकांचें देणें असेल तें व येणें असेल तें सर्वांनीं विभागाप्रमाणें घ्यावें, व द्यावें. यांत देवकुटे यांस संबंध नाहीं. याखेरीज सिंहस्थाचे सालीं बयाबाईचे यजमानकृत्याबद्दल पावणेंतीनशें रुपये आपल्याकडे आले आहेत, ह्मणोन देवकुटे यांणीं सत्योत्तरें सांगितलें. त्यांपैकीं बयाबाईचे क्रियेबद्दल तुह्मी घेतले ते रुपये, शायसीं व बाळाजी गोविंद यांणीं यजीतपत्राबद्दल घेतले दोनशें व तिचें घर मोडिलें होतें, तें नीट केलें, त्यास व उचापतीचें देणें मिळोन एकूणचाळीस, एकूण सवातीनशें रुपये तुह्मांस पावले. त्यांपैकीं सींव्हस्थाचे सालचे प्राप्तीचे पावणेतीनशें रुपये वजा होऊन, पन्नास रुपये देवकुटे याचे फाजील तुह्मांकडे जाहले, ते तुह्मीं त्यास देऊन पावती घेतली, व देवकुटे याजजवळ चार पत्रें होतीं, त्यांपैकीं खोटें दानपत्र केलें तें, व बाळाजी गोविंद यांचें यजीतपत्र लिहून घेतलें तें, एकूण दोन पत्रें त्यांनीं आणून दिल्हीं. तीं रद्द करून सरकारांत ठेविलीं. बाकी चंद्रात्रे यांजबद्दल धोंडो रघुनाथ देशमूख व देशपांडे यांचें पत्र, व त्यासंबंधीं चंद्रात्रे याची फारखती, ऐकूण दोन पत्रें राहिलीं, त्यास देवकुटे यांणीं विनंति केली कीं, धोंडो महादेव यांणीं आपले बंधूपासून पाहण्यास ह्मणोन नेलीं, तीं त्यांणीं ठेविलीं आहेत. देत नाहीं. तीं आणवावीं. त्यास तीं दोन पत्रें सरकारांत आणवून रद्द करून ठेविलीं जातील.

was called and examined. He was asked to state whether the deed of gift had been shown to any one. He replied in the negative. He was then told to prove the grievances of the deed by ordeal but declined to do so. He asked for mercy and offered to reveal the truth if pardon was granted to him. Pardon being granted, he admitted that the deed was forged and stated in detail when where and by whom it was prepared. A decision was then passed by the Peshwa, in favor of the Bháwband's

याप्रमाणें फडशा होऊन विद्याधरभट यांणीं शके १७०२ शार्वरीनाम संवत्सरे, वैशाख वद्य प्रतिपदा, सदरहू फडशा जाहल्यांप्रमाणें कलमवार तुह्मांस यजीतपत्र लिहून दिलें; त्यांज-वरून हें निवाड पत्र तुह्मांस सरकारांतून करून दिल्हें असें, तरी सदरहू ठरावाप्रमाणें तुह्मीं व बाळाजी गोविंद सुद्धां सर्व भावाबंदांनीं बयाबाईची यजमानकृत्याची वृत्ति, व घर व वह्या, वतनी वगैरे कागदपत्र जें असेल, तें विभागाप्रमाणें घेऊन पुत्रपौत्रादि वंश-परंपरेनें वृत्ति अनभवून सुखरूप राहणें. येविशीं देवकुटे यांशीं अर्थाअर्थीं संबंध नाहीं. तुह्मीं खरे जाहला; सबब तुह्माकडे हारकी रुपये २०१ दोनशें एक रुपया करार केले, ते सर-कारांत पोता जमा जाहले असेत, ह्मणोन निवाड. पत्र १.

येविशीं धोंडो महादेव मामलेदार परगणें त्रिंबक यांस कीं, बयाबाईची वस्तवानी वगैरे, त्यापैकीं चिरगुट पांघरूण असेल तें, व गाय आहे ती विद्याधरभट देवकुटे यांचे पुत्रास देऊन, वरकड सर्व नानाजी गबाजी देशमूख यांचे स्वाधीन करणें, व यजमानकृत्यांच्या लिख्याच्या, व नामावळीच्या वह्या त्रिवर्ग सरकत्यांनीं नेल्या आहेत. त्या देवकुटे रुजू करून देतील. त्यापैकीं बयाबाईचे हिश्याच्या लिख्याच्या, व नामावळीच्या वह्या असतील, त्या तुह्मी ताकीद करून देशमूख यांचे स्वाधीन करवणें; व तुह्मीं पहावयास पत्र, व फार-सती, ऐकूण दोन पत्रें नेलीं आहेत, तीं सरकारचा जासूद पाठविला आहे, याजबरोबर हुजूर पाठवून देणें. रद्द करून सरकारांत ठेविलीं जातील ह्मणोन. चिटणिसी. पत्र

दोन पत्रें चिटणिसी. २

निवाड पत्राची नक्कल तपसीलवार करून दप्तरीं विल्हेस लाविली असे.

८६३-(६८७) वेदमूर्ती नागेशभट बिन सखंभट, व रामाजी बापूजी, व कृष्णाजी गंगाधर, व काशीनाथ भिकाजी, व कोंडो बाबू, व शेषाद्रि शंकर, व जिवाजी विठ्ठल, व रंगो उद्धव बडवे प्रभृति समस्त बडवे क्षेत्र पंढरपूर यांचा व भगवंत नारायण, व कृष्णाजी नारायण, व राजोबावाजी डांग्ये यांचा श्रीचे देवद्वारचा किलीविशीं कजिया लागोन, सन अर्बा सितैनांत मन-सुबी हुजूर पडली. तेव्हां हरदू वादी यांच्या तकरीरा व जामीन घेऊन, दोघांचे रजा-वदीचे साक्षिदार क्षेत्र मजकूरचे पुण्याचे मुक्कामीं आणून, श्री नागेश्वराचे देवालई कलम झाल्याप्रमाणें पुरशिसा करून, प्रथकोंकारें सख्या लिहून घेतल्या. त्या त्यांणीं सत्योत्तरें श्रीच्या पिंडीवरून उचलून दिल्या. त्यांतील सारांश कीं बडवे आहेत हेच पुरातन. यांचीच

इहिदे समानीन मयां व अलफ रजमान १४.

and a Nazar of Rs. 201 was levied from them. The moveable property of the deceased lady, consisting of her pots, clothes &c. was however given to her grandson.

(863) A dispute between the Badwes and Dangyes of the temple

बडवेपणाची वृत्ति. पूर्वीं दुसरे होते असें ऐकिलें नाहीं. श्रीचे शेवाधारी कदीम. यांचीं इसमें पुजारी, व बेणारी, व डिंगरे, व परिचारक, व हरदास, व दिवटे, एकूण सहा. यांस देवाचे शेवेचें कामकाज सांगणें, तें बडवे यांणीं सांगावें. बेणारी यांणीं मंत्र ह्मणावे, व कलश-पूजा घ्यावी. पुजारी यांणीं पूजा करावी. परिचारक याणें स्नानास पाणी आणावें. डिंगरे यांणीं पाऊलघडी घालावी. आणि रंगभूमीजवळ पैसा अधेला येईल, तो घ्यावा. हरदासानें कीर्तन करावें. दिवट्यानें दिवटी धरावी. डांग्यानें दरवाज्याजवळ उभें राहून चोपदारी करावी, व सर्वांस बोलवावें. वरकड सर्व अधिकार बडव्याकडे. भक्त देवापुढें ठेवतील, व देवावर वाहतील, तें दरोबस्त बडवे यांचें. शेवेचे दागीने आले तर ज्याची जे सेवा, त्याचे हातीं तो दागिना भक्त देतो. देवावरील व देवापुढील दागीने वरकडास घ्यावयास अधिकार नाहीं. यजमान येऊन श्रीची पंचामृत पूजा करून वस्त्रें समर्पील, त्या उपरी शेवाधारी यांणीं त्यांजपाशीं मागावें. यजमान आपल्या संतोषें देईल त्याचे सहा हिस्से करून पांचांनीं पांच घ्यावे. सहावा हिस्सा दिवट्याचा. त्यांत निमे वाटणी जैतावा डांग्या दिवट्यास जडल्यापासून घेत आहे, परंतु जडल्यास कीती वर्षें जाहाली हें ठाऊक नाहीं. दिवट्याचे व डांग्याचे आमंत्रण एक. देवद्वाराची किल्ली प्राचीन बडवे यांची. यांणींच कुलुप घालावें, उघडावें. त्याप्रमाणें हल्लीं चालत आहे. देवास भांडारगृह नाहीं. देवाचे अलंकार वस्त्रें बडवे यांचे घरीं असतात. देवाचे शेवेचे दागीने शेवाधारी यांचे घरीं अधिकारपरत्वें असतात. पांढरे याचा दिवाण रामराव याजकडे क्षेत्रींची हकीमी होती, त्याणें सहा सहा सेवाधारी, व ताटे, व थिटे, व आराधे यांस सांगितलें जे देवद्वाराची किल्ली डांग्याची ऐसें ह्मणा, म्हणजे बडवे आम्हांस पैका देतील. असें सांगितल्यावरून नवाजणांनीं जुलमाचें समापत्र डांग्याची किल्ली ह्मणोन केलें, तें पत्र हल्लीं लिंगापा पुजारी याजवळ आहे. समापत्र केल्यावर बडव्याशीं डांगे किल्लीचा कजिया करूं लागले. त्यापूर्वीं कधीं कज्या केला नाहीं. रामराव यांणीं समापत्र जाहल्यावर बडव्यापासून पैका घेतला; व सेवाधारी यांजपासून लटकें बोलल्याचा शब्द ठेऊन पैका घेतला. आणि किल्ली बडवे यांची बडवे यांचे स्वाधीन केली. तेव्हां डांग्याचे कजियाचा फडशा करावा, त्यास डांगे सातारियास कैलासवासी शाहूमहाराज यांजकडे फिर्याद गेले. तेथें बडव्यांसही नेलें; परंतु चौकसी होऊन फडशा जाहला नाहीं; त्याजवरी कैलासवासी नानासाहेब यांजवळ डांगे कजियास उभे राहिले. तेव्हां भीमेपलीकडे डेऱ्यापुढें सख्या घेतल्या. त्यांत किल्ली व वहने, व गाय देवास कोणी समर्पील, ते पुरातन बडवे याची; असें लिहिलें आहे. सख्या घेतल्या त्यासमई फडशा व्हावा, त्यास डांगे टाळा देऊन सातारियास गेले, याजमुळें जाहला नाहीं.

A. D. 1780-81. of the Deity Vithobá at Pandharpur regarding the keeping of the keys of the temple was inquired into and decided in favour of the former.

देवाचे अलंकार व वस्त्रें सर्व बडव्यांनीं ठेवावीं. भांडारगृह निराळें नाहीं. ह्मणून याप्रमाणें सख्यांतील अर्थ. तेव्हां किल्ली डांग्याजवळ असावी हें संभवत नाहीं. बडवे यांसीं डांगे किल्लीचें भांडण भांडत होते; त्यास त्यांचें साधन कांहींच पुरलें नाहीं. तें खोटें जाहलें. त्यास किल्लीविशीं अर्थाअर्थीं संबंध नाहीं. यात्रेकरू यजमान यांणीं श्रीची पूजा करून, बाहेर येऊन, इतर देवांची पूजा करून, पूजा निवेदन केल्याचे मंत्र ह्मणोन, उदक सोडल्यानंतर सहा सेवाधारी यांणीं पुरातन मागावयाची रीत असेल, त्याप्रमाणें मागावें. जें भक्त देईल तें संतोषें वांटून घ्यावें. देवाजवळ गलबल करूं नये. देवद्वाराची किल्ली बडवे यांची. याप्रमाणें पंचाईतमतें मनास आणितां सडीसाक्षीवरून पुरले. बडवे खरे जाहले, हें जाणोन त्यांजवरी कृपाळू होऊन भोगवटियास अलाहिदा निवाडपत्र करून दिल्हें असें, तरी निवाडापत्राप्रमाणें पूर्ववत् देवद्वाराची किल्ली, व वहनें, व श्रीची वस्तभाव सांभाळावयाचा अधिकार बडवे यांचा. व देवापुढें भक्त ठेवितील, व देवाचे अंगावर वस्त्रें वगैरें वाहतील, ते बडवे यांणीं घेऊन श्रीस समयोचित पोषाख करून श्रीची सेवा एकनिष्ठेनें करावी. याप्रमाणें यांजकडे पुत्रपौत्रादि वंशपरंपरेनें चालवणें. या पत्राची प्रति लिहून घेऊन, हें असल पत्र यांजवळ भोगवटियास परतोन देणें ह्मणोन, चिटणिसी पत्रें.

१ वेदमूर्ती नागेशभट बिन सखंभट, व रामाजी बापूजी, व कृष्णाजी गंगाधर, व काशीनाथ भिकाजी, व कोंडो बाबूराव, व शेषाद्रि शंकर, व जिवाजी विठ्ठल, व रंगो उद्धव बडवे, व प्रभृति समस्त बडवे, क्षेत्र पंढरपूर, यांचें नांवें निवाडपत्र दिलें ऐसें जे; पूर्ववत देवद्वाराची किल्ली, व वहनें, व श्रीची वस्तभाव, सांभाळावयाचा अधिकार तुम्हां बडव्यांचा. व देवापुढें भक्त ठेवतील, व देवाच्या अंगावरील वस्त्रें वगैरें वाहतील, तीं घेऊन श्रीची सेवा एकनिष्ठेनें करून, श्रीस समयोचित पोषाक करून पुत्रपौत्रादि वंशपरंपरेनें सुखरूप रहाणें. तुम्हीं खरे जाहला, सबब तुम्हांकडे हरकीचा ऐवज करार केला तो रुपये एक हजार एक १,००१ रुपया सरकारांत पोता जमा जाहले असे म्हणोन, निवाडपत्र.

निवाडपत्राची नक्कल तपसीलवार करून दप्तरीं बिल्हेस लाविली असे.

१ कमावीसदार वर्तमान व भावी क्षेत्र पंढरपूर परगणें कासेगांव यांस. पत्र.

१ देशमूख देशपांडे परगणे कासेगांव यांस. पत्र.

३

तीन पत्रें चिटणीसी दिल्हीं असेत.

८६४ (६८९)—विठ्ठल पाटील मोकदम मौजे बोरी बुदरुक, तर्फ आळें, प्रांत जुन्नर

(864) Khand Patil of Bori died leaving two sons, the elder Sam-

इहिदे समानीन मया व अलफ सवाल ७.

यांणीं हुजूर विदित केलें कीं, मौजे मजकूरची मोकदमी आमची. त्यास माझा बाप खंडू पाटील यास स्त्रिया दोघी. त्यास पहिली लग्नाची, तिचे पोटीं मी जाहलों. व धाकटी पाटाची, तिचे पोटीं संभाजी जाहला. ऐसे दोघेजण दोघींचे पोटीं जाहलों. परंतु अगोदर संभाजी जाहला, मग मी जाहलों; सबब त्याचा व आमचा पाटिलकींत वडील धाकुटपणाचा कजिया लागला होता. त्याची पंचाईत मौजे मजकूरच पांढरीनें करून, फडशा करून, कागदपत्र करून दिल्हे. त्याप्रमाणें आपण मोकदमी चालवीत असतां दरम्यानें संभाजीचा लेक रघोजी याणें सरकारांत गैरवाका समजाऊन मोकदमी जप्त करविली. येविशींचें वर्तमान मनास आणून, आपले जवळील कागदपत्र आहेत ते पाहून, जप्तीची मोकळीक केली पाहिजे म्हणोन; त्याजवरून, हरदूजणाचें वर्तमान मनास आणितां, व पेशजीं पांढरीनें उभयतांचा फडशा करून, कागद करून दिल्हे. त्याप्रमाणें हरदूजणांनीं वतनाचा उपभोग केला आहे. तेव्हां वतन जप्त करावयाचें कारण नाहीं. ऐसें समजोन विठ्ठल पाटील यांचें मौजेमजकूरचें मोकदमीचें वतन मोकळें केलें असें, तरी पूर्ववत्प्रमाणें मौजे मजकूरचें मोकदमीचें वतन विठ्ठल पाटील यांजकडे चालत आल्याप्रमाणें चालवणें; व रघोजी पाटील याजकडे चालत आलें, त्याप्रमाणें त्याचें त्याजकडे चालवणें म्हणोन, चिटणिसी पत्रें.

१ रामराव त्रिंबक यास सदरहूप्रमाणें. पत्र.

१ मौजे मजकूरचे रयान व कुळकर्णी यांस पत्र कीं, वतन विठ्ठल पाटील अनभवीत आल्याप्रमाणें अनभवील. त्याचे रजेतलबेंत तुह्मी वर्तणूक करणें; व रघोजी पाटील याजकडे चालत आल्याप्रमाणें त्याचें त्याजकडे चालवणें ह्मणोन. पत्र.

१ श्रीनिवास नरसी कारकून शिलेदार यांस पत्र कीं, तुह्मांकडे पाटिलकीची जप्ती सांगितली होती, ते हल्लीं मोकळी केली असे, तरी मौजे मजकूरची मोकदमी विठ्ठल पाटील करील. तुह्मीं दखलगिरी न करणें ह्मणोन. पत्र १.

१ देशमूख व देशपांडे, तर्फ आळें, प्रांत जुन्नर, यांस सदरहूप्रमाणें. पत्र १.

४

एकूण चार पत्रें दिल्हीं असत.

A. D. 1780-81.

bhâji (by a Pát marriage) and the younger Vithal (by the first ordinary marriage). A dispute arose between them regarding the Pátilki Watan. The matter was referred by the parties to the village community who decided in favour of Vithal. Subsequently Sambhâji's son misrepresented the facts to Government and the watan was attached. Vithal applied to the Peshwa with the result that the decision of the village community was confirmed and the attachment removed.

८६५ (१०७४)–अबदूल सलाम वल्लद अहमदुल्ला व शेख हिंमत वल्लद शेर महंमद देशमुख व देशपांडे, परगणे उंडणगांव, व देशमूख, तर्फ हवेली, परगणे शेंदुरणी, व तर्फ तोंडापूर, परगणे जामनेर, शके १७१४ परिधावीनाम संवत्छरे यांचे नांवें निवाडपत्र करून दिल्हें कीं, तुमचा व शेख अबदुल रहीम वल्लद अबदुल जबर याचा सदरील वतनाचे विभागाविशीं कजिया लागोन, मनमुबी सरकारांत पडली; त्याजवरून तुह्मीं व त्यांणीं तकरीत लेहून दिल्यावर दोघांपासून जामीन घेऊन पुरशिसांचीं उत्तरें लेहून घेतलीं, त्यास तुमचे तकरीरेंतील अनवय जे आमचा वडील मूळ पुरुष ठाकूर कामाजी यांणीं मवासी करून वतन मेळविलें. त्यांचे पोटीं चौघे बेटे जाहले. त्यास ठाकूर कामाजी मयत जाहल्यावर पादशाहा यांणीं चौघा बेट्यांस धरून नेऊन अशीरच्या किल्यावर कैदेंत ठेविलें; आणि वतन जफ्त केलें. त्यास, बंदांत तिघे मयत जाहले. पाहूजी एक राहिला. त्यास पादशाहांनीं नेऊन, मुसलमान करून, सदरील देशमूख व देशपांडेपण, व मोकदम्या देऊन, वतनाचा फर्मान करून दिल्हा; आणि मौजे शेलवड वगैरे येथील जाहगीर दिल्ही. तेव्हां हे गांवास येऊन वतनें चालऊं लागले. त्याचे लग्नाची बायको गोदरी, पिंपरीकर गायकवाड याची लेक होती. तिचे पोटीं ' अमाजुल्ला ' जाला. त्याची अवलाद आह्मी, व कंचनी रखेली होती, तिचे पोटीं ' करिमुल्ला ' जाहला; व महाले रजपूत यांची लेक घरांत घातली. तिचा निका जाहाला नाहीं. तिचे पोटीं रहिमुल्ला जाहला. त्यास पाहूजी ऊर्फ अबदुल सलाम यांणीं आपले हीन हयातींत दरोबस्त वतनाचा आपले व काजीचे मोहरेनिशीं देहायनामा करून, आमचे निपणजे, व पणजे अमाजुल्ला यांजवळ दिल्हा. नंतर ते फोत जाहाले. त्याजवर बिगर निकावाली लेक रहिमुल्ला व कंचनीचा करिमुल्ला होता. त्यांचे अन्नावस्त्राचे बेगमीस पाटिलकीचा एक एक गांव नेमून देऊन दरोबस्त वतन आमचे हवालीं केलें. त्याजवर रहीमुल्लाचें कुटुंब वाढलें. एक्या गांवावर अन्नवस्त्र न चाले, याजकरितां त्यांणीं आमचे आज्याजवळ बजीदी केली. त्याजवरून ऊंडणगांव परगणियापैकीं आठ गांवचे देशमुखीचा रुसूम नेमून दिल्हा. त्याप्रमाणें त्याजकडे भोगवटा चालत असतां अबदुल रहीम याचा बाप अबदुल जबर आह्मांशीं वतनाचे वांटणीविशीं कजिया करून, मोगलाईत इनसाफास गेले. तेथें खोटे होऊन फारखती, व बेदावा आपले सहीमोहरेनिशीं लेहून, अमाजुल्लास दिल्हा. त्याप्रमाणें वतनाचा भोगवटा पहिल्यापासून चालत आल्याप्रमाणें चालत असतां, हल्लीं अबदुल जबर याचा लेक अबदुल रहीम वतनाचे वांटणीविशी कजिया करून सरकारांत फिर्याद आला आहे ह्मणोन; व अबदुल रहीम याचे लिहिण्यांतील मजकूर कीं पाहूजीच्या बायका लग्नाच्या दोन. थोरलीची अवलाद अबदुल सलाम, व शेख हिंमत; व धाकटीची अवलाद आह्मी आहों. आह्मांस वतनाचा वांटा असावा; ह्मणोन आमचा बाप

सल्लास तिसैन. मया व अलफ सवाल २३

(865) This is a decision in a dispute relating to a Deshmukhi

अबदुल जबर मोगलाईत नवाब निजाम अलीखान बाहादूर यांजकडे फिर्याद होऊन पंचाईत शहर औरंगाबाद येथील सुभ्यावर नेमून घेतली. तेथें आह्मी कागदपत्र दाखऊन खरे जाहलों असतां, वाद्यांनीं पैका खर्च करून जबरदस्तीनें आमचे बापापासून बेदावा फारखती घेतली. त्याजवर आपण सरकारांत फिर्याद आलों. त्यास पाहुजीचे वेळेचा देहायनामा ते दाखवितात, तो खोटा आहे, ह्मणोन, याप्रमाणें हरदुजणांनीं लेहुन देऊन वर्तणुकेस जामीन दिल्यावर आपलाले साधनांचे कागदपत्र दाखविले. त्याजवरून पंचाईतमतें मनास आणितां पाहुजीची लग्नाची बायको एक याप्रमाणें देहायनाम्यांत लिहिलें आहे. वतनाचा भोगवटाही लग्नाचे बायकोचे अवलादीकडे चालत आहे. वरकड वतनदार पडोशी यांणीं सुरत महजर अबदुल सलाम व शेख हिंमत यास लेहून दिल्हा आहे. त्यांत देहायनाम्याप्रमाणेंच अर्थ आहे; व औरंगाबादेस आम्हीं कागदपत्र दाखऊन खरे जाहालों, असें अबदूल रहीम याच्या लिहिण्यांत आहे. त्यास कागदपत्र मागतां आपणाजवळ नाहीं. होते ते मनसुबीं पुरवीच गेले म्हणोन लेहून देतो. तेव्हां कागदपत्र दाखविले असें लिहिलें तें खोटें. उगाच खिसा लिहिला तो प्रमाण काय ? देहायनामा खोटा म्हणोन लिहितो त्याची चौकशी करितां देहायनामा काजी जलाल उंडणगांवकर व पाहुजी यांचे मोहरेनिशीं आहे. त्यास आजपावेतों एकशें एकूण बन्नास वर्षें जाहलीं. मोहरांतील अक्षरें स्पष्ट वाचत नाहींत. सबब मोकाबल्यास दुसरे कागद त्या काळचे त्या मोहरेचे आणविले. ते अबदुल सलाम व शेख हिंमत यांणीं आणून दाखविले. त्यावरून देहायनामा खरा ठरला. पैठणास निमेचा ठराव होऊन कराराची याद मान्यतेची करून दिल्ही त्या यादीची नकल व अबदुल सलाम यांणीं रहीमुल्लास निमेचें वतनाविशीं लेहून दिल्हें, त्या कागदाची नकल एकूण दोन नकला त्याणें दाखविल्या. त्याच्या असला दाखविणें म्हणोन, पुरशीस करितां असला नाहीं. ऐसे पुरशिशीचें उत्तर लेहून देतो; व दुसरे कागद दाखविले तेही मनसुबीचे उपयोगीं साधनें बलोत्तर (बलवत्तर ?) पडलीं नाहीं. याजवरून सारांश पाहतां पाहूजीनें देहायनामा करून ठेविला त्यास आज तागाईत एकशें एकूण बन्नास वर्षें जाहलीं; व त्याप्रमाणें भोगवटाही तुम्हांकडेसच चालिला. याचे दाखल्याचे कागद उंडणगांवकर परगणियाचे पाटलाचा राजीनामा, व दिवाण सुखानंद याचे मोहरेचा महजर, व अमीरबेगखा याचा कौल, व पिलाजी जाधवराव याचें पत्र, व अजीमुद्दौला, सुभा औरंगाबाद, यांजपाशीं पाटील कुळकर्णी यांणीं महजर करून दिल्हा तो, व अबदुल जबर याचे यजीतखत, व जिवाजी रघुनाथ वकील सरकार याचा कौल, व पंचायतीचा सुरत महजर, व औरंगाबादेचे सुभ्याची सनद, व हल्लीं सरकारांत शाहिदीनामा तुमचे पडोशीचे जमीदार पंचांनीं पाठविला तो, व देहायनाम्याचे दाखल्यास तुम्हीं

A. D. 1792-93. Watan in Parganá Undangam, & Parganá Shendurni; it is mentioned that the original holder of the watan was

पत्रें आणून दाखविलीं तीं, याप्रमाणें सर्व कागदपत्र पाहतां लिहून दिल्याप्रमाणें लेख भोग्य साक्षीनिशीं पुरवणींत येऊन तुम्हीं खरे जाहलेत. अबदुल रहीम वतनाचे हिशाविशीं तुम्हांपाशीं भांडत होता तो खोटा पडिला. याउपरी त्यास हिशाविशीं भांडावयास संबंध नाहीं. तुमचे वडील अबदुल सलाम यांणीं अबदुल जबर यास परगणें उंडणगांव पैकीं आठ गांवचा देशमुखीचा रुसूम नेमून दिल्हा आहे. त्याप्रमाणें म्हणोन पुरशीस करितां असला नाहीं. असें पुरशीसीचें उत्तर लेहून देतो; व दुसरे कागद दाखविले तेही मनसुबीचे उपयोगीं साधनें बलोत्तर पडलीं नाहीत यांजवरून पाहतां अबदुल रहीम वाद सांगतो तो खोटा; वतनाच्या हिश्याविशीं त्याजला तुम्हांशीं कजिया करावयास संबंध नाहीं. अबदुल सलाम यांणीं अबदुल जबर यास परगणे उंडणगांव पैकीं आठ गांवचा देशमुखीचा रुसूम नेमून दिल्हा आहे. त्याप्रमाणें अबदुल रहीम यांणीं घेऊन असावें. जाजती कजिया तुम्हांशीं करूं नये. याप्रमाणें ठराव होऊन तुम्हीं देहायनाम्याचे दाखल्यास पत्रें आणून दाखविलीं तीं, व सर्व कागदपत्र पाहतां तुम्हीं लेहून दिल्याप्रमाणें लेख भोग्य साक्षीनिशीं पुरवणींत येऊन खरे जाहालेत, सबब तुम्हांस हें निवाडपत्र सादर केलें असें, तरी सदरील महाल एक व तर्फा दोन येथील देशमुखी व परगणे उंडणगांव येथील देशपांडेपणाचें वतन सुदामत चालत आल्याप्रमाणें तुम्हीं व तुमची अवलाद पुस्त दर पुस्त अनुभऊन सुखरूपं राहणें. तुम्हीं वादांस खरे जाहालेत. सबब वतन संमंधें तुम्हांकडे सरकारची हरकी रुपये ३००१ तीन हजार एक रुपया करार केली. त्याचा भरणा सरकारांत करून जाब घेणें म्हणोन नांवाचें निवाडपत्र. १.

सदरील अन्वयें पत्रें कीं सदरील वतन सुदामत चालत आल्याप्रमाणें देशमूख व देशपांडे मजकूर यांजकडे व याचे अवलाद अफलाद पुस्त दर पुस्त चालवित जाणें. या पत्राची नक्कल लेहून घेऊन, हें असल पत्र याजवळ भोगवटियास परतोन देणें ह्मणोन पत्रें.

१ देशाधिकारी व लेखक वर्तमान व भावी परगणे उंडणगांव, व परगणे शेंदुरणी, व परगणे जामनेर यांस.

१ देशमूख व देशपांडिये परगणे शेंदुरणी, व परगणे जामनेर यांस.

१ मोकदम देहाय परगणे उंडणगांव, व तर्फ हवेली, परगणे शेंदुरणी, व तर्फ तोंडापूर, परगणे जामनेर यांस.

३

एकूण च्यार चिटणिशीं पत्रें दिल्हीं असेत. पैकीं नांवाचे निवाडपत्रांतील सारांश येथें बार करून निवाडपत्राची नक्कल तपसीलवार करून दप्तरीं ठेविली असे.

---

a Thákur, and that he was forcibly converted to Islam by the Mogal Emperor.

७ न्यायखातें.

(ब) फौजदारी.

(अ) गुन्हे.

१ फंदफितुरी व राजद्रोह.

८६६ (९१)-किल्ले दौलताबाद येथील हवालदार वगैरे यांणीं किल्ल्याचा फितूर केला होता, त्याच्या तकरीऱ्या तुम्हीं नारो बाबाजी याजकडे लिहून पाठविल्या होत्या, त्या मशारनिल्हे यांणीं हुजूर पाठविल्या; त्याजवरून सविस्तर विदित जाहलें. त्यास फितुरांत मुख्य असाम्या होत्या त्यांचें शासन येणेंप्रमाणें.

खमस सबैन मया व अलफ जमादिलाखर ३

१ बाळोजी कराले हवालदार यास तोफेच्या तोंडीं देऊन उडवावें.

२ एकेक हात व एक पाय तोडून टाकणें.

१ संभाजी कराले, हवालदार याचा लेक.

१ जावजी नाईक दिंमत हवालदार.

२

३

एकूण तीन असामींचें शासन सदरहूप्रमाणें करणें. याखेरीज फितुरांतील असामी.

१ माधवराव कालेले.

१ माधवराव हरी.

(B) Criminal

(1) Conspiracy & Treason.

(866) The Havaldár and other men of fort Daulatábád having become traitors, Dhondo Mahádev made inquiries, recorded evidence and forwarded the papers to Náro Bábaji who submitted them to Government. The following orders were issued:—

A. D. 1774-75.

(1) Báloji Karále, Havaldár, should be blown from the mouth of a cannon;

(2) His son Sambháji and Jávaji serving under him should each have one hand and one foot cut off;

१ अंताजी कृष्ण.

१ महिमाजी अष्ठठराव.

_____

४

येणेंप्रमाणें चार असाम्यांचा अन्याय पाहून शासन करणें. ब्राह्मण शेणवी यांत असतील त्यांस बिडी घालून पोटास नागली देत जाणें. ब्राह्मण शेणवी यांस नाचण्या देऊन बेडी घालून ठेवावें ह्मणोन, धोंडो महादेव यांचे नांवें. सनद १.

परवानगी रूबरू.

८६७ (९३)—मौजे वाग्ज, तर्फे करेपठार, प्रांत पुणें येथील अंमल महिपतराव पुणेंकर शिलेदार यांजकडे सरंजाम होता, त्यास मशारनिल्हे हैदर नाईक याजकडे गेले, सबब गांवची जप्ती सरकारांत करून जप्तीची कमावीस गंगाधर त्रिंबक यास सांगितली असे, तरी मशारनिल्हेसी रुजू होऊन, मौजे मजकूरचा अंमल सुरळीत देणें ह्मणोन, मोकदम मौजे मजकूर याचे नांवें. सनद १.

खमस खबैन मया व अलफ रजब १६

रसानगी यादी.

नारो आपाजींच्या कीर्दीपैकीं.

८६८ (१९३)—माधवराव बांडे यांजकडे चाकरीस राहून लबाडी करितात, याजकरितां बांडे याजकडे चाकरीस लोक गेले असतील, त्यांचा शोध करून, घराची जप्ती करून, वस्तभावेचा जाबता हुजूर पाठवून देणें; आणि मुलामाणसांस तसदी चांगली देऊन तिकडून उठोन तोरखेड्यास यादवराव रघुनाथ याजवळ रुजू होऊन आपले घरीं येत तें करणें, सदरहू असामीची जप्ती यादवराव रघुनाथ यांजकडील कारकुनाचे गुजारतीनें करणें ह्मणोन. सनदा.

खमस खबैन मया व अलफ रबिलाखर ५

_____

(3) Four other persons should be punished according to their deserts, any Brahmins and Shenwis being put in chains and given only *nagli* to eat.

(867) Mahipatrao of Poona, a Silledár, having gone over to
A. D. 1774-75. Haidar Naik, his saranjam was attached.

FROM NÁRO APPÁJI'S DIARY.

(868) The houses and property of persons who had gone to serve
A. D. 1774-75. under Mádhavrao Bánde were ordered to be attached.

१ नारायणराव बारगल, तालुके तळोदें, निसबत तुकोजी होळकर.
१ गोविंदराव बुळे ठाणें जावर, दिमत तुकोजी होळकर.
१
१
१

सनदा छ. १८ रबिलाबल हस्तकपत्र पुरंधर.

८६९. (१९.४)—नारायणराव कृष्ण यांचें नांवें सनद कीं, हैबती थिटा, व सटवाजी साकोरा व झाप माळी, व मल्हारजी साकोरा, व लक्ष्मण बिन सट- वाजी साकोरा, व रयते कसबे केंदूर, यांणी गावांत बखेडा करून रयेतीस फिसात करून गावांतून बाहेर घेऊन गेले आहेत. ते चिंचो-

खमस सबैन
मया व अलफ
रबिलाखर ५

सीस जाऊन गांवची वसूली सरकारची कलमें आहेत तीं माफ करावीं म्हणोन, मुद्दे घालून गांवची लावणी होऊं देत नाहीं, व वसुलही देत नाहीं म्हणोन, मोकदम व कमाविसदार यांणी हुजूर विदित केलें, त्याजवरून हे सनद सादर केली असे; तरी सदरहू पांच असामी किले चाकण एथें अटकेस ठेऊन पोटास शिरस्ते प्रमाणें देत जाणें; आणि बंदो- बस्तानें ठेवणें म्हणोन. छ. १३ रबिलाबल.

सनद १.

रसानगी यादी.

८७० (२६२)—किले सूरगड, तालुके अवचितगड, येथील फितुन्याचा मजकूर लिहिला तो साबंत कळला. हवालदार यास वगैरे फितूरी लोक यांस अटकेस ठेविले आहेत. त्यांचें पारिपत्य करावयाची आज्ञा करावी म्हणोन लिहिलें, त्यास हवालदार याचे डोकें मारणें, व येसजी पवार

सीत सबैन
गया व अलफ
जिल्काद २८

व बहिरजी भोपतराव यांचे हातपाय तोडणें, व दुसरे फितूरी लोक आहेत त्यांची चौकशी करुन ज्याचा जसा अन्याय असेल त्याप्रमाणें पारिपत्य करणें. माहदाजी गणेश फडके

---

(869) Haibati Thitá, Saṭwáji Sákorá, and others of Kendur insti-

A. D. 1774-75.

gated the ryots of the village to leave their homes and took them to Chinchosi; they asked that certain demands of Government on the village should be remitted, and refused to allow the lands to be cultivated or to pay the revenue till their request was granted. The Mokadam and Kamávisdár having represented the matter to the Huzur, the 5 instigators were ordered to be confined in fort Chákaṇ.

(870) A conspiracy was detected among the officers of fort Surgaḍ

A. D. 1775-76.

in Táluká Awachitgaḍ. It was ordered that the Hawal- dár should be beheaded, that two others should have

यास बेडी घालून माफजतीनें बरोबर लोक देऊन हुजूर रवाना करणें. किल्ले बंदनगडकरी लोक, आठरा असामी, तालुके मजकुरी आहेत त्यास चार महिनें नामजाद ठेवावयाची आज्ञा करावी म्हणोन लिहिलें, त्यास तूर्त तालुके मजकुरी ठेवणें म्हणोन, आबाजी बळाळ व भास्कर महादेव यांचे नांवें.   सनद १.

परवानगी रूबरू.

जनार्दन आपाजीच्या कीर्दींपैकीं.

८७१ (२९१)—अबी सुपी व राधी सांगली, कोळ्याच्या बायका यांचे भाऊबंद
खीत सबैन   कोळ्यांत गेले म्हणून हुजूर पाठविल्या, त्यांची चौकशी करून तुम्हां-
मया व अलफ   कडे पाठविल्या असे, तरी कोळणीमजकूर यास हजीर जामीन घेऊन
रविलाखर १५   सोडून देणें म्हणून, रामचंद्र महादेव कमाविसदार, कसबे खेड, यांचे
नांवें. छ. २५ रविलावल.   सनद १.

रसानगी यादी.

८७२ (३२०)—सखाराम हरी फितुर करीत होते, सबब बेडी घालून तुम्हांकडे
सबा सबैन   किल्ले नगर येथें अटकेंत ठेवावयास पाठविले आहेत, त्यास पोहोंच-
मया व अलफ   वावयास कृष्णाजी मैराळ कारकून, व स्वार व गाडदी दिल्हे आहेत.
चाबान २०   त्यांस पक्क्या बंदोबस्तानें किल्ले मजकुरी अटकेंत ठेऊन भोजन घालीत
जाणें. परभू कारकून त्यांजवळ जाऊं न देणें. चौकीस माणसें ठेवाल तीं वरचेवर बदलीत
जाणें. मराठा एक माणूस खिजमतगारीस ठेऊन देणें. तो पंधरा दिवसां बदलीत जाणें.
धोत्रें अगर शेलापागोटें लागल्यास देणें. जेवणाची व वस्त्रपात्राची आबाळ न करणें. बेडी
नेहमी असों देणें. सखाराम हरी खेळ्या राजकारणी आहे. कोणे गोष्टीस चुकणार नाहीं.
याजकरितां एक कोठडी करून त्यांत घालून बाहेरहून कुलूप घालीत जाणें. एकास त्याज-

___their hands and feet cut off, and that the rest should be punished according to their deserts.

FROM JANARDAN APAJIS DIARY.

(871) Two Koḷi women were arrested, as their kinsmen were
A. D. 1775-76.   implicated in an insurrection, and were sent to Huzur.
Orders were issued for their release, after taking security
for their appearance whenever required.

(872) Sakhárám Hari being implicated in a conspiracy was sent
A. D. 1776-77.   to prison in fort Nagar. The Officer in charge of the
fort was directed to give him proper food and cloth-
ing, to allow no Parbhu kàrkun to approach him, to change the guard
over him frequently and his attendant every fortnight, and to lock
him up in a room. The Officer was warned that the prisoner was a

वळ जाऊं न देणें. यांचे गुण तुह्मांस ठाऊकच आहेत. या करितां फार चांगला बंदोबस्त करणें ह्मणोन, महादाजी नारायण यांचे नांवें. सनद १.

परवानगी रूबरू.

८७३ (३२१)—बाबूराव हरी फितुर करीत होते, सबब बिडी घालून तुह्मांकडे किल्ले सिंहीगड येथें अटकेंत ठेवावयास पाठविले आहेत, त्यास पोहोंच-वावयासी विठ्ठल यशवंत कारकून व स्वार व गाडदी दिल्हे आहेत. त्यांस पक्का बंदोबस्तानें किल्ले मजकुरी अटकेंत ठेऊन भोजन घालीत जाणें. परभू कारकून त्याजबळ जाऊं न देणें. चौकीस माणसें ठेवाल तीं वरचेवर बदलीत जाणें. जेवावयास ब्राह्मणाकडून घालवीत जाणें. जेवणाची आबाळ न करणें. धोत्रें शेला-पागोटें लागेल तें लिहून पाठवणें. ज्या कोठडींत ठेवाल तेथें प्रवेश होऊं न देणें. बेडी नेहमीं असों देत जाणें. सारांश गोष्ट, फितुरी आहेत. यांचा विश्वास न धरितां पक्का बंदोबस्तानें ठेवणें ह्मणोन, सखो मल्हार यांचे नांवें. सनद १.

परवानगी रूबरू.

दौलत बाबूराव, बाबूराव हरी यांचे पुत्र, फितुरांत होते. त्यांस बिडी घालून किल्ले चा-कण येथें अटकेंत ठेवावयास तुह्मांकडे पाठविले आहेत. त्यांस पोहोंचवावयास राघो नारा-यण कारकून, व स्वार, व गाडदी दिल्हे आहेत, तरी पक्का बंदोबस्तानें अटकेंत ठेऊन भोजन घालीत जाणें. परभू कारकून त्याजबळ जाऊं न देणें. चौकीस माणसें ठेवाल तीं वरचेवर बदलीत जाणें. एक मराठा माणूस खिजमतगारीस वतनदार पाहून ठेऊन देणें. पंधरा दिवशीं बदलीत जाणें. जेवणाची आबाळ न करणें. धोत्रबह्मणपात्र लागल्यास लिहून पाठवणें. येथून पाठविलें जाईल. ज्या खोलींत ठेवाल तेथें दुसऱ्या माणसाचा प्रवेश होऊं न देणें. पक्का बंदोबस्तानें ठेवणें ह्मणोन, नारायणराव कृष्ण यांचे नांवें. सनद १.

परवानगी रूबरू.

महिपत बाबूराव, बाबूराव हरी यांचे पुत्र, फितुरांत होते, सबब बिडी घालून किल्ले त्रिंबक येथें अटकेंत ठेवावयास तुह्मांकडे पाठविले आहेत. त्यांस पोहोंचवावयास सदाशिव शंकर कारकून, व स्वार, व गाडदी दिल्हे आहेत, तरी किल्ले मजकुरी पक्का बंदोबस्तानें अटकेंत ठेऊन भोजन घालीत जाणें. चौकीस माणसें ठेवाल तीं वरचेवर बदलीत जाणें. परभू कारकून त्यांजबळ जाऊं न देणें. एक मराठा माणूस खिजमतगारीस ठेऊन देणें. पं-

scheming politician, who would stop at nothing, and that every precaution should therefore be taken for his safe custody. He should always be kept in fetters and no one allowed to go near him.

(873) Similar orders were issued in regard to Báburao Hari,

घरा दिवशीं बदलीत जाणें. वस्त्रपात्र कार्याकारण लागेल तें देत जाणें. जेवणाची व वस्त्र-
पात्राची आबाळ न करणें. ज्या कोठडींत ठेवाल तेथें दुसऱ्याचा प्रवेश न होय असें करणें.
पका बंदोवस्त करणें ह्मणोन, धोंडो महादेव यांस.   सनद १.

परवानगी रूबरू.

भास्कर नारायण फितुरांत होते, सबब बिडी घालून किल्ले धोडप येथें अटकेंत ठेवाव-
यास तुम्हांकडे पाठविले आहेत, त्यांस पोहोंचवावयास हैवतराव माणकेश्वर कारकून, व
स्वार, व गाडदी दिल्हे आहेत; तरी किल्ले मजकुरीं पके बंदोबस्तानें अटकेंत ठेऊन जेवा-
वयासी घालीत जाणें. चौकीस माणसें ठेवाल तीं वरचेवर बदलीत जाणें. वस्त्रपात्र लागेल
तें कार्याकारण देत जाणें, वरचेवर सावधगिरी करीत जाणें ह्मणोन, बाजीराव आपाजी
यांचे नांवें.   सनद १.

परवानगी रूबरू.

मीर्जा फाजलबेग फितूर करीत आहे, सबब बिडी घालून तुम्हांकडे किल्ले नाराय-
णगड येथें अटकेस ठेवावयास पाठविले आहेत, त्यांस पोहोंचवावयास मुळचंद कारकून,
व स्वार, व गाडदी दिल्हे आहेत; तरी पक्चा बंदोबस्तानें ठेऊन पोटास शेर देत जाणें
ह्मणोन, रामचंद्र शिवाजी यांचे नांवें.   सनद १.

परवानगी रूबरू.

८७४ (३४३)—रावजी परभू याचें घर मौजे सिद्धेश्वर, तालुके पाल, येथें आहे,
सत्रा सवैन
मया व अलफ
रमजान २९
त्यास रावजी मजकूर हा दोन वर्षें कोल्यांत मलई करून, कागदपत्र पा-
ठऊन, लवाज्या करीत होता; ह्मणोन हुजूर विदित जाहलें, त्यावरून
हें पत्र तुम्हांस सादर केलें असे; तरी तुह्मीं सुभाहूनच त्याचे घरीं
बातमी न कळतां, तो घरीं असेल ते वेळेस जप्ती दहा शिपाई, व एक कारकून चांगला
इतबारी पाहून, त्याचे घराची जप्ती करून कागदपत्र त्याचे घरांत जे सांपडतील ते जप्त करून
पाठवणें; व रावजी मजकूरास निराळा काढून, कोणाचे मार्फतीनें कोल्याचे कामांत पडला

A. D. 1776-77.   Daulat Báburao and Mahipat Báburao, Bháskarrao
          Nàràyan and Mirza Fazalbeg, to the Officers of the
forts of Sinhgad, Chàkan, Trimbak, Dhodap and Náràyangad respectively.

(874) Government having learnt that Ráwaji Parbhu was in
A. D. 1776-77.   communication with the Kolis and was inciting them
          to rebellion, Rámrao Nárúyan in Táluká Rájmáchi
was directed to search his house at Sidheswar in Tàluká Pál without
previous intimation, and attach and send to the Huzur all the papers
that might be found therein. Rámrao was further directed to ascertain

होता, कसकसी वर्तणूक करावयास कोणी सांगितली होती, त्याप्रमाणें कोव्ह्यांत कसा मिळाला होता, तें सविस्तर त्याची जमानी लिहून घेऊन, सत्वर हुजूर पाठवणें. हुजुरून जशी आली आहे असें त्यास तूर्त कळों न देणें. युक्तीनें त्याचे घरांत कागदपत्र व त्याची जमानी लिहून घेऊन पाठवणें; आणि हुजुरून आज्ञा होईल तेव्हां राबजीस सोडावयाचा जाह्ल्यास जामीन घेऊन सोडणें, तूर्त किल्ल्यास नेऊन ठेवणें म्हणोन, रामराव नारायण तालुके राजमाची यांचे नांवें छ. १७ रजब परवानगी राजश्री बाळाजी जनार्दन फडणीस.

सनद १.

मुतालीक ह्यांचे रोजकीर्दीपैकीं.

८७५ (८)—नारो रामाजी कारकून हा बाजी गोविंद बर्वे यांजकडून हैदरखानाचे लष्करांतून बातमीस लष्करांत आला होता, तो सांपडला, सबब तुह्मां-
समान सबैन
मया व अलफ
सवाल ३
कडे किल्ले धारवाड येथें अटकेस ठेवावयास मराठे गाडदी दिंमत रामजी वणजारे वगैरे असामी २० वीस असामीं बराबर पाठविलें आहे, तरी याचे पायांत बिडी घालून किल्ले मजकुरी पक्क्या बंदोबस्तानें ठेऊन पोटास शेर शिरस्तेमप्रमाणें देत जाणें म्हणोन, त्रिंबकराव येशवंत यांचे नांवें.

सनद १.

परवानगी रूबरू.

८७६ (६२२)—मौजे घनगड येथील लोक रामचंद्र गोविंद, माजी कारखानीस, यांणीं इंग्रजांचे गडबडेंत सालगुदस्तां फितोऊन सखाराम हरी अटकेस होता,
समानीन
मया व अलफ
जमादिलाखर ४
त्यास मोकळा करून, किल्ला बदलावा असा मनसबा करून, बाहेरील लोक बीरदीचे रानांत आणून लबाडी करित होता, तो इंग्रजाचा मोड जाह्ला तेव्हां रानांतील लोक पळून गेले. पुढें फितुराचें वर्तमान तुम्हांस कळल्यावर तुह्मी चौकशी केली. तो आठ आसामी फितुरी, त्यांपैकीं कारखानीस मजकूर व जावजी मापारी

from him in private full particulars as to how he joined the Kolis, who induced him to do so, and what part he took in their affairs, and to submit his statement to the Huzur.

FROM THE MUTÁLIK'S DIARY.

(875) Náro Rámji Kárkun who was found to be a spy sent by Báji Govind from Haiderkhán's camp was sent to prison.

A. D. 1777-78.

(876) During the disturbances caused by the English in the preceeding year, Rámchandra Góvind, who formerly held the office of Kárkhánnis, collected a force in the forest of Birandi, and entered into a plot with the men of the fort of

A. D. 1779-80.

बरदेकर हे दोघे लष्करांत जाऊन येऊन बातमी नेत होते, त्यामुळें पळून गेले. बाकी सहा असामी फितुरी तुह्मांस सांपडले, ते हुजूर पाठविले त्याचे अपराध मनास आणून शासनाविशीं. कलमें.

किता.	असामी.
१	तानाजी नाईक बंबर तट सर नौबत याचा अपराध पाहतां भारी शासनास योग्य; परंतु सरकारांत फितुराचें वर्तमान जाहीर केलें, सबब उजवा हात तोडणें.
१	खंडोजी सेजवलकर, सयाजी मुर्वे याचा भाऊ, सयाजी मजकुराचे ऐवजीं चाकरीस होता, त्यास सखाराम हरी यास मोकळा करावयाच्या मनसब्यांत तूं आहेस कीं नाहीं असें जैतोजी जांबुळकर, व देवजी महाडीक यांणीं पुशिलें असतां तुह्मांस कळविलें नाहीं, सबब शासनास योग्य, परंतु भावाचे मुबदला नव चाकरीस आला, सबब न सांगितलें, परंतु कारखानिसाचे निरोप लोकांस सांगत होता, असा फितुराचा मिळाफी, सबब उजवा हात तोडणें.
२	

दोन असामीचे उजवे हात तोडणें.

कलम १.

किता.	असामी.
१	देवजी धोंडजी महाडीक.
१	भिवाजी धोंडजी नाईकेणें.
१	मोराजी बहिरजी नाईकगुंड.
१	जैताजी जांबुळकर.
४	

चार असामी बहुत अपराधी, सबब त्यांस तोफेच्या तोंडीं बांधून उडवून देणें.

कलम. १

Ghangad for the surrender of the fort and the release of Sakhárám Hari. On hearing of the defeat of the English, the force which had assembled dispersed. The plot was then discovered and eight persons were found to have been implicated in it. Two of them, the Kárkhànnis, and Jáwaji Mápári absconded. The rest were arrested and punished as follows:—

(1) Tánáji Náik Sarnobat deserved condign punishment ; but as he gave information to Govt. he was allowed to escape with the loss of only his right hand.

एकूण दोन कलमें लिहून सहा अपराधी तुह्मांकडे किल्ले मजकुरीं येसाजी दरवडा खिजमतगार याजबराबर पाठविले आहेत, तरी खिजमतगाराचे विद्यमानें सदरहू दोन कलमांप्रमाणें पारिपत्य करून हुजूर लेहून पाठवणें ह्मणोन, अर्जोजीराव ढमाले हवालदार व कारकून किल्ले मजकूर यांचे नांवें.

सनद १.

रसानगी यादी.

हरिहरराव पांडुरंगराव यांच्या कीर्दीपैकीं.

८७७ (७६३)—परगणे मजकूरपैकीं लोक कितुरकर देसाई याजकडे चाकरीस गेले असतील त्यांचीं घरें व चीजबस्त जी असेल, ती चौकशी करून जफ्त करावयाकरितां कारकून पाठविले आहेत; तरी हे देसाई मजकूर यांजकडे परगणे मजकूरचे लोक गेले असतील त्यांची चौकशी करून घरें व चीजबस्त जफ्त करितील, त्यांस जफ्त करूं देणें, अडथळा न करणें ह्मणोन.

इसन्ने समानीन मया व अलफ जमादिलाखर २१

१ अंताजी शंकर कमाविसदार दिंमत परशराम रामचंद्र, परगणे तेरदाळ, यांजकडे कामगिरीस गिरमाजी जिवाजी कारकून दिंमत परशराम रामचंद्र यास पाठविले आहेत, सबब सदरहु अन्वयें.

१ अंताजी विठ्ठल कमाविसदार, परगणे यादवाड, दिंमत परशराम रामचंद्र यांजकडे रामाजी दादाजी कारकून दिंमत परशराम रामचंद्र पाठविले, सबब सदरहु अन्वयें.

१ भास्कर सखदेव कमाविसदार परगणे जमखिंडी दिंमत परशराम रामचंद्र यांस पत्र कीं सदरहुप्रमाणें जप्त करून हुजूर लेहून पाठवणें ह्मणोन.

३

एकूण तीन पत्रें छ. १९ जमादिलावल समानीन, परवानगी रूबरू दिल्हीं असेत.

८७८ (९८९)—बळवंतराव काशी यांचे नांवें सनद कीं, तुम्हीं विनंतिपत्र पाठविलें

---

(2) One man who was serving as a substitute for his brother received the same punishment.

(3) The rest were ordered to be blown from guns.

FROM HARIHARRAO PÁNDURANG'S DIARY.

(877) The officers of Parganá Terdál and Yádwád &c. were directed to attach the property of persons who had gone over to the Desai of Kitur.

A. D. 1781-82.

(878) Kasbe Siur in Parganá Gándápur belonged to Ahilyábai Holkar. A feud existed between the village officers and the kamávisdár and the parties had been quarrelling for 4 months. Balwantrao Káshi happened to encamp at the village,

A. D. 1788-89.

तिसा समानीन मया व अलफ रमजान २

तें प्रविष्ट जाहलें. कसबे सिउर, परगणे गांडापूर, येथें मुक्कामास आलों तो गांव अहिल्याबाई होळकर यांजकडील त्या गांवचे कमाविसदार व पाटील कुळकर्णी यांचा कजिया लागोन चार महिने झुंजत होता. त्यास लोणारा किल्ला ज्या भिल्लांनीं घेतला ते भिल्ल आंत होते. त्याजला आह्मीं मागों लागलों. त्यांणीं उत्तर केलें कीं तुह्मीं हजारपांचशें रुपये घेऊन जावें. आह्मी भिल्ल देत नाहीं. त्याजवरून होळकराकडील कमाविसदार, व पागे यांच्या विचारें गांवावर हल्ला केला तेसमई आमचे सोळा माणूस जखमी, व तीन ठार जाहले; व भिल्लांचे शंभर माणूस जखमी व कांहीं ठार जाहले. त्यांच्यानें दम न धरवे तेव्हां रघुनाथ धोंडाजी व गोविंद चिमणाजी मातबर गृहस्थ गावांत राहतात, त्यांच्या हवेल्या थोर आहेत, त्यांत भिल्ल व कुळकर्णी शिरोन गोळी वाजविली, इतक्यांत अस्तमान होऊन रात्र पडली. याजवर हरदूजणांनीं मागील दरवाजा उघडोन भिल्ल काढोन दिल्हे. ते भिल्ल सांपडले असते ह्मणजे इतकी मसलत न लांबती त्यांचीं घरें जप्त केल्यास वीस पंचवीस हजारांची सरकारची किफायत होईल ह्मणोन, व रोजमरे याचे ऐवजाकरितां लिहिलें तें विदित जाहलें. ऐशास गांव चार महिने लढत होता, तो तुह्मीं हल्ला करून घेतला, उत्तम केलें. रघुनाथ धोंडाजी व गोविंद चिमणाजी यांणीं सरकारचे हरामखोर सोडून दिले याजकरितां त्यांचे घराची जप्ती करून जे सांपडेल त्याची याद लिहून हुजूर पाठविणें. आणि त्यांस कैद करणें, व कुळकर्णी यांचे वतनाची जप्ती करणें, येविशीं अहिल्याबाई होळकर यांस पत्र सादर केलें आहे, तरी तुह्मीं सदरहू लिहिल्याप्रमाणें करणें ह्मणोन.

सनद १.

रसानगी, त्रिंबक नारायण परचुरे.

कारकून निसबत दप्तर.

---

and learning that the Bhils who had taken the fort of Loṇárá were in the village he demanded their surrender. The villagers sent word that they would pay Rs. 500 or 1000 to Baḷwantrao rather than surrender the Bhils. Baḷwantrao with the consent of the Kamávisdár attacked the village. Some of the Bhils were killed and wounded, and the rest were taken by the villagers to the houses of Raghunáthrao Dhondoji and Govind Chimṇáji two influential men in the village. The Kuḷkarṇi also joined them, and they fired on Baḷwantrao's men. At night-fall, they allowed the Bhils to escape. Baḷvantrao having reported the facts to Government, Raghunáth and Govind were ordered to be arrested, and their houses were attached. The Kuḷkarṇi's watan was also attached. The facts of the case were also communicated to Ahilyábai.

७ न्यायखातें.

(ब) फौजदारी.

(अ) गुन्हे.

२ खून व आत्महत्या.

८७९ (९७)—पदमसिंग पिसाळ देशमुख, प्रांत वाई, याचे नांवें अभयपत्र कीं कुसाजी भोसला कुणबी रयत मौजे ओझरडें, संमत हवेली, प्रांत मजकूर, यास पाटाचे पाण्याचे कजियामुळें तुह्मी मार दिल्हा, त्या मारानें कुणबी मजकूर त्याच दिवशीं मृत्यु पावला; खून तुह्मांकडे लागला; सबब तुह्मांस सरकारांत आणून अटकेस ठेविलें होतें. त्यास खुनाबाबत सरकारची गुन्हेगारी रुपये १७५० साडेसत्राशें करार करून विठ्ठलराव मोरेश्वर गोळे यांची निशा सरकारांत घेतली असे. या उपरी खुनाचा लांजा सरकारचा तुह्मांकडे नाहीं, सुखरूप राहणें अभय असें ह्मणांन.

खमस सबैन मया व अलफ साबान १९

पत्र १

रसानगी यादी.

मुतालीक याचे रोजनिशीपैकीं.

८८० (२)—संभू पाटील, कसबे धामणगांव, परगणे मलकापूर यास पत्र कीं, तुझा व कसबे मजकूर येथील गांवकरी यांचा वतनसंमधें कजिया होता, यामुळें तूं परागंदा होऊन गांवकरी यासीं दावा करावयाकरितां रात्रीस जमाव करून गांवावर आलास, तेव्हां मइनाई पाटलीण, मौजे पळसखेडें, तर्फ पिंपरी, परगणे जामनेर, इचा लेक वाटेस कसबे मजकूरचे सिवारांत सांपडला तो तूं ठार मारिलास; सबब मइनाई पाटिलीण हुजूर फीर्याद आली, त्याजवरून तु-

खमस सबैन मया व अलफ साबान २६

(2) Murder & suicide.

(879) Padamsing Pisál, Deshmukh of Prânt Wái, beat Kusáji Bhósle, a ryot of Ózarde, to death in a dispute relating to canal water. He was arrested & kept in confinement but was afterwards released on his giving security for the payment of a fine of Rs. 1,750.

A. D. 1774-75.

FROM THE MUTÁLIK'S DIARY.

(880) Sambhu Pâṭil of Dhámangaon in Pargaṇa Malakâpur, having a quarrel with the village officer regarding the watan, left the village. He collected some men and came to the village one night to attack his enemies. He found a son of Mainái

A. D. 1774-75.

जला मसाला करून हुज़र आणून मनास आणितां खुनाचा आरोप तुजबर आला, सबब तूं
आपला घरवंद व शेत याचा निमे वांटा मइनाईस देऊन दत्तु पाटील मइनाईचा दीर याचे
नावें भवरगांवचे पाटील वगैरे यांचे साक्षीनें कागद लिहून दिल्हा; सबब खुनाचा अन्याय
माफ करून सरकारांत गुन्हेगारी रुपये १५० दीडशे रुपये घेऊन हें अभयपत्र दिल्हें
असें, तरी कसबे मजकुरीं सुखरूप राहणें ह्मणोन.   पत्र १.

रसानगी याद.

८८१ (२०९)—बाजीराव आपाजी, तालुके धोडप, यांचे नांवें सनद कीं, हटकरी

सीत संबैन   धणगर याचा चाकर मुदबख्या गुदस्तां गुजराथेंतुन दौलत बाबूराव
मया व अलफ   याचे पथकांतून कंठाळ सुद्धां घेऊन पळोन आपल्या घरास जात
रबिलाखर १५   होता, तो रात्रीं मौजे महारपांटणें परगणे बांबोरी, येथें येऊन वस्तीस

राहिला, दुसरे दिवशीं तेथून निघोन आपल्या घरास जात होता, तो भुता पाटील व बा-
बाजी पाटील व नेऱ्या भिल व महार मौजे मजकूर यांणीं मुदबख्यास वाटेंत गाठून जिवें
मारिलें, सबब भुता पाटील व बाबाजी पाटील पळाला. त्याचा भाऊ मिबजी पाटील व
नेऱ्या भिल व महार यांस किले धोडप येथें अटकेस ठेविलें आहे, त्याचे पारपत्याचीं वगैरे.
कलमें.

Pátliṇ of Paḷaskhede in the field and killed him. Maináï complained to
the Huzur, and the charge of murder was proved. Sambhu therefore
granted to Maináï half a share in his houses and fields and executed
a document to that effect in favour of Dutto Pátil, Maínábái's brother-
in-law. A pardon was consequently given to him for his offence,
Rs. 150 being levied from him as fine.

    (881) Mudbakhya, a servant of a Hatkari Dhaṇgar, ran away

A. D. 1775-76.   with his master's property from the camp of Daulatráo
              Báburao on his way home halted one night at Mahár-
pátṇe in Pargaṇá Wákhári. The next morning while proceeding to his
destination, he was way-laid and murdered by Bhutá Pátil, Báwáji
Pátil, Neryá Bhil and a Mahár. These persons were therefore imprisoned
in fort Dhoḍap. Orders were now issued for the disposal of the prisoners
as follows:—

    (1) The murderers Bhutá and Neryá should be taken to the village
        where the murder took place and beheaded;

    (2) One of the murderers, Báváji Pátil, having absconded, his brother

भुता पाटील, भिवजी पाटील याचा भाऊ बावाजी पाटील. व नेऱ्या भिल यांणीं खून केला, त्याणें भिवजीचा भाऊ बावाजी पळाला सबब खुनी असामींचे पारिपत्य.

१ भुता पाटील.

१ नेऱ्या भिल.

२

दोन असामी यांणीं ज्या गांवीं खून केला त्या गांवीं हरदू जणांस नेऊन छाटून टाकणें. कलम १.

कित्ता. असामी.

१ भिवजी पाटील बावाजी यानें खून करोन पळोन गेला, सबब त्याचा भाऊ.

१ महारानें मुदबख्याची पितळी घेतली सबब.

२

दोन असामी जामीन घेऊन सोडून देणें. कलम १.

मौजे मजकूरची पाटिलकी जफ्त करावयाविशीं सरसुभाहून सनद तुह्मांस सादर जाहली आहे, त्याप्रमाणें पाटिलकी जफ्त करणें. कलम १.

तीन कलमें लिहिलीं आहेत, तरी सदरहू लिहिल्याप्रमाणें करणें ह्मणोन. सनद १.

रसानगी यादी.

जनार्दन आपाजीच्या कीर्दीपैकीं.

८८२ (२९५)—बाळसेट बिन गोंदसेट सोनार देवरुखकर याचे नांवें चिटणिसी पत्र कीं, गोंदसेट सोनार मुराडकर याच्या लेकास रामा दसपुत्र्या व राघोबा विश्या या दोघांनीं जिवें मारिला, त्याचे सोबतीस गोपाळा गुहागरकर सोनार व तुझा लेक सदाशिव होता असें ह्मणून गोंदसेट मजकूर पेशजीं हुजुर फिर्याद जाहला होता, त्याजवरून येविशींचा शोध करतां सदाशिवाकडे सदरहूविशींचा लांझ्या नाहीं, असें जाहलें; परंतु चौकशीबद्दल कांहीं दिवस अटकेस होता, आरोप आला, सबब पंचगव्य देववून हें आज्ञापत्र सादर केलें असे, तरी सदरहू खुनाचा लांझ्या तुझा लेक सदाशिव याजकडे नाहीं. पूर्ववत्प्रमाणें आपले सोनाराचे जातींत

सीत सबैन मया व अलफ रबिलाखर १५

---

was arrested. He and the Mahár who had taken a pot belonging to Mudbakhyá were ordered to be released on furnishing security.

(3) The Pátilki watan of the village was confiscated.

FROM JANÁRDAN ÁPÁJIS DIARY.

(882) Two persons murdered a son of Gondshet Sonár. Bálshet Sonár's son, Sadáshiv, was their accomplice, but at the inquiry he proved his innocence. Orders were therefore

A. D. 1775-76.

वतंत जाणें. तुझे लेकाकडे हरकी रुपये १५० दीडर्शे करार करून हुजूरांत पागा दिंमत
बाजी मोरेश्वर यासी छ. २९ सवालीं देविले ते सरकारांत सदरहूप्रमाणें जमा जाले असत
ह्मणोन. छ. २३ मोहरम.
पत्र १.

८८३ (४७५)—यादो पांडुरंग आवटी कसबे बारागांव नांदुर, परगणे मजकूर, व
समान सबैन कुळकर्णी मौजे चिंचोलें, परगणे मजकूर याच्या दोन स्त्रिया होत्या,
मया व अलफ त्यांस कण्हेरीच्या मुळ्या चारल्या, एक स्त्री मृत्यु पावली, एक आजारी
रजब ३० आहे. यादो पांडुरंग कसबे मजकूरहून पळोन गेला, ह्मणोन तुह्मांकडील
कारकुनांनीं हुजूर विदित केलें, त्याजवरून हे सनद तुह्मांस सादर केली असे, तरी कसबे
मजकूरचें आवटीपण, व मौजे मजकूरचें कुळकर्ण, येणेंप्रमाणें जफ्त करून उत्पन्न होईल
तें परगणे मजकूरचे हिशेबीं जमा करणें; व यादो पांडुरंग याचा शोध करून त्यास धरून
हुजूर पाठऊन देणें ह्मणोन, निळकंठराव रामचंद्र पागा, यांचे नांवें. छ. २ जमादिलांवल.
सनद १.

रसानगी यादी.

मुतालिक ह्याचे रोजनिशीपैकीं.

८८४ (७)—सटवाजी लाड खिजमतगार याणें आपला चाकर पोर्गा ठार मारिला,
समान सबैन सबब मशारानिल्हेस किल्ले गदग येथें अटकेंत ठेवावयास पाठविला
मया व अलफ असे, तरी यास बेडी घालून किल्लेमजकुरीं पक्कया बंदोबस्तानें ठेऊन
साबान १४ शिरस्तप्रमाणें पोटास शेर सनद—पैवस्तगिरीपासून किल्ले मजकूर पैकीं
देत जाणें ह्मणोन, रामचंद्र नारायण यांचे नांवें.
सनद १.

परवानगी रूबरू. राजश्री बाळाजी महादेव
कारकून शिलेदार.

issued that cow's urine should be given to purify him as he had been for
some time in jail, and Rs. 150 were levied from him as a present.

(883) Yádo Pándurang, kulkarṇi of Chincholi in Parganá Nándur,
A. D. 1777-78. gave roots of the *kanher* plant to his two wives to
eat. One of them died, and the other sufferd from the
effects of the poison. Yádav absconded. His watan was attached, and
orders were issued for his apprehension.

FROM THE MUTÂLIK'S DIARY.

(884) Saṭwáji Lád khismatgár having murdered his servant-boy
A. D. 1777-78. was sent to prison in fort Gadag.

८८५ (६१५)—नरहर लक्ष्मणराव कमाविसदार, परगणे शेवगांव, यांचे नांवें सनद कीं, रामाजी येल्हो ब्राह्मण यास कसबे तीसगांव, परगणे मजकूर एथें जिवें मारिलें. ते मारेकरी ब्राह्मण वगैरे तेरा असामी कैद करून हुजूर आणिले होते, त्याचा करार येणेंप्रमाणें. कलमें.

तिसा सबैन मया व अलफ जमादिलावल

मारेकरी असामी १३ पैकीं शूद्र चार व मुसलमान एक, एकूण असामी ५ पांच किल्यावर अटकेस ठेविले. बाकी. असामी.

१ जनार्दन बापूजी.
१ हरी रामगिरधर.
१ भवानी यशवंत.
२ मल्हार त्रिंबक, व मुक्ताजी त्रिंबक.
१ विठ्ठल गोपाळ.
१ मल्हारी ब्राह्मण.
१ गोविंदा ब्राह्मणभाई निसबत हरी रामगिरिधर.

८

एकूण आठ असामी किल्यावर अटकेस ठेवावयाचे केले होते, ते मना करून त्याजकडे ऐवज करार १०००१ रुपये.

यासि तपशील.

१५०० रामाजी येल्हो यांचे पुत्रास खुनाबद्दल द्यावे.
८५०१ सरकारचे खंडाबद्दल सरकारांत घ्यावे.

१०००१

आठ असामी बेड्यासुद्धां सरकारचे प्यादे हुजूर हशमाकडील बरोबर देऊन तुम्हांकडे पाठविले आहेत तेथें पोंहचलियावर जामीन चांगले पक्के घेऊन जामीनकतबे हुजूर पाठवणें; आणि सदरहू असामींच्या बेड्या तोडून जातीबाहेर ठेवणें. पुढें यांणीं राहावें, पुढें वर्तणूक कशी करावी याची आज्ञा हुजुरून होईल त्याप्रमाणें करवणें. कुटुंबसुद्धां जातीबाहेर ठेवणें. कलम १.

रामाजी येल्हो यांचें कर्ज या असामींपैकीं ज्याजकडे येणें असेल तें त्याजपासून व्याजसुद्धां सरकारचे ऐवजाबरोबर एका महिन्यांत वसूल करून रामाजीचे पुत्रास पावतें करून, पावती घेऊन हुजूर पाठवणें. कलम १.

सदरहू असामी तुम्हीं आपलेजवळ पुढें चाकरीस कधींही ठेऊं नये. ऐसें केलें असे, तरी न ठेवणें. कलम १.

परगणे मजकूर येथील फडणिसी नारो रघुनाथ याजकडे आहे, त्याचे तर्फेनें रा-

(885) Thirteen men murdered, Rámáji Yelló who held the appointment of Faḍnis at Tisgaum in Pargana Shevgaum. Five of them, one a musalman and four Shudrás were sent to prison. The rest who were Brahmins were first ordered to be imprisoned but that order was revoked and they were fined Rs.10,001, out of which Rs. 1500 were ordered to be given to the son of the deceased. It

A. D. 1778-79.

एकूण दहा हजार एक रुपया सात
असामी ब्राह्मण व एक ब्राह्मणभाई मिळोन
आठ असामींकडे सदरहूप्रमाणें करार
केला असे, तरी याची निशा एक महि-
न्याचे मुदतीची घेऊन ऐवज वसूल करणें;
आणि यापैकीं दीड हजार रुपये रामाजी-
चे पुत्रास देऊन बाकी सरकारचे खंडाचे
पंच्यायेसशिर्ं एक रुपयाची हुंडी करून
एक महिन्याचे आंत ऐवज हुजूर पुण्यास
पावता करणें.   कलम १.

माजी येल्हो कामकाज करित होते. हल्लीं
त्यांचे पुत्र गोविंद राम यांस मशारनिल्हेनीं
आपले तर्फेनें फडणिसींनें कामकाज सांगि-
तलें आहे, तरी त्यांचे हातें घेत जाणें.
                        कलम १.

येणेप्रमाणें पांच कलमें करार केलीं असत, तरी सदरहूप्रमाणें वर्तणूक करणें ह्मणोन
छ. २४ रविलावल.   सनद १.

रसानगी यादी.

८८६ (६४५)—गंगी परदेशीण इणें आपला दादला सोमल घालून जिवें मारिला,
समानीन   सबब अटकेंत ठेवावयास किल्ले सिंहगड येथें पाठविली आहे, तरी
मया व अलफ   किल्ले मजकुरी अटकेंत ठेऊन पोटास शेर शिरस्तेप्रमाणें देऊन काम
जिल्काद ५   करवीत जाणें ह्मणोन, नारो महादेव यांचे नांवें.   सनद १.

रसानगी यादी.

८८७ (७०७)—त्रिंबक मनाजी दिंमत तुकोजी होळकर यांनीं हुजूर विदित केलें
इसन्ने समानीन   कीं, आपलें घर कसबे आकोलें एथें आहे, त्यास गांवांत दादो जयराम
मया व अलफ   यांची स्त्री शामाबाई इची अप्रतिष्ठा शिमग्यांत गांवकरी यांणीं केली,
साबान ११   सबब तिणें जीव दिल्हा, त्याचे चौकशीस सरकारांतून विसाजी हरी

was directed that security should be taken from these Brahmins and that
they should be excommunicated. Further orders were to be issued regard-
ing their future residence. The officer of Shewagaum was told never to
employ them under him. The son of the deceased was given the
appointment of his father.

(886) Gangi, a Pardeshi woman murdered her husband by
A. D. 1779-80.   administering arsenic to him. She was therefore sent
to prison.

(887) The villagers of Akóla outraged the modesty of Shàmá,
A. D. 1781-82.   wife of Dàdo Jayràm, during the Shimgà holidays.
She therefore committed suicide. Visaji Hari was sent

कारकून पाठविले, त्यांनीं चौकशी करून अन्यायी यांजपासून गुन्हेगारी घेतली. हल्लीं विसाजी हरी सर्वे गांवास पंचगव्य देऊन असामी पाहून पट्टी घेतात. येविशीं आज्ञा जाहली पाहिजे ह्मणोन; त्याजवरून हें आज्ञापत्र सादर केलें असे, तरी त्रिंबक मनाजी यास सर्वां- बरोबर पंचगव्य देणें, पट्टी मना केली असे, तरी यास पट्टीचा तगादा न करणें ह्मणोन, विसाजी हरी यांस चिटणिसी. पत्र १.

८८८ (७६६)—कृष्णाजी उतेकर याणें कृष्णाजी महाडीक शिंपी, वस्ती कसबे
सलास समानीन   पाली, याच्या कुणबिणी दोन, मौजे रतबगांव, तर्फ पाल हवेली,
मया व अलफ   येथील नदीवर जिवें मारून आपण महाडास घरीं गेला, त्याचा पत्ता
जमादिलाखर ३०   तुह्मीं लाऊन धरून आणून, किल्ले सरसगड येथें अटकेंत ठेविला
आहे, त्यास हल्लीं तोफेचे तोंडीं घावयाची आज्ञा केली असे, तरी तोफेच्या तोंडीं देऊन
उडवून टाकणें ह्मणोन, बाजी गोविंद यांचे नांवें. सनद १.

रसानगी यादी.

८८९ (८४०)—सदाशिव गणेश केळकर वस्ती वाडा फणसें, मौजे वाडें तर्फ खारे-
अर्बा समानीन   पाटण, ताळुके विजेदुर्ग, याणें गोविंदभट पैठण, वस्ती वाडा मजकूर
मया व अलफ   यांची कन्या गुणाजी गणेश केळकर, वस्ती मौजे वानिबंडें, तर्फ
जमादिलावल २० मजकूर यास दिल्ही होती, ती जिवें मारली ह्मणून हुजूर विदित जा-
हलें; त्याजवरून येविशींची चौकशी करितां गुणाजी गणेश याची बायको मारल्याचा मुद्दा
सदाशिव गणेश याजकडे लागू होतो; सबब यास कैद करून बराबर गाडदी निसबत राघो
विश्वनाथ गोडबोले असामी ४ चार देऊन बिडीसुद्धां किल्ले चंदन एथें अटकेस ठेवावया-
करितां पाठविला असे, तरी किल्ले मजकुरीं पक्के बंदोबस्तानें अटकेस ठेऊन पोटास शेर शिर-
स्तेप्रमाणें देत जाणें ह्मणोन, नारो शिवदेव यांचे नांवें. सनद १.

रसानगी यादी.

---

from the Huzur to inquire into the matter. He fined the offenders and ordered that all the villagers should drink cow's urine to purify themselves and pay a cess imposed by him. Trimbak Mánáji comp- lained to the Huzur. The cess was remitted but he was ordered to drink cow's urine to purify himself.

(888) Krishnáji Utekar killed two female servants of a tailor of
A. D. 1782-83.   Páli. He was ordered to be blown from a gun.

(889) Sadáshiva Ganesh Kelker of Wádá Fanase in Mouze
A. D. 1783-84.   Wáde of Turf Kháre Pátan in Taluká Vijedurg
having murdered his brother's wife was sent to prison.

८९० (९०८)–बळवंतराव नरसी यांचें घर कसबें खटाव, प्रांत मजकूर येथें आहे,
त्यास त्याचे भाऊबंद वगैरे शें दीडशें लोक जमा होऊन मशारनिल्हे-
चा वाडा वेढून त्यास बाहेर काढिलें; व त्याचीं माणसें तोडिलीं,
त्या जमावांत किल्ले वर्धनगड येथील लोक होते, ह्मणून कळोन आलें;

सीत समानीन
मया व अलफ
मोहरम १९

त्याजवरून हें पत्र लिहिलें असे, तरी मशारनिल्हेंचे वाडियावर लोक चालोन गेले. त्याची
चौकशी मनास आणावी लागती. यास्तव त्या जमावांत किल्ले मजकूरचे लोक असतील
त्यांस पाठवून द्यावें ह्मणून, परशराम श्रीनिवास पंडित प्रतिनिधी यांचे नांवें चिटणिसी.
पत्र १.

८९१ (९६१)–रखमी साळोखी इचा दादला लक्ष्मण साळोखा, वस्ती कसबे पुणें,
हा गुणी कुणबीण दिंमत बच्याजी रामाजी कारकून निसबत चिटणिस
इचा खून हडपसरचे रानांत करून खुन्यें पळोन गेले; त्यांत साळोखा
मजकूर होता तोही पळोन गेला, त्याचें ठिकाण न लागे, याजकरितां

समान समानीन
मया व अलफ
मोहरम १८

रखमी मजकूर इजला सरकारांत धरून आणून हजीर जामीन घेणें, ह्मणोन तगादा केला
असतां जामीन न मिळे, सबब किल्ले सिंहीगड येथें रखमीमजकूर इजला अटकेंत ठेवाव-
याकरितां गाडदी असामी सहा निसबत राघो विश्वनाथ याजबराबर पाठविली आहे, तरी
किल्लेमजकुरीं बंदोबस्तानें अटकेंत ठेऊन पोटास शेर शिरस्तेप्रमाणें देत जाणें ह्मणोन, केश-
वराव जगन्नाथ यांचे नांवें.   सनद १.
              परवानगी रूबरू.

८९२ (१०५८)–सदाशिव गणेश केळकर, वाडा फणसें मौजे वाडें, तर्फ खारा-
पाटण, तालुके विजयदुर्ग यांणीं हुजूर विनंती केली कीं गुणाजी गणेश
तिवरेकर मौजे वानिवडे, तालुके मजकूर यांची स्त्री मारल्याचा आरोप
मजकडे आला, सबब किल्ले वंदन येथें सरकारांतून मजला अटकेस

सब्बास तिसैन
मया व अलफ
सफर १९

---

(890) The Bháubands of Balwantrao Narsi of Khatáv number-
A. D. 1785-86.   ing about a hundred and fifty, surrounded the house
of Balwantrao, took him out and killed his men.
Some men from the Wardhangad fort were alleged to be implicated in
the matter. The Pratinidhi was asked to send them to Poona for inquiry.

(891) Laxman Sálokhá of Poona being concerned in the murder
A. D. 1787-88.   of a female servant absconded, and could not be
found. His wife Rakhmi was therefore ordered to
furnish security for her appearance when required but she was unable
to do so. She was therefore sent to prison in Sinhgad.

(892) Gunaji Ganesh Tiwrekar of Wániwade in Táluká Khárá-

दहा वर्षे ठेविलें होतें, त्यास हल्लीं मोकळें केलें; परंतु प्रायश्चित्त देऊन शुद्ध केलें नाहीं. याजकरितां स्वामींनीं कृपाळू होऊन जीवनमाफक राजदंड घेऊन, प्रायश्चित्त द्यावयाची आज्ञा करून, मजला दोषापासून मुक्त केलें पाहिजे म्हणोन; ऐशीयास गुणाजी गणेश तिवरेकर याची स्त्री मारल्याचा आरोप केळकर मजकूर याजकडे आला होता, सबब याज- पासून राजदंड व ब्रह्मदंड घेऊन सर्व शिष्ट सभेंत विध्युक्त प्रायश्चित्त देववून शुद्ध करून, हे पत्र सादर केलें असे, तरी तुम्हीं तालुके मजकूरचे ब्राह्मणांस ताकीद करून सदाशिव गणेश यांशीं अन्न व्यवहार करीत ते करणें, म्हणोन चिटणिसी. पत्रें.

१ गंगाधर गोविंद तालुके विजयदुर्ग यांस.

१ समस्त ब्राह्मण तालुके मजकूर यांस.

७ न्यायखातें.
(ब) फौजदारी.
(अ) गुन्हे.
३ डाके.

८९३ (२३०)—आनंदराव त्रिंबक सुभेदार परगणे सुपें यांस सनद कीं, काळ्या

सीत सबैन
मया व अलफ
रलव २४

वल्लद गंगाजी गोला, वस्ती कसबे सुपें, हा बेरडांकडे चाकरीस राहून दरवड्यांत जात होता म्हणोन तुम्हीं लिहिलें, ऐशास काळ्या मजकूर हा बेरडांमध्यें चाकर होता, सबब याचा शिरच्छेद करावयाची तुम्हांस आज्ञा केली असे, तरी काळ्या गोळ्याचा शिरच्छेद करणें म्हणोन. सनद १.

रसानगी, मल्हारजी कामथा खिजमतगार दिंमत सखाराम भगवंत.

८९४ (२३१)—महादाजी नीलकंठ याचे गोटांतील बेलदार व पेंढारी यांनीं साल-

A. D. 1792-93. pátaṇ had his wife murdered by Sadáshiv Ganesh Kelkar of Wáde in Táluká Vijayadurga who was im- prisoned for the same for ten years. The latter was then released with- out being purified. He prayed Government to purify him, offering to pay a reasonable sum as fine. His prayer was granted, two fines (one to be paid to Government and the other to Bráhmans) being levied.

(3) Dacoity.

(893) Kályá walad Gangáji Gólá of Supe was found to have

A. D. 1775-76.

served under Berads, joined Berads and to have ac- companied them on their expedition for committing dacoity. He was therefore ordered to be beheaded.

(894) The Beldárs and Pendháris in the camp of Mahádáji Nílkant

१२

सीत सबैन
मया व अलफ
रजब ७

गुदस्तां नवाबाचे लष्करांत लूट केली, सबब शहर ब-हाणपूर येथें मुलेंमाणसें सुद्धां अटकेस ठेविले आहेत. त्यांपैकीं दहा असामी जमा- तदार वगैरे मुख्य असतील ते ठेऊन बाकी सोडून देणें क्षणोन, नारो

कृष्ण यांचे नांवें.   सनद १.

रसानगी यादी.

८९५ (२३५)—महिपत्या मांग, मौजे उंदीरगांव, परगणे संगमनेर, येथें राहून मुल- कांत दरबडे घालीत होता. त्यानें विठ्ठल शिवाजी यांचें कापड जाळना-

सीत सबैन
मया व अलफ
साबान १०

पुराहून जात होतें, तें लुटून नेलें. त्याचा मुद्दा मांग मजकुराकडे ला- गला, सबब त्यास धरून आणावयास लोक पाठविले, तो महिपत्या

पळोन गेला. त्याचीं माणसें व जमावाचे लोक सांपडले ते आणून नेवाशाचे गढींत अटकेस तुर्की ठेविले आहेत त्यांचीं.   कलमें.

१ डोचकीं मारणें.   असामी.

   १ संत्या महिपत्याचा भाऊ.

   ८ चाकर दरवड्याचे.

     २ मौजे उंदीरगांव येथील.

       १ महिम्या.

       १ नवशा.

       ——

       २

     १ अर्जुन्या, मौजे आलेगांव, परगणे टेंबुरणी.

     १ सोन्या, मौजे रोठेगांव तर्फ कडवलीत.

     २ मौजे आंधूर, परगणे वैजापूर.

       १ गोप्या.

       १ येशा.

       ——

       २

A. D. 1775-76.   having plundered the camp of the Nawab in the preceeding year had been sent to prison. They were now ordered to be released with the exception of 10 principal persons, Jamátdars &c.

(895) Mahipatyá Máng used to reside at Undirgaum in Parganá

A. D. 1775-76.   Sangamner and to commit dacoities in the country. On one occasion he committed robbery of some cloth be.

१ बिठ्या, मौजे बिलवणी, परगणे वैजापूर.
१ उद्या, कसबे वैजापूर.

८

१ खंड्या, मिलाफी वाटेकरी, मौजे बहिरवाडी, परगणे नेवासें.

१०

कलमं.

१ सोडून देणें, महिपत्याचीं माणसें.

असामी.

१ हरकी, त्याची बायको.
१ येशा पोर, उमर वर्षे १॥

२

कलम.

२

एकूण कलमें दोन लिहिलीं असेत. सदरहूप्रमाणें वर्तणूक करणें ह्मणोन, रामचंद्र नारायण, परगणे नेवासें वगैरे महाल, यांचे नांवें. सनद १.

रसानगी यादी.

८९६ (२५३)–बाजीराव आपाजी, तालुके धोडप यांचे नांवें. सनद.

सीत सबैन मया व अलफ सवाल ११

१ तुह्मीं हुजूर विनंति केली कीं, गावज्या भिल वस्ती मौजे कसाबखेड, परगणा माणिकपुंज, याणें डोंगरहटीचे भिलासीं मिळोन परगणे मजकुरीं गांवगन्ना दंगा करून लुटलें, सबब

longing to Vithal Siváji, which was being brought from Jálnápur. The robbery was traced to him and he was arrested. He however absconded. His men and confederates were then seized and the following orders were passed:—

(1) Mahipatyá's brother and Mahipatyá's eight servants who assisted him in his dacoities, and one person who was Mahipatyá's confederate and a sharer in his spoil were ordered to be beheaded.

(2) Mahipatyá's wife and child were ordered to be set at liberty.

(896) Gawajyá Bhil of Kasábkhed in Parganá Mánikpunja, hav-

भिल मजकुरास धरून किल्ले धोडप येथें अटकेस ठेविला आहे झणोन, त्याजवरून हे सनद सादर केली असे, तरी गांव लुटले त्यांत हा होता ऐसा पत्ता पुर्ता मनास आणून भिल मजकूर त्यांत होता ऐसें असल्यास मारून टाकणें झणोन सनद.

<table>
<tr><td rowspan="4">समान सबैन
मया व अलफ
सवाल १७</td><td>८९७ (५०७)–येशवंतराव बिन संताजी संकपाळ पाटील, व बहिरो गणेश वगैरे कुळकर्णी मौजे चांदक, प्रांत वाई, यांणी लक्ष्मण कान्हेर याच्या वाडि-</td></tr>
</table>

८९७ (५०७)–येशवंतराव बिन संताजी संकपाळ पाटील, व बहिरो गणेश वगैरे कुळकर्णी मौजे चांदक, प्रांत वाई, यांणी लक्ष्मण कान्हेर याच्या वाडि- यावर चाळीस पन्नास माणूस घेऊन येऊन, दंगा करून, बेकैदी केली; सबब पाटील मजकूर याचा हक्क व मळे व मिराशीचीं शेतें वगैरे अ- सतील व कुळकर्णी यांचें कुळकर्ण व ज्योतिषपण सरकारांत जफ्त करून जफ्तीची कमा- वीस तुह्मांस सांगितली असे, तरी पाटीलकीचा हक्क व शेतें व मळे व कुळकर्णी यांचें कुळकर्ण व ज्योतिषपणाची जफ्ती करून, जफ्तीचा आकार इमानें इतबारें करून, आकारा पैकीं तुह्मांस सालीना रुपये ७५ पाऊणसे करार केले असेत, ते घेऊन बाकी ऐवज राहील तो सरकारांत पावता करून पावलीयाचा जाब घेत जाणें झणोन, गोपाळ आपाजी कारकून; मार्फत मोरो हरी, यांचे नांवें.   सनद १.

सदरीलप्रमाणें लक्ष्मण कान्हेर याचे नांवें सनद कीं, मशारनिल्हे अंमल करितील, तुह्मीं अडथळा न करणें झणोन.   सनद १.

         २

परवानगी राजश्री सखाराम भगवंत.

जनार्दन आपाजीच्या कीर्दींपैकीं.

८९८ (५१२)–बापूजी रघुनाथ कुळकर्णी, मौजे ब्राह्मणी, तर्फ राहूरी, परगणे

A. D. 1775-76.
ing attacked and plundered some villages in the Pargaṇá, was arrested by the Kamávisdár and kept in the fort of Dhódap. It was ordered that if Gáwajyá's complicity in the crime was proved beyond doubt he should be beheaded.

(897) Yeshwantrao bin Santáji Sankpál Pátil and Bahiró Ganesh
A. D. 1777-78.
Kulkarni and others of Chádak in Pránt Wái led an attack on the house of Laxman Kánher with the assistance of 40 or 50 persons. Their watans were therefore ordered to be attached.

FROM JANÁRDAN APÁJI'S DIARY.

(898) Bápuji Raghunáth Kulkarni of Bráhmaṇi, Tarf Ráhuri in

संगमनेर, हा मांगास मिळोन दरवडे घालीत होता. त्याचे मुद्दे कुळ-
कर्णी मजकूर याचे घरीं निघाले, सबब त्यांचें कुळकर्ण हिशांचे सर-

*समान सबैन
मया व अलफ
सवाल ३०*

कारांत जफ्त करून हें सनद तुम्हांस सादर केली असे, तरी मौजे
मजकूर येथील मशारनिल्हेंचे हिशांचें कुळकर्ण जफ्त करून सदरहूचें उत्पन्नाचा आकार
होईल तो प्रांत गंगथडी येथील हिशेबीं जमा करणें ह्मणोन, नरसिंगराव बळाळ यांचे नांवें.

छ. २० साबान.   सनद १.

सदरील अन्वयें मोकदम मौजे मजकूर यांस.   सनद १.

                                                               २.
                                          रसानगी यादी.

*इसबे समानीन
मया व अलफ
रमजान १२*

४९९ (७१४)—कसबे बाबधन, प्रांत वाई, येथें रामाजी गोविंद वाळंबेकर यांचे
घरीं दरवडा पडला, सबब कसबे मजकूरचे रखवालीचे वगैरे बेरड
असामी ७ सात असामी धरून किल्ले परळी येथें अटकेंत ठेवावयास
पाठविले आहेत. यांचे पायांत बेड्या घालून किल्ले मजकुरीं पक्कें बंदो-
बस्तानें अटकेंत ठेवणें; आणि पोटास शेर शिरस्तेप्रमाणें देत जाणें ह्मणोन, बाळाजी नारायण
यांचे नांवें.   सनद १.
                                          रसानगी यादी.

७ न्यायखातें.
(ब) फौजदारी.
(अ) गुन्हे.
४ चोऱ्या व दरवडे.
जनार्दन आपाजीच्या कीर्दीपैकीं.

९०० (२४७)—येश्या व जाब्या बेरड, तुह्मीं चोरीवर धरिले होते. त्यास बाजपूस

A. D. 1777-78.   Pargaṇá Sangamner used to commit dacoities with the
                 assistance of Mángs, and stolen property was found in
his house. His watan was therefore attached.

(899) A dacoity having taken place at Báwdhan in Pránt Wáí,
A. D. 1781-82.   seven Rakhwáldárs of the village, of the Berad caste,
                 were arrested and sent to prison.

(4) Theft and robberies.

FROM JANÁRDAN APÁJIS DIARY.

(900) Two Berads arrested for theft died of the beating they

करितां न सांगत, झणोन मार दिला याजमुळें मयत झाले, त्यास
बेरडाची वस्तवानी त्याचे रुपये तुझांकडे येणें आहेत, ते याद तुझां-
पाशीं आहे, त्याप्रमाणें वसूल करून हुजूर पाठविणें झणोन, भिकाजी
आपाजी कारकून दिमत पागा हुजूर यांचे नांवें. छ. ३ साबान.   सनद १.

रसानगी यादी.

सीत सबैन
मया व अलफ
रमजान ३०

९०१ (२८५)-विश्वनाथभट पाटणकर वस्ती मौजे खेड, कसबे नेवरें, ताल्के
रत्नागिरी हा चोऱ्या करीत होता, झणोन अटकेंत ठेविला. त्यास
जामीन घेऊन सोडून द्यावा, तरी जामीन मिळेना, सबब ताल्के मज-
कुराहून तुझीं हुजूर पाठविला, तो येऊन पोहोंचला, त्यास हल्लीं येथें
वेदमूर्ती जनार्दनभट भिडे वस्ती मौजे महाबळ, तर्फ संगमेश्वर, ताल्के मजकूर यांस
विश्वनाथ भटांनीं फिरोन चोरी करूं नये, व कांहीं बदफैली करूं नये, काशीस जावें, या-
प्रमाणें जामीन घेऊन सोडून दिला असे झणोन, महिपतराव कृष्ण ताल्के मजकूर यांस,
जाब १. सदरहूचा जामीन कतबा दसरीं असे छ. ४ सफर.

रींत सबैन
मया व अलफ
रबिलाखर १५

परवानगी रूबरू.

९०२ (३४६)-विसो दातार हा पुण्यांत लोकांचे घरीं चोऱ्या करीत होता त्यास
धरून कैद करून तुझांकडे अटकेंत ठेवावयासी पाठविला आहे, यास
किल्ले सोलापूर येथें पक्के बंदोबस्तानें ठेऊन पोटास शेर मध्यम प्रतीचा
देत जाणें झणोन, रामचंद्र शिवाजी, ताल्के मजकूर यांचे नांवें पर-
वानगी राजश्री बाळाजी जनार्दन फडणीस. रसानगी, पांडुरंग कृष्ण कारकून दिमत अनंद-
राव काशी कोतवाल शहर पुणें छ. २८ रजब.   सनद १.

सवा सबैन
मया व अलफ
रमजान २९

A. D. 1775-76.   received at the hands of a kárkun in the Huzur Págá
for not confessing their guilt. The kàrkun was ordered
to send their property to Government.

(901) Vishvanáth Bhat Pátankar of Khed in Tálukà Ratnágiri
A. D. 1775-76.   being given to committing thefts was arrested and
being unable to furnish security was sent by the
District officer to the Huzur. Janárdan Bhat Bhide stood surety for
him, promising that he would not again commit theft or any other
offence and that he would repair to Benáres.

(902) Viso Dátár being given to committing thefts in Poona was
A. D. 1776-77.   sent to prison in fort Sholápur. The order was given
by Bàlàji Janárdan and communicated to the writer
of the order by a clerk of the Kotwál of Poona.

९०३ (४२५)—गोपाळजी आंगरे यांजकडील चोरख्यांनीं लांजे महालांत उपद्रव
केला आहे, यास्तव लोकांस बक्षीस द्यावयास करून स्वारी पाठविली
आहे, ह्मणोन लिहिलें, त्यास चोरांचा पत्ता पाडून पारिपत्य करणें.
जो चोर धरून आणील त्यास कार्याकारण पाहून बक्षीस देणें ह्मणोन.

कलम १.

सबा सबैन
मया व अलफ
सफर २

९०४ (६३६) कमावीस जप्ती बरहुकुम मुकुंदा भाट याणें श्रावण मासचे दक्षणेसमईं
रमण्यांत ब्राह्मणांचे वस्तभाव चोरली, सबब कैद करून त्याजवळ
सनगें सांपडलीं ते गुदस्तां त्रिंबक मोरेश्वर कारकून दिंमत हशम, सनगें
एकूण. आंख.

समानीन
मया व अलफ
साबान २३

५   दुपट्टे धुवट फाटके   २
॰।॰ टोपी डोईंची छिटी   १

५।   ३

९०५ (६८५)—गळी गुजर वगैरे वस्ती कसबे बारामती याचे घरचे चाकरांनीं भाई-
चंद गुजर वस्ती कसबे मजकूर याचे घरी चोरी केली ते.   असामी.

१ खेत्रू पवार.
१ राणु गावडा.
१ जोगु मचाला.

इहिदे समानीन
मया व अलफ
रमजान ६

३

एकूण तीन असामी वस्तवानीसुद्धां सांपडले, ते तुह्मीं धरून गुजराची वस्तवानी माघारी
देऊन कैद करून ठेविले आहेत; त्यांचीं शासनें करावयाची आज्ञा जाली पाहिजे, ह्मणोन

(903) Mahál Lánje being infested by robbers, order was issued
to trace and punish them, and permission was given
to grant suitable rewards to those who might assist
in arresting the offenders.

A. D. 1776-77.

(904) Mukundá Bhát stole articles belonging to Bráhmins who
were assembled at Ramṇá for the purpose of receiving
the Daxiná disbursed during the month of Shrávaṇ.
He was imprisoned, and clothes worth Rs. 5-4 found on him
were confiscated.

A. D. 1779-80.

(905) Three persons committed theft at the house of Bháichand
Gujar of Bárámati and were arrested with the property
stolen. Pándurang Báburao returned the property to

A. D. 1780-81.

तुझांकडील आपाजी बाबाजी यांनीं हुजूर विनंती केली; त्याजवरून हे सनद तुझांस सादर केली असे, तरी सदरहू तीन असामींची शासनें एकेक हात तोडून सोडून देणें; आणि हुजूर लिहून पाठवणें झणोन, पांडुरंग बाबूराव यांस.   सनद १.

रसानगी, आपाजी बाबाजी दिमत पांडुरंग बाबूराव.

९०६ (८४४)—तालुके रत्नागिरी येथें शामल जंजीरकर याजकडील चोरांचा उपद्रव जाहला होता, याजकरितां लोक स्वारीस पाठविले, त्यास लोकांनीं चोर धरून आणिल्यास पन्नास रुपये बक्षीस द्यावयाचा करार केला, त्याप्रमाणें लोकांनीं चोर धरून आणिले, सबब सरकारांतून पन्नास

अर्बा समानीन
मया व अलफ
जमादिलाखर १६

रुपये बक्षीस द्यावयाची आज्ञा जाली पाहिजे झणून तुझीं हुजूर विनंती केली; ऐशास शाम-लाकडील चोरटे धरावयाची मेहेनत लोकांनीं चांगली करून चोरटे धरिले, सबब बक्षीस एक साला रुपये पन्नास ५० रुपये द्यावयाचा करार करून हे सनद सादर केली असे, तरी सदरील पन्नास रुपयांची नांवनिशीवार लोकांस वांटणी करून, तालुके मजकूर येथील हिशेबीं खर्च लिहिणें झणोन, महिपतराव कृष्ण यांचे नांवें.   सनद १.

रसानगी यादी.

९०७ (९०४)—कोंकणप्रांतीं चोरटे चोऱ्या करीत होते, त्यांस तुझीं धरून आणून चौकशी करून त्यांचे अपराध हुजूर लेहून पाठविले; त्याजवरून चो-रांचीं पारिपत्यें करावयाचीं.   बीतपशील.

सीत समानीन
मया व अलफ
मोहरम ८

२० डोकीं मारावयाचे.   असामी.

१ माना म्हार वारूळकर वस्ती ह्याय तर्फ मरल माहाल.

१ सोना बिन गणोजी शेलार, वस्ती ढोकवलें, तर्फ हेळवाक.

१ कृष्णशेट बिन पांडशेट सोनार चिपळूणकर, हल्लीं वस्ती कसबे बामणोली, तर्फ मजकूर.

the owner and solicited orders for the disposal of the thieves. He was directed to cut off one hand of each of the offenders and to set them at liberty.

(906) A reward of Rs. 50 was offered for the capture of robbers residing in the territory of the Janjirkar who used to commit robberies in the Táluka of Ratnágiri. The robbers having been captured, the rewards were ordered to be paid.

A. D. 1783-84.

(907) The following sentences were passed on 58 persons (Maháṛs, Sonáṛs &c.) who were concerned in thefts committed in the Konkaṇ and whose cases were reported for orders:—

A. D. 1785-86.

१ लक्ष्मण बिन धोंडशेट सोनार, वस्ती येलें. प्रांत सातारा. संभशेट. व जान-
शेट सोनार तांबीकर. यांचे घरचा पोर्गा.
१ धाळू बिन माहादजी पाकडा. वस्ती मौजे भेडसगांव. प्रांत पनाळा.
१ देवा बिन बहिरू महार, वस्ती मौजे पांचगणी, तर्फ मरळी महाल.
१ गणा म्हार बिन हिरा काजुरलीकर हल्लीं वस्ती पाटण.
१ नाना म्हार बिन खंडा म्हार तळेकर हल्लीं वस्ती मौजे उमरडें तर्फ सरळी.
१ रघा बिन दुलवा म्हार वस्ती मौजे पाली तर्फ तांब तालुके व्याघ्रगड.
१ राया बिन धारा म्हार वस्ती मौजे उमेरडें तर्फ परळी.
१ जान्या बिन धारोजी हेमण वस्ती मौजे कुलकवाडी.
१ लख्या बिन देवजी राणीक. वस्ती मौजे कुलकवाडी.
१ भिका बिन कृष्णाजी बुटर्या, वस्ती कुलकवाडी.
१ सोना बिन ताना भोवड, वस्ती कुलकवाडी.
१ लक्ष्मण बिन बाळकोजी बुटर्या, वस्ती चिपळूण.
१ लक्ष्मण बिन बाळकोजी मोन्या, वस्ती मौज कुलकवाडी.
१ गोपाळ सावंत देसाई, वस्ती मौजे मेढें, तर्फ फुणगुस.
१ कृष्णाजीराव खानवीलकर वस्ती मौजे बुडीयें, तर्फ फुणगुस.
१ लख्या कावल्या, वस्ती मौजे नारसिंगें तर्फ फुणगुस.
१ माद्रु रायकर वस्ती मौजे मेढें तर्फ फुणगुस.

२०

१३ उजवा हात व डावा पाय तोडावयाचे. असामी.

१ तान शेट सोनार वस्ती मौजे कुसवडें तर्फ पाटण.
१ होना लव्हार वस्ती मौजे ढोकवळें, तर्फ हेळवांकला.
१ महादजी बिन रुपाजी पाकडा, वस्ती मौजे भेडसगांव.
१ येसू बिन रुपाजी पाकडा वस्ती मौजे भेडसगांव.
१ गोदा बिन येसू पाकडा वस्ती मौजे भेडसगांव.
१ ताना म्हार बिन रामा म्हार पालकर, हल्लीं वस्ती मौज मरळी.
१ धाका बिन भिका म्हार वस्ती मौजे बिचोडी तर्फ हेलवाक.
१ जिवाजी विचारा वस्ती मौजे हसोल हल्लीं वस्ती कुलकवाडी.
१ रघोजी पोर्गा निसबत वाजोजी शिंदे वस्ती कुलकवाडी.

20 Persons to be beheaded,

13 „ to have the right hand and left leg cut off,

१३

१ अंतशेट बिन बाळशेट सोनार वस्ती मौजे खडपवली तालुके चिपळूण.
१ रत्नोजी बिन रामजी कदम वस्ती मौजे कुलकवाडी.
१ नारशेट बिन दादशेट सोनार मुरुडकर, हल्लीं वस्ती कसबे पुणें.
१ लक्ष्मण बिन आपाजीराव सुर्वे, कुंभारखाणकर.

१३

१८ उजवा हात तोडावयाचे. असामी.

१ गोरखोजीराव इंदुलकर वस्ती मौजे कुसवडें तर्फ पाटण.
१ हणमंता इंदुलकर, वस्ती मौजे कुसवडें. तर्फ पाटण.
१ हिरोजी इंदुलकर, वस्ती मौजे कुसवडें, तर्फ पाटण.
१ बाळोजीराव इंदुलकर वस्ती मौजे कुसवडें, तर्फ पाटण.
१ गणसालवी वस्ती मौजे कुसवडें तर्फ पाटण.
१ लक्ष्मण बिन विठोजी शेलार ढोकवलकर वस्ती मौजे रासाटी, तर्फ पाटण.
१ सेका बिन भानजी भांगड्या वस्ती मौजे कुसवडें तर्फ पाटण.
१ सेका बिन आपाजी सेड्या, वस्ती मौजे धावडें, तर्फ मरळी.
१ रता बिन सोना म्हार, वस्ती मौजे सावरट, तालुके व्याघ्रगड.
१ माला बिन विठा म्हार, वस्ती मौजे उंबरणें, तर्फ मरळी.
१ संता बिन हरनाक म्हार, वस्ती मौजे उंबरणें, तर्फ मरळी.
१ भाना बिन मामल, हल्लीं वस्ती मौजे हाय, तर्फ मरळी.
१ वाळू बिन नागोजी धावडा. वस्ती मौजे कुलकवाडी.
१ चिमा बिन उदाजी पाटील, वस्ती मौजे खडपवली, तर्फ चिपळूण.
१ कृष्णशेट बिन बाळशेट वस्ती, मौजे खडपवली, तर्फ चिपळूण.
१ लक्ष्मण बिन माणकोजी सालवी. वस्ती लवलें, तर्फ खेड.
१ हरी गुरव, वस्ती मौजे तिवरें, घेरा प्रचितगड.
१ रघा गुरव, वस्ती मौजे राई, तर्फ फुणगुस.

१८

४ उजवा हात व कान एक कापावयाचे असामी.

१ बहिरू शेलार, वस्ती मौजे कुसवडें, तर्फ पाटण.
१ भागा बिन भिका म्हार, देरेकर, हल्लीं वस्ती मौजे सावरठ, तर्फ तांब.
१ सतू बिन धारोजी धामशा, वस्ती मौजे कुलकवाडी.

18 Persons to have the right hand cut off,

१ राजू बिन हिरोजी राणीक, वस्ती कुळकवाडी.

———

४

१ सोना बिन संता म्हार, वस्ती मौजे पापरडें, तर्फ मरळी, याचा उजवा हात व पाय तोडावा.

१ साना बिन ताना म्हार, वस्ती त्र्यांबवली, तर्फ (देव)रुख, याचा एक कान कापावा.

१ संभाजी बिन हरजी कुणकर, वस्ती मौजे कुलकवाडी, तर्फ चिपळूण, बिशोभित करून फिरऊन मेक देऊन मारावा.

———

५८

एकूण अठ्ठावन असामींचीं सदरहू लिहिल्याप्रमाणें पारिपत्यें करणें ह्मणून, महिपतराव कृष्ण मामलेदार तालुके रत्नागिरी यांस. सनद १.

रसानगी यादी.

९०८ (९३१)—तालुके अंजणवेल येथें बंदीवान आहेत, त्यांचे पारपत्याची आज्ञा, जाहली पाहिजे ह्मणोन तुह्मीं विनंतीपत्र पाठविलें तें प्रविष्ट जाहलें त्यास. कलमें.

सबा समानीन मया व अलफ सवाल २३

मल्हार आपाजी व त्याचा पोरगा हुजुरून किल्ले बहिरवगड येथें अटकेस ठेवावयासी पेशजीं पाठविला, त्यास मल्हार आपाजी सर्दीमुळें आजार होऊन मृत्यु पावला; पोरगा अटकेस आहे ह्मणोन लिहिलें, त्यास पोर्‍यास जामीन घेऊन सोडून देणें. कलम १.

येसा गुलाम निसबत रामचंद्रभट गद्रे, वस्ती मौजे पालशेत, तर्फ गुहागर, हा भटजींचे घरीं मनस्वी वर्तणूक करून कामकाज न करी, यास्तव त्यांणीं सोड दिल्ही, त्याणें मुलकांत ब्राह्मणांचे घरीं दोन तीन वेळां चोर्‍या केल्या, सबब अटकेस ठेविला आहे, ह्मणोन लिहिलें. त्या चोर्‍या कोण

---

4 Persons to have the right hand and one ear cut off.
3 „ * * * *

(908) A slave, named Yesá, belonging to Rámchandrabhat Gadre of Pálset in Tarf Guhágar shirked work, and behaved impudently. Rámchandrabhat therefore discharged him. The slave then began to commit thefts. He was arrested and orders were solicited by the Mámlatdár of Anjanwel as to his disposal. Full details as to the places of thefts and the amount stolen in each case were called for, and the Mámlatdár was informed that on

ताना देवव्या कुणबी, बस्ती मौजे आडुर, तर्फ गुहागर, यांनें मौजेवलणेश्वर, तर्फ मजकूर, येथें फिरस्ती महारीण होती तिजबराबर बदकर्म केलें; सबब अटकेस ठेविला आहे ह्मणोन लिहिलें. त्यास याचें घर जफूत करून वसलभाव तालुके मजकूरनें हिशेबीं जमा करणें; आणि यास पोटास शिरस्तेप्रमाणें शेर देऊन इमारतीवर काम घेत जाणें. कलम १.

कोणते जागा, किती ऐवजपर्यंत केल्या, तें तपशीलवार लेहून पाठवणें. समजोन आज्ञा होईल त्याप्रमाणें करणें; तोंपर्यंत पोटास शेरशिरस्तेप्रमाणें देत जाणें; इमारतींचें काम घेणें. कलम १.

एकूण तीन कलमें सदरहू लिहिल्याप्रमाणें करणें ह्मणोन, त्रिंबक कृष्ण यांचे नांवें. सनद १.
रसानगी, त्रिंबक नारायण परचुरे.

७ न्यायखातें.
(ब) फौजदारी.
(अ) गुन्हे.
५ फसवणूक.

२०९ (५४१)—शहर पुणें येथील कोतवाली पेशजी घासीराम सावळदास याजकडे होती, तेव्हां त्यांनीं रमाबाई ब्राह्मणीण बायको, चांभारगोंदेंकरीण, इजपासून सवाष्ण जेवावयासी गेली ह्मणोन निमिष ठेऊन पन्नास रुपये घेतले आहेत. त्यास रमाबाईकडे सवाष्ण जेवावयास गेली असें लागत नाहीं. याजकरितां हल्लीं रुपये ५० पन्नास माघारें द्यावयाचें केलें असत; तरी मशारनिल्हेचे फाजील कोतवाली संबंधें सरकारांत आहे, त्यापैकीं सदरहू पन्नास रुपये रद्द कर्ज लिहून रमाबाईस देविले असे, तरी देणें; आणि पावलियाचे कबज घेणें, ह्मणोन आनंदराव काशी कोतवाल यांचे नांवें. छ. १२ जिल्हेज. सनद १.

receipt of the information, final orders would be passed. A prisoner died of cold in the fort of Bahiravgad; his son who was also in prison was ordered to be released.

(5) Cheating.

(909) Ghashiram Sawaldas who was formerly a Kotwal of Poona, A. D. 1777-78, fined a Brahmin widow Rs. 50 for going to dine at another Brahmin's house under the pretence that her husband was alive. The Huzur considered that the charge was not proved and ordered the money to be refunded to her.

७ न्यायखातें.
(ब) फौजदारी.
(अ) गुन्हे.
६ चोरीचा माल घेणें.

९१० (७२४)—अबदुल रहिमान जमादार, निसबत हुजूर हशम, यांणीं हुजूर वि-
दित केलें कीं, लाड महमद व शेख चांद यांजपासून मीं चोरीचे दा-
गिने विकत घेतले, सबब कसबे जुन्नर येथें माझें घर आहे त्याची
जफ्ती बाळाजी महादेव यांणीं करून वस्तभाव वगैरे बीतपशील.

इसब्ने समानीन
मया व अलफ
सन्वाल १८

नक्त रुपये १७

सनगें एकूण किंमत अजमासें रुपयें.

		कापड		दागिनें.
१९.। महंमुद्या	४		१ जामा बुट्टेदार.	
४ तिवट	१		२ बासनें छिटी.	
१७।। शेले	४		१ रुमाल.	
९ लुगडें चंद्रकळा.			१ बळी.	
			१ मूठ.	
४९.॥।			१ कंठाळ.	

७
बैल सर २

एकूण सत्रा रुपये नक्त व पावणेपन्नास रुपयांची सनगें, व सुमारे दागिने सात, व
बैल दोन येणेंप्रमाणें किल्ले शिवनेरीस नेलें आहे; येविशीं आज्ञा जाली पाहिजे ह्मणोन;
त्याजवरून येविशींची चौकशी हुजूर मनास आणितां जमादार मजकूर ह्याणें एकशेवीस
रुपयांचे दागिने चोरांस दाखऊन घेतले, चोरीचे असें ठावकें नाहीं. याप्रमाणें जालें, सबब
याची जफ्ती केली आहे ते मोकळी करून हें पत्र सादर केलें असे, तरी सदरहूप्रमाणें
वस्तभाव व घर कागदपत्र जफ्तीस ठेविलें आहे तें याचे हवालीं करणें; व अबदुल रहि-
मान यास जामीन सदरीलविशीं हुजूर घेतला, याजकरितां शिवनेरीस लुखीं जामीन घेतला
आहे त्याचा कतबा माघारा देणें ह्मणोन, बाळाजी महादेव यांचे नांवें चिटणिसी. पत्र १.

(6) Receiving stolen property.

A. D. 1781-82.

(910) Abdul Rahimán's property was attached by Báláji Mahádeo (officer of Junnar) on the ground that he has pur-
chased stolen ornaments. Abdul applied to the Peshwá.
It was found that Abdul purchased the ornaments publicly and in good
faith. His property was therefore ordered to be released from attachment

७ न्यायखातें.

(ब) फौजदारी.

(अ) गुन्हे.

७ बनावट दस्तऐवज.

जनार्दन आपाजीच्या कीर्दीपैकीं.

९११ (४८६)—बाळाजी केशव करंडेले, दिंमत गणपतराव विष्णु गद्रे, याणीं हुजूर विदित केलें कीं, कृष्णाजी सदाशिव, वस्ती मलगांव, परगणे निंबाईत, याणीं खोटी हुंडी भगवंत वहिरव थथे औरंगाबादकर, याचें नांवची राखले रावजी दामोदर, नामें जोग बाळकृष्ण हरी गद्रे निसबत त्रिंबकराव विश्वनाथ यास द्यावें. अशी लिहिली. त्याचा ऐवज हुंडीप्रमाणें आपण दिल्हा. पुढें थथ्यांची रुजवात होतेसमयीं बोलले कीं, हुंडी खोटी; आमचे दुकानची नव्हे; ऐवज घेतला नाहीं. तेव्हां त्याचा शोध करितां, कृष्णाजी सदाशिव यानें खोटी हुंडी लिहिली; त्याजवरून सरकारांतून ताकीदपत्रें दिल्हीं कीं, खोटी हुंडी लिहिली त्याणीं ऐवज द्यावा. असें असतां, कृष्णाजी सदाशिव ऐवजाचा निकाल करून देत नाहीं ह्मणोन; त्याजवरून हें पत्र सादर केलें असे, तरी तुह्मीं कृष्णाजी सदाशिव यास पागा असीउमरी येथें आणून त्याजपासून व्याजसुद्धां ऐवज घेऊन, त्यापैकीं सरकारची चौथाई घेऊन, हुजूर पागेचा हिशेबीं जमा करून बाकी ऐवज बाळाजी केशव याचा देणें. याशिवाय कृष्णाजी सदाशिव याजपासून साधेल ते गुन्हेगारी घेऊन, हिशेबीं जमा करून, हुजूर लेहून पाठवणें ह्मणोन, गंगाधर शंकर यांचे नांवें. छ. २६ जमादिलाखर, चिटणिसी. पत्र १.

समान सबैन मया व अलफ रजब ३०

९१२ (६५५) चिंतो रामचंद्र भोपटकर याणें कृत्रिमीं पत्रें हातानें शिक्के करून,

(7) Forgery.

FROM JANÁRDAN ÁPÁJI'S DIARY.

(911) Krishnáji Sadáshiv of Malgám in Pargaṇá Nimbáyet forged a hundi and cashed it. He was ordered to pay back the amount fraudulently received of which one fourth was to be credited to Government, and to pay as large a fine as possible.

A. D. 1777-78.

(912) Chinto Rámchandra Bhopaṭkar, forged false documents and seals. He was therefore imprisoned in fort Sinhgad and orders were issued not to allow him access to pen paper and ink.

A. D. 1779-80.

समानींन मया व अलफ जिर्‍हेज २

साधकांचीं खोटीं पत्रें लोकांस करून दिल्हीं, सबब त्यास किल्ले सिंहीगड येथें अटकेंत ठेवावयास पाठविला आहे, तरी शाई व लेखणी व कागद त्याजवळ न जाई असा पक्कया बंदोबस्तानें अटकेंत ठेऊन पोटास शेर शिरस्तेप्रमाणें किल्ले मजकूरपैकीं देत जाणें ह्मणोन. नारो महादेव यांचे नांवें. सनद १.

रसानगी यादी.

७ न्यायखातें.
(ब) फौजदारी.
(अ) गुन्हे.
८ जबरीचीं लग्नें.

जनार्दन आपाजीच्या कीर्दीपैकीं.

रीत संबंधन मया व अलफ रमजान ३०

०१३ (२४१)—बापूजी आपाजी केळकर यांची कन्या दोहो सवा दोहो वर्षांची सदाशिवभट करमरकर, वस्ती सातारा, यांनीं जबरदस्तीनें धरून नेऊन गोपाळ कृष्ण कानिटकर याचा पुत्र मुका, यास देऊन लग्न करविलें; आणि मुबदला गोपाळ कृष्ण कानिटकर यांची कन्या सदाशिवभटानीं आपल्या बंधूस केली. केळकराची कन्या दुसरी नवरी थोर असतां धाकटी कन्या धरून जवरदस्तीनें नेऊन लग्न लाविलें. सबब करमरकर व कानिटकर या उभयतांचे घरांस बहिष्कार घालणें, व त्यांचीं घरें वस्तभावासुद्धां जफ्त करणें; दोघांचे घरास बहिष्कार घालून जफ्ती केल्याचें सविस्तर हुजूर लेहून पाठविणें ह्मणोन. सनदा.

१ कृष्णराव अनंत, मुक्काम सातारा, यांस कीं, सदाशिवभट करमरकर, याचे घरास बहिष्कार घालणें; आणि घर वस्तभावासुद्धां जफ्त करणें, व ज्या गांवीं मुलीचें लग्न लागलें तेथील जोशी उपाध्ये यांस आणून हुजूर पाठविणें ह्मणोन.

(8) Forced marriage.

FROM JANÁRDAN ÁPÁJIS DIARY.

A. D. 1775-76.

(913) Sadáshiv Bhaṭ Karmarkar of Satárá forcibly took away a daughter of Bápuji Apáji Kelkar, aged two years or two years and a quarter, and married her to Gopál Krishṇa Kánitkar's dumb son, and in return for this service. Gopál Krishṇa's daughter was married to Sadáshiv's brother. Bápuji Apáji had another elder unmarried daughter, and the marriage of the younger daughter was therefore improper. Sadáshiv's and Gopál's families were

१ श्रीनिवास शामराव कमाविसदार, प्रांत कराड यास कीं, गोपाळ कृष्ण कानिटकरास, धाकटी कन्या धरून आणली, असं कळलें असून तिचें लग्न आपल्या पुत्राशीं केलें, सबब कानिटकराचें घरास बहिष्कार घालणें; आणि घर वस्तभाव देखील मौजे टेंबू, प्रांत मजकूर येथें इनाम जमीन आहे, ते वगैरे जें कानिटकराचें असेल त्यासुद्धां जप्त करणें म्हणोन.

२

रसानगी यादी, छ. १४ साबान.

०१४ (५६४)—हरी महादेव करमरकर, वस्ती कसबे बीरबाडी, तर्फे मजकूर, यांचे
समान सबैन   बंधूची कन्या नवरी आहे, तीस त्रिंबक धारप यांणे धरून रानांत
मया व अलफ   नेली, त्याजबद्दल येस जोशी उपाध्ये तर्फे मजकूर, व आबाजी बाबा-
ज.मादिलावल ८   जी धारप हे उभयतां रानांत जाऊन तिशीं त्रिंबक धारप यांचें लग्न
लाविलें, ऐसें येस जोशी व आबाजी बाबाजी म्हणतात म्हणोन हुजूर विदित जालें. त्याज-
वरून मनास आणतां मूळ धरून नेली, तिचें लग्न येस जोशी यांणीं रानांत लाविलें, हा
महद् अन्याय केला, सबब त्यांचें वतन जप्त करावयाविशीं हे सनद सादर केली असे, तरी
मशारनिल्हेचें तर्फे मजकूरचें ज्योतिष व उपाध्येपण सरकारांत जप्त करणें; आणि सरकार-
ढलाईत पाठविले आहेत, यांजबराबर त्रिवर्गास हुजूर पाठऊन देणें म्हणोन, कृष्णाजी रा-
मचंद्र तर्फे बीरबाडी यांचे नांवे. छ. २४ रविलाखर.   सनद १.

रसानगी यादी.

०१५ (५८०)—सदाशिव नागनाथ यांणीं हुजूर विदित केलें कीं, आपण मौजे

therefore excommunicated and their property was ordered to be attached. The Joshis and priests officiating at the marriage were also summoned to the Huzur.

(914) Government was informed that Trimbak Dhárap of Birwádi
A. D. 1777-78.   in Táluká Birwádi forcibly took away Hari Mahádev
Karmarkar's daughter outside the village and there married her. A certain Joshi officiated as priest and Abáji Bábáji Dhárap was with him. The officer of Birwádi was informed, that the offence was very serious, and was directed to attach the Joshi's watan and to send the three offenders to the Huzur.

(915) Sadáshiv Nágnáth, an inhabitant of Anantgaum in Parganá
A. D. 1779-80.   Ambe Jogái went on a pilgrimage to the Godávari, leaving his wife and daughter at home. Náro Báwáji

समानीन मया व अलफ जमादिलावल ५.

अनंतगांव, परगणे आंबेजोगाई, येथें वस्तीस राहतों. त्यास गुदस्तां जेष्ठमासीं आपण सिंहस्थास गोदास्नानास गेलों, घरीं कुटुंब होतें; व आपली कन्या लग्न करावयाची मूल होती. त्यास नारो बावाजी व केसो बावाजी कुळकर्णी आंबेकर, यांणीं आपण घरीं नाहीं ऐसी संधी पाहून जेष्ठ शुद्ध सप्तमीस अस्तमानीं दहा प्यादे व शेषंभट आंबेकर ऐसे आणून आमचे घरीं मारामार करून मुलीस धरून शेजारी सटवाजी पाटील मौजे मजकूर, यांचे आंगणांत नेली. तेंच दिवशीं त्या पाटिलाची भावजई मेली होती, तशीच मुलीस त्याचे आंगणांत उभी करून नारो बावाजी यांणीं आपले आंगावरील पांगरूण मधी धरून केसो बावाजी एकीकडे उभा राहिला, व एकीकडे मुलीस उभी केली, आणि शेषंभटानें मंगलाष्टकें म्हणोन, मुलीचे गळ्यांत मंगळसूत्र बांधोन, नाक टोंचोन, नथ घालून, मुलीस सोडून दिल्ही, आणि ते निघोन गेले. त्यास ब्राह्मणाचें लग्न नांदी श्राद्ध, सप्तपदी इत्यादिक कोणताही विधी केला नाहीं, ह्मणोन. ऐसीयास केसो बावाजी कुळकर्णी याणें सदाशिव नागनाथ यांचे कन्येस धरून नेऊन शेषंभटास नेऊन लग्नाचा विधी पुर्ता न करितां मंगळाष्टकें मात्र ह्मणोन मंगळसूत्र बांधोन नाकांत नथ घालून सोडून दिल्ही, याप्रमाणें अविधिकर्म जाहालें, तेव्हां तुह्मीं कुळकर्णी मजकुरास व शेषंभटास व आणीक या कर्मांत होते त्यांस बहिष्कार घालून, जाहालें वर्तमान हुजूर लेहून पाठवावें तें न केलें, हे कोण गोष्ट ? हल्लीं हें पत्र लिहिलें असे, तरी याउपरी ज्यांणीं सदरहूप्रमाणें केलें त्यांस बहिष्कार घालून घडला प्रकार चौकशी करून हुजूर लिहून पाठवणें ह्मणोन, समस्त ब्राह्मण क्षेत्र आंबेजोगाई, यांचे नांवें. पत्र १.

मालोजी नाईक बावळे, यास सदरहू अन्वयें पत्र कीं, येविशीं पेशजीं तुह्मांस सरकारचें पत्र सादर जाहलें असतां येविशींचें वर्तमान चौकशी करून लेहून पाठविलें नाहीं. याउपरी कोणाची रुरयात न करितां चौकशी करून, कुळकर्णी यास व शेषंभटास वगैरे या कामांत

---

and Keso Báwáji, taking advantage of his absence, entered Sadáshiv's house and with the assistance of 10 peons, whom they had hired for the purpose, forcibly carried away the daughter. They took her into the compound of Saṭwáji Páṭil of the village, and made her stand before Keso, Náro holding a cloth between them. Sheshambhat chanted the hymns sung on occasions of marriage, tied the auspicious thread round the girl's neck and put an ornament on her nose. They then set the girl free and went away. Her father on his return represented the matter to the Peshwa. The Brahmin community of the sacred place of Ambe Jogái was reprimanded for not having reported the facts to Government. The community was now directed to excom-

असतील त्यांस ब्राह्मणांकडून बहिष्कृत करऊन, चौकशीचा मजकूर तपसीलवार लिहून कुळकर्णी व शेषंभट यांस सरकारचे ढलाईतांबरोबर हुजूर पाठविणें ह्मणोन. पत्र १.

२

एकूण दोन पत्रें चिटणिसी दिल्हीं असत.

९१६ (७५९)–निंबाजी गोसावी ब्राह्मण, वस्ती मौजे खरडी, परगणे कासेगांव, यांणीं हुजूर विदित केलें कीं, आपण आपले स्त्रीस व कन्येस घेऊन आपले सासऱ्याचे घरीं, मौजे कामथी, परगणे मनरूप येथें गेलों होतों. त्यास तेथील कुळकर्णी योगेश्वर शामजी, यांणीं जबरदस्तीनें आमची कन्या धरून नेऊन वाड्याचीं कवाडें लाऊन आपले पुत्राशीं लग्न करावयाचें योजून गांवकरी जोशी जमा करून लग्न करावें असें ह्मणों लागला. त्यास गांवकरी न करीत, व आपला भाऊ माणकोबा यांणीं दगड घेऊन आपणांस मारून घेतलें, तेव्हां आमचे कन्येस सोडून दिल्हें. त्याजवर आह्मीं आपले कन्येचें लग्न करण्यास जातों तेथें कुळकर्णी मजकूर अडथळा करितो, लग्न करूं देत नाहीं, मूल थोर जाली, याजकरितां त्यास ताकीद जाली पाहिजे ह्मणोन; त्याजवरून हें पत्र तुह्मांस सादर केलें असे तरी येविशींचें वर्तमान तुह्मीं मनास आणून एक वेळ लग्न जाहलें नसलियास, गोसावी मजकूर आपली कन्या दुसरे वरास देईल त्यास देऊं देणें. कुळकर्णी जबरदस्तीनें लग्न लावीत होता, असें असलियास त्याजपासून गुन्हेगारी सरकारांत घेऊन जमा करणें ह्मणोन, चिंतो रामचंद्र कमाविसदार, क्षेत्र पंढरपूर, दिंमत परशराम रामचंद्र यांचे नांवें चिटणिसी. पत्र १.

इसन्ने समानीन मया व अलफ जमादिलाखर १६

---

municate Náro, Keso and Sheshambhaṭ and to report the facts of the occurrence in detail after inquiry.

(916) Nimbáji Gosávi, a Brahmin of Khardi in Parganá Kásegaum, complained that he had gone to his father-in-law's house at Kámthi in Parganá Manrup, with his wife and daughter, that while there Yogeshwar Shámji, the kulkarṇi of the village, forcibly took his (Nimbáji's) daughter away to his house, closed the doors and collected the priests with a view to marry the girl to his son, that however as the villagers objected and as Nimbáji's brother struck himself with a stone, Yogeshwar released the girl, and that he was now obstructing the marriage of the girl with another person. Nimbáji therefore prayed that Yogeshwar might be ordered to desist from doing so. The Kamávisdár of Pandharpur was directed to inquire into the matter and to allow Nimbáji, in case his daughter had not already been married, to give her in marriage to any person he chose. He was further directed to fine Yogeshwar, if the allegations made against him were found to be correct.

A. D. 1781-82.

९१७ (९३७)—मल्हार भवानी भींगोरे, मौजे खाबसवाडी, तर्फ लांजे, परगणे धारूर, यांणीं हुजूर विदित केलें कीं, बयाजी दत्ताजी ठाकूर देशमूख कळंबकर, व रागोजी बिन सुलतानजी शेळका पाटील व विठू तेली कारभारी मौजे मजकूर, या त्रिवर्गांनीं आपणांस व आपले स्त्रीस कैद करून मारामार केली. बहुत तसदी देऊन आह्मांस ह्मणों लागले कीं, आह्मीं तुझे मुलीचें लग्न लावितों. तेव्हां आपण उत्तर केलें कीं, मूल लहान तीन वर्षांची आहे, या समयीं लग्न करावयासी योग्य नव्हे. ह्मणोन आपण बोलतांच मजला मारिलें; आणि गांवांतील गोविंद धोंड्या, उदमी ब्राह्मण, मीठ विक्या, उमर वर्षें पंचेताळसाचा, याजला आणून उभे केलें. आह्मीं त्यास पाहतां बहुत अनर्थ करून द्वाही दुराई केली, तेव्हां आह्मां उभयेतांस कमच्या मारून बेदम केलें. आपण बेदम पडलों असतां त्या दोहों चहूं घटकांत लग्न लाविलें ह्मणोन त्रिवर्ग बोलों लागले आह्मीं यानीं दृष्टींनें पाहिलें नाहीं, अशी जबरदस्ती आह्मांवर केली. येविशींची वाजवी चौकशी होऊन, ज्याणें आह्मांवर जबरदस्ती केली आहे त्याचें पारपत्य करून आमचे मुलीचें लग्न येथाविधी करऊन दुसऱ्या वरास द्यावयाची आज्ञा केली पाहिजे. ह्मणोन; त्याजवरून हें पत्र सादर केलें असे, तरी येविशींची चौकशी मौजे मजकूरचे व भोवरगांवचे ब्राह्मण जमा करून त्यांच्या जबान्या लेहून घेऊन, त्या जबान्यांवरून या ब्राह्मणावर जबरदस्ती करून लग्नाची अविधी केली, असें जाहालें असल्यास हल्लीं या मुलीचें विधियुक्त दुसरें लग्न करऊन, ज्यांनीं याजवर जबरदस्ती केली आहे त्यांचें पारपत्य येथास्थित करून, गुन्हेगारी घेऊन हुजूर पाठवणें. तेथें विल्हेस न लागे तरी जबान्यासुद्धां

सबा समानीन मया व अल्फ मोहरम १५

---

(917) Malhár Bhawáni Bhingore of Khábaswádi in Tarf Lánje in Parganá Dhárur complained that the Deshmukh Pátil and Kárbhári of his village arrested and beat him and his wife and pressed him to allow them to marry his daughter to a man of their selection. The girl was three years old and Malhár urged that she had not reached marriageable age. The Deshmukh and other persons thereupon called Govind Dhondyá, a Brahmin trader in salt, aged 45, and declared that they would marry the girl to him. Malhár and his wife strongly protested against the marriage but to no purpose. The Deshmukh and others beat Malhár and his wife so severely that they fell down and lay unconscious for about 2 hours. When they came to their senses, they were told that the marriage had been celebrated. Malhár therefore prayed that an inquiry might be made, and that he might be permitted to marry the girl to another bride-groom. The Kamávisdár of Paithan was ordered to investigate the matter, and if he found that the marriage

A. D. 1786-87.

हुजूर पाठवणें ह्मणोन, सदाशिव विठ्ठल कमाविसदार, मोकासी परगणे पैठण, दिंमत मानसिंगराव सोळसकर, यांचे नांवें चिटणिसी. पत्र १.

७ न्यायखातें.

(ब) फौजदारी.

(अ) गुन्हे.

९ बदकर्म.

९१८ (७०३)–जनोजी डावरा, मौजे धोलवड, तर्फ हवेली, प्रांत जुन्नर, याची बायको अहिली, हिणें देवजी बिन खंडोजी चिंचवडा, वस्ती मौजे मजकूर, याजवळ बदकर्म केलें, सबब देवजी मजकूर याजपासून तुह्मी गुन्हेगारी घेऊन, याचे बायकोस अटकेस ठेविली आहे. तिचें पारिपत्य जाहालें नाहीं, ह्मणोन, डावरा मजकूर याणें हुजूर अर्ज केला, त्याजवरून हे सनद तुह्मांस सादर केली असे, तरी राणोजी शेलार खिजमतगार, निसबत खास जिलीब, दिंमत संभाजी धाईरीकर, यास पाठविला आहे, याचे गुजारतीनें अहिलीचें नाक कापून सोडून देणें; आणि हुजूर लिहून पाठवणें, ह्मणोन, बाळाजी माहादेव मामलेदार तालुके शिवनेर यांचे नांवें. सनद १.

इसन्ने समानीन मया व अलफ रजब १६

रसानगी यादी.

९१९ (८९१)–जानकी लगडीण, इणें बदअंमल केला, सबब किल्ले विसापूर येथें अटकेस ठेविली आहे, तीस सोडावयाविशीं तिचा बाप शिवजी गाइकवाड, याणें हुजूर अर्ज केला; त्याजवरून तिणें बदअंमल करूं नये, याप्रमाणें शिवजी मशारनिल्हे यास जामीन घेऊन सोडावयाची आज्ञा केली असे, तरी तिजला सोडून देऊन शिवजी मशारनिल्हे याचे हवालीं करणें ह्मणोन, भिकाजी गोविंद यांचे नांवें. सनद १.

सीत समानीन मया व अलफ साबान १३

परवानगी रूबरू.

---

had been celebrated without the usual ritual, to get the girl married to another person, and to inflict an adequate punishment on the offenders.

(9) Adultery.

(918) Ahili, wife of Janoji Dráwarà of Dholwad in Průnt Junnar committed adulteey with Devji Khandoji Chinchawdá. Devji was fined and Ahili was sentenced to have her nose cut off and then to be set at liberty.

A. D. 1781-82.

(919) Jánki Lagadin was imprisoned at fort Visápur for adultery. Her father Shiwáji Gáikwád prayed for her release. His prayer was granted on his standing surety for her future good conduct.

A. D. 1785-86.

९२० (११०८)—काशी कोम त्रिंबकजी चवाण, वस्ती कसबे नेवासें, ह्यणें आपला

खमस तिसैन

मया व अलफ

जिल्हेज ९

दादला व घरदार सोडून पुण्यांत येऊन बदकर्म करित होती, सबब किल्ले सरसगड येथें अटकेस ठेवावयास बरोबर गाडदी, निसबत राघो-विश्वनाथ याजकडील देऊन पाठविली असे, तरी किल्ले मजकुरीं कैदेंत ठेवणें, तेथें कोणाशीं बदकर्म करूं नये; व कोणी निसबतीस घेऊन आपले घरीं नेऊन काम काज करूं नये, किल्ले मजकूरचे इमारतीचें वगैरे काम घेऊन पोटास शेर शिरस्ते-प्रमाणें देत जाणें ह्यणोन, गोविंद बाजी यांचे नांवें.   सनद १.

रसानगी, राघो विश्वनाथ गोडबोले.

७ न्यायखातें.

(ब) फौजदारी.

(अ) गुन्हे.

१० भूमिगत द्रव्य.

नारो आपाजींच्या कीर्दींपैका.

०२१ (१९५)—कसबे सिन्नर येथें जावजी पाचोरा कुणबी याजकडें ठेवणें सांपडलें,

खमस सबैन

मया व अलफ

रबिलाखर ५

त्याची चौकशी करितां ठेवणें सांपडलें तें काढून नेलें, थांग लागों देत नाहीं, ह्यणोन तुह्मांकडील कारकुनांनीं हुजूर विदित केलें; त्याजवरून हुजूरून त्याचे चौकशीस सदाशिव बाबाजी कारकून शिलेदार पाठ-विले आहेत. त्यांस, व समागमें प्यादे आहेत त्यांस रोजमरा.   रुपये.

१५ सदाशिव बाबाजी यांस रोजमरा एकमाही, छ. १ रबिलावलचा.

१२ प्यादे दिमत अबदुल्ला यांस रोजमरा दुमाही, छ. १ सफरचा.

---

(920) Káshi kom Trimbakji Chaván of Newáse left her husband

A. D. 1794-95.

and was living in adultry in Poona. She was there-fore sent to prison in fort Sarasgad.

(10) Treasure-trove.

FROM NÁRO ÁPÁJI'S DIARY.

(921) Government was informed that some treasure had been

A. D. 1774-75.

found by Jáwaji Páchorá, kuṇbi of Sinner, but that no trace of it could be discovered. Sadáshiv Bábáji kárkun Silledár was therefore sent from the Huzur to inquire into the matter.

६ देवजी वल्लव रामजी.

६ रघोजी वल्लद कुसाजी.

१२

एकूण सत्तावीस रुपये रोजमरा एकमाही, व दुमाही सदरहू तेरखांचा हुजूर पावला आहे. पुढें ठेवींची चौकशी होऊन ठिकाण लागे तों रोजमरा एकमाही व दुमाही भरल्यास तालुके पटापैकीं देणें झणोन, बाळकृष्ण केशव यांचे नांवें. छ. १४ रबिलावल. सनद १.

रसानगी यादी.

९२२ (२६९)—मौजे खडकवासलें तर्फ हवेली पुणें कर्यात मावळ, येथील मोकद-
खीत सन्बैन   मांनीं सरकारचे आज्ञेशिवाय मौजे मजकूरचे रानांत ठेवणें खणावयास
मया व अलफ   गेले; त्याची चौकशी हुजूर मनास आणितां, ठेवणें यांस सांपडलें
मोहोरम १   नाहीं, परंतु सरकारचे आज्ञेशिवाय हे ठेवणें आणावयास गेले, सबब
सहाशें रुपये गुन्हेगारी यांजकडे करार केली, याचा भरणा हुजूर होईल, तुह्मी ठेवण्याविशीं
मौजे मजकूरचे मोकदमांस उपसर्ग न लावणें झणोन, आनंदराव जिवाजी यांचे नांवें
चिटणिसी.   पत्र १.

९२३ (७४६)—शामराव मुरार याची हवेली किल्ले मुल्हेर येथें आहे, त्यांत द्रव्य
इसन्ने समानीन आहे; त्याचा शोध करून जमीन खणून द्रव्य सांपडेल त्यापैकीं निमे
मया व अलफ   शामराव यास द्यावें; व निमे सरकारांत ध्यावें झणोन, राघो अनंत
रबिलाखर ६   दिमत मजकूर यांनीं हुजूर विनंती केली; त्याजवरून श्रीनिवास त्रिंबक
कारकून, व खिजमतगार असामी दोन तुह्मांकडे पाठविले आहेत, तरी बेलदार वगैरे माणसें
लागतील तीं देऊन, राघो अनंत जागा दाखवितील तेथें तुह्मी जवळ उभे राहून जमीन
खणून माल निघेल तो बंदोबस्तीनें काढणें. जो माल निघेल त्यापैकीं निमे शामराव मुरार
यास द्यावा, निमे सरकारांत ध्यावा; याप्रमाणें करार केला असे, तरी जो माल निघेल तो
हुजूर लेहून पाठवणें, आज्ञा होईल त्याप्रमाणें करणें झणोन, रामचंद्र कृष्ण, तालुके मुल्हेर,
यांचे नांवें.   सनद १.

(922) The Mokadams of Khadakwásle in Turf Haveli, Poona,
A. D. 1775-76.   Karyát Máwaḷ, having dug for treasure in the village
                 lands, without the permission of Government were
fined Rs. 600 though no treasure was found.

(923) Rágho Anant, a servant of Shámrao Murár, represented
A. D. 1781-82.   that treasure was hidden in Shámrao's house at
                 fort Mulher and prayed that it might be dug up and
one half given to Shámrao, the other half being taken by Govern

शामराव मुरार यांचे नांवें सनद कीं, जो माल निघेल त्यापैकीं निमे तुह्मांस बक्षीस करून निमे सरकारांत घेतला जाईल, खातरजमा असो देणें ह्मणोन. सनद १.

२

एकूण दोन सनदा दिल्या असेत, रसानगी यादी.

७ न्यायखातें.

(क) फौजदारी.

(अ) गुन्हे.

११ जादूगिरी.

९२४ (१७)—बाळाजी महादेव कारकून, निसबत दफ्तर, यांणीं विदित केलें कीं, आपले स्त्रीस कोकणांतील भुतें लागून बाधा जाहली आहे. त्याजकरितां कोकणांत मौजे देवघर, तर्फ देवरुख, तालुके रत्नागिरी येथें जाऊन देवापाशीं सहा महिन्याचा गूण मागितला, त्याप्रमाणें सहा महिने निक्षून गूण पडिला; परंतु उपद्रव कोणाकडून होतो याचें ठिकाण लागलें पाहिजे त्यास चौगांवच्या देवाच्या दाखल्यानें ज्याचें भूत निवडेल तें त्याचे पदरीं घालून उपद्रव न होय तें करणें; आणि भुताळ्यापासून गुन्हेगारी घेणें ह्मणोन, महिपतराव कृष्ण यांचे नांवें चिटणिसी छ. २१ रमजान. पत्र १

अर्बा सबैन मया व अलफ रमजान ३०

९२५ (२४)—परशराम जिवाजी डोंगरे मौजे केळें, तर्फ केळें माजगांव, यांणीं हुजूर

---

ment. The prayer was granted and the officer of Mulher was directed to cause the spot shown by Rágho to be dug up and to report the result.

(11) Practice of witchcraft and sorcery.

(924) Báḷáji Máhádeo, a karkun in the Daftar, represented that his wife had been possessed by an evil spirit in the Konkaṇ, that he had prayed the deity of his village Dewaghar, in Tarf Devrukh in Táluká Ratnágiri, that she might be cured within 6 months and that she had been cured accordingly within the 6 months. He requested that inquiries might now be made to find out who caused the evil spirit to possess his wife. Orders were issued accordingly to find out and fine the offender and to take steps to stop further trouble.

A. D. 1773-74.

(925) Parashrám Jiwáji Ḍongre of Keḷe in Tarf Keḷe Májgaum,

अर्धा सबैन
मया व अलक
निल्काद ३०

बिदित केलें कीं, आमचे घरीं भूताची पिडा होऊन बहुत नाश झाला. येवि-
शींची चौकशी थळी पडथळीं करितां बाबू महादेव डोंगरे, मौजे मजकूर
यांणी देवास माजुका केल्या; व भुतें घातलीं असें निघालें; त्याप्रमाणें
गांवकरी यांचे गुजारतीनें त्यांचे पदरीं भुतें घातलीं असतां सुरळीतपणें वारीत नाहीं ह्मणोन,
त्याजवरून तुह्मीं चौदेवास पडथळें नेमून पडथळी ज्यांचें भूत निवडेल त्यापासून वारऊन
यांस फिरून उपद्रव न लागे तें करून जामीन घेऊन अन्यायाप्रमाणें गुन्हेगारी घेऊन सर-
कार हिशेबीं जमा करणें ह्मणोन बाजी महादेव यांचे नांवें छ. सवाल चिटणिसी.   पत्र १.

नारो आपाजीच्या कीर्दीपैकीं.

९२६ (१७१)—ताळुके अंजणवेल, व ताळुके सुवर्णदुर्ग, येथील भुतांव्यांची चौकशी

खमस सबैन
मया व अलफ
मोहरम ६

करून बंदोबस्त करावयाचें काम बाजी राम यांजकडे सांगितलें आहे,
त्यास बंदोबस्ताचे कामकाजास तुह्मांकडून ताळुक्यांपैकीं शिपाई देविले
असत, तरी नेहमीं नेमून देणें, व भुताची चौकशी गांवगन्ना फिरोन
करावयाची आज्ञा मशारनिल्हेस केली आहे, हे गावगन्ना फिरोन पेशजी सरसुभाहून कलम-
बंदीचा जाबता करून दिला आहे, त्याप्रमाणें चौकशी करतील, त्यांस करूं देणें ह्मणोन.
छ. २४ जिल्काद.   सनदा.

१ कृष्णाजी विश्वनाथ ताळुके अंजणवेल यांस शिपाई असामी ३ तीन देणें ह्मणोन.
१ मोरो बापूजी ताळुके सुवर्णदुर्ग यांस शिपाई असामी ३ तीन देणें ह्मणोन.
———
२

रसानगी यादी.
———
A. D. 1773-74.   respresented that there being much sickness in his
family due to the influence of evil spirits, he made
inquiries at several sacred places and found that the evil spirits were
sent by Bábu Mahádeo Dongre. He further stated that though the
fact was brought home to Bábu in the presence of the villagers he did
nothing to call away the spirits. Báji Mahádeo was therefore directed
to institute inquiries to fine the offenders, to cause the evil spirits to be
driven out, and to take security from the offender, binding him to abstain
from such acts in future.

FROM NÁRO ÁPÁJI'S DIARY.

(926) A kárkun Bájirao was appointed to move about in the
A. D. 1774-75.   Tálukás of Anjanwel and Suwarnadurga and make
inquiries regarding persons possessing power over
evil spirits. Two kárkoons from the Tálukás and some peons were
deputed to assist him.

तालुके सुवर्णदुर्ग, व तालुके अंजणवेल, येथील भुताळ्याचे बंदोबस्ताचें काम तुह्मांकडे आहे, त्याचे कामकाजास सदरहू दोन तालुक्यांपैकीं दोन कारकून व दहा लोक देविले होते, त्यांपैकीं कांहीं दिले व कांहीं न दिल्हे; त्यास हल्लीं गांवगन्ना फिरोन चौकशी जाहली पाहिजे, यास्तव दोन तालुक्यांपैकीं लोक असामी सहा देविले असत. त्यांशिवाय जदीद असामी पांच करार केले, त्यांस मोईन वगैरे.

कारकून असामी १	प्यादे असामी ४ दरमहा दर असामीस
मोईन सालीना रुपये ५०	आकरमाही शिरस्ता रुपये ४ प्रमाणें
	दरमहा रुपये १६.

एकूण असामी पांच पैकीं कारकून असामी एक यास मोईन सालीना पन्नास रुपये, व प्यादे असामी चार यांसी दरमहा आकरमाही शिरस्ता सोळा रुपये करार केले असत, तरी सदरहूप्रमाणें पांच असामी जदीद ठेऊन बंदोबस्त करणें; आणि चाकरी बमोजीब आकार होईल तो कमावीसपैकीं देणें ह्मणोन, बाजीराम यांचे नांवें. छ. २४ जिल्काद.

सनद १.

रसानगी यादी.

९२७ (१७३)—तालुके रत्नागिरी, व तालुके विजयदुर्ग, व तालुके देवगड, व तालुके

खमस सबैन मया व अलफ मोहरम ६ — सौदळ, येथील भुताळ्यांचे बंदोबस्ताचें काम तुह्मांकडे सरसुभाहून सन इसन्ने सबैनांत सांगोन, कमाविसीचे ऐवजीं नेमणूक करून दिली आहे. सालीना. रुपये.

३५० तुह्मांस मोईन.

    ३०० ऐन तैनात.

    ५० भोजन खर्च, व पोरगा मिळोन.

    ———

    ३५०

७५ कारकून असामी १ एकूण मोईन.

१७६ प्यादे कामकाजाबद्दल, असामी ४ दरमहा दर असामीस रुपये ४ प्रमाणें रुपये १६ एकूण आकरमाही.

१० कागद बहा, व शाई शिरें, यांस अदमासें नेमिले असत. चौकशीनें खर्च लागतील ते करावे.

———

६११

(927) The salary of the officer sent to inquire about persons

एकूण सहाशें अकरा रुपये सालीना खर्चाची नेमणूक, पेशजीं सन इसन्ने सबैनांत, सरसुभाहून विसाजी केशव यांणीं करून दिल्ही आहे, त्याप्रमाणें हुजुरून करार केली असे, तरी भुताळ्यांचे व कमाविसीचे ऐवजीं चौकशीनें खर्च करणें. कमाविसीचा हिशेब हुजूर समजावीत जाणें. त्यांत मजूरा दिल्हे जातील. भुतांचे चौकशीचीं वगैरे. कलमें.

चौकशीचें वगैरे कलमांचा जाबता सरसुभाहून विसाजी केशव यांणीं सन इसन्ने सबैनांत करून दिला आहे, त्याप्रमाणें गावगन्ना फिरोन चौकशी मनास आणून बंदोबस्त करून सालाचें सालांत हुजूर समजावीत जाणें. कलम १.

गुन्हेगारी पंचवीस रुपयांपासून पन्नास रुपये पावेतों घ्यावी, ह्मणोन सरसुभाहून चौकशीचें कलमाचा जाबता करून दिला त्यांत कलम लिहिलें आहे. परंतु कोकणची रयत गरीब, मसाला गुन्हेगारीवर दृष्टी न देणें. ह्मणोन सन सलासांत सरसुभाचें पत्र आहे, त्या अन्वयें जीवन पाहून गुन्हेगारी घेत जाणें. कलम १.

एकूण दोन कलमें करार केलीं असत, तरी सदरहूप्रमाणें वर्तणूक करणें ह्मणोन, धाजी महादेव यांचे नांवें. छ. १९ जिल्हेज.

सनद १.

रसानगी यादी.

जनार्दन आपाजीच्या कीर्दीपैकीं.

९२८ (२२०)–मार्तंड जोशी रायरीकर, याणें जादुगिरीचा प्रयोग केला, सबब किल्ले घनगड येथें अटकेंत ठेवावयास पाठविला असे, तरी पायांत बेडी घालून पक्कया बंदोबस्तानें अटकेंत ठेऊन पोटास दरमहा, कैली.

सीत सबैन मया व अलफ जमादिलाखर २९

৬৬१॥	तांदूळ सडीक मोठे.
৬।२	जोरी बाजरी वगैरे दाणे यांचें पीठ करून.
৬৬१	डाळ.
৬৬।·	मीठ.
৬॥·१॥	

A. D. 1774-75. possessing power over evil spirits was fixed at Rupees 350. He was directed not to impose heavy fines as the ryots in Konkan were poor.

(928) Mártand Joshi Ráyarikar having practised magic, was sent to prison in fort Ghangad. It was ordered that fetters should be put on him, that these should be removed

A. D. 1775-76.

एकूण पावणेआठ पायली केली, दरमहा, पोटास सनदपैवस्तगिरीपासून देणें, व दोन प्रहरीं अंघोळीचे वेळेस बेडी तोडून स्नान घालणें. कपाळीं बिभूत व गंध एकंदर लाऊं न देणें; व स्नानसंध्या जपज्याप कांहीं करूं न देणें; व दोन प्रहरीं एक वेळ मात्र आपल्या बेतानें भोजनास करून खाईल, उपरांत बेडी घालीत जाणें; व सायंकाळीं बेडी न काढणें, व भोजनास दुसऱ्यानें करील तर, व व्रत कांहीं करूं लागेल व स्नानसंध्या कांहीं करूं लागेल, तर एकंदर करूं न देणें म्हणोन, रामराव नारायण तालुके राजमान्नी यांचे नांवें. छ. ९, रबिलाखर.

सनद १.

रसानगी यादी.

०.२९. (२३७)—सिदोजी सिनगारा भोई निसबत गंगाधर शंकर दिमत पागा हुजूर, याचा भाऊ काळोजी यास मोराजी तिकोना भोई, याणें भुतें घालून
सोंत सवैन जिवें मारिलें, याप्रमाणें गोतभोई, शहर पुणें, नाईक असामी ५०
मया व अलफ यांणीं मोराजीचे आंगीं मुद्दा शाबीत केला. तेव्हां जादुगिरीची विद्या
रमजान ३० निर्फळ व्हावी, यास्तव पुढील वरले दोन दांत पाडून चांभाराचे कुंडांतील पाणी पाजून जातीबाहेर टाकावा असें ठरलें असतां, मोराजी गोताजवळ म्हणतो कीं, जातींतून गेल्यावर बेरडां मांगास मिळून मारे करीन. अशा बदफैलीच्या गोष्टी सांगतो, सबब तुम्हां-कडे, किल्ले कोहज, येथें अटकेस ठेवावयास पाठविला असे, तरी मोराजीचे पुढील वरले दोन दांत पाडून, चांभाराचे कुंडांतील पाणी पाजून, किल्ल्यावर अटकेस बंदोवस्तीनें ठेवणें; आणि बंदीवानाप्रमाणें काम करऊन पोटास शेर देत जाणें म्हणून, भिकाजी गोविंद मामले कोहज यांचे नांवें. छ. ९ माहे रजब.

सनद १.

रसानगी यादी.

---

only once in the day at the time of the mid-day meal, which he should be made to prepare himself, that he should not be allowed to apply sacred ashes or sandal mark, nor to perform the daily religious rites, nor to recite sacred hymns.

(929) It was proved by the evidence of 50 of his caste-men that
A. D. 1775-76. Moráji Tikoná Bhoi, caused the death of Káloji Singárá Bhoi through the instrumentality of evil spirits. In order that his powers of sorcery might be rendered ineffectual, it was ordered that two of his front upper teeth should be extracted, that he should be made to drink water from the Chàmbhárs' reservoir, and that he should then be excommunicated. Moráji however threatened his caste-men that if he were excommunicated he would join the Berads and Mángs and practise witchery through them. He was therefore sent to prison at Kohaj, and orders were issued for the extraction of his teeth, and for his being made to drink Chàmbhár's water, and to work like other prisoners.

९३० (९२९)–बाळाजी धोंडदेव, वस्ती मौजे जिबळी, तर्फ केळें माजगांव, तालुके
रत्नागिरी, यांनीं हुजूर विदित केलें कीं, मौजे मजकूर येथें आपले
घरीं आज दोन वर्षें भुताचा उपद्रव नानाप्रकारें होऊन नाश जाला.

*सवा समानीन
मया व अलफ
साबान ९*

एका वर्षामध्यें अकस्मात् घरास आग लागोन घर दोन वेळां भुतांनीं
जाळलें. त्यांत वस्तभाव झाडून जळाली. कांहीं राहिलें नाहीं. त्यास आपल्यावर भुतें घालून
क्रोणीं दावा केला, त्याची चौकशी करून पत्ता लावून पारपत्य होय तें केलें पाहिजे
ह्मणोन; त्याजवरून हें पत्र सादर केलें असें, तरी येविशींची चौकशी तुह्मीं करून,
ज्याचीं भुतें मशारनिल्हेचें घरीं उपद्रव करीत असतील, त्याजकडून भुतें वारून फिरोन
यांचें घरीं उपद्रव न होय ऐसा जामिन घेणें; व गुन्हेगारी घेऊन तालुके मजकूरचे हिशेबीं
जमा करणें ह्मणोन, महिपतराव कृष्ण यांचे नांवें चिटणिसी.   पत्र १.

७ न्यायखातें
(ब) फौजदारी.
(अ) गुन्हे.
१२ गोवध.

९३१ (१०८७)–क़सबे खेड, तर्फ मजकूर, प्रांत जुन्नर, येथलि महारांनीं गोवध
केला, व गुरें मारलीं, ह्मणोन हुजूर विदित जालें; त्याजवरून महाराचे
हाडोळ्याची जमीन आहे, तिची जप्ती सरकारांत करून कमाबीस
तुह्मांकडे सांगितली असे, तरी हाडोळ्याचे जमीनींची जप्ती करून,

*अर्बा तिसैन
मया व अलफ
रविलाबल १*

उत्पन्नाचा आकार होईल तो सरकार हिशेबीं जमा करणें ह्मणोन, महिपत कृष्ण कमा-
विसदार क़सबे मजकूर यांचे नांवें.   सनद १.

रसानगी, त्रिंबक नारायण परचुरे कारकून निसबत दफ्तर.

---

(930) Bàlàji Dhondadeo of Jiwali in Tarf Kele Majgaum in Táluká
A. D. 1786-87. Ratnàgiri complained that he had been troubled in
various ways by evil spirits for the last two years,
that during the current year his house was twice set on fire by them
and all the property therein was destroyed. He prayed that the persons
who sent the evil spirits to harass him might be traced and punished.
An inquiry was ordered to be made.

(12) Cow-killing.

(931) The Mahàrs of Khed in Prànt Junnar having killed a cow
A. D. 1793-94. and other cattle, their watan was ordered to be attached.

९३२ (१०९३)—केशवराव जगन्नाथ यांचे नांवें कीं, तुह्मीं विनंतीपत्र पाठविलें तें
प्रविष्ट जाहलें. केदारी मांग, वस्ती मौजे कल्याण, घेरा किल्ला सिंही-
गड, याचे घरीं यइद्या व अंब्र्या मांग, वस्ती मौजे किकवी, तर्फ
खेडेंबारें हे चार महिने येऊन राहिले होते, त्यास तिघां मांगांनीं छ.

अर्बा तिसैन
मया व अलफ
जमादिलावल १७

१० रविलावलीं धोंडजी करजवणा, याची गाय मोगरवाडीचें रानांतून गुरांतील धरून
आणून कल्याणचे रानांत दिवसास बांधोन ठेऊन, सायंकाळीं तिघां जणांनीं सुरा व कुराड
बिले वस्त्र्यानें जिबें मारली. त्याचे चौकशीस किल्ले मजकुरींहून शिपाई, व कल्याणकर
पाटील, व बेरड पाठविले. जाम्याचा थांग मोघमद्र्यांत लागला, सबब कल्याणकर महा-
राचे घरांतील झाडे घेऊन, मांगाचे घरांत गेलें तों केदाऱ्या मांग याचे घरांत मुद्दा सांप-
डला, सबब घर जफ्त करून तिघे मांग किल्ह्यास आणून चौकशी करितां कबूल जाहले.
त्यांची जबानी लिहोन घेतली. तिची नकल पाठविली आहे. मांगांचा अपराध थोर आहे.
पारपत्याची आज्ञा जाहली पाहिजे ह्मणोन, तपसीलें लिहिलें तें कळलें. त्यास मांगांनीं
गाईचा वध केला, सबब सदरील तीन असामींचे उजवे ह्यात तोडून सोडून देणें ह्मणोन,
छ. ९ रविलाखर. सनद १.

रसानगी, त्रिंबक नारायण.

७ न्यायखातें.
(ब) फौजदारी.
(अ) गुन्हे.
१३ किरकोळ.

९३३ (६१९)—येसोबा नाईक संभूस, वस्ती कसबे संगमनेर, याचे घरीं सन समान
सबैनांत चोरांनीं दरवडा घातला, त्यांपैकीं किल्ले पटा येथें अटकेस
चोर असामी नऊ ९. असामी ठेविले आहेत, त्यांचीं हल्लीं डोकीं
मारवयाची तुह्मांस आज्ञा करून, हे सनद सादर केली असे, तरी

समानीन
मया व अलफ
जमादिलावल २८

(932) Certain Mángs of Kalyán near Sinhgad having killed a
A. D. 1793-94. cow, their right hands were ordered to be cut off.

(13) Miscellaneous offences such as negligence in
guarding prisoners &c.

(933) Nine dacoits imprisoned at fort Paṭṭá were ordered to be be-
headed. Four other prisoners, also concerned in dacoity
A. D. 1779-80. had escaped from fort Bitingá. The persons who had
been responsible for their safe custody were ordered to be sent to
the Huzur.

सदरहू चोरांचीं डोकीं, रघोजी पवार खिजमतगार यास पाठविला आहे, याचे गुजारतनें मारणें; व किल्ले बिर्तिंगा, तालुके मजकूर येथें चार दरवडेकरी अटकेंत होते, ते पळोन गेले सबब दरवडेकरी यांचे चौकीच्या लोकांस हुजूर आणविले असत, तरी पाठवून देणें ह्मणोन, वाळकृष्ण केशव यांचे नांवें.   सनद १.

रसानगी यादी.

९३४ (७७८)–अबदुल्ला वल्लद शेख नथु जमातदार, हा नांदगिरीकर बेरडांस

सल्लाळ समानीन
मया व अलफ
सफर १२

जामीन होता; त्यास ते पळोन गेले सबब अबदुल्ला मजकूर यास, किल्ले सिंहगड येथें अटकेस ठेवावा, याजकरितां बिडीसुद्धां बराबर गाडदी देऊन पाठविला असे, तरी किल्ले मजकुरीं यास पके बंदोबस्तानें अटकेस ठेवून, पोटास शेर शिरस्तेप्रमाणें देत जाणें ह्मणोन नारो महादेव यांचे नांवें. सनद १.

९३५ (८५८)–बाळ जोशी चांदोरकर, हे त्रिंबकराव नारायण याजकडे सरकारची

खमस समानीन
मया व अलफ
सवाल १७

चौकी असतां, त्याजकडे जाऊन त्यासीं कांहीं बोलणें बोलून गेले सबब त्यांस कैद करून किल्ले सुरगड, तालुके अवचितगड, येथें अटकेस ठेवावयास बरोबर गाडदी, दिमत शेख अहमद याजकडील दहा असामी देऊन पाठविलें असे; तरी पायांत बेडी न घालितां पके बंदोबस्तानें किल्ले मजकुरीं अटकेस ठेवून, पोटास शिधा मध्यम प्रतीचा देत जाणें ह्मणून गणेश बल्लाळ, व हरी गणेश यांचे नांवें.   सनद १.

रसानगी, राघो विश्वनाथ गोडबोले.

९३६ (८८९)–बावाखान, वस्ती मौजे चाव्हणें, तर्फ तुंगारतन, हा तालुके कर्नोळा

खमस समानीन
मया व अलफ
रजब २५

येथें चोऱ्या करीत होता, त्यास धरून आणून किल्ले कर्नाळा येथें अटकेस इब्रामखान जेजाळदान याचे चौकींत ठेविला होता त्यानें इब्रामखान यास आपली बहीण देऊं केली. त्या लालचीनें बावाखान

---

(934) Abdullá wd. Shek Nathu, Jamátdár, had stood surety for
A. D. 1782-83.   certain Berads of Nándgir. The Berads having absconded,
Abdullá was sent to prison.

(935) Bál Joshi Chándorkar went and communicated with
A. D. 1784-85.   Trimbakrao Náráyan, while the latter was in custody.
He was therefore sent to prison.

(936) Báwákhán of Cháwaṇe in Tarf Tungártan, having com-
A. D. 1784-85.   mitted robberies in Táluká Karnálá, was sent to prison
in fort Karnálá. While there, he offered to give his sister
in marriage to Ibrámkhán, the guard on duty, and Ibrám, therefore

याचे पायांतील बेडी तोडून पाहाऱ्यांतून काढून दिला, तो दुसरे चौकीस सांपडला; त्याज-
वरून बावाखान व इब्राामखान यांस अटकेस ठेविले आहेत. त्यांचे पारिपत्याविशीं आज्ञा
जाली पाहिजे, ह्मणोन तुह्मी विनंती केली; त्याजवरून हरदूजणांचा एकेक हात व एकेक
पाय तोडावयाची आज्ञा केली असे, तरी सदरीलप्रमाणें तोडून टाकणें ह्मणोन रामराव
अनंत तालुके मजकूर यांचे नांवें.   सनद १.

रसानगी यादी.

९३७ (९५७)—विठोजी बिन सुलतानजी सातकर, पाटील निम्मे कसबे खेड, तर्फ
समान समानीन   मजकूर, प्रांत जुन्नर, हा पेशजी दारू प्याला ते समई, याजपासून
मया व अलफ   दहा हजार रुपये गुन्हेगारी घ्यावी, परंतु बाळोजी पलांडे यांणीं रद-
जिल्काद २४   बदल केली कीं, हा अन्याय यास माफ करावा, या उपरी दारू पिणार
नाहीं, पुढें अंतर पडेल तर दहा हजार रुपये गुन्हेगारीचे याजपासून घ्यावे. असे असतां,
हल्लीं पुण्यांत दारू प्याला, तो कोतवालीकडे सांपडला, याजकरितां गुन्हेगारी सरकारांत
घ्यावयाची, त्यास ऐवज मिळत नाहीं ह्मणतो, यास्तव विठोजी मजकूर याची निम्मे पाटि-
लकी, व वतन संबंधें इनाम व हक्कदक, मानपान, व इनाम जमीन चाहुर एक आहे,
त्याची जफ्ती करून, तुह्मांस कमाबीस सांगितली असे, तरी सदरीलप्रमाणें जफ्ती करून,
इमानें इतबारें वतोन, अंमल चौकशीनें करून, ऐवज आकारेल त्यापैकीं तुमचा रोजमरा
दुमाही रुपये १५ पंधरा छ. १० जिल्कादचा हुजूर दिल्हा आहे. पुढें दुमाही भरल्याबर
तेथें जफ्तीचे कामास असाल तोंपावेतों रोजमरे घेत जाणें. मजूरा पडतील. बाकी ऐवज
राहील तो सरकारांत पावता करून जाब घेणें ह्मणोन, बाळाजी चिंतामण कारकून शिले-
दार यांचे नांवें.   सनद १.

मोकदम निम्मे, चौगुले, व शेट्ये, व रयान, कसबे मजकूर यांचे नांवें सनद कीं,
मशारनिल्हेसी रुजू होऊन, वतनसंबंधें बैगेरे सुदामत चालत आल्याप्रमाणें देत जाणें
ह्मणोन.   सनद १.

---

removed his fetters and set him free. He was arrested however by the
outer guard. Ibrám and Báwákhán were sentenced each to have one
hand and one leg cut off.

(937) Vithoji bin Sultánji Sátkar, the owner of half the Patilki
A. D. 1787-88.   watan of kasbe Khed was fined Rs. 10,000 for drink-
                    ing liquor. At the intercession of Bálaji Palánde, he
was pardoned and the fine was remitted on his agreeing to abstain
from drinking in future, and to pay the above amount of fine in case he
drank. He was subsequently found drunk by the police in Poona. The
above fine was therefore imposed and as he was unable to pay it, his
watan was attached.

सर्वोत्तम शंकर यांचे नांवें चिटणिसी पत्र कीं जफ्तीचें कामकाज मशारनिल्हेचे हातें घेत जाणें ह्मणोन.

पत्र १.

एकूण तीन पत्रें, रसानगी यादी.

विठोजी मजकूर याजपासून गुन्हेगारी ध्यावयाचा ठराव जाहला, याजकरितां सनदांवर तेरखा होऊन रवाना जाहल्या नाहीं सबब दूर.

९३८ (१०१६)—कसबे नाशिक येथें ब्राह्मण मद्यपान करितात, त्यांची चौकशी करावयाविशीं तुह्मांस आज्ञा जाहली आहे. त्यास धर्माधिकारी ब्राह्मणास मिळून मलई करितात, सबब धर्माधिकारीपण जफ्त करावयाची आज्ञा केली असे, तरी कसबे मजकूर येथील धर्माधिकारीपण जफ्त करून, ऐवज होईल तो सरसुभाचे हिशेबीं जमा करीत जाणें ह्मणोन, सर्वोत्तम शंकर यांचे नांवें,

इहिदे तिसैन मया व अलफ जिल्हेज १९

सनद १.

रसानगी, त्रिंबकराव नारायण परचुरे कारकून निसबत दफ्तर.

९३९ (१०१७)—कसबे नाशिक येथील ब्राह्मणांची चौकशी करावयाविशीं सर्वोत्तम शंकर यांस आज्ञा केली आहे, तरी मशारनिल्हे चौकशी करून ब्राह्मण वगैरे अटकेस ठेवावयाबद्दल तुह्मांकडे पाठवितील. त्यांस पक्क्या बंदोबस्तानें किल्ले हाय़े येथें अटकेस ठेऊन पोटास शेर देत जाणें ह्मणोन.

इहिदे तिसैन मया व अलफ जिल्हेज १९

सनदा.

१ बाजीराव अपाजी, तालुके घोडप, यांचे नांवें.
१ बाळकृष्ण केशव, तालुके पटा, यांचे नांवें.
१ रामचंद्र कृष्ण, तालुके मुल्हेर, यांचे नांवें.

३

एकूण तीन सनदा. रसानगी, त्रिंबकराव नारायण परचुरे कारकून निसबत दफ्तर.

---

(938) It was reported that the Brahmans of Násik drank liquor. Sarwóttam Shankar was deputed to inquire into the matter. He was authorized to attach the watan of the chief priests of the town, as they were implicated in the above offence.

A. D. 1790-91.

(939) Orders were issued to the several forts to receive any Brahmans sent for custody by Sarwottam Shankar in connection with the inquiry into liquor drinking.

A. D. 1790-91.

९४० (१०३४)—मौजे गांवखडी, तर्फ लांजें, तालुके विजेदुर्ग, येथील महार यांणीं मौजे कशेळी, तालुके मजकूर, येथील कुळकर्णी याचा बैल रानांत दगडांनीं जिवें मारिला, त्यास कृष्णाजी गोविंद गोरे यांणीं मौजे मजकूरचे महारांस खोड्यांत घालून ठेविले आहेत. ते महार तुह्मांकडे पाठवितील त्यांची चौकशी करून, कुळकर्णी याचा बैल रानांत दगडांनीं जिवें मारिला असल्यास, पक्का मुद्दा पाहून, ज्या महारांनीं मारिला त्यांचें पारिपत्य एक हात व एक पाय याप्रमाणें तोडून सोडून देणें ह्मणोन, गंगाधर गोविंद यांचे नांवें. सनद १.

इहिदे तिसैन मया व अलफ रमजान २०

रसानगी यादी.

९४१ (१०४०)—परसू बिन जावजी जमदडा निसबत चिमणाजी नीळकंठ कोलटकर, याणें इंग्रजांचे लोक घाट उतरोन चिपोळणास गेले, ह्मणोन खोटी बातमी येऊन सांगितली, सबब किल्ले चाकण येथें अटकेस ठेवण्यास बरोबर सखाराम विश्वनाथ याजकडील प्यादे देऊन पाठविला असे, तरी किल्ले मजकुरीं पक्के बंदोबस्तानें अटकेस ठेऊन, याजपासून किल्ल्याचे इमारतीचें काम घेऊन, पोटास शेर शिरस्तेप्रमाणें देत जाणें ह्मणोन, भगवंतराव नारायण यांचे नांवें सनद १.

इसन्ने तिसैन मया व अलफ सवाल २०

रसानगी, सखाराम विश्वनाथ सान्ये.

७ न्यायखातें

(ब) फौजदारी

(अ) गुन्हे

१४ ज्या गुन्ह्यांचीं नांवें नाहींत असे गुन्हे.

९४२ (३२५)—बाबूराव कृष्ण यांस सनद कीं, खानाजाद, किल्ले सातारा येथें आला

---

(940) A Mahár of Gáwakhadi in Tarf Lánje in Táluká Vijaydurga stoned a bullock of a kulkarni to death. The officer of the Táluká was directed to cut off one hand and one foot of the Mahár, if the offence was proved.

A. D. 1790-91.

(941) Parsu bin Jáwji Jamdadá serving under Chimnáji Nilkanth Kólatkar gave false information that the English army had crossed the ghaut and gone to Chiplun. He was therefore sent to prison.

A. D. 1791-92.

(14) Offences not specified.

(942) It was ordered that Khánájád, a prisoner in Sátárá fort who after inquiry had been found to be a rascal should be beheaded.

A. D. 1776-77.

सबा सबैन
मया व अलफ
शाबान १३

आहे, त्याची चौकशी तुह्मी केलीत, त्यास तो लबाड असें ठरण्यांत
आलें आहे, सबब त्याचें डोकें मारावयाची आज्ञा केली असे, तरी
यास मारून टाकणें; आणि हुजूर लिहून पाठवणें ह्मणोन. सनद १.

इसन्ने सम नीन
मया व अलफ
जमादिलाखर २७

९४३ (७००)—गोपाळ बल्लाळ यांचे नांवें सनद कीं, तुह्मीं विनंतिपत्र पाठविलें तें
प्रविष्ट जाहालें. तालुके कावनई, येथें बंदीवान भवानजी पाटील पाडेकर,
व सदाशिव मोन्या, व निंबाजी गतवीर आहेत; त्यांचे पारिपत्याविशीं
पूर्वीं विनंती लिहिली होती. उतर आलें कीं, जामीन घेऊन सोडून

देणें. त्यास यांजला कोणी जामीन रहात नाहीं, व दंड द्यावयास पदरीं एक पैसा नाहीं,
पारिपत्य केल्यावांचून सोडल्यास पुन्हां उपद्रव करावयास चुकणार नाहीं, यांचें पारिपत्य
असावें, ह्मणोन लिहिलें, त्यास सदरील तीन असामींचें पारिपत्य करावयाची आज्ञा तुह्मांस
केली असे, तरी अपराधानुरूप पारिपत्य करणें ह्मणोन, मशारनिल्हेचे नांवें. सनद १.

परवानगी रूबरू.

७ न्यायखातें

(क) वेड

शीत समानीन
मया व अलफ
जमादिलाखर २७

९४४ (९२३)—मानसिंग रागडा शिंदा पोर्गा यास वेड लागलें, सबब तालुके शिब-
नेर येथें अटकेस ठेवावयाबद्दल शेख बाळा वल्लद शेख बहुदीन, व
महमद कासम वल्लद शेख रुस्तुम दिमत शेख रजब निसबत हुजूर
हशम, यांजबराबर पाठविला आहे, तरी यास तालुके मजकूरचे हरएक

किल्ल्यावर अटकेस ठेऊन, पोटास शिरस्तेप्रमाणें देत जाणें ह्मणोन, बाळाजी महादेव,
तालुके मजकूर, यांचे नांवें.   सनद १.

रसानगी यादी.

---

(943) The officer of Táluká Káwanai solicited orders regarding
the punishment of three prisoners in the fort. He was
directed to take sureties from them and to set them at
liberty. He represented that the prisoners were unable to furnish
security and that they were without even a pice and recommended
that some punishment be inflicted on them. He was directed to punish
the men according to their deserts.

A. D. 1781-82.

(c) Insanity.

(944) Mánsing Rágdá Scindá having become insane was sent to
Táluká Shivner for confinement.

A. D. 1785-86.

७ न्यायखातें

(ड) न्यायखात्यांतील कामगार

९४५ (१२४)—निंबाजी विठ्ठल व निंबाजी अनंत कुळकर्णीं मौजे चिंचोडी परगणे नेवासें

खमस सबैन
मया व अलफ
जिल्काद २१

यांणीं ब्न्हाणपूरचे मुक्कामीं हुजूर विदित केलें कीं, शिवाजी विठ्ठल व नारो विठ्ठल यांचे वडील आमच्या वडिलीं कुळकर्णींवर गुमस्ते ठेविले होते त्यांणीं एकजदी भाऊ निमे कुळकर्णींचे विभागी ह्मणोन कलह मांडिला. त्याबद्दल या दोघांची व आमची मनसुफी नारो बाबाजी यांजपाशीं पडली; त्यांणीं चांगला शोध न करितां, वाद्यास निवाडपत्र करून दिल्हें, ह्मणोन आह्मीं हुजूर फिर्याद होऊन, वेदशास्त्रसंपन्न राजश्री रामशास्त्री बाबांकडे मनसुफी आणिली, त्यांणीं निर्वाह केला नाहीं. मी, निंबाजी विठ्ठल हिंदुस्थानांत चाकरीस गेलों. मागें नारो बाबाजीनीं पहिलें मनास आणिलें, तें हुजूर समजाऊन निमे वतनाचीं पत्रें वाद्यास हुजूरचीं करून दिल्हीं, त्याप्रमाणें निम्मे वतन वादी अनभवितात. आमचे ह्मणोन निम्मे वतन ठेविलें तें सरकारांतच आहे; आह्मीं घेतलें नाहीं, त्यास वाद्यास गुमस्ता म्हटलेला कागद कानगोपाशीं आहे, व वाद्या दुसरे गांवीं कुळकर्णींची गुमस्तगिरी करीत असोन, मालघणी ह्मणोन बीकळम घातलें आहे. आमचे वडिलीं दुसरे गुमस्ते ठेविले, त्यांणीं कुळकर्णी ह्मणोन या गावीं बीकळम लिहिलें आहे, व आमचे वडी-लांचे हातचा कागद, वाद्यास गुमस्ता ह्मटलेला, देशपांडे परगणा मजकूर यांजपाशीं आहे, त्यास वतनाची जफ्ती करून सदरहू चार कागद प्राचीन आहेत, ते आह्मीं हजीर करितों, ते पाहून पांढरीच्या साक्षा नारो बाबाजीनीं घेतल्या, त्या साक्षीदारांस पुरसीस करून निवाडा केला पाहिजे, ह्मणोन विनंती करून कानगो जवळील कागदाची ताळीक कानगोचे मोहरेनसी दाखविलीत; त्याजवरून महिपत नारायण व अंदो शिवदेव यांस आणून त्या-जवळ नारो बाबाजीचे विद्यमानचें सरकारचें पत्र होतें तें पाहिलें, तों त्यांत यास सदरहू प्राचीन चोहीं कागदांचा अर्थ नाहीं, त्याजवरून हे सनद सादर केली असे, तरी निंबाजी विठ्ठल व निंबाजी अनंत याजपासून बर्तणुकेचा, व सदरहू प्राचीन चार कागद अमुक मुदतीस दाखबावयाचा जामीन, मातबर गांवचा मोकदम, सरळ, चांगला, घेऊन दरोबस्त कुळकर्णींचे वतनाची जफ्ती करून, पेशजी तीन सालें त्याजकडे चाललीं त्याचें हक्क उत्पन्न पूर्ववतप्रमाणें सरकारांत घेऊन वाडे कुळकर्णींचे देखील पूर्ववत अनामत करून हरदू वाद्यांस कागदपत्रसुद्धां, पुणियास, मनसुफीस शास्त्रीबाबांकडे रवाना करणें. ते बर-

---

(d) Judicial officers.

(945) A watan dispute was sent for disposal to Rám Shástri.
A. D. 1774-75.

हक मनसुफी करून विल्हेस लावितील. दोन्ही वाड्यांचीं घरें गांवांत वाडींत हल्लीं नांदतीं
घरें असतील तीं भाऊबंदसुद्धां जफ्तीखाले ठेवणें. हरदू वादी कुळकर्णी यांनीं नवीं घरें
मिळऊन रहावें; याप्रमाणें करणें ह्मणोन, नारो आपाजी यांचें नांवें.   सनद १.

येविशीं रामशास्त्री यांस कीं, हरदू कुळकर्णी यांचे वतनाची जफ्ती करून जामीन
घेऊन, कागदपत्रसुद्धां तुह्मांकडे पाठवितील. त्यांचें वर्तमान मनास आणून वाजबी असेल
त्याप्रमाणें विल्हेस लावावें ह्मणोन.   १.

२

रसानगी यादी.

९४६ (३०३)–आनंदराव काशी, यांचे नांवें सनद कीं, शहर पुणें येथील कोत-
सबा सबैन
मया व अलफ
जमादिलाबल २९ वाली घोंडो बाबाजी यांजकडे होती, ते दूर करून सालमजकुरापासून
तुह्मांस सांगितली असे, तरी इमानें इतबारें वर्तोन, अंमल चौकशीनें
करून, शहरचा चौकी पाहरा याचा कोतवालीचा संबंधाचा बंदोबस्त
चांगला राखोन, रयतेवर जुल्ूम जाजती न करितां वाजबीचे रुईनें अंमल करून रयेत
अबाद राखणें येविशीं कोतवाली संबंधें.   कलमें.

हल्लीं तुह्मांकडे कोतवालीसंबंधें रसदेचा | महाल मजकूर शिबंदीची वगैरे नेम-
ऐवज एकुणीस हजार एक रुपया करार | णूक करून दिल्ही जाईल. कलम १.
केला आहे, त्याचा भरणा हुजूर करून | रसदेस व्याज, दरमहा दरसदे रुपया
जाब घेणें. या भरण्याचा ऐवज, व मागील | एकोत्रा शिरस्तेप्रमाणें करार केलें असे.
तुमचे कारकीर्दीचे हिशेबाची मखलाशी | कलम १.
होऊन ऐवज ठरेल त्यापैकीं, घोंडो बाबाजी | हल्लीं रसद तुह्मांपासून घेतली आहे,
याचे कारकीर्दींत कोतवालीचे ऐवजापैकीं | त्याहून जाबती रसद दुसरा पहिल्याच
रदकर्जें पावला असेल तो वजा करून, | सालांत देऊं लागल्यास घालमेल करणें
बाकी राहील तो, घोंडो बाबाजी याचे | जाहली तरी, रसदेचा वगैरे खर्चे वाजबीचे
हिशेबाची मखलासी होऊन ऐवज देणें | रुईनें नव्याकडून देविला जाईल. एक-
निघेल तो मिळोन, कोतवाली संबंधें उत्प- | साल गुदरल्यानंतर घालमेल जाल्यास
न्न होईल त्यांत नेमणुकी खर्च वजा करून | रसदेचें ऐवजपैकीं मखलाशीमुळें देणें
बाकी ऐवज रदकर्जी घेत जाणें. कलम १. | ठरेल तो ऐवज नव्या कोतवालाकडून दे-
                                      | विला जाईल.   कलम १.

(946) The office of Kótwál of Poona City was conferred on Anandrao
A. D. 1776-77.   Káshi. He was directed to patrol the city efficiently
and to do the other duties honestly and justly and
without oppressing the ryots. The following subsidiary instructions
were issued to him:—

दरकदारांपासून कामकाज मुरळीत घेत जाणें. कलम १.

दरमहाचे दरमहा कोतवाली संबंधें ऐवज जमा होत जाईल त्यांत नेमणूक दरमहा शिबंदीचा वगैरे खर्च वजा करून, बाकी ऐवज रदकर्ज खर्च ल्याहावा, दरकदारांचीं वेतनें अखेरसालीं द्यावीं. कलम १.

सन खमस सबैनांत चाळीस हजार रुपये रसद सरकारांत तुम्हांपासून घेतली, पुढें कोतवाली काढून धोंडो बाबाजी यास सांगितली, त्यास तुमचे सन खमस सबैनचे हिसेबाची मखलाशी होऊन बाकी ऐवज देणें निघेल त्यापैकीं, धोंडो बाबाजी यांजकडून तुमचे सावकारास पावती जाहली असेल ती वजा होऊन बाकी सावकाराचा ऐवज देणें राहील तो, हल्लीं तुम्हांपासून एकोणीस हजार एक रुपया रसद घेतली आहे, ही फिटल्यावर पुढें कोतवालीचे ऐवजीं सावकारास द्यावा. बोभाट न यावा. कलम १.

गंगाधर शामजी यास अमीनीची असामी हल्लीं कोतवालीकडे नवा करार करून दिल्ही असे, याजपासून कुल कामकाज अमीनीचें घ्यावें, साच्या दरकदारांनीं कमाविसीचें कलम पांच हजार रुपये पर्यंत होईल, तें कोतवालीकडे जमा धरून रदकर्जी घेणें. जाजती कलम पांच हजार रुपयांवर जाहल्यास पोत्यास भरणा करणें. कलम १.

धोंडो बाबाजी याचे कारकीर्दीचे हिशेबाची मखलासी होऊन ऐवज देणें ठरेल त्यांत अंतस्ताचा ऐवज वजा करून बाकी देणें राहील तो एका वर्षानें अंमलाचे पैवस्तगिरीपासून हमीदारानें द्यावा. कलम १.

हल्लीं एकोणीस हजार एक रुपया रसद सरकारांत घेतली आहे, हा ऐवज फिटल्यावर तुमचा ऐवज मागील रसदेपैकीं मखलासीमुळें ठरेल तो, व दरकदारांचा रसदी ऐवज हिस्सेरशीदप्रमाणें कोतवालीचे ऐवजीं देत जाणें. कलम १.

पांडुरंग कृष्ण सर अमीन हुजुरून नेमून दिल्हे आहेत, त्यांचे विद्यमानें कुल कामकाज कोतवालीचें करीत जाणें. इतल्याशिवाय केल्यास मजुरा पडणार नाहीं. कलम १.

रसद फिटे तोंपर्यंत कोतवालीकडील ऐवज सरकारांत घेऊं नये. अंमलाची घालमेल होणार नाहीं. कलम १.

(1) He should advance to Government a loan of Rupees 19001 at an interest of Rupee one *per cent per mensem;*

(2) the income derived from the office should, after deducting sanctioned expenditure, be taken in liquidation of the loan, in case the income exceeded by **Rs. 5000**, the excess should be remitted to Government;

(3) the duties should be carried on, under the supervision of Pánḍurang Krishṇa Sir Amin, appointed by Government;

चावडीस नेहमीं येऊन आपलें दरकाचें
काम करावें. कामाचा खोळंबा होऊं नये.
जाहाल्यास अमीनानें दरकदार नसेल त्यांचें
निशाण करून काम चालवावें. कलम १.

धोंडो बाबाजी याचे कारकीर्दींतील सर-
कारसनदेशिवाय कारकून व प्यादे अ-
सतील, त्यास तुमचे उपयोगीं पडतील तं
ठेवणें; तुम्हांस उपयोगीं नसतील ते दूर
करणें. त्यांचे ऐवजीं नवे नेमणुकेप्रमाणें
ठेवणें.   कलम १.

शहरांतील कजीया, भांडण, न्याय मन-
सुबी, असेल ती तुझीं वाजवी मनास आ-
णून फडशे करणें; आणि हरकी गुन्हेगारी
साधेल ती घेऊन हिशेबीं जमा करणें.
       कलम १.

एकूण पंधरा कलमें करार करून दिल्हीं असेत, तरी सदरहूप्रमाणें वर्तणूक करणें
ह्मणोन.   सनद १.

रसानगी यादी.

९४७ (३७१) पांडुरंग त्रिंबक कमावीसदार, मौजे पिंपळस, तर्फ कोन्हाळें, दिंमत
धोंडो मल्हार, यांस पत्र कीं, रामाजी महादेव मोकदम मौजे मजकूर
यांणीं हुजूर विदित केलें कीं, मौजे मजकुरीं गांवांत कोणास घर देणें
घेणें, अगर कोणाची भिंत, व पनाळ, व मोरी, व जागा अधिक उणी,
याचा कजिया असेल तो पेशजीपासून मनास आणावयाचा आह्मांकडे चालत आहे, त्यास
हल्लीं कमावीसदार जाग्याजुग्याचे वगैर कितेक खटले मनास आणितात, आम्हांस किमपि
कळों देत नाहीं, व गांवखर्चाची नेमणूक सरकारांतून आहे, व रयतीपासोन दाणे खर्चाचे
घेतो, त्याचा गावखर्चे आम्हा आह्मीं पूर्वींपासून करितों, त्याप्रमाणें कमावीसदार करूं देत
नाहीं; व भगवंत रामाजी वटूकर गावांत चाळेकुचाळे करितात, व यांजकडे बाकी आह्मा-

सबा सबैन
मया व अलफ
जिल्हेज ११

---

(4) all the Darakdárs should always attend the chawdi for the prompt
transaction of their respective duties: in case any one failed to
attend, the Amin Gangádhar Shámji should perform his duties;
(5) all disputes arising in the city should be decided by the Kotwál
and fines (from those against whom the decision was passed)
and presents (from those in whose favour the decision was
passed) should be levied.

(947) Rámáji Mahádeo Mokádam of Pimpalas in Tarf Korhále, and
D. 1776-77.   former Kamávisdár of the village represented that all
disputes regarding houses, walls, easements, and sites in
ge had till then been decided by him and that Pándurang

कडे कमावीस मौजे मजकूरची होती ते वेळेची आहे, त्याजविशीं सालगुदस्तां ताकीदपत्रें नेलीं, परंतु वसूल देत नाहींत. येविशीं ताकीद जाली पाहिजे, ह्मणोन; त्याजवरून हें पत्र सादर केलें असे, तरी गावांत जागाजुगा, व घर देणें घेणें, व कजीया मनास आणणें, व गांवखर्च नेमणुकेप्रमाणें तो पेशजीपासून रामाजी महादेव करीत आले आहेत, त्याप्रमाणें यांचे हे करितील; तुह्मीं नवीन दिकत करितां ते न करणें. तुह्मीं जमाबंदी करून वसूल घेत जाणें, बरकड पेशजीप्रमाणें यांचे हे करितील. भगवंत रामाजी यांजकडे बाकीचा ऐवज येणें, त्यास ताकीद करून व्याजसुद्धां वसूल करून यांजकडे देणें ह्मणोन. पत्र १.

चिटणीसी.

जनार्दन आपाजीच्या कीर्दीपैकीं.

९४८ (३९९)—शहर पुणें येथील कोतवाली तुम्हांकडे सांगितली होती, ते दूर करून सालमजकुरीं घासीराम सावळदास यांस सांगितली असे, तरी पेठांतील चावड्या जकीरासुद्धां यांचे हवालीं करणें. मशारनिल्हे अंमल करितील. तुम्हीं दखलगिरी न करणें म्हणोन, आनंदराव काशी यांचे नांवें रसानगी यादी छ. १६ जिल्हेज. सनद १.

सबा सबैन मया व अलफ जिल्हेज २९

९४९ (७३८)—बाजी बल्लाळ यांस तालुके अंजणवेल येथील न्यायाधिशी सालमजकूर अव्वल सालापासून सांगोन तैनात सालीना खेरीज शिरस्ता रुपये १०० शंभर रुपये करार करून देऊन हे सनद सादर केली असे, तरी मशारनिल्हेपासून तालुके मजकूर येथील न्यायाधिशीचें कामकाज घेऊन सदरीलप्रमाणें तैनात पाववीत जाणें. यांचे हाताखालीं मनसुबीचे कामकाजास प्यादे असामी दोन देविले असेत, तरी तालुके मजकूरचे शिबंदीपैकीं नेमून देणें म्हणोन, त्रिंबक कृष्ण यांचे नांवें. सनद १.

इसन्ने समानीन मया व अलफ सफर ३

रसानगी यादी.

Trimbak, the present Kamâvisdár, was interfering with his practice and had decided some such disputes himself. Páṇḍurang Trimbak was directed to allow the old practice to continue.

(948) The office of Kotwál of Poona City was taken from Anandrao Káshi and conferred on Ghásirám Sáwaldás.

A. D. 1776-77.

(949) Báji Ballál was appointed to the office of Judge (Nyáyádhish) of Táluká Anjanwel on a salary of Rs. 100 a year besides the usual grants, and 2 peons were placed at his disposal.

A. D. 1781-82.

०५० (७९०)—तालुके अंजणवेल येथील न्यायाधिशी सालगुदस्त बाजी बळाळ

सलास समानीन
मया व अलफ
रबिलाखर २७

यांस सांगोन सनद सादर जाहाली असतां, न्यायाधिशाचें काम म-
शार निल्हेचे हातें सुरळीत होत नाहीं झणोन हुजूर विदित जाहालें.
त्यास न्यायाधिशाचें काम काज येणेप्रमाणें घेणें.   कलमें.

मुलकी कजिये वतनाचे वगैरे येतील
त्यांचें वर्तमान तुह्मी आईकोन, मनास आ-
णावयास न्यायाधिशाकडे सांगावें. त्यांणीं
हरदू जणांचे कतवे करीने, व पुरसीसा
व जामीन, व सह्या घेऊन, पांच ग्रहस्थ
मेळऊन, वाजबी मनास आणून, तुह्मांस
समजाऊन फडशा करावा. कोणी घटाईस
आला तर तुह्मी निश्रून ताकीद करणें.
कोणाचा कोणीं पक्ष करूं नये. सरकार
कामाविशीं प्यादे, व पंचाईतीस चार ज-
मीदार परनिष्ठ, न्यायप्रकरणीं उपयोगीं
असतील ते नेमून देत जाणें. न्याय वत-
नाचे वगैरे फार, तर्फे मजकुरीं तटळे आ-
हेत, त्यांचे निवाडे करून वाजवीचे रीतीनें
फडशा करून हुजूर समजवावें, तेथें कोणी
घटाईस आला तर, जाहला मजकूर हुजूर
समजावणें.   कलम १.

न्यायाधिशीसंबंधें कागदपत्र होतील ते,
मशारनिल्हेनीं आपले निसबतीस ठेऊन
कजीया विल्हेस लागलीयावर कागदाचें
फेरिस्त घालून, सरकाराचे दप्तरांत ठेवीत
जावें, त्याची खबरदारी वरचेवर मशार-
निल्हेनीं करीत जावी.   कलम १.

कजिया संबंधेची चिठी मसाला करणें
त्याची याद यांजपासोन ल्याहावी, याजवर
मखलाशी होऊन चिठी होत जावी.
          कलम १.

कजियासंबंधें वादीयास आणणें, व
निरोप देणें, व नेमोतर घेणें, ते न्याया-
धिशीकडे घेववून निरोप देत जाणें. कलम १.

वतन कोणाचें जस करणें, व मोक-
ळीक करणें, यांचे विद्यमानें वर्तमान
मनास आणून वाजबी असल्यास करीत
जाणें.   कलम १.

---

(950) Báji Ballál had been appointed Judge at Táluká Anjanwel,

A. D. 1782-83.

and Government was informed that the Táluká officer,
Trimbak Krishna, did not allow Báji to do the duties
of his office. The following instructions were therefore issued to the
Táluká officer:—The Táluká officer should receive all civil disputes
relating to watan &c. and hand them over to the Judge for adjudication.
The Judge should record the statements of the parties and the evidence
of witnesses, and should decide with the assistance of five independent
persons and after explaining the matter to the Táluká officer. In case
any one objected to submit to the Judge's authority, the Táluká officer
should issue a strict warning to him. Partiality should not be shown to
any person. The Pancháyat should consist of 4 Jamindárs who should be

एकूण कलमें पांच. सदरहू लिहिल्याप्रमाणें वर्तणूक करणें म्हणोन; त्रिंबक कृष्ण यांचे नांवें चिटणिसी. पत्र १.

९५१ (८३२)—सटवोजी गाबडे पागा यांचे नांवें सनद कीं, तुम्हीं लोकांचे
अर्बा समानीन कजिये कफावती मनास आणून फडशे करितां. त्यामध्यें हरकी गुन्हे-
मया व अलफ गारी, व कर्जेंचौथाई बगैरे कमाविशीबद्दल मागील ऐवज जमा
मोहरम ११ जाहला असेल तो, व पुढें जमा होईल तो; तुम्हांकडील पागेचे
हिशेबीं जमा करीत जाणें म्हणोन. सनद १.

सदरील अन्वयें नानाजी रघुनाथ कारकून, दिंमत मशारनिल्हे यांस कीं, तुम्हीं
चौकशिनें कमाविसीचा ऐवज जमा होईल त्याचा हिशेब राखून, पागेचे हिशेबीं जमा
करवीत जाणें म्हणून. सनद १.

२

रसानगी याद.

९५२ (९७४)—शहर जुन्नर येथील कोतवालींची असामी रामचंद्र शिवाजी यांज-
तिसा समानीन कडे आहे. त्यास वेतनाचा ऐवज चार पांच सालां राहिला आहे,
मया व अलफ व यांचे कारकुनाचे हातून कोतवालीचें कामकाज तुम्हीं घेत नाहीं,
जिल्हेज ६ म्हणोन मशारनिल्हेनीं हुजूर विदित केलें; त्याजबरून हें पत्र तुम्हांस
सादर केलें असे, तरी कोतवालींचे असामीचें वेतन मागील सालचें राहिलें असेल तें
देणें; व पुढें वरकड दरकदारांस पावेल त्याप्रमाणें यांस देत जाणें, व कोतवालीचें काम-
काज मशारनिल्हेकडील कारकुनाचे हातून सुदामत चालत आल्याप्रमाणें घेत जाणें,

men of pure character and conversant with law. The watan and other cases pending disposal should be decided in the right manner and the decision should be communicated to the Huzur. Papers relating to the adjudication of cases should remain with the Judge and should be sent to Government, together with a list after the decision had been passed.

(951) Satwoji Gáwde of the cavalry used to receive complaints
A. D. 1783-84. and decide them. He levied fines and presents from
successful litigants and fees for recovering details. He
was directed to credit the sums so levied to Government.

(952) The Office of Kòtwál in the town of Junnar belonged to

फिरोन बोभाटा येऊं न देणें म्हणोन, बाळाजी महादेव तालुके शिवनेर यांचे नांवें चिटणिसी. पत्र १.

७ न्यायखातें.

(इ) पोलीस.

९५३ (१४)–तालुके विजयदुर्ग येथें गोपाळजी आंगऱ्या याणें चोर सोबतीस मेळऊन, प्रांतांत चोरी करितो, व घरें जाळितो, व रयतीपासून पैका घेतो, व वाणी उदमी जिन्नस भरून वर घांटें आणितात त्यांस उपद्रव करितो, ह्मणून हुजूर विदित जालें; त्याजवरून त्याचे बंदोबस्ताचीं कलमें येणेंप्रमाणें.

अर्बा सबैन मया व अलफ रमजान ३०

हुजुरून बंदोबस्ताबद्दल असामी १०० ऐकशें पाठविल्या आहेत, त्यांस रोजमरा नेमणूक जाबत्याप्रमाणें लोक तेथें राहतील तोंपर्यंत तालुके मजकूरपैकीं देत जाणें येणेंप्रमाणें. कलम १.

जदीद असामी १०० एकशें दर असामीस आदा सरसालांत पन्नास रुपये पडत असा शेरा करून ठेऊन चोरांचा बंदोबस्त करणें. महिना दोन महिने ठेऊन बंदोबस्त जालियावर पुढें दूर करणें. कलम १.

आंगऱ्या मजकूर याजकडील चोर धरून आणून, साहेब काम करील त्यास बक्षिस कार्याकारण पाहून देणें. मजुरा पडेल. कलम १.

A. D. 1788-89. Rámchandra Shiváji. Báláji Mahádev of Shivner was directed to pay him the emoluments of his office and to send his kárkun to do duty under him.

(E) Police.

(953) Government having been informed that Gópálji Angre, with his accomplices, was committing robberies, burning houses and extorting money from the ryots in Táluka Vijaydurga, and harassing the traders carrying merchandise above the Ghâts, the following arrangements were made: -

A. D. 1773-74.

(1) One hundred men were sent from the Huzur and one hundred more were ordered to be entertained for a month or two, to put down the robbers;

येणेंप्रमाणें तीन कलमें करार करून दिल्हीं असेत, तरी सदरीलप्रमाणें वर्तणूक करणें ह्मणोन, महादाजी रघुनाथ यांचे नांवें. छ. ९ रमजान. सनद १.

रसानगी यादी.

९५४ (५६)—कसबे सुपें येथें चोरांचा उपद्रव आहे, त्यास रखवालीस बेरड करार
अर्बा सबैन करून दिल्हे, त्यास दरमहा. रुपये.
मया व अलफ १० नाईक १
रबिलावल २२ १३॥ बेरड असामी ३

२३॥ ४

एकूण साडे तेवीस रुपये चार असामींस दरमहा देविले असेत, तरी गांवखर्चाखेरीज पटी खानेसुमारी देखील ब्राह्मण याप्रमाणें करून, बेरड मजकूर यांचा मुशाहिरा सरकार पेवजाशिवाय देऊन गांवची रखवाली करवणें ह्मणोन, आनंदराव त्रिंबक सुमेदार, परगणे मजकूर, यांचे नांवें छ. २६ सफर. सनद १.

रसानगी यादी.

९५५ (११४)—कसबे नाशिक, परगणे मजकूर, येथील फौजदारीची असामी
खमस सबैन अंबादास गिरमाजी यांस सांगोन, वेतन सालीना रुपये १५० दीडशें
मया व अलफ करार करून पाठविले आहेत, तरी त्यांचे निजबतीस महालाचे
सवाल १७ शिबंदीपैकीं प्यादे देऊन, कसबे मजकूर येथील फौजदारीचें काम-
काज यांचे हातें घेऊन, सदरहू दीडशें रुपये सालीना पाठवित जाणें ह्मणोन, विसाजी हरी कमाविसदार, परगणे मजकूर यांस. सनद १.

रसानगी यादी.

(2) sanction was accorded to the payment of rewards for the appre-
hension of the robbers.

(954) The village Supá being infested by robbers, one Náik (pay
A. D. 1773-74.   Rs. 10 a month) and 3 Berads (pay Rs. 13–8 a month
for the three) were permitted to be entertained for
watching the village. The amount of their pay was ordered to be re-
covered by a special rate imposed upon the residents (Bráhmins included.)

(955) The Office of Fauzdár of Kasbe Nàsik was given to Ambá-
A. D. 1774-75.   dás Girmáji on a salary of Rupees 150 per annum,

मुतालिक ह्यांचे रोजनिशीपैकीं.

९५६ (३) श्रीसिद्धेश्वर महादेव, वास्तव्य कसबे पैठण, येथें देवालयांत श्रीचे

खमस सबैन पुजेचीं उपकर्णें, व वस्त्रें, व पूजेचें साहित्य नेहेमीं असतें, व देवा-
मया व अलफ लयांत रात्रीं गरीब वाटसरू वगैरे राहतात; याजकरितां देवालया-
रमजान २२ जवळ रात्रीस चौकी पाहारा नेहमीं ठेवावयाचा करार करून हे

सनद तुम्हांस सादर केली असे, तरी परगणे मजकूरचे नेमणुकचे प्यादांपैकीं दोन मराठे
व दोन महार एकूण चार असामी श्रीचे देवालयाजवळ चौकीस रात्रीं दररोज देऊन
चौकी पाहारा करबीत जाणें म्हणोन, कमाविसदार वर्तमान, व भावी परगणे पैठण
यांस.   सनद १.

रसानगी यादी.

९५७ (२१९) क्षेत्र पंढरपूर येथें चोरांचा उपद्रव होतो, सबब तेथील रखवालीस

खमस सबैन सनदी प्यादे असामी २५ पंचवीस ठेवावयाची तुम्हांस आज्ञा केली
मया व अलफ असे, तरी पंचवीस प्यादे चांगले पाहून दीड महिना ठेऊन क्षेत्र मज-
जमादिलाखर २८ कूर येथील चोरांचा बंदोबस्त करणें. क्षेत्र मजकूर येथील ऐवजीं तु-

म्हांस मजुरा पडेल ह्मणोन, चिंतो रामचंद्र कमाविसदार, क्षेत्र मजकूर, दिंमत परशराम
रामचंद्र यांचे नांवें.   सनद १.

परवानगी रूबरू.

९५८ (४९५)—कृष्णराव अनंत यांचे नांवें पत्र कीं, शहर सातारा येथील रखवा-

FROM THE MUTÁLIK'S DIARY.

(956) The Kamávisdár of Paithaṇ was directed to keep a guard
               consisting of 2 Maráthá peons and 2 Mahárs at night
A. D. 1774-75.   at the temple of Siddheshwar Mahádeo at Paithaṇ to
protect the property belonging to the deity as also the poor travellers
who stopped at the temple.

(957) There being many thieves at Pandharpur, the Kamávisdár
A. D. 1774-75.   was directed to entertain 25 additional peons and to
               put down the thefts.

(958) Krishṇarao Anant engaged 33 Mángs and Beraḍs to keep
A. D. 1777-78.   watch in the town of Satárá on a salary of Rs. 263 per
               month and a half. He was directed to levy the amount,
which came to Rs. 2104 a year, from merchants and traders and well-
to-do people in the town. No contribution was to be levied from the
poor. It was ordered that a security bond should be taken from the

समान सबैन
मया व अलफ
रमजान ८

लीस मांग, व बेरड असामी ३३ तेहतीस यांस रोजमरा दीड माही रुपये दोनशेत्रेसष्ट करून तुझी ठेविले आहेत, त्यास एक रोजमरा शहरांत पटी करून दिल्हात. पुढें रोजमरीयास ऐवज पाहिजे त्याचा आकार सरसालचे रोजमरे आठ एकूण रुपये २१०४ एकविसशें चार होतात, त्यास शह-रांत मातबर सावकार, व ग्रहस्थ, व वाणीउदमी मातबर पाहून सदरहू ऐवजाची पटी ठरा-वून ऐवज वसूल करून बेरडांस देत जाणें. गोरगरीबांवर पटी न करणें ह्मणोन. पत्र. १

शहरांत अगर भवरगांवी चोरी जाल्यास बेरडांनी भरून द्यावी याप्रमाणें त्यांचा कागद लिहून घेऊन पक्का जामीन घ्यावा. याप्रमाणें करून मग पटी करून रोजमरियाचा ऐवज देणें ह्मणोन पत्रांत लिहिलें असे.

९५९ (५१८)–बाळाजी गणेश यांस सनद कीं, पिलाजी, व तानाजी ताकपीर, शिलेदार यांस पथकसुद्धां चोरांच्या पारपत्यास ताळुके देवगड येथें पाठविले आहेत. स्वार असामी.

समान सबैन
मया व अलफ
जिल्काद ३०

७ खासे.
२ कारकून.
११६ स्वार.

१२५

एकूण सवाशें असामी रवाना केले आहेत, तरी यांजपासून चाकरी घेत जाणें, यांचे रोजमरीयाची बेगमी हुजूर जिल्हेज अखेरपर्यंत जाली आहे, तुझी त्यांची गणती घेऊन हुजूर पाठवणें, आणि गणतीप्रमाणें चाकरी घेत जाणें, पुढें रोजमरा यांस हुजरून पावत जाईल, ह्मणोन, छ. २७ सवाल. सनद १.

परवानगी रूबरू.

९६० (७७२)–पांडुरंग धोंडजी कमाविसदार परगणे नाशिक यांचे नांवें सनद कीं, तुझी विनंतीपत्र पाठविलें तें प्रविष्ट जालें. नाशिकांत चोऱ्या होतात, व दरवडे पडतात यांचे बंदोबस्तास हुजरून लोक पाठवावे ह्मणोन लिहिलें; त्याजवरून गाडदी रोहिले दिमतद्वाय. असामी.

खलास समानीन
मया व अलफ
साबान २७

३१ दिमत रणबाजखान.
३० दिमत मीर अबास.

Berads promising to make good all property stolen in the town or in its neighbourhood.

(959) Piláji and Tanáji Tákpir Silledár were sent with their detachment of 116 horse to punish robbers in Táluká Dewgad, and their expenses were paid from the Huzur.

A. D. 1777-78.

(960) Thefts and dacoities having occurred in Násik, the Kamávis-

२० दिंमत अबदुलसतार.
२० दिंमत सेरजमालखान.

१०१

एकशएक असामी पाठविले असत, तरी यांस नाशिकांत ठेऊन चोऱ्यांचा, व दरब-
ऱ्यांचा बंदोबस्त चांगला करणें. गाडद्यांस पर्जन्य काळानिमित्य राहावयास निवारा करून
देणें ह्मणोन, मशारनिल्हेचे नांवें.   सनद १.

परवानगी रूबरू.

९६१ (८२२)–मौजे करंजगांव, तर्फे नाणेमावळ, येथें वेदमूर्ती हरभट उपाध्ये
अर्बा समानीन   यांचे घरीं दरवडा पडला, सबब मौजे मजकुरी रखवालीस शिपाई दे-
मया व अलफ.   विले असेत, तरी नेमून देऊन रुजू दोन महिनेपर्यंत तेथें ठेवणें
सवाल ५   ह्मणोन.   सनदा.

१ ताळुके राजमाची, निसबत रामराव नारायण यांजकडून राजमाचीपैकीं कर्णेकरी-
सुद्धां असामी ६ सहा देविले त्याविशीं.

१ किले विसापूर निसबत भिकाजी गोविंद यांजकडून किल्ले मजकूरपैकीं असामी
५ पांच देविले त्याविशीं.

२

रसानगी, सदाशिवभट नानल.

९६२ (८२३)–ताळुके चास येथें सटवाजी हजारी बगैरे कोळी यांणीं दंगा करून,
अर्बा समानीन   रयतीपासून खंड घेऊन, घरें जाळलीं, यांजकरितां पेशजी हुजुरून
मया व अलफ   कोळ्यांचे बंदोबस्तास पन्नास लोक हशमी पाठविले आहेत, त्या शि-
सवाल १४   वाय ताळुके मजकूरचे माहितगार लोक जदीद छ. २० रजबपासून
असामी ३० तीस एकूण दरमहा दर असामीस तैनात रुपये ५ पांच निवळ आकरमाही

A. D. 1782-83.   dár asked for assistance from the Huzur. A force of
101 Rohilla Gárdis was sent to him for the purpose.

(961) A dacoity having occurred at Karanjgaum in Turf Nâne-
A. D. 1783-84.   Máwal at the house of a priest, Harbhaṭ Karve. 11 peons
were sent for two months to protect the village.

(962) Satwáji Hajári Koḷi was making attacks on the village of
A. D. 1783-84.   Táluká Chás, levying black-mail and burning houses.
Fifty soldiers were therefore sent from the Huzur to

शिरस्तेप्रमाणें करून ठेविले आहेत, त्याप्रमाणें हुजुरून लोक करार करून दिल्हे पाहिजेत, ह्मणोन तुह्मीं विनंती केली; त्याजवरून तुमचे ठेवणुकेप्रमाणें तीस असामी सदरहू तारखे-पासून करार करून, हे सनद तुह्मांस सादर केली असे, तरी चोरांचा बंदोबस्त होईतों-पर्यंत लोक ठेवणें. बंदोबस्त जाल्यावर लोक दूर करणें; आणि सदरहू लोकांचा आकार होईल तो तालुके मजकूरचे हिशेबीं खर्च लिहिणें, मजुरा पडेल ह्मणोन, नीळकंठराव रामचंद्र यांचे नांवें. सनद १.

रसानगी यादी.

९६३ (८८१)-शहर अमदानगर येथें चोरांचा उपद्रव होऊन दरवडे पडतात,

खमस समानीन मया व अलफ जमादिलावल २४

याजकरितां शहर मजकूरचे रखवालीस माणसें ठेवावयाकरितां शहरांत बाहेरील बिछाइती वाणी किराणा, भुसार वगैरे जिन्नस आणून विक्री करितात, त्यांस बिछाइतीची अडत शहर मजकूर येथील जो उदमी करील त्यास त्यांणीं पोटास द्यावें, याप्रमाणें पेशजीं पासून चालत आहे, त्यास बिछाइतीयाची अडत एकाचे जिमेस लाविल्यास हजार बारा रुपये पर्यंत दरसाल उत्पन्न होतील. यांस्तव बिछाइतीयांची अडत एकाचे जिमेस लाऊन देऊन, आकार होईल तो शिबंदी-खर्चास नेमून द्यावा. ह्मणजे शहर मजकूरचे दरवड्यांचा वगैरे बंदोबस्त होईल, ह्मणोन तुम्हांकडील कारकुनांनीं विनंति केली; त्याजवरून शहर मजकुरीं बिछाइती वाणी येतात, त्यांची अडत एकाचे जिमेस लाऊन, त्यास काम सांगून आकार होईल त्याची शिबंदी ठेऊन, दरवड्यांचा वगैरे शहरचा बंदोबस्त करणें, एक हजार निदान बाराशें रुपयांवर आजती आकार जाल्यास सरकारांत जमा करीत जाणें ह्मणोन, विठ्ठल नारायण मामलेदार, तालुके अमदानगर यांचे नांवें. सनद १.

रसानगी यादी.

९६४ (९९३)-श्रीत्रिंबकेश्वरीं सिंहस्थाकरितां गोसावी वगैरे जमा होतात.

---

put down the Kolis, and sanction was accorded to the entertainment of 30 additional men at Rs. 5 each for the same purpose.

(963) Owing to the prevalance of dacoities at Ahmednagar, the

A. D. 1784-85.

employment of Rakhwáldárs was sanctioned and provision was made for their pay out of the revenue realized by the sale of the brokerage monopoly of goods brought for sale from outside the town.

(964) It being the Sinhastha year, it was expected that Gosávis

A. D. 1788-89.

would flock in large numbers to Trimbakeshwar, and that quarrels and disputes would take place. Two

तिसैन समानीन मया व अलफ सवाल ८ — त्यांत कजेकफावती करतील, याजकरितां त्यांचे बंदोबस्तास सरकारांतून गाडदी, निसबत राघो विश्वनाथ वगैरे यांजकडील असामी २०० तुह्मांकडे पाठविले आहेत, यांस तेथे चौक्या नेमून देऊन बंदोबस्त राखून गोसावी यांचा वगैरे परस्परें कज्या होऊं न देणें ह्मणोन, धोंडो महादेव यांचे नांवें. सनद १.

रसानगी, राघो विश्वनाथ कारकून शिलेदार.

९६५ (९९४)–कसबे नाशिक येथें सिंहस्थाचे यात्रेचा वगैरे बंदोबस्त जाला पाहिजे, याकरितां गाडदी निसबत राघो विश्वनाथ असामी १०० शंभर पाठविले आहेत, तरी कसबे मजकुरीं यांजपासून चाकरी घेऊन, यात्रा गावांत व गांवाबाहेर राहील तिचा बंदोबस्त चांगला करणें ह्मणोन, कृष्णराव गंगाधर कमाविसदार परगणा नाशिक यांचे नांवें. सनद १.

तिसैन समानीन मया व अलफ जिल्काद २

रसानगी, त्रिंबकराव नारायण कारकून निसबत दफ्तर.

९६६ (११२१)–धोंडो केशव यांजकडे मौजे पाडळी, संमत कोरेगांव, प्रांत वाई, हा गांव सरकारांतून आहे. तेथें पेंढारी वगैरे यांचा उपद्रव जाहला आहे, याजकरितां किल्ले चंदनपैकीं लोक असामी १० दहा उपद्रव मोडेतोंपर्यंत गांवचे रखवालीस नेमून देणें ह्मणोन, पांडुरंग त्रिंबक दिंमत विठ्ठलराव मल्हार यांचे नांवें. सनद १.

खमस तिसैन मया व अलफ. रजब २६

रसानगी, त्रिंबक नारायण परचुरे कारकून निसबत दफ्तर.

७ न्यायखातें.

(एफ) तुरुंग.

९६७ (४७)–हरी सखोजी, व त्याची स्त्री हीं उभयतां किल्ले सिंहीगड येथें अट-

---

hundred soldiers were therefore sent to the place to assist the Kamávisdár, who was directed to see that no disturbance took place.

(965) 100 Gárdis were sent to Násik for keeping order among the pilgrims coming to Násik during the Sinhástha year.

A. D. 1788-89.

(966) The village of Pádali in Samat Koregaum being infested by Pendháris, 10 sepoys from fort Chandan were sent to protect the village.

A. D. 1794-95.

(F) Prisons.

(967) Hari Sakhoji and his wife who were in prison at fort

अर्बा सबैन
मया व अलफ.
रबिलाबल २२

केस आहेत, त्यास हरी सखोजीस समाधान नाहीं, मूत्रावरोध जाहला,
व त्याचे स्त्रीस संग्रहणीची वेथा जाहली. दोघांचीही अवस्था भारी
आहे, ह्मणोन विदित जाहलें; त्याजवरून हैं पत्र सादर केलें असे,
तरी हरी सखोजी व त्याची स्त्री ऐसीं मौजे उरवडें येथें पोहोंचऊन देणें, मौजे मजकुरीं
विठ्ठल येशवंतराव खासनीस, दिंमत हुज़ुरात, यांची मातोश्रीचे स्वाधीन करून पावती
घेणें ह्मणोन, आनंदराव जिवाजी यांचे नांबें चिटणिसी छ. १४ जिल्हेज. पत्र १.

नारो आपाजीच्या कीर्दींपैकीं.

९६८ (६५)—भवानीदास बलराम जेजालंदाज, किल्ले रामगड, ताल्के विजयेदुर्ग,
याजकडे पितृतीथ होतीं, याजकरितां किल्ले मजकूर येथील दरवाज्यास
कोठीनजीक जातीचे चार लोक बोलाऊन, तटावर अग्नींत आउती दे-
ऊन बिन्हाडास आला, तों वाऱ्यानें किटाळ कोठीवर उडोन कोठींतील

खमस सबैन
मया व अलफ.
जमादिलाखर २९

जिन्नस जळाला.
बीतपसील.

गल्ला कैली साडेतिसेरी.

गल्ला कैली साडेतिसेरी.		वजन.	कचे.
४||३||१||≈	नागली.	॥·॥४८१॥	दारु.
।·॥॥१॥।≈	वरी.	४॥।७॥	काथागबाळ.
॥।·॥१॥≋	मीठ.	४४६।	ताग.
५॥।·४१॥।≋		·॥१॥।७॥।१॥	
सुमारी.	सुमार.		

४२ कळे, चर्मी.
३ बुघले.
३ अधवही.
३ गोळ्या शिरें.

५१

A. D. 1778-74. Sinhgaḍ being seriously ill, it was ordered that they
should be released and sent to the village of Urawaḍe.

FROM NÁRO APPÁJI'S DIARY.

(968) Bhawánidás Balrám Jejálandáj of fort Rámgaḍ in Táluká
A. D. 1774-75. Vijayadurga on the anniversary of his father's death
made a fire on the rampart and threw offerings on it.
A spark was blown by the wind to the store-room which took fire and a
considerable quantity of grain, gunpowder &c. was burnt. Bhawánidás

एकूण गल्ला केली पावणें सहा खंडी, पावणें दोन पायली, तीन सीपें वजन कचे साडे-अकरा मण, पावणें आठ शेर दीड टांक, व सुमारी एकावन याप्रमाणें कोठींतील जिन्नस जळाला, त्याजवरून जेजालंदाजास अटकेंत ठेविला आहे, त्यास चार वर्षें जाहालीं. त्याज-पासून सदरहू जिनसांची किंमत घ्यावी, तरी बायको व माणसें कोणी नाहींत, जरजर जाहला आहे, अडसेरी मात्र द्यावी लागते, कांहीं उत्पन्न व्हावयाचें नाहीं, यास्तव सोडून द्यावयाची आज्ञा केली पाहिजे ह्मणोन तुह्मी विनंतीपत्र पाठविलें; त्याजवरून मनास आ-णितां जेजालंदाज मजकूर याचें कोणी नाहीं, व तोही मरावयासी जाहला आहे, सबब सदरहू जिन्नस नुकसान जळित खर्च लिहून, जेजालंदाजास सोडून देणें ह्मणोन, महादाजी रघुनाथ यास छ. १ रबिलाखर. सनद १.

९६९ (१२९)–धोंडभट गाडगीळ, वस्ती रेवदंडा, यांणीं हुजूर विदित केलें कीं, जंजीरें मजकूरचे चोरांनीं दोन चोऱ्या केल्या, ते चोर सांपडले, त्यास एक चोरी खत्री याचे घरची चोरानें झाडून भरून दिली. दुसरी चोरी आमचे घरीं केली ते कबूल जाले, परंतु त्यास द्यावयास अवकात नाहीं. तिघे ब्राह्मण चोर सहा महिनें अटकेंत आहेत, बहुत श्रमी होतात, याज-करितां ब्राह्मणांस सोडावें, आह्मीं चोरी भरून पावलों, मागत नाहीं, वाईट बरें यांस जालें तर दुर्निमित्य येईल, असें रेवदंड्याचे अंमलदारास ह्मटलें, परंतु ते ऐकत नाहींत, व सर-कारांत चोरीची तिजाई द्या ह्मणतात, येविशीं आज्ञा जाली पाहिजे ह्मणोन, ऐशास धोंड-

खमस सबैन मया व अलफ मोहरम २०

---

was therefore thrown into prison and kept there for 4 years. At the end of that period, it was reported that the man had no wife or other relations, that there were no means of recovering the value of the property from him, that he was much emaciated, and that his daily ration was a useless charge on Government. He was therefore ordered to be released.

(969) Three Brahmins of Janjire had committed two thefts, one at the house of a Khátri and the other at the house of Dhonḍ Bhaṭ Gádgiḷ of Revadanḍá. They produced the property of the first theft, but were unable to produce that of the second, though they confessed that they had committed the theft. They were therefore imprisoned and remained in confinement for 6 months. At the end of the period Dhonḍ Bhaṭ waived his claim to the property stolen and applied for the release of the prisoner on the ground that should they die, he would incur the odium of causing their death. The Officer of Rewadanḍá refused to comply with the request unless the value of a third share of the stolen property was paid to Government as usual. The matter was taken to the Peshwa by Dhonḍ Bhaṭ. The Officer

A. D. 1774-75.

भटाकडे चोरी जाली सबब त्याणें चोरांस अटकेंत ठेवविलें; हल्लीं चोरांपासून ऐवज येत नाहीं, चोर ब्राह्मण उपास करितात यास्तव चोरी भरून पावली, यांस सोडावें असें ह्मण-तात हेंच खरें किंवा अंतस्थ चोरीचा ऐवज भरून घेतला, आणि सोडावयाविषई रदबदली करितात, येविशींची चौकशी करून, उगेंच सोडावें हेंच खरें असल्यास चोरांस सोडून देणें. भटास तिजाईचा तगादा न लावणें. खंड गुन्हेगारी घेतली असेल ती सरकारांत जमा करणें ह्मणोन आनंदराव शिंदे, जंजीरे रेवदंडा यांचे नांवें. पत्र १.

९७० (१६७)–कसबे नारायणगांव येथें जंगमाचे घरीं दरवडा पडला होता, त्यास मौजे आरवी, कसबे मजकूर, येथें बेरड वस्तीस राहिले होते, त्यांस नारायणगांवकरी यानीं धरून हुजूर पाठविले. असामी १० दहा ते जुन्या कोटांतील बंदीखान्यांत बिड्या घालून ठेविले आहेत; त्यांचें वर्तमान मनास आणतां त्यांजकडे कांहीं मुद्दा लागूं होत नाहीं, सबब जामीनकतबा घेऊन बेरड सोडविले असत; तरी सदरहू दहा असामींच्या बेड्या तोडून सोडून देणें ह्मणोन, शिवराम रघुनाथ निसबत खासगी यांस छ. ११ जिल्काद. सनद १.

खमस सबैन
मया व अलफ
मोहरम ६

रसानगी, गोंदजी गाड्या प्यादा, दिंमत बहिरजी मोरे.

९७१ (२०१)–किल्ले सिंहगड येथें रामचंद्र विठ्ठल याचीं मुलें माणसें. असामी.

खमस सबैन
मया व अलफ
रबिलाखर ५

२ तीर्थरूप व मातुश्री.
२ भावजया.
३ मुलें.
२ कुणबीण व पोरगा.

९

---

of Rewadandá was ordered to ascertain whether the Bráhmins were really unable to restore the stolen property and were starving themselves or whether they had privately restored the stolen property to Dhond Bhat who was now interceding on their behalf. In the former case, the prisoners were directed to be set at liberty.

(970) A dacoity having occurred at Náráyangàon, 10 Berads living in Âravi, a neighbouring village had been arrested and kept in the prison in Junákot. As nothing could be proved against them, they were ordered to be set at liberty.

A. D. 1774-75.

(971) The parents and other relations of Rámchandra Vithal were imprisoned at fort Sinhgad. The parents being old and unable to stand the cold climate of the place were

A. D. 1774-75.

एकूण नऊ असामी किल्ले मजकुरीं अटकेंत आहेत, त्यास मशारनिल्हेचे तीर्थरूप व मातुश्री यांचा वृद्धापकाळ, किल्याची हवा सर्द, मानत नाहीं, याजमुळें बहुतेक हैराण आहेत, ह्मणोन विदित जालें; त्याजवरून हें पत्र तुह्मांस लिहिलें असे, तरी सदरहू नऊ असामी किल्ल्याखालीं उतरणें. हीं आपले घरीं, मौजे उरवडें येथें, येऊन राहतील, त्यांचे मुबदला रामचंद्र विठ्ठल याचे बंधु व्यंकोजी विठ्ठल यास किल्ल्यावर ठेवणें; व मशारनिल्हेची बहीण पेशजी भेटावयास गेली आहे तिजलाही जाऊं देणें ह्मणोन, आनंदराव निंबाजी किल्ले सिंहगड यांचे नांवें चिटणिसी छ. १८ रजब. पत्र. चिटणिसी पत्र येऊन सदरहू-प्रमाणें सनद लिहून दिल्ही.

परवानगी रूबरू.

९७२ (३७४)–हरी आपाजी काणे, याणीं हुजूर विदित केलें कीं, आपला भाऊ गदाधर आपाजी, वस्ती कसबे खेड, तालुके सुवर्णदुर्ग, हा तोतयाकडे गेला होता, याजमुळें त्यास कैद सरकारांत केलें होतें, तेथून भयेंकरून पळोन गेला यास्तव सुभां आपल्यास नेऊन गुन्हेगारी पन्नास रुपये घेतले, परंतु आपला भाऊ आलाहिदा, त्याचे कन्येचें लग्न होणें, याकरितां सरकारांतून कौल देववावयाची आज्ञा जाली पाहिजे ह्मणोन; त्याजवरून हें पत्र सादर केलें असे, तरी याचा भाऊ भयेंकरून गेला आहे, घरीं कन्येचें लग्न व्हावयाचें आहे, सबब यास कौल देऊन घरीं आणवणें; कन्येचें लग्न होऊं देणें; मग जीवन पाहून भावापासून गुन्हेगारी घेतली आहे, त्याअन्वयें याचें जीवन पाहून गुन्हेगारी घेणें ह्मणोन, मोरो बापूजी यांस. पत्र १.

सबा सबैन मया व अलफ जिल्हेज १२

चिटणिसी.

९७३ (४१७)–बाजीराव गोविंद बर्वे हैदरअली यांजकडे गेले, सबब त्याच्या

permitted to reside in their house in Urawade and Rámchandra's brother was ordered to be imprisoned in their stead.

(972) Gadádhar Appáji Káne of Khed, in Táluká Suwarṇadurga, having joined the Pretender was arrested and imprisoned. He escaped from prison and his brother Hari was fined Rs.50 by the Subhá. Hari Appáji represented that Gadádhar had to perform his daughter's marriage and prayed that a pass might be given permitting him to return home for this purpose. Moro Bàpuji was instructed to give the safe-pass as requested and to levy a reasonable fine from Hari after the celebration of the marriage.

A. D. 1776-77.

(973) Bájirao Govind having gone over to Haidar Ali, his two wives were kept in custody at Mangaḷwedhe. Bájirao's father Govind Gopáḷ represented that Bájirao's daughter

A. D. 1776-77.

सबा सबैन
मया व अलफ
मोहरम ६

स्त्रिया दोन किल्ले मंगळवेढें येथें अटकेत ठेविल्या आहेत, त्यास मशारनिल्हेची कन्या उपवर जाली, लग्न कर्तव्य, ह्मणोन गोविंद गोपाळ, मशारनिल्हेचे तीर्थरूप यांणीं हुजूर बिनंती केली, त्याजवरून मशारनिल्हे यास सरकारांत जामीन घेऊन, हे सनद तुह्मांस सादर केली असे, तरी दोघी स्त्रिया कन्येसहवर्तमान पुण्यास पावते करणें ह्मणोन, मेघःशामराव यांचे नांवें. सनद १.

रसानगी यादी.

९.७४ (४२३)—त्रिंबक गणेश भट याची बायको, व लेक अटकेस आहे, त्यास मूल

सबा सबैन
मया व अलफ
सफर २

आठ वर्षांचा जाला, त्याचा व्रतबंध जाहला पाहिजे, ह्मणोन लिहिलें त्यास त्याचे सोइरे आप्त कोणी जामीन देऊन मुंज करतील, तरी बायको व मुलास पक्का जामीन घेऊन त्यांचे हवाला करणें, मुंज जाहल्यावर पुन्हां पूर्ववतप्रमाणें अटकेस ठेवणें.

९.७५ (४२९)—रघ सावंत भोसले, व केसो बाबाजी यांस सनद कीं, अंताजी

सबा सबैन
मया व अलफ
सफर १६

केशव जोशी निसबत रामराव नारायण यांस किल्ले विसापूर येथें अट- केस ठेवावयास पाठविले आहेत, तरी त्यास बेडी घालून पक्क्या बंदो- बस्तानें किल्ले मजकुरीं अटकेस ठेऊन पोटास शेर शिरस्तेप्रमाणें सनद पैवस्तगिरीपासून देत जाणें. किल्ले मजकूर नाजूक जागा; अंताजी केशवचा लेक फार लबाड आहे; फितवाफांद्यास व निघोन जाण्यास चुकणार नाहीं. यास्तव चौकीचे लोक मजबूत चांगले नेमून देणें; आणि बेडी रोज तुह्मी आपले रूबरू पाहात जाणें; लोहारास

had attained the marriageable age and that she must therefore be married. He was asked to stand security for the ladies and orders were issued that the ladies and the girl should be sent to Poona.

(974) Trimbak Bhat's wife and son were imprisoned in the fort of Ratnágiri. The boy having attained the age of 8 years, permission was given to release both him and his mother in order that his thread-ceremony might be performed. It was further ordered that security should be taken from them before their release and that after the ceremony they should again be imprisoned.

A. D. 1776-77.

(975) Antáji Keshav Joshi, in the employ of Rámrao Naráyan, was sent to prison in the fort of Visápur. Ragh Sáwant Bhosle and Keso Bábáji were informed that he was an intriguing person, that he was sure to attempt to escape, that a trusty guard should therefore be kept over him, that his fetters should every day be inspected by them in person, that the blacksmith should be strictly warned to be careful in rivetting the fetters, that Antáji should

A. D. 1776-77.

चांगली ताकीद करून ठेवणें; चौकीचे लोकांजवळ त्यांचें भाषण न व्हावें, त्यांजवळ यांचें भाषण न व्हावें, चौकीचे लोकांशिवाय दुसऱ्यानें कोणी जाऊं नये, असा पक्का बंदो- बस्त करून ठेवणें ह्मणोन. सनद १.

परवानगी रूबरू.

जनार्दन आपाजीच्या कीर्दीपैकीं.

९७६ (४४५)–धोंडो गोपाळ केळकर किल्ले घनगड येथें अटकेंत आहे, त्याचे
सबा सबैन पाय सुजले आहेत, उठवत बसवत नाहीं, ह्मणोन तुह्मीं विनंतीपत्र
मया व अलफ पाठविलें तें पावलें. ऐशीयास मशारनिल्हेस फार बरें वाटत नाहीं,
रविलावल २९ याजकरितां पायांतील बिडी तोडून औषधउपाय करणें; आणि चौकीचा
बंदोबस्त चांगला करून, लोकांचे फेरफार वरचेवर करून बरा जाहाला ह्मणजे फिरोन
पायांत बिडी पूर्ववतप्रमाणें घालणें ह्मणोन, गोविंद रघुनाथ किल्ले मजकूर यांचे नांवें. सनद १.

९७७ (४५५)–धोंडो गोपाळ केळकर, तोतयाचे फितुरांतील, किल्ले घनगड येथें
सबा सबैन अटकेस होता, तो मृत्यू पावला, त्याची क्रिया जाहली पाहिजे, याज-
मया व अलफ करितां त्याची वायको ताळुके रत्नागिरी येथें अटकेंत आहे; तीस
रविलाखर २६ जामीन घेऊन क्रिया करण्याबद्दल मोकळीक करणें, क्रिया जाहाली-
यावर पोटीं संतान असल्यास अटकेस ठेवणें, संतान नसेल तर जामीन पक्का घेऊन मोक-
ळींच असों देणें ह्मणोन, सदाशिव केशव यांचे नांवें. छ. ८ रविलाखर. सनद १.

परवानगी, राजश्री बाळाजी जनार्दन फडणीस.

be prevented from speaking to the guard, and that no other persons
should be allowed to approach him.

FROM JANÁRDAN APPÁJI'S DIARY.

(976) Dhoṇḍo Gopál Keḷkar, a prisoner in the fort of Ghangad,
A. D. 1776-77. having swollen feet was unable to move. The officer
of the fort represented the matter to Government, and
orders were issued to remove the fetters and to keep Dhoṇḍo under
medical treatment. It was further ordered that after his recovery fetters
should be put on again.

(977) Dhoṇḍo Gopál Keḷkar, who was confined in the fort of
A. D. 1776-77. Ghangaḍ for conspiring with the Pretender died. Orders
were therefore issued to release his wife from custody
at Ratnágiri in order that she might perform the funeral rites of the
deceased. It was further ordered that she might be allowed to remain
at large if she had no issue, that otherwise she should be sent back to
prison after the performance of the obsequies.

९७८ (४९७)—अर्जोजीराव ढमाले हवालदार, व कारकून किल्ले घनगड यांस
समान सबैन सनद कीं, सखाराम हरी हे किल्ले पुरंदर येथें अटकेस होते, ते हल्लीं
मया व अलफ येथून तुह्मांकडे बेडीसुद्धां पाठविले आहेत, तरी किल्ले मजकुरीं बेडी-
रमजान १५ सुद्धां पक्या बंदोबस्तानें अटकेस ठेऊन, पोटास शेर शिरस्तेप्रमाणें
देत जाणें. याची बेडी तुह्मीं आपले दृष्टीनें रोजचे रोज पाहत जाणें.   याचे चौकीस लोक
ठेवाल ते एका दो रोजीं हेरफेर करून दुसरे लोक चौकीस नेमीत जाणें; आणि याची
रखवाली बहुत खबरदारीनें करणें. सखाराम हरी याचे रखवालीस लोक राहातील त्यांणीं
त्याशीं बोलूं नये, याप्रमाणें लोकांस चांगली ताकीद करणें, याजबरोबर रखवालीस स्वार
दिमत सदाशिव धोंडदेव, व गाडदी दिल्हे आहेत, हे किल्ले मजकुरीं पोंहोंचऊन हुजूर
येतील ह्मणोन.   सनद १.
                                    परवानगी रूबरू.

९७९ (५३१)—महादाजी गणेश फडके किल्ले चंदनगड येथें अटकेंत आहेत,
समान सबैन त्यास बरें वाटत नाहीं, याजकरितां मशारनिल्हेची स्त्री, व कुणबीण
मया व अलफ त्यांजकडे जात आहे, त्यांस किल्ल्यावर घेऊन, स्त्रीस सिधा सध्यम
सफर २६ प्रतीचा, व कुणबिणीस अडशेरी देत जाणें ह्मणोन, शामराव जगजी-
वन यांचे नांवें. छ. ७ जिल्काद.   सनद १.
                                    रसानगी यादी.

९८० (५४४)—नरसिंगराव गोविंद किल्ले पाली येथें अटकेस आहे, त्यांची मातुश्री
समान सबैन पुणियांत होती, ते मृत्यु पावली, तिची क्रिया करण्याबद्दल ब्राह्मण
मया व अलफ तेथें अस्थि घेऊन येईल. अस्थी आलियावर नरसिंगराव याचे पायां-
सफर २६ तील बेडी काढून, चौकी चांगली बंदोबस्तानें ठेऊन क्रियेस ब्राह्मण

(978) Sakhárám Hari was sent in custody from fort Purandhar
A. D. 1777-78.   to fort Ghangaḍ. The officer of the fort was directed
to see personally every day that Sakhárám was properly
fettered and to allow no communication with him and to see that he
was very carefully guarded.

(979) Mahádáji Ganesh Phaḍke, a prisoner at fort Chandangaḍ
A. D. 1777-78.   being indisposed, his wife with her female attendant
was permitted to come and reside with him. She was
given the usual ration.

(980) Narsingrao Govind, a prisoner at fort Páli, lost his mother
A. D. 1777-78.   residing in Poona. Her bones were sent to him with a
Brahmin, in order that he might perform the obsequies

मेळऊन वीस रुपयेपर्यंत क्रिया करण्यासी देऊन क्रिया करवणें. क्रिया जाहलीयावर पूर्व-
वतप्रमाणें बेडी घालून ठेवणें ह्मणोन, वाजी गोविंद यांचे नांवें. छ. ८ जिल्हेज. सनद १.
　　　　　　　　परवानगी रूबरू. राजश्री बाळाजी जनार्दन फडणीस.

९८१ (५७२)—मोरो बाबूराव यांस किल्ले अमदानगर येथें ठेवावयास पाठविले
आहेत, समागमें विसाजी आपाजी फौज सुद्धां दिल्हे आहेत, तुम्हां-

तिसा समैन
मया व अस्पक
बमादिलाखर २९

जवळ येऊन पोहचल्यावर हवालीं करून घेऊन किल्यांत ठेवणें; घर
चांगलें असेल त्याचा बंदोबस्त करून राहावयास देणें; समागमें खिज-
मतगार, ब्राह्मण वगैरे विसाजी आपाजी सांगतील त्याप्रमाणें ठेवणें; तेथें पोहचाऊन
विसाजी आपाजी माघोरे हुजूर येतील. तुम्हीं बंदोबस्त चांगला करणें. मोरो बाबूराव यांज-
कडील हत्यारेंवंद माणूस जवळ नसावें, तुम्हीं आपल्या कडील एक शाहाणा इतबारी मर्द
माणूस जवळ ठेवणें; त्यांणें रात्रंदिवस जपत जावें. बाहेरील माणूस किल्यांत जाईल त्याची
चौकशी करीत जाणें, किल्याचा बंदोबस्त चांगला कराबा. किल्यावाहेर शहरांत बेकार
लोक राहात असतील, त्यांचा बंदोबस्त करणें. सारांश गोष्ट तुम्हीं इतबारी यास्तव तेथें
रवानगी केली आहे. सावधपणें राहून बंदोबस्त चांगला राखणें, वर्तमान लिहीत जाणें.
मोरो बाबूराव खासा, व दोन भिक्षुक ब्राह्मण, व एक आचारी, व एक ब्राह्मण, व एक
शार्गिद, व दोन खिजमतगार बिन हत्यारी, याप्रमाणें असामी ठेऊन, भोजनाचें साहित्य
वगैरे उत्तम करून देत जाणें, व न्हावी एक लागेल तेव्हां तुम्हीं आपणांकडील विश्वासू
पाठवित जाणें; वरकढ बंदोबस्ती चांगली वरचेवर करीत जाणें ह्मणोन महादाजी नारायण
यांचे नांवें.　　　　　　　　　　　　　　　　　　　　　　　सनद १.
　　　　　　　　　　　　　　　　परवानगी रूबरू.

९८२ (५७३)—बाबूराव हरी, व सखाराम हरी अटकेस आहेत. त्यास त्यांचे
मातुश्रीचें वर्षश्राद्ध श्रावण शु॥ अष्टमीस आहे, त्यास श्राद्धांबद्दल

तिसा समैन
मया व अलफ
बमादिलाखर ३०

खर्चास दर असामीस रुपये ५ पांच प्रमाणें देविले असेत. ते देऊन,
श्राद्धाचे दिवशीं पायांतील बिडी काढून श्राद्ध करवणें. श्राद्धाचे दि-
वशीं एक दोन ब्राह्मण, व एक ग्रहस्थ, व दोन माणसें येतील त्यांस किल्ल्यावर घेऊन,

---

of the deceased. His fetters were ordered to be removed while perform-
ing the ceremony.

(981) Moro Báburao was sent with his attendants to prison in
A. D. 1778-79.　　fort Ahmednagar. The officer of the fort to give him
　　　　　　　　first class diet and to keep a very careful watch over
him: if a barber was required, a trustworthy man must be sent.

(982) Baburao and Sakhárám Hari were imprisoned at fort

श्राद्ध जालीयावर दुसरे दिवशीं खालीं उतरून देणें; आणि पूर्ववत्प्रमाणें उभयतांस बंदोबस्तानें ठेवणें ह्मणोन. सनदा.

किल्ले प्रतापगड.

१ जयराम कृष्ण यांस सनद कीं, बाबूराव हरी यांस श्राद्धास पांच रुपये खर्चास देणें ह्मणोन.

१ अर्जोजीराव ढमाले हवालदार, व कारकून किल्ले घनगड यांस सनद कीं, सखाराम हरी यांस श्राद्धाबद्दल खर्चास रुपये पांच देणें ह्मणोन.

२

परवानगी रूबरू.

९८३ (५८९)–मामले कोहोज येथें बंदीवान अटकेस आहेत, त्यांपैकीं डोकीं मारावयाचीं, व शास्तें करावयाचीं वगैरे. कलमें.

तिसा सबैन मया व अलफ सफर २३

डोकीं मारावयाच्या असामी.

२ खंड्या बेरड याचे पोर्गे आहेत ते.

१ फाजीलखान नूरमहमद याचा भाऊ यास, भिवराव येशवंत यांणीं तारापूरचे मुकामींहून पाठविला आहे तो, एकूण तीन असामींचीं डोकीं मारणें. कलम १.

शिवराम ब्राह्मण भिवराव येशवंत यांणीं तारापूरचे मुकामींहून पाठविला त्याचा जामीन घेऊन सोडणें. कलम १.

मोराजी भोई याणें भुतें घालून काळोजी भोई यास मारिलें. तो मामले मजकुरीं आहे, त्याचा एक हात तोडून सोडणें. कलम १.

कडेलोट करावयाचे.

भिवराव येशवंत याणें तारापूरचे मुकामींहून पाठविले ते.

१ बहादरसिंग.

A. D. 1778-79. Pratápgaḍ and Ghangaḍ. Orders were issued to give them Rs. 5 each to enable them to perform the usual ceremonies on the anniversary of their mother's death, to remove their fetters on that day and to admit one or two priests into the forts for the occasion.

(983) Sentences were passed on some of the prisoners at fort Kohoj, three were ordered to be beheaded, two to be thrown down the precipice. One prisoner, Moráji Bhoi, who had been convicted of murdering another man through the agency of spirits was sentenced to have one hand cut off. Another prisoner, Rámá Kánaḍá,

A. D. 1778-79.

नारायणजी शितोळा हुजुरून सन सलास सबैनांत अटकेंत ठेवण्यास पाठविला, त्याची सबब काय आहे ती लिहून पाठविणें.

१ देवसिंग खरकसिंगाचा कारभारी.

——

२

एकूण दोन असामींस कडेलोट करणें.

कलम १.

रामा कानडा ब्राह्मण ह्मणवितो, परंतु पुण्यांत गाईचीं पुच्छें कापीत होता; तो मामले मजकुरीं अटकेस आहे; त्यास कुजक्या नागली पोटास देत जाणें. कलम १.

एकूण सहा कलमें करार करून हे सनद तुह्मांस सादर केली असे, तरी सदरहूप्रमाणें वर्तणूक करणें. व यांखेरीज आणखी बंदीवान असतील त्यांचा झाडा हुजूर पाठवून देणें. सदरहू लिहिल्याप्रमाणें सरकारचे खिजमतगार भिवजी जगताप, व संताजी टिळेकर दोन असामी पाठविले आहेत, यांचे गुजारतीनें पारपत्य करून लिहून पाठविणें ह्मणोन, महादाजी रघुनाथ, मामले कोहोज यांस.

सनद १.

रसानगी बरहुकूम पट.

९८४ (५९०) किल्ले सिंहीगड येथें बंदीवान अटकेस आहेत, त्यांपैकीं हुजूर आणावयाचे वगैरे येविशीं.

तिसा सबैन
मया व अलफ
सफर २९

सुभाना ब्राह्मण. व मर्या जामूद हैदर नाईक यांजकडील फितुरी किल्ले मजकुरीं आहेत, त्यांचे पायांत बिडी घालून पक्क्या बंदोबस्तानें हुजूर पाठवून देणें. कलम १.

रामजी भागवत याची बायको, व सासू, किल्ले मजकुरीं अटकेस आहेत. त्या काय निमित्य ठेविल्या तें लिहून पाठविणें.

कलम १.

एकूण दोन कलमें करार करून हे सनद तुह्मांस सादर केली असे, तरी सदरहूप्रमाणें वर्तणूक करणें, याखेरीज बंदीवान किल्ले मजकुरीं असतील त्यांची सबब लाऊन, नांव-

---

who though professing to be a Brahmin was caught cutting the tails of cows in Poona, was sentenced to be fed on rotten Nágli. The sentences were ordered to be carried out in the presence of two Khismatgárs sent from the Huzur. A complete list of the remaining prisoners was at the same time asked for.

(984) A similar list of prisoners, with details of their offences,

निशीवार झाडा हुजूर लेहून पाठवणें ह्मणोन, नारो महादेव किल्ले मजकूर यांचे नांवें.

सनद १.

रसानगी यादी.

९८५ (५९३) बंदीवान तालुके, व किल्ले हाये येथें वगैरे जागीं अटकेस ठेविले आहेत, त्यांचे पारिपत्य करण्याविशीं. सनदा.

तिसा सबैन मया व अलफ रबिलावल ८

१ रघुनाथ सदाशिव, तालुके रायगड यांस कीं, गोपाळ सोनार ग्वाहागरकर हा सोनाराचे मुलास राघोबा विंझ्या याणें जिवें मारिला त्यांत होता, सबब किल्ले रायगड येथें ठेविला आहे, त्यास दादजी कंडारा, व मोराजी झुन्या खिजमतगार, दिंमत तानाजी पडवळ यांस पाठविले आहेत, त्यांचे गुजारतीनें सोनार मजकुराचा उजवा हात तोडून सोडून देणें ह्मणोन. कलम १.

१ अर्जोजीराव ढमाले हवालदार, व कारकून किल्ले धनगड यांस कीं, जग्या मारवाडी नागरगांवकर भुताला, सबब किल्ले मजकुरीं ठेविला आहे. त्यास दादजी लांडगा, व मोराजी झुन्या, दिंमत तानाजी पडवळ, खिजमतगार यांस पाठविले आहेत, यांचे गुजारतीनें एक बोट कापून, त्यास सोडून देणें ह्मणोन.

१ बाबाजी भिकाजी, तालुके अमदाबाद यांस कीं, तालुके मजकुरीं हरी बल्लाळ यांणीं स्वारींतून बंदीवान पाठविले ते. असामी.

१ बाबाजी कदम.
१ संताजी भोडवा.
१ रामजी सिस्ता.
१ भवानी बिचफरा.
१ साबाजी पाडेकर.

५

A. D. 1778-79. was also called from fort Sinhgad. Two prisoners were ordered to be sent in fetters to the Huzur.

(985) The following sentences were passed on certain prisoners confined in various forts:—

A. D. 1778-79.

(1) Nagyá Márwádi who practised witchcraft to have one of his fingers cut off;

एकूण पांच असामी यांचे, राणोजी शेलार, व संभाजी मोकाता खिजमतगार, दिंमत संभाजी धायरीकर, पाठविले आहेत, त्यांचे गुजारतीनें एकेक हात तोडून त्यांस सोडून देणें ह्मणोन.

१ बाजी गोविंद तालुके सरसगड यांस कीं, संतू पवार कोळ्याचे मळईंत होता, सबब किल्ले पीरगड, तालुके मजकूर येथें अटकेस ठेविला आहे, त्यास दादजी लांडगा, व मोराजी झुऱ्या खिजमतगार, दिंमत तानाजी पडवळ, यांस पाठविले आहेत, यांचे गुजारतीनें पवार मजकुराचें डोकें मारून हुजूर लेहून पाठवणें ह्मणोन.

१ नारायणराव कृष्ण, किल्ले चाकण यांस कीं, बहिरजी पवार, तुळाजी पवाराचा भाऊ, किल्ले मजकुरीं आहे, त्यास गोपाळजी शिंदा खिजमतगार, दिंमत तानाजी पडवळ, यास पाठविला आहे, त्याचे गुजारतीनें पवार मजकुराचा एक पाय तोडून त्यास सोडून देणें ह्मणोन.

सनद १.

१ रामचंद्र कृष्ण, तालुके मुल्हेर यांस कीं, हरी बल्लाळ यांणीं स्वारींतून बंदीवान तालुके मजकुरीं सन सीत सबैनांत पाठविले ते.

असामी.

१ अलाबकस वलद शेख सादन गाडदी.
१ भिवजी बिन बापूजी चांडा.
३ मांग.

१ गोव्या.
१ निंब्या.
१ सेटी.

३

५

एकूण पांच असामींचा अनाजी राजगुरू, व कबाजी नलवडा खिजमतगार; दिंमत संभाजी धायरीकर, यांस पाठविले आहेत, त्यांचे गुजारतीनें एकेक हात तोडून त्यांस सोडून देणें ह्मणोन.

सनद.

१ माधवराव कृष्ण यांचे नांवें कीं, तोफखान्यांत बंदीवान आहेत, त्यांपैकीं शासन करावयाचे असामी.

(2) Bápoo Bhái who was caught robbing a Brahmin woman of her ornaments to have one hand and one foot cut off;

२ एक हात व एक पाय तोडावयाचे.

१ रामा बेरड, मालजी नाईक बेरड आळंदीकर याजकडे चाकर होता तो.

१ बदली भोई ब्राह्मणाचे बायकोच्या आंगावरील वस्त्र चोरून नेत होता तो.

— — —

२

२ एकेक हात तोडावयाचे.

१ मल्हारी कुणबी खानापूरकर यांणें चोरी केली सबब.

१ याकुबखान झारेकरी चोर ह्मणोन ठेविला आहे तो.

— — —

२

१ भिमा मांग जागेवाडीकर यांणें खंडोजी भोसला जागेवाडीकर याची घोडी चोरली, सबब त्याचा एक पाय तोडावा.

— — —

५

पांच असामी यांस, देवजी शिंदा, दिंमत संभाजी धायरीकर, व ह्वसाजी निसवण, दिंमत रायाजी संकपाल, खिजमतगार पाठविले आहेत, त्यांचे गुजारतीनें सदरहूप्रमाणें शासन करणें ह्मणोन. सनद.

— — —

७

सात सनदा रसानगी जाबता. याखेरीज बंदीवान असतील त्यांची सबब लाऊन नां-वनिशीवार झाडे लिहून हुजूर पाठविणें, ह्मणोन सनदांत लिहिलें असे.

९८६ (६०४) किल्ले मजकुरीं सखाराम हरी अटकेस आहेत, त्यांस पोटास शिधा
तिसा सबैन   पावत आहे तो मना करून, जुन्या नागलीचें पीठ दररोज वजन पक्के
मया व अलफ   ६६१ एक शेर प्रमाणें देत जाणें. पिठाशिवाय आणखी कांहीं न
रबिलाखर २१   देणें. उपास करूं लागल्यास करूं देणें, मनास न आणणें. नवी बेडी
येथून पाठविली आहे ही सखाराम हरी यांचे पायांत घालून, पक्के बंदोबस्तानें ठेवणें. बि-

---

(3) Malhári kuṇbi who committed theft to have one hand cut off;

(4) Other prisoners (named) were to be beheaded, or have hands or feet, or both cut off as ordered in each case.

(986) The officers of fort Ghangaḍ were directed to give prisoner
A. D. 1778-79. Sakhárám Hari one seer of old Nágli flour and nothing else, in lieu of the ration previously given to him, to let

हीचा सिळा दररोज तुम्हीं पाहत जाणें, म्हणोन, अजोंजीराव ढमाले, हवालदार व कार-
कून, किले घनगड यांचे नावें．

सनद १.

परवानगी रूबरू．

९८७ (६०५)–बाबूराव हरी किले प्रतापगड येथें अटकेस आहेत. ते किले सुया-
तिसा छबैन रगड, तालुके सुवर्णदुर्ग, येथें अटकेस ठेवावयाचें करून हे सनद
मया व अलफ तुम्हांस सादर केली असे, तरी तुम्हीं तालुके मजकुरींहून पन्नास माणूस,
रबिलाखर २३ व शाहाणा कारकून प्रतापगडास पाठऊन, बाबूराव हरी यास घेऊन
जाऊन किले सुयारगड येथें पके बंदोबस्तानें अटकेस ठेवणें; आणि पोटास शेर देत जाणें.
जयराम कृष्ण यास सरकारचें पत्र अलाहिदा सादर केलें असे, तरी पत्र पावतांच तुम्हीं
त्यांजकडे लोक, व कारकून पाठऊन, सदरहू लिहिल्याप्रमाणें मशारनिल्हेस घेऊन जाऊन
किले मजकुरीं पक्या बंदोबस्तानें बेडीसुद्धां ठेवणें म्हणून, मोरो बापूजी यांस. सनद १.

येविशीं जयराम कृष्ण किले प्रतापगड यांस कीं, मशारनिल्हेकडून लोक, व कारकून
तालुके सुवर्णदुर्गाहून तुम्हांकडे येतील त्यांचे हवालीं बाबूराव हरी यांस करून कबज घेणें
म्हणून.

सनद १.

२

रसानगी, बाजी बल्लाळ कारकून, दिमत जयराम कृष्ण.

मशारनिल्हेची स्त्री प्रतापगडास आहे, ते त्याजबरोबर आल्यास घेऊन जाऊन दोघांस
एक जागा ठेवणें म्हणून मोरो बापूजी यांचे सनदेंत लिहिलें असे; व जयराम कृष्णं यांचे
सनदेंत मशारनिल्हेची स्त्री किले मजकुरीं आहे, ते त्याजबरोबर जात असल्यास सुयार-
गडास रवाना करणें, जात नसल्यास तिचे घरास पोहोंचाऊन देणें म्हणोन लिहिलें असे.

९८८ (६४१)–सखाराम हरी किले मजकुरीं अटकेस आहेत. त्यांचे पायांत बिडी
समानीन थोर आहे ती काढून, लहान बिडी घालणें, व महिना पंधरा दिवशीं
मया व अलफ हजामत करवीत जाणें; बायको, व लहान पुत्र, व कुणबीण एक
सवाल १३ लहान पोरगी, अशीं तिघें पुण्याहून जातील. त्यांस किल्यावर घेऊन

him starve himself if he chose to do so, and to put on his legs the new
fetters sent from the Huzur.

(987) Báburao Hari a prisoner at Pratápgad was ordered to be
A. D. 1778-79.　　sent to fort Suryágad. His wife who was with him was
　　　　allowed to accompauy him if she chose, otherwise she
was ordered to be sent home.

(988) Orders were issued to the officer of fort Ghangad to remove

मशारनिल्हेजवळ ठेवणें; आणि मशारनिल्हेस, व बायकोस शिधा मध्यम प्रत, व कुणबी-
णीस शेर शिरस्तेप्रमाणें देत जाणें. औषधें वगैरे लागल्यास तुझांजवळ सांगतील, त्याप्र-
माणें चौकशीनें आणून देत जाणें झणोन, अजोंजीराव ढमाले हवालदार, व कारकून किल्ले
घनगड यांचे नांवें.   सनद १.

रसानगी याद.

०.८९ (७४०)—चिमणाजी दलपतराव, संस्थान पेठ, हे किल्ले त्रिंबक, तालुके मज-
इसब्रे समानीन कूर, येथें अटकेस आहेत. त्यांस त्रिंबक अनंत गोडबोले यांचे विद्य-
मया व अलफ मानें गंगापुरांत ठेवावयाचा करार करून दरमहा खर्चांस रुपये २५०
सफर १२ अडीचशें देविले असेत, तरी तालुके मजकूरैकीं देत जाणें. मशार-
निल्हेनीं फंदफितूर करूं नये येविशीं पक्का जामीन त्रिंबक अनंत यांचे विद्यमानें घेणें
झणोन, धोंडो महादेव यांचे नांवें.   सनद १.

रसानगी यादी.

९.९० (८१९)—अजोंजीराव ढमाले हवालदार, व कारकून किल्ले घनगड यांचे नांवें
अर्बा समानीन सनद कीं, ब्राह्मण बायका किल्ले मजकुरीं अटकेस आहेत, त्यांस
मया व अलफ लुगडीं, व चोळ्या व पांघरावयास कांबळी, सरदीची जागा याजक-
रमजान १४ रितां देविली पाहिजेत झणोन लिहिलें, त्याजवरून बायका असामी.

१ कृष्णी.

१ कोंडी.

१ दारकी कायस्तीण.

१ कृष्णी पेठणकरीण.

<hr>

४

<hr>

A. D. 1779-80, the heavy letters put on Sakháráṁ Hari and to sub·
stitute lighter ones in their place and to have him
shaved every month or fortnight. Permission was also given to admit
into the fort his wife, an infant son and a female servant and to allow
them to stay with him. The officer was directed to supply him with
such medicines as might be required.

(989) Chimnáji Dalpatrao of Sansthán Peth who was a prisoner
A. D. 1781-82. at fort Trimbak was allowed to reside at Gangápur on
furnishing sufficient security.

(990) Clothes consisting of 2 sáris worth Rs. 2 each and 4

एकूण चार असामींस लुगडीं वैगेरे द्यावयाचीं त्यांची किंमत.   रुपये.

१६ लुगडीं, दर असामीस २ प्रमाणें लुगडीं सुमार ८ दर २ प्रमाणें.   रुपये.

२ चोळ्या, दर असामीस ४ प्रमाणें सुमार १६ दर ८=प्रमाणें.   रुपये.

२ कांबळ्याबद्दल दर असामीस रुपया ·॥· प्रमाणें.   रुपये.

———

२०

एकूण वीस रुपयांची सदरहू लिहिल्याप्रमाणें सनगें देविलीं असेत. तरी खरेदी करून
देणें. मजुरा पडतील ह्मणोन.   सनद १.

परवानगी रूबरू.

९९१ (८८६)—अजोंजीराव ढमाले हवालदार, कारकून किल्ले घनगड यांचे नांवें

*खमस समानीन
मया व अलफ
जमादिलाखर २८*

सनद कीं, रामचंद्र गोविंद, माजी कारखानीस किल्ले मजकूर, हा
अपराधी, सबब किल्ले विसापूर येथें अटकेस आहे. त्याचा लेक
गोविंद रामचंद्र बारा वर्षांचा किल्ले मजकुरीं तुह्मांजवळ अटकेंत आहे,
त्यास सोडावयाविशीं त्याचे आईनें हुजूर रदबदली केली, सबब सोडावयाचा करून हे
सनद तुह्मांस सादर केली असे, तरी गोविंद रामचंद्र यास पोटखर्चे रुपये २७।= सवा
सत्तावीस तीन आणे जाह्ला आहे ह्मणोन तुह्मीं लिहून पाठविलें, त्यास पोटखर्चाचे सदरहू
रुपये, व जामीन घेऊन सोडून देणें ह्मणोन.   सनद १.

रसानगी याद.

९९२ (९०३)—माधवराव कृष्ण भिंगारकर हे किल्ले चावंद, ताछुके शिवनेर येथें

A. D. 1783-84.   boddices worth Rs. 0–2 each and one blanket worth
Rs. 0–8–0 were ordered to be supplied to each of the 4
female prisoners at fort Ghangad.

(991) Rámchandra Govind Kárkhánnis of fort Ghanagad having
A. D. 1784-85.   been accused of some offence was imprisoned himself
at fort Visápur, and his son Govind, aged 12 years, at
fort Ghanagad. At the intercession of the boy's mother Govind was
released. It was ordered that diet expenses should be recovered and that
a surety should be taken.

(992) Mádhavrao Krishna, a prisoner in fort Cháwand, being old

सीत समानीन मया व अलफ जिल्काद ३० — अटकेंत आहेत, त्यास मशारनिल्हे वृद्ध, व अशक्त, सबब त्यांची स्त्री त्यांजवळ राहणार, त्यास किल्ले मजकुरीं मशारनिल्हेजवळ ठेऊन पोटास शेर शिरस्तेप्रमाणें देत जाणें ह्मणून, बाळाजी महादेव यांचे नांवें.

सनद १.

रसानगी याद.

९९३ (१०८४)—मंडाजी गांड्या, मौजे टाकळी, तर्फ माहूर, व हरी पारगांवकर यांणीं मौजे मजकुरीं दावे करून जलेत केली, सबब किल्ले नारायणगड येथें अटकेस ठेविले आहेत. त्यास पोटगीचा ऐवज द्यावयास ताकत नाहीं म्हणोन तुह्मीं हुजूर विदित केलें, त्यास त्यांजपासून जीवन पाहोन ऐवज उत्पन्न होईल तो घेऊन, सरकारहिशेबीं जमा करणें; आणि हरदूजणांस जामीन घेऊन सोडून देणें ह्मणोन, रामचंद्र शिवाजी यांचे नांवें.

अर्बा तिसैन मया व अलफ मोहरम २१

सनद १.

रसानगी याद.

९९४ (११११)—मोरो बापूजी यांचे नांवें सनद कीं, तुह्मीं छ. २५ जिल्हेजचें विनंतिपत्र पाठविलें तें प्रविष्ट जाहलें. पाद्री वैद्य पुण्यांत होता त्याचा भाऊ, मुशाबुरूज फिरंगी, परशराम रामचंद्र याजवळ लष्करांत चाकरीस होता, त्याची व दुसरे जमातदार यांची कटकट जाहाली, तेव्हां दोघे पाहारेयांत ठेविले. नतर एक सोडला. फिरंगी मजकूर यास किल्ले धारवाड येथें लष्करांतून अटकेंत ठेविला, त्यास चौकशीकरितां सरकारी अपराध विशेष नाहीं; पोटास शेर, व चौकीस दहा बारा असामी आहेत, खर्च होऊन उपयोग नाहीं, त्याची

खमस तिसैन मया व अलफ मोहरम १३

A. D. 1785-86. and infirm, his wife asked permission to reside with him in the fort. The permission was granted and the fort officer was directed to arrange for her diet.

(993) Mandáji Gàndyá of Takli in Máhur and Hari Párgaonkar, two incendiaries who were imprisoned in fort Náráyangad were unable to pay for their maintenance and the charge therefore fell on Government. Orders were issued to levy from them such amount as could be recovered and to set them at liberty after taking security.

A. D. 1793-94.

(994) A Portuguese serving in the army under Parashrám Rámchandra, who was the brother of a Christan Doctor in Poona, having quarrelled with another officer, both were imprisoned. One of them was subsequently released but the other, viz. the Portuguese, remained in custody at Dhárwár. Moro Bápuji

A. D. 1794-95.

जबानी सेवेशीं पाठविली आहे, जामीन मिळत नाहीं, त्यास सोडावयाची आज्ञा व्हावी; व आणसी एक दोन असामी अटकेंत आहेत, आज्ञा जाहल्यास अन्याय पाहून फडशा करीन ह्मणान लिहिलें, त्यास अपराधाची चौकशी चांगली करून फिरंगी मजकूर यास सोडन देणें, व आणखी एक दोन बंदीवान असतील त्यांचा अपराध असेल तसें पारपत्य करून, गुन्हेगारी घेऊन सरसुभांचे हिशेबीं जमा करणें; आणि जामीन घ्यावयाजोगे अस- तील त्यांचा जामीन घेऊन अपराधी अटकेंत आहेत त्यांस सोडून देणें ह्मणोन. सनद १.

रसानगी, त्रिंबक नारायण परचुरे कारकून निसबत दफ्तर.

८. सरकारी कामगार, व जहागिरदार यांचें गैरवर्तन.
नारो आपाजीच्या कीर्दींपैकीं.

९९५ (६२)—ताळुके कल्याणभिवडी, व ताळुके नेरळ देखील परगणे नसरापूर, व तर्फ चोण, येथील पेशजीं रामाजी महादेव यांचे कारकीर्दींत सुटी पडल्या आहेत, त्यांची चवकशी माजी मामलेदारांनीं करून फडशा केला नाहीं, त्यास हल्लीं सुटीची चवकशी झाली पाहिजे, यास्तव याचा एक्तीयार तुह्मांवर आहे, तरी तुह्मीं बहुत रीतीनें चवकशी करून, कोणाची खुरयात न धरितां, रयतीस सूट पडोन दरम्यान ऐवज राहिला असेल, त्याचा बारीक शोध करून, लोभ न धरितां, व मींड संकोच न पडतां, सुटीचा ऐवज होईल तो साधावा. चवकशी करून हुजूर आणून समजावाल त्याप्रमाणें फडशा होईल, दार असेल तो वसूल घेणें, नादार असेल तो हप्तेबंदी लाऊन वसुलांत आणणें, व केवळ बुडीत, व गयाळ असेल, व वसूल करावयासी ठिकाणच नाहीं असें असेल तें हुजूर आणून समजावणें. समजोन

अर्वा खबैम
मया व अलफ
रबिलावल २१

now reported that on inquiry he did not consider that the Feringee was much to blame, and recommended that as it was no use incurring the expense of feeding and guarding him, and as he was unable to find a surety, he might be set at liberty. The recommendation was accepted.

VIII. Misconduct of Government officers and Jahágirdárs,
FROM NÁRO APPÁJIS DIARY.

(995) It was found that no inquires had been made by the former Mámlatdàr regarding the remissions granted from time to time to the ryots of Táluká Kalyán Bhiwandi and Táluká Neral. A special officer was appointed to look into the matter. He was directed to make a very thorough and impartial inquiry and ascertain how much of the amount of sanctioned remissions had been

A. D. 1778-74.

फडशा करणें तो केला जाईल, ह्मणोन सालगुदस्तां हुजूरून करार जाला, त्यावरून सुटीची चवकशी करून, ऐवज ध्यावयाचा ठराऊन, दार, नादार, गयाळ, मयत यांचा झाडा तपशिलवार निवडून त्याप्रमाणें वसूल ध्यावा, तरी सरखोत, व फुटखोत पुढें सुटीचा कज्या राहिला नाहीं ह्मणोन कबजे मागतात, ह्मणोन तुह्मीं हुजूर विदित केलें; ऐशास सालमजकुरीं सुटीचे ऐवजीं मामलेदारापासून कर्जे रुपये ५०००० पन्नास हजार ध्यावयाचे करार केले आहेत, त्याप्रमाणें मामलेदार हुजूर भरणा करतील ते, व पेशजीं रामाजी महादेव, व दिनकर महादेव, यांजपासून सुटीचे ऐवजीं कर्जदाखल रुपये ३५००० पस्तीस हजार सरकारांत घेतले आहेत ते, एकूण पंचायशी हजार रुपये ज्यांचे त्यांस पोहोंचले पाहिजेत, त्यास सालगुदस्तां सुटीची चवकशी तुह्मीं केली. त्यांपैकीं दार कुळांचा ऐवज वसूल घेऊन सालमजकुरीं पन्नास हजार रुपये मामलेदारांपासून ध्यावयाचा करार जाला आहे त्या ऐवजीं घेणें. नादार कुळांकडील तूर्त ऐवज यावयाचा नाहीं. त्यांचें जीवन पाहून हप्तेबंदी करून, तो ऐवज पेशजीं रामाजी महादेव, व दिनकर महादेव, यांजपासून पस्तीस हजार रुपये घेतले आहेत त्या ऐवजीं वसुलास नेमून देणें. नादारपैकीं एक दोन असामींचें फाजील सरकारांत मामलतसंबंधें येणें आहे, त्या ऐवजीं सुटीचा ऐवज त्या असाम्यांकडे ठरेल तो रदकर्जी लिहिणें. गयाळ मयताचा झाडा हुजूर आणून समजावणें. सुटीपैकीं ज्या कुळांपासून वसूल ध्याल त्यांस पुढें सुटीचा लांझ्या राहिला नाहीं ह्मणोन जाब सरसुभ्याहून लिहून घेणें. येणेंप्रमाणें सुटीचा फडशा करून जाबता हुजूर समजावणें, त्याप्रमाणें विल्हेस लागेल. चवकशीमुळें पंचायशीं हजारांस ऐवज न पुरला तर, मागील मामलेदारांनीं सुटीपैकीं ऐवज साधणूक करून घेतला असेल, त्याची रुजुवात करून पस्तीस हजारांचें रदकर्जी लिहिणें ह्मणोन, त्रिंबक विनायक सरसुभा प्रांत कोंकण यांचे नांवें. छ. १४ जिल्हेज.

सनद १.

रसानगी यादी.

९९६ (१८९)—वेदशास्त्रसंपन्न राजश्री रघुनाथ दीक्षित यांचे नांवें कीं, मकाजी

---

collected from the ryots and misappropriated by the officers. In cases in which the person concerned in the fraud was able to repay the money misappropriated it should be recovered from him. If he was not able to pay, an agreement for the payment of the money by instalments should be taken. Cases in which the officers concerned were in extremely poor circumstances should be reported to the Government for orders.

(996) Makáji Teli of kasbá Kheḍ owed some money to his creditors. They handed over the documents regarding the loan to Raghunáth Dixit. He forcibly recovered the

A. D. 1774-75.

खमस सबैन मया व अलफ रबिलाखर ५

तेली, कजबे खेड, यानें हुजूर विदित केलें कीं, आपण सावकाराचें कर्ज देणें आहे. वारावयासीं आवाकांत नाहीं, असें असतां रघुनाथ दीक्षित यांणीं माझे सावकारांचीं खतें घेऊन मजला फार सक्त तगादा करून मजपासून ऐवज उगऊन घेतला.

६०० मल्हार भट पाठक, पुणेंकर, यांचे मुद्दल रुपये २०० त्याचा वसूल घेतला.

बरहुकूम.

३०० भटजीस दिले रुपये.
३०० दरम्यान आपण घेतले रुपये.

६००

४० महादेव भट दातार, खेडकर, यांचे मुद्दल रुपये २५ त्याचा वसूल तपशील.
१७ कान्हूचा कुणबी बनजाजी याचे मुद्दल रुपये १२ त्याचा वसूल.
३९ रामकृष्ण भट वैशंपायन यांचे मुद्दल रुपये १५ त्याचा वसूल.
१५ आपा सराफ, खेडकर, याचे मुद्दल रुपये १० त्याचा तपशील.

७११

एकूण सातशें अकरा रुपये वसूल घेतला, त्याची चवथाई सरकारांत द्यावी तेही न दिल्ही, आपणच मध्यें रुपये खाऊन मज गरीबास तसदी देतात. हल्लीं महिपतराव देशपांडे, चाकणकर, यांजपासून एकशेंचोवीस रुपयांचें माझें खत घेऊन, त्यांचें तीनशें रुपये देणें ह्मणोन तसदी केली आहे, याजमुळें मी परागंदा होऊन फिरतों. लोकांची खतें घेऊन यास तसदी न देणें, ह्मणोन पेशजीं सरकारचें पत्र सादर जाहलें असतां मानीत नाहींत, मजला जबरदस्तीनें बुडवितात. येविसींची आज्ञा जाहली पाहिजे ह्मणोन; ऐशीयास एकवेळ तुह्मांस सरकारांतून ताकीदपत्र सादर जाहलें असतां फिरोन लोकांचे कर्जाकरितां या गरीबास तगादा करून देशधुडी लाविला हे कोण रीत? दरमियान रुपयेही गरीबाचे खातां हें परिच्छिन्न, उत्तम नसे. हल्लीं हें पत्र सादर केलें असे, तरी या उपरीं असे तगादा एकंदर न करणें. पेशजीं सातशें अकरा रुपये वसूल घेतला आहे, त्यापैकीं दरम्यान

amount due but did not pay one fourth of it to Government. He further tried to compel Makáji to pass a bond for Rupees 300, in consideration of a sum of Rupees 124 obtained by him from Mahipatrao Deshpánde of Chàkan. Makáji therefore left the village and complained to the Peshwâ who issued orders to Raghunâth to stop oppressing the man. The orders were set at naught and the man complained again. Raghunáth Dixit was severely reprimanded for his conduct and was directed not

तीनशें रुपये घेतले आहेत ते, व बाकी चवथाई हुजूर पाठवून देणें, येविशींचा बोभाट
फिरोन हुजूर न येत असें करणें झणोन. चिटणिशी. छ. २६ मोहोरम.   पत्र १.

मुतालिक ह्यांचे रोजनिशीपैकीं.

९९७ (१)—निंबाजी व तान्हाजी महाजन, कसबे नसिराबाद, परगणे मजकूर, यांणें
हुजूर विदित केलें कीं, आपलें कर्जे काळो बाबाजी कुळकर्णी, कसबे
खमस सबैन   मजकूर, यांजकडे येणें होतें तें नारो केशव, दिंमत कमाविसदार,
मया व अलफ   परगणे मजकूर यांणी चौकशी करून चौथाई सरकारांत घेऊन आपलें
शाबान १२
कर्जे वसूल करून दिल्हें. त्यास हल्लीं नारो केशव दूर होऊन, मशारनिल्हेचें तर्फेनें
हिराजी रणसोड परगणे मजकुरीं आले आहेत. ते कुळकर्णी मजकुराची बळासी करून
कर्जेंपैकीं कुळकर्ण्यांकडील ऐवज आपल्यास पावला आहे, तो माघारा देवितात.   येविशीं
ताकीद जाली पाहिजे झणोन; त्याजवरून हें पत्र तुह्मांस सादर केलें असे, तर वाजवी
कर्जे असतां चवथाई सरकारांत घेऊन निकाल करून देविला, तो फिरोन मनास आणाव-
यास प्रयोजन काय ? तर महाजनास कर्जांचा तगादा न करणें, व याखेरीज महाजनाचें
कर्जे लोकांकडे येणें तें वाजवी मनास आणून चौथाई सरकारांत घेऊन कर्जांचा निकाल
करून देवणें. फिरोन बोभाट येऊं न देणें झणोन, हिराजी रणसोड, दिंमत महादाजी
केशव कमाविसदार, परगणे मजकूर, यांचे नांवें चिटणिसी.   पत्र १.

जनार्दन आपाजीच्या कीर्दीपैकीं.

९९८ (३४२)—फकीर महमद माजी कमाविसदार, मौजे केम, परगणे वांगी, याज-

---

to molest the man and to remit to Government a fourth of the loan
recovered by him.

FROM THE MUTÁLIK'S DIARY.

(997) A debt due to Nimbáji and Tànáji Mahájan of Nasirábàd
A. D. 1774-75.   from Kálo Bàbáji Kulkarni was recovered for them by
Náro Keshav, an agent of the Kamávisdár, and a fourth
of it was as usual credited to Government. Náro Keshav was subse-
quently recalled by the Kamávisdár and Hiráji Ransoḍ was appointed
in his place. Hiráji siding with the Kulkarni asked Nimbáji and Tánáji
to restore to the Kulkarni the money levied by them. They applied
to the Huzur. Hiráji was informed that his action in raking up an
old matter was improper, and he was directed not to press Nimbáji and
Tánáji to return the money.

FROM JANÁRDAN APPÁJI'S DIARY.

(998) The Mokádams of Kem in Pargaṇá Wángi laid a complaint

सन्रा सबैन
मया व अलफ
रमजान २९
कडे तुह्मी अन्याय लाऊन घ्यावे, अन्याय लाऊन न दिल्यास रुपये पांच हजार रुपये गुन्हेगारी सरकारांत तुह्मी द्यावी, याप्रमाणें सन खमस सबैनांत कबूल केलेंत; त्याजवरून कलमें लागूं करावयाची चौकशी कमळाकर भास्कर याजकडे सांगितली; त्यांणीं मनास आणितां कलमें लागूं न जाहशी, तुह्मी खोटे पडलेत, सबब सदरहू पांचहजारांची वरात राणूजी नाईक निंबाळकर यांची सालगुदस्त बापूजी जैन कमाविसदार, मौजे मजकूर, यांजवर करून ऐवज सरकारांत घेतला असे, तरी सदरहू पांच हजारांचे व्याजसुद्धां बापूजी जैन यांस पावते करून कबज घेणें ह्मणोन, मोकदम मौजे मजकूर यांस छ. १२ रजब.   सनद १.

           रसानगी अजमास.

९९९ (४६२)—त्रिंबक कृष्ण व भवानी हरी कमाविसदार, तर्फ हवेली, प्रांत
समान सबैन
मया व अलफ
जमादिलाखल १०.
संगमनेर, यांस पत्र कीं, शिंपी, रंगारी, साळी वगैरे उदमी रयत कसबे संगमनेर यांणीं हुजूर विदित केलें कीं, कमाविसदाराकडून, व कसबे मजकूरचा केरोजी पाटील गुंजाळ यांजकडून आपल्यास जाजती उपद्रव लागतो, त्याचा बंदोबस्त सरकारांतून जाल्यास आमची नांदणूक होईल; नाहीं तरी होत नाहीं; त्याजवरून यांचें वर्तमान मनास आणून कलमें करार करून दिलीं असेत. बीतपशील.

किता.	कलमें.	किता.	कलमें.
१ कसबे मजकूरचे उदम्यांपासून गुदस्तां मोहोतर्फ्याशिवाय एकसालां पट्टी सरकारांत घेतली असतां सालमजकुरीं		१ कसबे मजकूरचे उदमी बाजारास परगणे मजकुरी जातात, त्यांस मना करूं नये. कलम.	

A. D. 1776-77. against the late Kamávisdár of the village, Fakir Mahomed, and agreed to forfeit Rs. 5000 to Government if they failed to substantiate it. Kamlákar Bháskar was then deputed to inquire into the matter, and he found that the charges were not true. The complainants were therefore directed to pay in the amount agreed upon.

(999) The tailors, dyers, weavers and other traders of Kasbá
A. D. 1777-78. Sangamner represented that they were much harassed by the Kamávisdár and by Keroji Pátil. The Kamávisdár was therefore addressed as follows:—

(1) The levy in the preceeding year from the traders, in addition to Mohotarf, was for one year only: It should not be made in the current year;

दुसरे पट्टीचा तगादा केला आहे तो न करणें; वसूल घेतला असेल तो माघारा देणें. कलम.

१ आंबराईचे कलमांचा ऐवज मागों नये; सुदामत याची चाल कशी आहे ते सरकारांत समजाऊन द्यावी; मनास आणून आज्ञा येईल त्याप्रमाणें वसूल घ्यावा, फडशा होई तोंपर्यंत वसुलाचा तगादा न करणें. कलम.

१ मोहोतर्फ्याशिवाय अलीकडे रुपये सहाशें काळीचे तोट्यास घेतां, त्यास त्याचें कारण सरकारांत समजाऊन द्यावें; मनास आणून आज्ञा होईल त्याप्रमाणें वर्तणूक करावी, याचा ठराव होई तोंपावेतों वसुलाचा तगादा न करणें. कलम.

३ हरएक बेगार कसबे मजकूरचा पाटील घेतो ते लाऊं नये.

१ हजीर बेगार.

१ काळीची बेगार हरएक कामाची कसबे मजकुरीं पडत्ये, ते काळीपासून घ्यावी, उदम्यांजवळ घेऊं नये.

१ तट्टु बैल बेगारीचे घेणें ते तर्फ हवेलीचे सरहद्देपावेतों घ्यावे, दूरचे बेगारीस घेऊं नये.

३

१ कापड व हरजिन्नस तुह्मीं घेतां, त्याची किंमत उदम्याचे निरखाप्रमाणें द्यावी.

---

(2) no amount should be levied on account of mango trees: the previous practice in this matter should be reported and orders would then be issued;

(3) explanation should be furnished as to why Rs. 600 were levied annually from the traders in addition to Mohotarf to make up the loss in the land revenue;

(4) the levy should be postponed till the matter was finally decided by Government;

(5) handkerchiefs should be taken from the dyers and tailors only once on the Dasará day, not monthly;

(6) the traders should not be prevented from attending other markets in the Pargaṇá;

(7) the traders should not be compelled to render forced service for the following purposes:—

(a) for carrying furniture from one place to another;

(b) for purposes connected with land-revenue administration; similarly the traders should not be called upon to supply ponies and bullocks for service grátis, except when required for use upto the limits of Tarf Haveli and no further;

१ दसरेयाचे रुमाल शिंपी, रंगारी, यांजपासून दसऱ्यास द्यावयाचा कायदा आहे, त्याप्रमाणें एक वेळ घ्यावे; बारमाही रुमालांचा उपद्रव न करणें.
कलम.

४

१ तेलीयाची पेंड कसबे मजकुरीं विकत नाहीं, सबब बाहेर विकावयास नेतात; त्यास मुदामत जकात घ्यावयाचा शिरस्ता नसिल्यास न घेणें.
कलम.

१ सराफांपासून खुर्दा घेणें तो खरेदीचे निरखानें घ्यावा, सराफांस खुर्दा देणें तो विक्रीचे निरखाप्रमाणें द्यावा.
कलम.

३ कित्ता कलमें.
१ चरुरंगाचे सतेल.
१ पडदा खादीचा.
१ मेण.

३

तीन कलमें घेऊं नयेत.

१०

येणेंप्रमाणें चवदा कलमें लिहिल्याप्रमाणें करणें, व केरोजी पाटील यास अलाहिदा सरकारचें आज्ञापत्र सादर जाहलें आहे, त्याप्रमाणें पाटील मजकुरास वर्तवणें, ज्याजती उपसर्ग करूं न देणें. येविशीं फिरोन बोभाट येऊं न देणें म्हणोन, चिटणिसी. पत्र १.

१००० (५४६)—मोरोबा देव यांचें नांवें पत्र कीं, मौजे रांजणगांव, तर्फ पाबळ

(8) full value according to the prices current, should be paid for any clothes or other articles purchased by the Kamávisdár;

(9) if it should be the custom to exempt oil cakes carried by oilmen for sale elsewhere from octroi the custom should be respected. The Kamávisdár was directed to act up to these instructions himself and to see that they were obeyed by Keroji Pátil also and it was stated that complaints in these matters in future would not be tolerated.

1000) Morobá Dev, a Kamávisdàr of Ránjangaum Tarf Pábal was

वोतूरपाळे, येथील तेजकरी यांचे रुजुवातीस तुह्मांस पाठविलें आहे, त्यास कोणाची रुरयात न करितां रुजवात चांगली करणें, फिरोन रुजवातीची चौकशी करावी लागेल असें न करणें; व सदरहू महा-ल्लाचे साहुकार, वाणी, उदमी, यांजपासून कर्जपट्टी ध्यावयाची आज्ञा पेशजी तुह्मांस केली आहे, त्यास कर्जपट्टी जीवन पाहून वासुदेव नारायण व जगदीश व्यंकटेश कमाविसदार पैरगणे मजकूर यांचे विद्यमानें ठरावीत जाऊन वसूल घेणें. आजपर्यंत कर्जपट्टीचा ऐवज वसूल जाहला असेल तो हुजूर पाठवणें, व पुढें होईल तोही हुजूरच पाठवीत जाणें. या ऐवजावर वराता जाहल्या असतील त्यास ऐवज न देणें, ह्मणोन.   सनद १.

रसानगी यादी.

१००२ (७०४)–निंबाजी देवजी देशपांडे आकोलेकर, निसबत महादजी शिंदे,
यांणीं हुजूर विदित केलें कीं कसबे मजकूर येथें आमचे घरीं फाल्गुन वद्य पंचमीस सालगुदस्त लग्न जाहलें, ते दिवशी शामाबाई ब्राह्मण-बाईको पाहुण्यांचे स्वयंपाकास ठेविली होती; तिजला न्यावयासी गांवकरी, कमाविसदाराची परवानगी घेऊन आले, तेव्हां ती घराबाहेर निघाली; त्याजवर तिची अब्रू त्यांणीं घेतली, सबब तिणें प्राण दिल्हा; त्याचे चौकशीस हुजूर उभयतां

A. D. 1777-78. removed from office because he was not on good terms with the villagers.

(1001) Pánḍurang Krishṇa was deputed to make full and im-
A. D. 1777-78. partial inquiry regarding peculations in Pargaṇá Loh-
ner, Wakhari, Woturpaḷe. He was also directed to re-
cover *karjpaṭṭi* from merchants and traders.

(1002) Nimbáji Dewaji Deshpáṇḍe of Akolá engaged Shámá a
A. D. 1781-82. Brahmin woman, as a cook for a marriage--feast. One
day, the village officers, under orders from the Kamá-
visdár came to take her away, and when she came out of the house,
they outraged her modesty. She therefore committed suicide. Visáji
Hari and Dhonḍo Náráyaṇ were sent from the Huzur to inquire into
the matter. They levied from Nimbáji Rs. 100 as process fee, and in-

२१

मशारनिल्हे यांस पाठविलें आहे, त्यास त्यांनीं, तिजला बाहेर काढून कां दिल्हें हें नि-
मित्य ठेऊन मजपासून शंभर रुपये मसाला घेतला, व एक हजार रुपये गुन्हेगारीचे
लाविले आहेत; त्यास ती मोलकरीण, तिजला आपण अडथळा कसा करावा; ती आपले
संतोषें निघोन बाहेर गेली, येविशींचा अपराध मजकडे नाहीं, मसाला व गुन्हेगारी
माफ केली पाहिजे ह्मणोन; त्याजवरून मनास आणून रदबदलीसुळें गुन्हेगारीचा ऐवज
मशारनिल्हेस माफ केला असे; तगादा न लावणें; शंभर रुपये मसाला घेतला आहे,
त्यांपैकीं पन्नास रुपये माघारी देविले असत; देणें, आणि यांचे घरीं माणसें बसविलीं
असतील तें उठवणें ह्मणोन, विसाजी हरी, व घोंडो नारायण यांस.   सनद १.

रसानगी यादी.

१००३ (७७४)—गणेश वल्लाळ व हरी गणेश यांचे नांवें सनद कीं, तालुके अव-
चितगड व बीरवाडी येथील मामलत, बाबूराव पासलकर, व विश्व-
नाथ भास्कर यांजकडे होती, तें त्यांजकडून दूर करून सालमजकुरीं
तुम्हांकडे सांगितली असे, तरी इमानें इतबारें वर्तोन अंमल चौकशीनें
करणें. मामलत संबंघें   कलमें.

मामलत संबंघें तुम्हांपासून रसद सर-	बाबूराव पासलकर व विश्वनाथ भास्कर
कारांत घ्यावयाचा करार. रुपये.	यांजकडे तीन सालां मामलत होती. त्यास
२५००० तालुके अवचितगड. रुपये.	जमाखर्चाची, व कमाविसीची वगैरे कुल-
१०००० तालुके बीरवाडी. रुपये.	कलमांची चौकशी करून घ्यावयाची रावजी
	पांडुरंग यांनीं करार केला आहे, त्या-
३५०००	ऐवजी तुम्हांपासून रुपये २०००० वीस

flicted on him a fine of Rs. 1000, on the ground that he turned the
woman out of his house. He complained to the Peshwà, urging that
the woman left his house of her own accord, and that he had no power
to stop her. The fine was remitted and half the amount of the process
fee was ordered to be refunded.

(1003) The Màmlat of Tálukà Avchitgaḍ and Birwáḍi was taken
A. D. 1782-83.   away from Báburao Pásalkar and Viswanáth Bháskar
and conferred on Gaṇesh Ballál and Hari Gaṇesh. The
salary of the office was Rs. 2209 The previous Mámlatdárs
held office for three years and it was alleged by Ráwji Pándurang
that they had during that period obtained by false accounts and by

याशीं मुदती.

२५००० श्रावण वद्य पंचमी.

५००० भाद्रपद वद्य पंचमी.

५००० अश्विन वद्य पंचमी.

———

३५०००

एकूण पस्तीसहजार रुपये सदरहू मुदतीप्रमाणें सरकारांत भरणा करून पावलीयाचा जाब घेणें. कलम १.

तुम्हांस वेतनाची नेमणूक माजी मामलेदाराप्रमाणें. रुपये.

१७५९ तालुके अवचितगड येथील मामलतीचें वेतन रुपये.

१७५० नक्त मोईन पालखीसुद्धां. रुपये.

९ तेल दिवटीस दरमहा वजन पक्के ८८३॥। प्रमाणें बारमाही वजन पक्के ८१८५

दर रुपयास वजन ८८५ प्रमाणें. रुपये.

———

१७५९

४५० तालुके बीरवाडी येथील मामलतीचें वेतन.

———

२२०९

एकूण दोन हजार दोनशेंनऊ रुपये सालमजकूर अवल सालापासून करार केले असेत. घेत जाणें. कलम १.

हजार रुपये सरकारांत ध्यावयाचे करार केले असेत, तर भाद्रपद वद्य पंचमीचे मुदतीनें सरकारांत भरणा करून पावलीयाचा जाब घेणें. कराराप्रमाणें तफावत लागूं जाहाली तर सदरहु वीस हजार रुपये मामलतीकडे रसदेंत जमा धरून तुम्हांस पावतील. रुजुवातमुळें ऐवज विसाहजारांस कमी जाल्यास तितका ऐवज तुह्मांस देऊं नये. अजीच तफावत लागूं न जाली तरी अगदींच ऐवज तुह्मांस देऊं नये. सरकारांत कमावीस जमा धरावा. कलम १.

माजी मामलेदाराचे निसबतीस दोन कारकुनांच्या आसाम्या होत्या, त्या तुह्मांकडे करार केल्या असे. तर तुह्मीं आपले कारकून ठेऊन, चाकरी घेऊन, नेमणुकेप्रमाणें वेतन देत जाणें. कलम १.

सालमजकुरीं तुह्मांपासून रसद घेतली आहे, हा ऐवज तुमचा व्याजसुद्धां फिटे तोंपर्यंत मामलतीची घालमेल होणार नाहीं. कलम १.

माजी मामलेदाराकडे ईस्तकबिल सन समानीन तागाईत सन इसन्ने समानीन एकूण तीन सालां मामलत होती, तेथील इजमाहाली वहिवाटी दुसालां सरकारांत आल्या, व एकसालां येणें आहे, त्यांत जमाखर्चांत वगैरे चाळीस हजार रुपये माजी मामलेदार व महालकरी यांजवर तफावत लागू करून द्यावयाचा करार केला

---

appropriation of fines &c. Rs. 40000. The Mámlatdárs accounted for Rs. 19474 as the amount paid as secret money. Ráwji Pándurang was

रसदेस व्याज एकोत्रा शिरस्तेप्रमाणें करार केलें असेत. तरी हिसेब बमोजीम मजुरा पडेल. कलम १.

तालुके मजकरचे लोकांची हजिरी घेऊन, गाहाळ, नाकारे माणूस असेल तें दूर करून चांगलें माणूस त्याचे ऐवजीं त्या शेऱ्यांत ठेऊन, जाबता हुजूर पाठवणें. कलम १.

माजी मामलेदाराकडे दोहों तालुक्यांपैकीं खोतीनें गांव असतील, ते तुह्मीं आपले हवालीं करून घेऊन, जमाबंदीप्रमाणें वसूल तालुके मजकुराकडे घेत जाणें. कलम १.

पालखीचे व आफ्तागिराचे सामानाबद्दल. रुपये.

१५० पालखीस.

२५ आफ्तागिरांस.

१७५

एकूण पावणे दोनशें रुपये एकसालां तालुके मजकूरपैकीं घेणें. कलम १.

माजी मामलेदारांनीं अंतस्ताची गोष्टी सांगून सरकारांत आणून दिल्ही आहे; त्याखेरीज बशर्त वीस हजार रुपये तफावत लागू करून द्यावयाचा करार रावजी पांडुरंग यांणीं केला आहे, सबब त्यांस बक्षीस रुपये २००० दोन हजार रुपये, वीस हजार तालुके तफावत लागू करून दिल्यास सरकारांतून बक्षीस दिल्हे जातील. कलम १.

हुजुरून कारकून रुजुवातीस जाईल, त्याचे विद्यमानें सहा महिन्या अलीकडे आहे, तर जमाखर्चांत वगैरे चौकशी करून सदरहू चाळीस हजार रुपये लागू करावे. त्यापैकीं माजी मामलेदारांनीं तीन सालां मिळोन अंतस्ताची याद पेस्तर १९४७४। एकुणीस हजार चारशें सवा चवऱ्याहात्तर रुपयांची, व याखेरीज सालाबादी दरबारखर्चाची याद लिहून दिली आहे, त्यास दरबारखर्चाची याद खेरीज करून, अंतस्ताचे यादीचे रुपये तुह्मांस चाळीस हजारांत मजुरा देऊन, बाकी वीस हजार पांचशें पावणे सव्वीस रुपये लागू करून द्यावे त्यांत बशर्त वीस हजार रुपये सरकारांत तुह्मांपासून घ्यावयाचे करार केले असेत, त्यास रुजुवातमुळें तफावत लागू होईल तितका ऐवज विसा हजारांत तुह्मांस पावेल; रुजुवातीमुळें जाजती ऐवज विसा हजारांशिवाय जाहल्यास सरकारांत घेतला जाईल, व कमी विसाहजारांस जाल्यास तितका ऐवज तुह्मांस देऊं नये. कलम १.

दोहों तालुक्याचे बेहडे अलाहिदा होतील, त्याप्रमाणें वर्तणूक करणें. बेहडेयांस उफाल ऐवज राहील, तो तुह्मीं रदकर्जीं घेत जाणें. कलम १.

---

directed to prove the charge in regard to the remaining amount of Rs.

रुजुवात करावी. आकस आदावत कोणाची
करूं नये.   कलम १.

माजी मामलेदार यांचे निसबतीचे लोक
व कारकून असतील त्यांपैकीं गैर उपयोगी
असतील ते दूर करून, चांगले सरकार
उपयोगी पाहून ठेवणें.   कलम १.

एकूण चौदा कलमें करार करून हे सनद सादर केली असे, तरी सदरहूप्रमाणें वर्तणूक
करणें ह्मणोन.   सनद १.

रसानगी यादी.

१००४ (८१०)—तर्फे राहुरी, परगणे संगमनेर, येथील मामलत जनार्दन बहिरव व
अर्बा समानीन   भिकाजी धोंडदेव यांजकडे होती, त्या सालची तफावतीची रुजवात
मया व अलफ.   नरसिंगराव बल्लाळ सरसुभा, प्रांत गंगथडी, यांणीं केली आहे; त्याखे-
सावान १५   रीज तुह्मी पांच हजार रुपये जाजती मशारनिल्हेकडे लाऊन घाब-
याचे करून, सरसुभा मुचलका लिहून दिला आहे; त्याचे रुजवातीस, व रयत फिर्याद
आली होती त्याचे चौकशीस हुजुरून राघो नारायण कारकून शिलेदार यांस पाठविले
आहेत त्यांस, व त्यांजबरोबर प्यादे व जासूद दिल्हे आहेत त्यांस रोजमरा साल गुदस्त
सन सलास समानीन पासून रुपये.

५०   राघो नारायण कारकून शिलेदार यास रोजमरा दुमाही छ.१ जमादिलाखरापासून.
२१॥ रोजमरा दीडमाही.   रुपये.

१५॥ प्यादे दिमत जयाजी नाईक गोवेकर यांस
    छ . १० जमादिलाखरापासून.   रुपये.

        ८॥ विठोजी बुधजी पेडणेकर.
        ७ शिवजी नेवाजी म्हाले.

    ‾‾‾‾‾‾
    १५॥

20000 and was promised a reward of Rs. 2000 if he succeeded
in doing so.

(1004) The Sirsubhá of Gangathadi made an inquiry into the
A. D. 1783-84.   mis-appropriation committed by Mámlatdárs, Janárdan
        Bahirao and Bikáji Dhondeo of Tarf Ráhuri in Par-
gaṇá Sangamner. Wásudeo Rámkrishṇa offered to bring home to the

६ कृष्णाजी पवार जासूद जथे आणाजी नाईक यास छ. २० रुपये.
जमादिलाखरापासून

२।॥

७।॥

एकूण साडे एकाहत्तर रुपये रोजमरा सदरहू तेरखांपासून देविला असे. तरी मशारनिल्हे तेथें रुजुवातीचे व चौकशीचे कामांस राहतील, तों पावेतों दुमाही व दीडमाही मिळोन साडेएकाहत्तर रुपये रोजमरा तर्फ मजकूरपैकीं देत जाणें झणोन, वासुदेव रामकृष्ण कमाविसदार, तर्फ मजकूर यांचे नांवें.

सनद १.

रसानगी यादी.

१००५ (८४७)—परगणे मनोर व कारखाना कोलई येथील मामलत सुभाहून, व
अर्वां समानीन तर्फ आगाशी येथील फडणिशी वाळाजी विठ्ठल फडके याजकडे होती,
मया व अलफ त्या सबंधें आपाजी लक्ष्मण पेंढारकर यांणीं तफावतीची यादी
रजब १२ लिहून दिल्ही. त्याची हुजूर चौकशी होऊन, त्यांत लोकांचा ऐवज
फडके यांणीं जबरदस्तीनें घेतला होता, सबब ज्याचा त्यास माघारा द्यावयाचा केला; त्या
पैकीं नारो राम फडके यांजकडे कांहीं लांझ्या नसतां भात, गुरें, ढोरें, वस्तवानी, जरा
बाजरा जप्त करून, बाळाजी विठ्ठल यांणीं नेली; त्यापैकीं मशारनिल्हेनीं कबूल केले त्याप्र-
माणें रुपये ११०८।≈ पैकीं चौथाई सरकारांत घ्यावयाचे ते वजा रुपये २७७८≈, बाकी
रुपये ८३१। आठशें सवा एकतीस रुपये देविले असेत. तरी फडके यांकडील तफावतीचे
ऐवजापैकीं तुम्हीं हवाला घेतला आहे, त्याऐवजीं नारो राम यांचे पुतण्ये गोविंद बल्लाळ

Mámlatdárs misapropriation of Rs. 5000 which had escaped the notice of the Sirsubhá. A kárkoon was sent from the Huzur for inquiry.

(1005) Appáji Laxmaṇ Pendhárkar complained of extortion A. D. 1783-84. committed by Báláji Vithal Faḍke during his term of the office of Mámlat of Parganá Manor and of the office of Fadnis of Tarf Agáshi, and gave in a memo of the sums extorted. An inquiry was made at the Huzur and the complaint was found to be true. The money extorted from different persons was ordered to be refunded to them. In one case Báláji Vithal had, as ad- mitted by him, confiscated without any reason property worth Rs. 1108-7 belonging to Náro Rám Fadke. A fourth part of the sum was

फडके यांस पावते करून, पावलीयाचें कबज घेणें म्हणोन, बाळकृष्ण हरी गद्रे व परशराम नारायण सोवनी यांचे नांवें. सनद १.

रसानगी यादी, तफावतीची एकंदर.

१००६ (८५४)—परगणे एरंडोल वगैरे महाल, देखील परगणे पाचोरे व वरणगांव, येथील मामलत घनःशाम त्रिंबक यांजकडे इस्तकबील सन तिसा सबैन तागाईत सन सलास समानीन एकूण पांच सालां होती, त्यास मशारनिल्हेकडे तफावतीचा ऐवज जमीदाराचे कारभाऱ्यांनीं लागू करून द्यावयाचा करार केला आहे, त्याचे रुजुवातीस हुजुरून महादाजी रामचंद्र, व नारोबाजीराव कारकून शिलेदार यांस पाठविले आहेत, व बराबर जासूद व प्यादे दिल्हे आहेत, त्यांस रोजमरा. रुपये.

खमस समानीन मया व अलफ रमजान १८

२०७ दुमाही. रुपये.

१६१ कारकून.

१११ महादाजी रामचंद्र यांस छ. १५ जमादिलाखर सालगुदस्तां सन अर्बापासून. रुपये.

१०० खुद्द.

११ दिवट्या, आफ्तागिऱ्या मिळोन असामी २ रुपये.

———

१११

५० नारो बाजीराव यांस छ. १५ सवालपासून.

———

१६१

४६ प्यादे दिंमतहाय यांस छ. १ सवालपासून. रुपये.

२८ दिंमत सुर, सावंत.

७ तुकोजी राणोजी गोळे.

६॥ नानोजी तानाजी सपस.

---

ordered to be credited to Government and the rest to be refunded to the owner.

(1006) The office of Mámlatdár of Parganá Erandol, Páchore, Warangaon &c. was held by Ghanashám Trimbak for 5 years. The agents of the Jamindárs having offered

A. D. 1784-85.

७॥ भगवंत निसणस.
७ पदाजी धुमाळ.

२८

१८ दिंमत रामजी यादव. रुपये.
६ गण सावंत.
६॥ खंडोजी जगथाप.
५॥ यमाजी माहाडीक.

१८

४६

२०७

२६ जासूद जथेहाय यांस दीडमाही छ. १ साबानापासून. रुपये.
६॥ कान्होजी खंडोजी जथे निंबाजी नाईक उंबरे.
६॥ संताजी लक्ष्मणजी जथे बयाजी गणजी.
१३ जथे लिंगोजी नाईक.
६॥ संताजी भिवजी.
६॥ मळोजी तुकोजी.

१३

२६

२३३

एकूण दोनशेंतेहेतीस रुपये रोजमरा दुमाही व दीडमाही तेरा असामीस सदरहू तेरखांपासून देविला असे, तरी तेथें रुजुवातीचे कामास राहातील तोंपावेतों देत जाणें म्हणोन, भिकाजी विश्वनाथ कमाविसदार परगणे एरंडोल वगैरे महाल यांचे नांवें. सनद १.

रसानगी यादी.

---

to bring home to him certain misappropriation of money, two karkuns were sent from the Huzur to inquire into the matter.

१००७ (८६७)—समस्त ब्राह्मण व रयत मौजे माणकेश्वर, परगणे भूम, यांनीं
हुजूर विदित केलें कीं, मौज मजकूर हा गांव सेख आबुबकर पीर-
जादे याजकडे आहे; त्यास आमचा हिंदुधर्मे चालों देत नाहीं, ब्राह्म-
णांचे अग्निहोत्रांस नानाप्रकारचें उपद्रव करितो, व ब्राह्मणसंतर्पण-
समईं पंक्तींतून हाडें टाकावीं, ब्राह्मणस्त्रिया पाणी आणावयास जातात त्यांस स्पर्श करावा,
गांवांत हरीकीर्तन केल्यास कुफराणा करितात ऐसें ह्मणोन घोंडेमार करावा, लग्नाची
मिरवणूक होऊं देत नाहीं, कुणब्यांच्या बायका बलेंच घरांत घालून बाटविल्या, गांवांत
दारूच्या भट्ट्या नेहमीं लावितो, व महावधाचीं कर्में करितो, व वतनदारीचीं मिराशी
शेतें घेतलीं आहेत व देवळाचे घोंडे काढून आणिले, गांवांत देवघेव करूं देत नाहीं, हिंदु
धर्माचा उच्छेद करून पीडा बहुत केली आहे, त्यास स्वामींनीं कृपाळू होऊन येविशींचा
बंदोबस्त केला पाहिजे ह्मणोन, त्याजवरून पीरजादे याची वर्तणूक सुधी नाहीं, याज-
करितां मजकूरचा स्वराज्याचा अंमल पीरजादे याजकडे आहे, तो जप्त करून जप्तीची
कमाबीस तुह्मांस सांगितली असे. तरी स्वराज्याचा अंमल, मुकासा बाबती, साबोत्रा, घास-
दाणा, व हुजूर चौथाई व सुभेखर्चे सुद्धां जप्त करून, मौजे मजकुरीं ठाणें बसऊन, हिंदु-
धर्म चालऊन समस्त ब्राह्मणांस व रयतेस उपद्रव लागों न देणें; आणि स्वराज्याचे अंम-
लाचा आकार होईल तो सरकारांत पावता करून जाव घेत जाणें ह्मणोन, आपाजी बनाजी,
निसबत गोविंद भगवंत पिंगळे, यांचे नांवें. सनद १.

रसानगी यादी.

पीरजादे याजकडे मौजे मजकूर येथील स्वराज्याचा अंमल आहे याचा दाखला
दफतरीचा निघाला नाहीं, परंतु जप्ती करावयाकरितां सनद लिहून दिल्ही. पुढें मोकळीक
होते समईं दाखला पाहून मोकळीक करावी.

परवानगी रूबरू.

(1007) The Brahmins and ryots of Mánkeshwar in Parganá
A. D. 1784-85. Bhum complained that the village was in the possession
of Sayad Abubakar Pirjáde, that he obstructed the
Brahmins in their sacrifices, that he threw bones in the midst of
Brahmins while dining, that he touched Brahmin women while going
to draw water, that he stopped marriage processions that he forcibly
took away kunbi women and polluted them, that he opened liquor
distilleries, that he removed stones from temples, that he did other acts
calculated to subvert the Hindu religion. His amal in the village was
therefore attached.

२२

१००८ (८८३)—प्रांत कल्याणभिवडी येथील मामलत तुझांकडे आहे, त्यास परगणे
गोरठ, खेरीज तर्फ धुर्याराव करून, व तर्फ कोरकडा, प्रांत भिवडी,
या हरदु महालांत सालाबादाशिवाय जाजती पख्या करून वगैरे ऐवज
तुझीं घेतला, व महालकरी यांणीं घेतला आहे, तो माघारे देवावा
झणोन जमिदार यांणीं हुजूर येऊन अर्ज केला, व यादी समजाविली; त्यावरून रयतेचें
हरद्र मनास आणून इस्तकबील सन समानीन तागाईत सन सलास समानिन्च्या सालांत
गैरबाजवी, जमिदार, व रयतेपासून ऐवज घेतला आहे त्यांपैकीं माघारा द्यावयाचा त्यांचीं
वगैरं कलमें.

खमस समानीन
मया व अलफ
जमादिलाबल २९

×　　　　×　　　　×　　　　×

एकूण चार कलमें करार करून, हे सनद सादर केली असे, तरी सदरीलप्रमाणें वर्तणूक
करणें झणोन, गोविंद राम यांचे नांवें. सनद.

रसानगी यादी.

मुतालिकांचे रोजकीर्दींपैकीं.

१००९ (२४)—गिरमाजी लक्ष्मण कुळकर्णी, परगणे मजकूर, याची मूल नरसो
आणाजीनीं लग्न करावयाकरितां पळऊन नेली, हें वर्तमान मुलीच्या
आईनें कसबे मजकूरच्या गांवकरांस सांगितलें असतां, त्यांणीं मुलीचा
शोध केला नाहीं, झणोन व्यंकाजी राम यांणीं हुजूर विदित केलें,
सबब कसबे मजकुरास शंभर रुपये मसाला करून तुझांस पाठविले असतां, गांवकरी हुजूर
आले, त्यांचे व व्यंकाजी राम यांचे रुजुवातीनें सदरहूचा मजकूर मनास आणितां, मूल पळ-
ऊन नेली हें गांवकरांस सांगितलें नाहीं, असें ठरलें; त्याजवरून मसाला मना करून हें

समान समानीन
मया व अलफ
सवाल १

(1008) The Mámlatdár of Pránt Kalyáṇ Bhiwaṇḍi was accused
by the Jamindárs of having levied unauthorized cesses
and having otherwise extorted money from the ryots.
The money so collected was ordered to be refunded to the parties
concerned.

A. D. 1784-85.

FROM THE MUTÁLIK'S DIARY.

(1009) Narso Aṇṇáji kidnapped a daughter of Girmáji Laxmaṇ
kulkarṇi of Sawarde in Pránt Miráj with a view to
marry her. It was reported to Government that the
girl's mother complained about the matter to the village officers but
that they made no inquiries. They were sent for and a process fee of
was imposed. They came to the Huzur and proved that no

A. D. 1787-88.

आज्ञापत्र सादर केलें असे, तरी गांवकरी यांस मसाल्याचा तगादा न करितां उठोन येणें ह्मणोन, गाडदी, दिंमतहाय, कामगारी कसबे सावर्डे प्रांत मिरज यांस छ. १ रोजीं मनाचिठ्ठी १.

१०१० (९९१)—प्रांत जुन्नर येथील मामलत रामराव त्रिंबक याजकडे इस्तकबील सन सबा सबैन तागाईत सन सबा समानीन, अकरा सालें होती. त्यास मामलेदार व महालकरी, व फुटगांवचे कमाविसदार, यांणीं हिशेब व अंतस्ताच्या यादी लेहून दिल्हा आहेत, त्याशिवाय तफावत लागू करून देऊं, याप्रमाणें बाबाजी रघुनाथ जोशी, चाकणकर, यांणीं कबुलात लेहून दिल्ही आहे, त्याचे रुजुवातीस सरकारांतून भिकाजी राम कारकून, निसबत राघो विश्वनाथ पाठविले आहेत, यांस व बरोबरचे लोकांस रोजमरा. रुपये.

तिसेन समानीन मया व अलफ रमजान १६

१६३ रोजमरा एकमाही छ. १ रमजानचा वगैरे.

१५५ दिंमत सकुल्लाखान.

३५ भिकाजी राम कारकून यास.

२५ जातीस.

१० खेरीज तैनात माणसांस. छ. १ सवालचा.

६ ब्राह्मण असामी १

४ पोरगा असामी १

१०

३५

१२० गाडदी असामी १० दर १२ प्रमाणें.

१५५

८ लोक माजी सातारकर असामी दोन एकूण.

४॥ लक्ष्मण बगदर, दिंमत संक्राजी बगदरे.

३॥ संताजी मालगुरे, दिंमत शेकोजी फडतरे.

८

१६३

complaint about the kidnapping of the girl had ever been made to them. The process-fee was therefore remitted.

(1010) The Mámlat of Junnar was held by Rámrao Trimbak, for 11 years. Bábáji Raghunáth Joshi of Chákaṇ offered to prove that accounts rendered by the Mámlatdár,

A. D. 1788-89.

१३॥ जासूद जथेहाय, यास रोजमरा दीडमाही छ. १ रमजानचा.

६॥ मानाजी नारायणजी जथे निंबाजी नाईक उंदरे.

७ जोत्याजी सुतानजी, जथे हरजी नाईक.

१३॥

४ दिंमत पागा हुजूर पैकीं पोरगा असामी १ यास रोजमरा दुमाही छ. १ सवालचा.

१८०॥

एकूण एकशें साडेऐशी रुपये सदरहू तेरखांचा रोजमरा देविला असे, तरी देणें. पुढें रुजुवातीचे कामास राहतील तोंपर्यंत रोजमरा एकमाही, व दीडमाही, व दुमाही, तेरीख भरलीयावर सदरहूप्रमाणें. याखेरीज मशारनिल्हेस हुजूरपागेपैकीं घोडी बसावयास दिल्ही आहे, तीस चंदी दररोज कैली ८८१ एक पायली, महिन्याच्या एकादशा दोन वजा करून एक हिसा हरभरे व दोन हिसे बाजरी, सनद पैवस्तगिरीपासून प्रांत जुन्नर येथील ऐवजीं देत जाणें ह्मणोन, आनंदराव विश्वनाथ यांचे नांवें. सनद १.

रसानगी याद.

१०११ (१०४८)—तालुके उंदेरी येथील मामलत महादाजी कृष्ण यांजकडे होती त्यास मामलेदार, व निसबतीचे कारकून, व दरकदार वगैरे यांजकडे तफावत लक्ष्मण विठ्ठल यांणीं लागू करून द्यावयाचा करार केला, त्याचे रुजवातीस कृष्णाजी नारायण कारकून पाठविले. त्यांणीं रुजवात लेहून आणिली, त्याचा फडशा होऊन दरकदार वगैरे कारकुनांकडून ऐवज सरकारांत घ्यावयाचा ठरला. रुपये.

इसन्ने तिसैन मया व अलफ सवाल १२

४२२।≡	लक्ष्मण आपाजी दिवाण.
१८६॥≡	सदाशिव नारायण मजमदार.
२११२॥≡।	विठ्ठल पांडुरंग, निसबत फडणीस.
५॥≡॥	बाळाजी त्रिंबक.
३३२८≡॥	महालकरी निसबतवार.
४५	त्रिंबक नारायण.

---

the District officers and the Kamâvisdárs of villages during the above period were incorrect and that more money was received than brought to account. A kárkun was sent from the Huzur to inquire into the matter.

(1011) Laxman Viṭhal charged the Mámlatdár of Underi and

३१।≈	अबाजी हरि.
४२३।	माजी रायगडकरी लोक तालुके मजकुरीं आहेत त्यांजकडे.
३४९।।।≈।।	भास्कर गणेश दप्तरदार.
८०।।।≈।	शामजी कृष्ण.
१५१।।	वासुदेव लक्ष्मण.
६।।·।	बापूजी मुकुंद.
१२२।≈	दामोदरभट घसकर.
१९।ᴗ	नारो रघुनाथ.
३०८।≈।।	गणेश बल्लाळ ओक.
७०	वाळकृष्ण चिमणाजी.
४३८।।≈।।।	कुळकर्णी गांवगन्नाचे यांजकडे कसरेपैकीं.
२३।।ᴗ	बच्याजी बल्लाळ.
७	सीदी अल्ली.
३६५।।	जनार्दन नारायण ओक.
३६३।।।≈	विठ्ठल भिकाजी कारखानीस.
८७।।।	पांडुरंग विश्वनाथ.
९	भवानजी विश्वासराव हवालदार.
१९।।≈	गोपाळ नारायण.
२५	दादाजी मुकुंद कुळकर्णी अवसरकर.
९७।ᴗ	रामजी जाधव.
१०	निळो येशवंत पोतनीस.
१५	लक्ष्मण विठ्ठल यास घडीयाळ नाकारे आहेत, देऊन घ्यावे.
२३०।।।≈	गोविंद नारायण सबनीस.

६३६२।।·

एकूण सहाहजार तीनशेंबासष्ट रुपये अर्धा आणा कारकून वगैरे यांजकडून वसूल
गावयाचे करून, हे सनद सादर केली असे, तरी सदरहूप्रमाणें वसूल घेऊन, तालुकें
जकूर येथील सन इसन्ने तिसैन सालमजकूरचे लोकांचे रोजमरे याचा ऐवज देणें आहे
। ऐवजीं देऊन, झाडा हुजूर समजावणें ह्मणोन, लक्ष्मण कृष्ण यांचे नांवें. सनद १.
रसानगी यादी, तर्फे उंदेरी येथील तफावतीचे फडशाची.

A. D. 1791-92. the Darakdárs with having misappropriated certain sums
of money. Inquiry was made and various sums, amount-
g in all to Rs. 6362, were ordered to be recovered from the persons
ncerned.

सवाई माधवराव पेशवे
यांची रोजनिशी
(भाग ६ वा.)

९ इनाम, नक्तनेमणुकी, वतनें वगैरे.

(अ) देणग्या.

(१) नोकरी केल्याबद्दल, अगर नुकसानी झाल्याबद्दल अगर मेहेरबानीदाखल.

१०१२ (२१) माजी लोक, रायगडकरी व माहाडकरी सालगुदस्तां किल्ले रायगडचे लढाईंत ठार जाहाले, त्यांचे मुलांस बालपर्वेसी सालमजकुरापासून मोईन सालीना.

अर्बा सबैन मया व अलफ. सवाल २८

रायगडकरी.	नक्त रुपये.	गल्ला भात. साडे तिशेरी.
वडोजी येरडकर, बाजी येरडकर याचा लेक, उमर वर्षें ९	१५	·|||·
रामजी माहाडीक, धर्मोजी माहाडीक याचा लेक, उमर वर्षें, १०	८	·||·
येसजी वानरा, कुसाजी वानरा याचा लेक, उमर वर्षें, ५	८	·||·
कृष्णाजी बारणे, संताजी बारणा याचा लेक, उमर वर्षें, ५	१५	·|||·

IX Grants and continuance of Ináms, allowances, watans &c.

(A) Grants.

(1) For service done or injury received or as a mark of favour.

(1012) In the battle of Ráygaḍ fought during the preceeding

माहाडकरी.

तान्हाजी कदम, धोंडजी कदम याचा लेक,
    उमर वर्षें, १०   १०   ·|||·
गंगाजी उमरकर, रामजी उमरकर याचा लेक,
    उमर वर्षें, ५   ८   ·||·
गुणाजी मोरे, मोतजी मोरे याचा लेक,
    उमर वर्षें, ६   ८   ·||·
    ───
          ७   ३२   ४|·

एकूण सात असामी बालपर्वेसीं, सालीना मोईन नक्त बहात्तर रुपये, व गळा साडेती-
सेरी बारुलें मापें भात सवाचार खंडी करार केलें असे, तरी तालुके रायगडपैकीं पाबीत
जाणे क्षणोन, गणपतराव कृष्ण यांचे नांवें.   सनद.

रसानगी यादी.

नारो आपाजीच्या कीर्दीपैकीं.

१०१३ (८२) संभाजी वल्लद ब्रह्माजी पाटील खोकराळा, मौजे हिंवरें, तर्फ नारा-

खमस सबैन
मया व अलफ.
जमादिलाखर २९

यणगांव, प्रांत जुन्नर, यांणें हुजूर येऊन अर्ज केला कीं, जंजिरे वि-
जयदुर्ग सरकारांत घेतला ते वेळेस आपण सरकारचाकरी एकनिष्ठ-
पणें केली; यास्तव श्रीमंत कैलासवासी नानासाहेब मेहेरबान होऊन
आपल्यास मौजे मजकूर येथें धरण बांधिलें आहे, त्याचे पोटची जमीन साडेचार बिघे
इनाम देऊन, सरकारचीं पत्रें करून दिलीं होतीं, त्याप्रमाणें जमीन इनाम आपलेकडे चा-
लत आहे, परंतु सन सलास सितैनांत मोगलाचा दंगा जाहला, त्यांत जमीनीचीं इनामपत्रें
आपले जवळून गहाळ जाहलीं, याजकरितां सरकारांत येऊन अर्ज करून प्रांत मजकूरचे
सुभास पेशजींप्रमाणें जमीन चालवण्याविशीं सन अर्बा सितैनांत पत्र नेलें, त्याजवरून त्याणीं
मनास आणून पेशजींपासून भोगवटा चालत आहे त्याबरहुकूम चालवणें, क्षणून सुभाचीं
पत्रें करून दिलीं आहेत; त्याप्रमाणें जमीन चालत आहे, परंतु आपले जवळ भोगवटियास
सरकारची पत्रें नाहींत, याजकरितां साहेबीं मेहेरबान होऊन सरकारचीं पत्रें भोगवटियास

───

A. D. 1778-74.   year, some men from fort Ráygaḍ and some from
               Maháḍ were killed. Allowances were given to their
infant sons.

FROM NÁRO APPÁJI'S DIARY.

(1013) The late Peshwá Nánásáheb granted to Sambháji wd.

करून दिलीं पाहिजेत, ह्मणून; त्याजवरून मनास आणतां याणें सरकारचाकरी एकनिष्ठपणें केली, यास्तव यास तीर्थरूप कैलासवासी नानासाहेब यांणीं जमीन इनाम देऊन पत्रें करून दिलीं होतीं, त्यास सन सलास सितैनांत मोंगलाचा दंगा जाहला त्यांत याजवळून पत्रें गहाळ जाहलीं; त्याजवर सरकारांत येऊन अर्ज करून सरकारचें पत्र प्रांत मजकूरचे सुभास सुदामतप्रमाणें चालवावयासी घेतलें, त्याजवरून सुभाहून सदरहू जमीन चालत आल्याप्रमाणें चालवणें ह्मणोन भोगवटियास पत्रें करून दिलीं आहेत. तीं यानें हुजूर आणून दाखविली. ती पाहून व भोगवटा मनास आणून याजवरी मेहेरबान होऊन, मौजे हिंवेरें, तर्फ नारायणगांव, प्रांत मजकूरपैकीं धरणाचे पोटची जमीन पेशजींची बिघे ८४॥ साडेचार बिघे स्वराज्य व मोंगलाई एकूण दुतर्फा बंदोबस्त, कुलबाब कुलकानू, हलीं पट्टी व पेस्तर पट्टी देखील इनाम तिजाई खेरीज हक्कदार करून इनाम दिल्ही असे, तरी सदरहू साडे चार बिघे जमीन चतुःसिमापूर्वक पेशजींप्रमाणें यास, व याचे लेकराचें लेकरीं इनाम चालवणें, दरसाल ताजे सनदेचा उजूर न करणें, या सनदेची प्रती लिहून घेऊन हे अस्सल सनद याजवळ भोगवटियास परतोन देणें ह्मणोन, छ. २० जमादिलाखर. सनदा व पत्रें.

२ सनदा.

१ नांवाची.

१ मोकदम मौजे मजकूर.

२

२ चिटणिसी. पत्रें.

१ देशाधिकारी व लेखक वर्तमान व भावी, प्रांत जुन्नर यांस.

१ देशमुख व देशपांडे तर्फ नारायणगांव प्रांत जुन्नर.

२

४

रसानगी यादी.

१०१४ (१६८) प्रांत वसई पैकीं साष्टीचे कुमकेस लोक गेले होते, त्यांपैकीं तेथें

A. D. 1774-75. Brahmáji Pátil Khokarale of Hiwre in Tarf Náráyangaon an Inám for services on the occasion of the capture of fort Vijayadurga by Government.

(1014) Visáji Keshav of pránt Bassein was directed to employ, in

खमस सबैन मया व अलफ मोहरम ६ — कामास आले; त्यास ज्याचे पुत्र व भाऊ असतील त्यांजपासून चाकरी घेऊन तैनाता पेशजींप्रमाणें चालवणें, ज्याचे भाऊ पुत्र नसतील त्याचे आई व बायकोस वालपर्वेसी पेशजींचे शिरस्तेप्रमाणें करून देऊन चालवणें, ज्याचे पुत्र व भाऊ चाकरीवर ठेवाल त्यास हुजूर अखेरसालीं आणून ठेवणें, व बालपर्वेसी करून द्याल त्याचा झाडा तपशीलवार हुजूर समजावणें ह्मणोन विसाजी केशव, प्रांत बसई, यांचे नांवे छ. १२ जिल्काद. सनद १.

रसानगी यादी.

१०१५ (१६९)—कोट ठाणे साष्टी येथें इंग्रज मुंबईकर याचे लढाईत लोक सरकार कामास आले त्यांचीं कलमें.

खमस सबैन मया व अलफ मोहरम ६

सरदार ठार जाहले त्यांचे ऐवजीं पुत्र व भाऊ असामी.

१ भास्कर विठ्ठल, विठ्ठल भास्कर यांचे पुत्र.
१ अमृतराव घाटगे, रामाजीराव यांचे पुत्र.
१ दुलबाजीराव खानविलकर, मानाजीराव खानविलकर यांचे बंधु.
१ कासीमजी, अबुरहिमान उंदेरकर यांचा पुत्र.

एकूण चार असामी पैकीं तीन पुत्र व एक भाऊ करार करून, यांस पेशजींप्रमाणें तैनाता करार केल्या असेत, तरी बेहुद्याचे नेमणुकेप्रमाणें पावबीत जाणें; आणि सदरहू चार असामी अखेर सालीं हुजूर आणून भेटवणें. कलम १.

कोटांत इंग्रजांस लोक सांपडले त्यांचीं वस्त्रें व हत्यारें गेलीं, सबब त्यांस द्यावयाबद्दल रुपये ३८५ तीनशें पंचायशीं रुपयांची नेमणूक करून दिल्ही असे, तरी लढाईत सरकार उपयोगी पडले असतील त्यांस कार्याकारण देऊन, सदरहू नेमणुकेंत खर्च करणें, मजुरा पडतील. कलम १.

इंग्रजांचे लढाईत लोक ठार जाहले, त्यांचे लेक व भाऊ कोणीं उमेदवार नाहीं अशा तऱ्हेचे जे असतील, त्यांची चौकशी करून त्यांचे बायकांस व आईस वालपर्वेशी पेशजींचे शिरस्त्याप्रमाणें चालवणें, आणि झाडा अखेरसालीं हुजूर आणून

A. D. 1774-75. place of the men from his province who had lost their lives at Sálsetti, their sons and brothers, and in case the deceased had left no such relations, to continue the usual allowances to their wives and mothers.

(1015) Similar orders were issued in regard to officers and men of

हिरोजीराव खानविलकर, खुद्द सरदार यांची तरवार लढाईत गोळी लागोन मो-ढली, सबब रुपये १५ पंधरा रुपये देविले असेत, तरी देणें; मजुरा पडतील. कलम१

समजावणें; त्याप्रमाणें सरकारांतून करार करून दिल्ला जातील. कलम १.

एकूण चार कलमें करार करून हे सनद सादर केली असे, तरी सदरहू लिहिल्याप्रमाणें करणें ह्मणोन, आनंदराव राम, ताळुके साष्टी, यांचे नांवें. छ. १३ जिलकाद. सनद १.

रसानगी यादी.

१०१६ (२७२)—शामराव जगजीवन यांस सनद कीं, मालोजी महाडीक शिलेदार

सीत सबैन
मया व अलफ
मोहरम ६

यांस हिंदुस्थानचे स्वारींत पातशहाचे लढाईत गोळा लागोन पाय जाया जाला, त्यामुळें तीन वर्षे घरींच राहिले, चाकरी करण्यास सामर्थ्ये नाहीं, याजकरतां किल्ले चंदनगडचे सरंजामपैकीं पेस्तरसाल

सन सबा सबैनापासून बालपर्वेसी दाखल रुपये २०० दोनशें घ्यावयाचा करार करून हे सनद सादर केली असे, तरी पेस्तरसालापासून सालीनां दोनशें रुपये प्रमाणें दरसाल पाबीत जाणें ह्मणोन. सनद.

रसानगी यादी.

१०१७ (३२१)—पर्वतराव डुबळ शिलेदार हे सन खमस सबैनांत आनंदमोगरीवर

सबा सबैन
मया व अलफ
रजब १८

इंग्रजांचे लढाईत ठार जाले, सबब त्यांचे पुत्र ह्मणमंतराव डुबळ यांस बालपर्वेसी रुपये १६२ एकशेंबासष्ट रुपयांची जमीन कमाल साळचे आकारची मौजे खोंडसी, प्रांत कराड, येथील देशमुखी व सरदेशमु-

खीचे इनामापैकीं सालमजकुरापासून करार करून देऊन हे सनद सादर केली असे, तरी सदरहू ऐवजाची जमीन कमाल बेरजेची मौजे मजकूरपैकीं लाऊन देऊन मशारनिल्हेकडे चालवणें, दरसाल ताजे सनदेचा उजूर न करणें ह्मणोन, श्रीनिवास शामराव कमाविसदार, प्रांत कराड, यांचे नांवें. सनद १.

रसानगी यादी.

A. D. 1774-75. Sálsetti and Shiwaner killed at fort Sálsetti in a battle with the English.

A. D. 1775-76. (1016) Máloji Mahádik three years previously had lost a leg in a battle with the Emperor in Hindustan. Being disabled from doing his duty, he was given a maintenance allowance of Rs. 200 a year.

A. D. 1776-77. (1017) Parwatrao Dubal Silledár having been killed in A. D. 1774-75 in the battle of Ánand Mogri with the English, land assessed at Rs. 162 was granted to his son tenance.

जनार्दन आपाजीच्या कीर्दीपैकीं.

१०१८ (३९७)—लक्ष्मण महादेव उकिडवे हरकारा हा तीर्थस्वरूप भाऊसाहेब यांचे
<table>
<tr><td>सबा सबैन
मया व अलफ
जिल्हेज २९</td><td>स्वारींत पाणपतांत नाहींसा झाला, सबब त्याचे आईस व बायकोस
ताळुके रत्नागिरींपैकीं बाळपर्वेसी वीस रुपये, व दोन खंडी गल्ला
पावतो ह्मणोन हुजूर विदित जालें, त्यास मशारनिल्हेकडील कोणी</td></tr>
</table>
तोतयाकडे गेलें नसल्यास, बेह्डेयाचे नेमणुकेप्रमाणें वीस रुपये व दोन खंडी गल्ला पा-
वता करणें, दिक्कत न करणें ह्मणोन, सदाशिव केशव यांचें नांवें चिटणिसी छ. १० जिल्हेज.
पत्र १.

१०१९ (४१८)—आलीशा वल्लद राजेशा खटावकर शिलेदार, दिमत पागा हुजूर
<table>
<tr><td>सबा सबैन
मया व अलफ
मोहरम ७</td><td>हे सन खमस सबैनांत आनंदमोगरीवर इंग्रजांचे लढाईंत सरकार-
कामास आले, सबब त्यांचे मुलामाणसांस बाळपर्वेसी मौजे तावसी,
परगणे मजकूर, येथें जमीन कमाल आकाराची रुपये १५० दीडशें</td></tr>
</table>
रुपयांची जमीन सालमजकुरापासून करार करून हे सनद तुह्मांस सादर केली असे, तरी
मौजे मजकुरीं सदरहू दीडशें रुपयांची जमीन याजकडे नेमून देऊन चालवणें, दरसाल
नवीन सनदेचा उजूर न करणें, या सनदेची प्रत लेहून घेऊन असल सनद यांजकडे
भोगवटियास देणें ह्मणोन, गोपाळ भगवंत कमाविसदार परगणे इंदापूर यांचे नांवें सनद १.

१०२० (४६०)—त्रिंबकराव राणो, वस्ती मौजे चिंचवण तर्फ पाथरूड, दिमत
<table>
<tr><td>सबा सबैन
मया व अलफ
रविलाखर १२</td><td>हशम, हे किल्ले चेनरायदुर्ग येथें चाकरीस होते, ते सन खमस सबै-
नांत हैदर नाईकाचे लढाईंत किल्ले मजकूर येथील मोर्च्यांत सरकार-
कामास आले, त्यांचे पुत्र जयराम त्रिंबक लहान होते, सबब बाळप-</td></tr>
</table>
र्वेसी परगणे बीड येथील चौथाई व सरदेशमुखीचे ऐवजीं सालीना पाऊणशें ७५ रुपये दर-

---

FROM JANÁRDAN APPÁJI'S DIARY.

(1018) Laxman Mahádeo Ukidwe, a messenger, was missing on
the battle-field of Pánipat and an allowance consisting
of Rs. 20 and 2 khandies of grain had been sanctioned
for the maintenance of his mother and wife. Orders were now issued to
continue the allowance if inquiry showed that they were not concerned
in the conspiracy of the Impostor.

A. D. 1776-77.

(1019) Silledár Âlishá Wallad Rájeshá Khatâvkar, attached to the
Huzur cavalry, having lost his life in an engagement
with the English at Ânand Mogri, land assessed at
Rs. 150 was given for the support of his relations.

A. D. 1776-77.

(1020) Trimbakrao Ráno employed at fort Chenráydurga having

साल चावयाचा करार करून, हे सनद तुह्मांस सादर केली असे, तरी पाऊणशें रुपये
पेस्तरसाल सन समान संबैनापासून परगणे मजकूर येथील सदरहू अंमलाचे ऐवजी दरसाल
पाववीत जाणें ह्मणोन, बेंकाजी गणेश यांचे नांवें.   सनद १.

रसानगी यादी.

१०२१ (४६५)–मुकुंद बिन येमाजी जिनगर, दिंमत पागा हुजूर, यांणें चिरगु-
समान सबैन   टाचा घोडा तयार करून सरकारांत आणिला, सबब यास प्रांत पुणें
मया व अलफ   पैकीं हरएक गांवीं तीस रुपये आकाराची जमीन चावयाचा करार
जमादिलःवल २४   करून हे सनद सादर केली असे, तरी सदरहू आकाराची जमीन
यास नेमून देऊन यांचे नांवें इनाम खर्च लिहित जाणें; आणि चतुःसीमेचा जाबता हुजूर
पाठवणें; तेणेंप्रमाणें इनामपत्रें करून दिल्हीं जातील ह्मणोन, रामचंद्र नारायण यांचे नांवें.
सनद १.

रसानगी यादी.

मुतालीक यांचे रोजनिशीपैकीं.

१०२२ (१०)–शेख इब्राम जुन्नरकर शिलेदार, निसबत निळकंठराव रामचंद्र,
समान सबैन   यांणें सरकारांत चाकरी बहुत दिवस केली, ह्मातारपण जालें, स्वारीस
मया व अलफ   चावयाचे उपयोगी नाहीं, व दोंधे पुत्र व एक पुतण्या सरकार कामा-
जिल्काद ५   वर ठार जाले, सबब घरचे बेगमीस परगणे मजकूरपैकीं एक गांव
कमाल आकाराचे बेरजेचा रुपये ६०० सहाशें रुपयांचा गांव देविला असे, तरी सदरहू
लिहिल्याप्रमाणें गांव नेमून देऊन आकार मशारनिल्हेचे नांवेंबद्दल मुशाहिरा खर्च लिहित

A. D. 1776-77.	been killed in the siege laid by Haidar Náik in A. D. 1774-75, an allowance of Rs. 75 was granted to his son for maintenance.

(1021) Mukunda Yemáji Jinngar of the Huzur cavalry, presented
A. D. 1777-78.   to Government a figure of a horse made of cloth. Land
assessed at Rs. 30 was therefore given to him in Inám.

FROM THE MUTÁLIK'S DIARY.

(1022) Shek Ibharám, a Silledár of Junnar, had served for a long
A. D. 1777-78.   time under Government. In consideration of his old
age which rendered him unfit for further service, and
the fact that his two sons and a nephew had lost their lives in the

ाणें ह्मणोन, भवानी हरी, व हरी मोरेश्वर कमाविसदार, परगणे संगमनेर, यांचे नांवें.
सनद १.

ारसिंगराव बल्लाळ माडोगणे यांस. सनद १.

२.

१०२३ (९२१)–केशव रणसोड यांस, वसई तालुका इंग्रजांकडे गेला होता ते समयीं हे इंग्रजांकडे चाकरीस राहिले होते. याशी आबाजी यादव यांणीं संदर्भ लाविला कीं, किल्ले तांदुळवाडी व काळदुर्ग व महालचा अंमल इंग्रजांकडे आहे, तो सरकारांत घेऊन दिल्यास आसाम्या व पालखी वगैरे द्यावयाचा करार केला; त्यावरून मशारनिल्हे यांणीं सरकार लक्ष राखोन ऊन इसन्ने समानीनांत कामकाज केलें, सबब आबाजी यादव यांणीं करार केला त्यापैकीं.

सबा समानीन मया व अलफ मोहरम २२

जातीस तैनात व पालखी द्यावयाचा करार त्यापैकीं जातीस तैनात सालगुदस्तां सन सीत समानीनांत वसईकडे नेमून दिल्ही. पालखीची तैनात होणें राहिली. ते हल्लीं मोईन सालीना रुपये ५०० पांचशें रुपये, पालखीची मोईन सालीना खेरीज शिरस्ता सालमजकूर अवलसालापासून करार केली असे, तरी तालुके वसईपैकीं सदरहू मोईन निवळ पावीत जाणें. कलम १.

मशारनिल्हेचे बंधूस तीन असाम्या द्यावयाचा करार, त्यापैकीं सालगुदस्तां, सन सीत समानीनांत, रंगो रणसोड यास असामी मामले कोहज येथें नेमून दिल्ही आहे; बाकी दोन असाम्या द्यावयाच्या, त्यापैकीं हल्लीं सदाशिव रणसोड यास परगणे माहिम प्रांत वसई येथील दफ्तरदारी सांगोन सालीना मोईन रुपये १०० एकशें रुपये मोईन सालीना करार करून दिल्ही असे, तरी यांचे हातून परगणे मजकूर येथील दफ्तरदारीचें कामकाज घेऊन सदरहू मोईन सनद पैवस्तगिरीपासून परगणे मजकूरपैकीं पावीत जाणें. कलम १.

---

service of Government, he was given a village worth Rs. 600 for his house-hold expenses.

(1023) When the Táluká of Bassein was taken by the English, Keshav Ranchhod accepted service under that Government. A message was sent to him by Abáji Yádav promising him a palanquin and some appointments, if he would arrange to secure the forts of Tándulwádi and Kàldurg and the Mahál (Salsett

A. D. 1786-87.

एकूण दोन कलमें करार करून हे सनद तुझांस सादर केली असे, तरी सदरहूप्रमाणें करणें झणोन, गणपतराव जिवाजी यांस.

सनद १.

रसानगी याद.

१०२४ (९६४)—सालाजी बिन सुभानजी सुपेकर याणें हुजूर विनंती केली कीं,

समान समानीन सरकारांतून श्रीगंडकीस पाठविलें तें काम करून आलीयावर, पुरं-

मया व अलफ दरचे मुक्कामाहून त्रिंबकराव विश्वनाथ यांजकडे, व मोगलांकडे, व

सफर ३० आणखी दहा ठिकाणीं जरुरीचे वगैरे कामगारीस पाठविलें ते साहे-

वांचे प्रतापें कामें करून आलों. ते समयीं आज्ञा होती कीं सरकार कामें करून आली-

यावर बक्षीस देऊं, त्यास सरकार कामें एकनिष्ठेनें केलीं आहेत, साहेबांनीं कृपा करून

माझे व मुलांलेकरांचे पोटास वंशपरंपरेनें कालक्षेप चाले असा इनाम करून दिल्हा पाहिजे

झणोन; त्याजवरून तीर्थस्वरूप कैलासवासी नारायणरावसाहेब यांनीं गंडकीस पाठविलें,

त्याजवर पुरंदरचे मुक्कामींहून त्रिंबकराव विश्वनाथ यांजकडे नाजूक कामास, व नवाब

निजाम अलीखान याजकडे वगैरे कामास पाठविलें; तेथून जपोन चाकरी करून आला;

सरकार चाकरी केलीयावर बक्षीस चार्बे असें ते समयीं बोलण्यांत आलें होतें, त्यावर

सालगुद्स्तां कर्नाटकचे स्वारीस राजश्री हरी बल्लाळ यांजबरोबर गजेंद्रगडास मेहनत करून

कामकाज चांगलें केलें, याकरितां कामाचा माणूस मेहनती, मर्दे, इतबारी जाणोन याज-

वर कृपाळू होऊन घरच्या बेगमीस मौजे भाजे, तर्फ नारेंमावळ, तालुके लोहगड, येथें

पंचायशी रुपयांची जमीन नूतन इनाम, स्वराज्य व मोगलाई एकूण दुतर्फा, खेरीज हक्क-

दार करून, कुळबाब कुळकानु हल्लीपट्टी पेस्तरपट्टी देखील इनाम तजाई, जल, तरू, तृण,

काष्ठ, पाषाण, निघी, निक्षेप सहित, दरोबस्त इनाम करार करून देऊन, हे सनद सादर

केली असे, तरी मौजे मजकूरपैकीं अवल जमीन भातशेताच्या धान्याची असेल, त्या-

प्रमाणें खराब जमीनीस सदरहू धारा लाऊन चतुःसीमापूर्वक पंचायशी रुपयाचे आका-

राची जमीन नेमून देऊन मोजणी जाबता हुजूर लिहून पाठवणें, त्याप्रमाणें इनामपत्रें

for the Peshwá. On this Keshav did service for the Government during the year A. D. 1781–82. The promised reward was therefor given.

(1024) Sáláji bin Subhànji Supekar was sent by Peshwá Náráyaṇ-

A. D. 1787-88. ráo to Shri Gandaki on some errand. He was afterwards sent from fort Purandhar to Trimbakrao Vishwanáth and to Nawab Nizam Alikhán on some delicate missions. He executed these successfully. He also did good service at Gajendragad, while serv-

करून दिल्हीं जातील, सदरहू जमिनींचा आकार होईल तो यांचें नांवें इनाम खर्चे लिहीत
जाणें झणोन, बाळाजी जनार्दन यांचे नांवें.   सनद १.

रसानगी यादी.

१०२५ (१०७०)—गोर्विंद कृष्ण यांचे नांवें सनद कीं, तीर्थस्वरूप राजश्री बाजी-
राव साहेब यांजवळ लहानपणापासून ल्याहावयास व पढावयास
सलास तिस्सैन
मया व अलफ   सोबतीस आहेत, त्यास तैनात सालीना.—
शाबान २६

गोविंद चिमणाजी	नक्त रुपये.	कापड आंस.
गोविंद चिमणाजी	१००	५०
त्रिंबक गोविंद.	१००	५०
	२००	१००

एकूण दोन असामींस दोनशें रुपये नक्त, व एकशें कापड आंस सालमजकूर अवल-
सालापासून करार करून देऊन हे सनद तुम्हांस सादर केली असे, तरी तेथील वाढ्यांतील
कारकुनाबरोबर सदरहूप्रमाणें तैनात सालीना देत जाणें झणोन.   सनद १.

रसानगी याद.

९ इनाम, नक्तनेमणुकीं, वतनें वगैरे.

(अ) देणग्या.

२ धर्मकृत्यें व नवस.

१०२६ (१०८)—जगन्नाथ बैरागी, वास्तव्य मठ मौजे गंगापूर, परगणे नाशिक,
यांणीं हुजूर किल्ले पुरंदर येथील मुक्कामी येऊन विदित केलें कीं,
खमस खबैन
मया व अलफ   आपण मौजे मजकुरीं मठ बांधोन स्वामींस, व स्वामींच्या राज्यास
रमजान १४   कल्याण चिंतून आहे; त्यास मठांत अतीत अभ्यागत येऊन, अन्ना-
विण विन्मुख होऊन जातात, याकरितां कृपाळू होऊन गांवगन्ना देहे बीतपशील.

---

ing under Hari Ballál in Karnátic. Inám land assessed at Rs. 85 was
therefore given to him.

(1025) Govind Chimṇáji and Trimbak Govind, the two companions
A. D. 1782-83.   of Bájiráo saheb who received religious and secular
instruction with him from his infancy, were granted
each an allowance of Rs. 150 per annum.

2. Grants for charitable purposes and in fulfilment of vows.

(1026) At the request of Jagannáth Bairági of the Math at Gangá-

४ परगणें नाशिक.

१ कजबे मजकूर.
१ मौजे पाथरडी.
१ मौजे गंगापूर.
१ मौजे ओढें.
———
४

२ परगणें दिंडोरी
१ मौजे जानोरी.
१ मौजे गिरनारें
———
२

१ मौजे बोझर परगणे चांदवड.
———
७

एकूण देहे सात येथें बाजार आहेत. तेथें बाजाराचे दिवशीं रस्त्यांत नवी दुकानें मांडून बसतील त्यांस दाण्याचे दुकानास गल्ला एकमूठ व वाणी व चाटी व साळी व सराफ उदमी यांचें दुकानांस शिवराई रुके ३ तीन याप्रमाणें नूतन धर्मार्थ करून दिल्यानें यानें अतीत अभ्यागत विन्मुख जाणार नाहींत ह्मणोन; याजवरून मनास आणितां, मौजे मजकुरीं बैरागी मठ बांधोन राहिला आहे, तेथें अतीत अभ्यागत येऊन अन्नाविण विन्मुख जातात, त्यास अन्न दिले यानें श्रेयस्कर जाणोन, कजबे नाशिक सुद्धां देहेसात येथील बाजाराचे दिवशीं रस्तेयांत नवीन दुकान मांडून बसतील त्यांस दाण्याचे दुकानास गल्ला एक मूठ, व वाणी, व चाटी, व साळी, व सराफ, वगैरे उदमी यांचें दुकानांस शिवराई रुके ३ प्रमाणें नूतन धमार्थ सरकार जमाबंदी शिवाय करार करून दिल्हे असे तरी वाणी व चाटी, व साळी, व सराफ वगैरे उदमी यांस ताकीद करून, सदरहूप्रमाणें बैरागी याजकडे चालवणें. प्रतिवर्षी नूतन पत्राचा आक्षेप न करणें, या पत्राची प्रति

A. D. 1774-75. pur in Parganá Násik permission was given to him to levy from all new traders frequenting kasbe Násik and 6 other villages on bazár days, and occupying a portion of the road for trade purposes, the following contributions:—

from each grainshop—one handful of grain;
from each other trader—three Shivrái Ruke.

लिहून घेऊन हें असल पत्र याजवळ भोगवटियास परतोन देणें झणोन, परगणें नाशिक, व दिंडोरी, व चांदवड, सरकार संगमनेर यांस.   सनदा.

१ मोकदम.

१ कमाविसदार, वर्तमान व भावी यांस.
___
२

रसानगी यादी.

नारो आपाजींच्या कीर्दींपैकीं.

१०२७ (१९६)—वेदमूर्ती राजश्री जनार्दनभट व सदाशिवभट गाडगील यांणी

खमस सबैन
मया व अलफ
रबिलाखर ५

हुजूर विदित केलें कीं, आपले तीर्थरूप बापूभट गाडगील यांस वाई पैकीं आंबे सुमार पंधराशें पावत होते. त्यास गनिमाचे गडबडीमुळें वाईंतून कोकणांत गेलों. पुढें तीर्थरूप वारलें. हल्लीं आपण वाईंत राह-

ण्यासी आलों आहों. तरी पूर्ववत्प्रमाणें चालवावें झणोन; त्याजवरून हे सनद तुह्मांस सादर केली असे, तरी आंबे सुमार,

१००० आंबे पिकले.

५०० हिरवे, लवणशाकेस.
___
१५००

एकूण दीड हजार आंबे सुमार देविले असेत, तरी कसबे वाई येथील शेरीपैकीं पेशजींप्रमाणें भटजींस पावते करणें झणोन, हैबतराव भवानीशंकर यांचे नांवें छ. २२ रबिलावल.   रसानगी यादी.   सनद १.

१०२८ (४१६)—दलबादलशा फकीर याचा तकिया मौजे कबडी येथें गांवाजवळ आहे.

सबा सबैन
मया व अलफ
मोहरम २

त्या तकियाचे चिराखबत्तीस मौजे लोणी तर्फ हवेली, प्रांत पुणें, पैकीं नूतन इनाम जमीन बिघे ४ चार बिघे करार करून देऊन, वर्तमान भावी कमाविसदार यांचे नांवें अलाहिदा सनब सादर जाहली आहे, त्या-
___
The concession was granted to enable him to feed travellers coming to his Math.

FROM NÁRO APPÁJI'S DIARY.

(1027) At the request of Janárdan Bhaṭ and Sadáshiva Bhaṭ

A. D. 1774-75.

Gádgil, orders were issued to the officer of Wái to give them 1000 ripe, and 500 unripe mangoes from the Sheri lands of Wái.

(1028) Inám lands were given for the lighting of the mosque

A. D. 1776-77.   at Kawaḍi.

प्रमाणें मौजे मजकूरपैकीं सदरहू चार बिघे जमीन याचे दुमाला करून देऊन आकार होईल तो दरसाल यांचे नांवें इनामखर्चें लिहिणें झणोन, रामचंद्र नारायण यांचे नांवें.

सनद १.

रसानगी यादी.

दलबादलशा फकीर यांणीं हुजूरनंजीक पुणें येथील मुक्कामीं येऊन अर्जे केला कीं, आपण दोन तीन वर्षें लष्करांत दुवा देऊन आहें, त्यास आपला तकिया मौजे कवडी येथें गांवाजवळ आहे त्यास तकियाचे चिराखबत्तीस कांहीं नूतन इनाम जमीन देऊन चालविलें पाहिजे झणोन; त्याजवरून मनास आणून फकीर दुवागीर तीन वर्षें लष्करांत आहे हें ज्ञाणून याजवर मेहेरबान होऊन मौजे लोणी, तर्फे हवेली, प्रांत मजकूरपैकीं नूतन इनाम जमीन बिघे ४ चार बिघे जमीन अवल दूम सीम तीन प्रतीची कुलबाब कुल- कानू, हळीपट्टी, व पेस्तरपट्टी खेरीज हक्कदार करून दरोबस्त इनाम करार, करून देऊन, हे सनद तुम्हांस सादर केली असे, तरी सदरहू चार बिघे जमीन मौजे मजकूरपैकीं चतुःसीमापूर्वक नेमून देऊन, याचे दुमाला करून इनाम चालवणें. दरसाल ताजे सनदेचा आक्षेप न करणें. या सनदेची नक्कल लिहून घेऊन असल सनद याजवळ भोगवटियास परतोन देणें झणोन, कमाविसदार वर्तमान भावी प्रांत पुणें यांस.

सनद १.

रसानगी यादी.

जनार्दन आपाजींच्या कीर्दींपैकीं.

१०२९ (४८७)—२००० रुपये खासगी निसबत शिवराम रघुनाथ यांजकडे श्रावण

समान सबैन
मया व अलफ
रजब.३०

मासचे दक्षणेचें साहित्य, फुटाण्यास हरबरे व खिचडीस डाळ, व रोषनाईस तेल व विड्यांस सुपारी, व छपरें खरेदी करावयाबद्दल, व तांदूळ सडणावळ वगैरे मजुरीबद्दल, परवानगी रूबरू.

१०३० (४८८)—धर्मादाय दक्षणा श्रावणमास मुक्काम पुणें.

रुपये.

समान सबैन
मया व अलफ
रजब ३०

FROM JANÁRDAN APPÁJI'S DIARY.

(1029) Rs. 2000 were given to Shiwarám Raghunáth for pur-
A. D. 1777-78.   chases in connection with the Daxaná distributed in
the month of Shrávaṇ—such as grain, rice, pulse, oil,
leaves, betelnut and for erecting huts.

(1030) The following sums were distributed as Daxaṇà in the
A. D. 1777-78.   month of Shrávaṇ. The distribution commenced on the
6th of Shráwan Shudha at about 9 or 10 A. M:—

३०,५१० पर्वतीस रमण्यांत दक्षणा ब्राह्मणांस दिल्ही, प्रारंभ छ. ५ रजब श्रावण-शुद्ध षष्ठी मंदवासरे प्रातःकाल दीड प्रहर दिवस. रुपये.

१०२८१ विद्यमान जनार्दन आपाजी, दरवाजा पहिला, ब्राह्मण असामी ६३९३. शेरा सरासरी १॥~॥ प्रमाणें. रुपये.

४७१० विद्यमान रामशास्त्री, दरवाजा दुसरा, ब्राह्मण असामी २२५० एकूण शेरा सरासरी २८~॥ प्रमाणें. रुपये.

५७०० विद्यमान अमृतराव विश्वनाथ पेठ्ये, दरवाजा तिसरा, ब्राह्मण ३३०५ एकूण शेरा सरासरी १॥। प्रमाणें. रुपये.

५६३० विद्यमान विसाजी कृष्ण, दरवाजा चौथा, ब्राह्मण असामी २९७० शेरा सरासरी १॥।=। प्रमाणें. रुपये.

४१८९ विद्यमान भिवराव येशवंत, दरवाजा पांचवा, येथें काशिनाथ शास्त्री यांणीं दक्षणा वाटिली; असामी १९२२ एकूण शेरा सरासरी २८=॥। प्रमाणें. रुपये.

३०,५१० — १६,८४०

शेरा सरासरी १॥।~ प्रमाणें. रुपये.

२२,१७४ वाड्यांत ब्राह्मणांस दक्षणा दिल्ही, विद्यमान वासुदेवभट कर्वे उपाध्ये नांव-निशीवार तपशीलबंद आलाहिदा ४८ एकूण ब्राह्मण असामी २२२० एकूण रुपये.

२१०२६ निसबतवार ब्राह्मण २०२४ असामी. रुपये.

१००१ क्षेत्रींचे ब्राह्मणांस दक्षणा पाठविली असामी १४५ रुपये.

१४७ वाड्यांतील असामी ५१ एकूण रुपये.

२२,१७४ — २२२०

Rs. 30510 distributed to those assembled at the Parvati temple:—

10281	By Janárdan Appáji 1st door	No. of recipients	6393.
4710	,, Rámshástri 2nd ,,	,,	2250.
5700	,, Amritrao Vishwanáth Pethe 3rd		3305.
5630	,, Visáji Krishna 4th ,,	,,	2970.
4189	,, Bhiwrao Yeshwant 5th ,,	,,	1922.
30510			16840.

22174 distributed in the palace (including the sum sent out to Brahmins of holy places). No. of recipients 2250.

३०० शंकराचार्य स्वामी शृंगेरीकर यांच्या समाधी पंचवटींत श्री गोदातीरीं दोन
आहेत, तेथील पूजन व अर्चन व पुण्यतिथी दोन, मिळोन दरसाल
तीनशें रुपये श्रावणमासीं द्यावयाचा करार करून, सालमजकूरचे. रसानगी
याद.   रुपये.

१०१५ रमण्यांत ब्राह्मण दक्षणेस गेले नाहीं, त्यांस घरोघर जाऊन दक्षणा दिल्ही,
व देवांपुढें दक्षणा ठेविली, गुजारत कारकून, निसबत रामचंद्र नारायण
सुभा प्रांत पुणें, व बाळ दीक्षित गडबोले, बरहुकूम याद.   रुपये.

२ श्री देवांपुढें ठेविली.

·॥· ओंकारेश्वर.

·॥· गणपती.

·॥· रामचंद्र.

·॥· किरकोळ.

___

२

१०१३ ब्राह्मण दुखणेकरी वगैरे असामी ६९० एकूण शेरा सरासरी
दर असामीस १।ऽ॥ प्रमाणें   रुपये.

४३६ प्रत असामी ४३६ दर १ प्रमाणें.

३९२ प्रत असामी १९६ दर २

१५३ प्रत असामी ५१ दर ३

२० प्रत असामी ५ दर ४

७ प्रत असामी १ एकूण.

५ प्रत असामी १ एकूण.

___

१०१३   ६९०

___

१०१५

___

५३९९९   १९७५१

300 sent for the expenses of 2 worships at two Tombs of
Shankarácháryás of Shringeri at Panchwati;

1015 sent to Brahmins who on account of illness were unable to
attend in person—No. of recipients 690 &; offered to four
deities at 8 annas each;

४९१२। खुर्द रमण्यांत उलफ्या बरोबर पांच रोजा, व दक्षणे समयीं दिल्हा, गुजारत नारो महादेव गद्रे. खुर्द खेरदी गुजारत बाळाजी नाईक, दिंमत पोतदार. टके.

१७५५७ उलफ्यास पांच रोजा ब्राह्मण असामी एकूण. रुपये.

१३९७८। ब्राह्मण ५५९१३ असामी, दर असामी टका ·।· प्रमाणें रुपये.

८५७५	दरवाजा पहिला असामी	३४३००
४२२०	दरवाजा दुसरा असामी	१६८८०
११८३।	दरवाजा तिसरा	४७३३
१३९७८।		५५९१३

तपशील तेरखा.

२१२३॥	छ. २९ जमादिलाखर	८४९४
२६९१॥	छ. १ रजब	१०७६६
२८१०॥	छ. २ रजब	११२४२
३०४२।	छ. ३ रजब	१२१६९
३३१०॥	छ. ४ रजब	१३२४२
१३९७८।		

३५७८॥। बायका, दरवाजा चौथा, दर असामी ·।· प्रमाणें. टके.

६२८	छ. २९ जमादिलाखर	२५१२
६२८॥।	छ. १ रजब	२५१५
७४७	छ. २ रजब	२९८८
७२८॥	छ. ३ रजब	२९१४
८४६॥	छ. ४ रजब	३३८६
३५७८॥।		१४३१५

१७५५७	७०२२८

4912–4 paid to Brahmins on account of feeding charges at anna 1 per diem for 5 days–women numbering 14315 also received this allowance at the same rate;

२०९६॥।६ दक्षणे समर्थी ब्राह्मणांस दर असामी रुके ८६ प्रमाणें, इस्तकबील छ. ५ रजब तागाईत छ. ६ मिनहू दक्षणेस असामी १६८४० पैकीं ब्राह्मणांस खुर्दा पावला नाहीं ते वजा ६५ असामी बाकी १६७७५, एकूण दरवाजेवार असामी, एकूण टके.

७९९८६	दरवाजा पहिला	६३९३
२७७॥।६	दरवाजा दुसरा असामी	२२२३
४१३८६।	दरवाजा तिसरा असामी	३३०५
३६६॥	दरवाजा चौथा	२९३२
२४०।	दरवाजा पांचवा असामी	१९२२
		टके.
२०९६॥।६		१६७७५
१९६५३॥।६		८७००३

पैकीं वजा खुर्द्याचें माप घेतां व खर्च खातें कसर वाढली खुर्दा टके ३॥।९ बाकी टके १९६४९॥।९ एकूण दर रुपयास टके ४ चार प्रमाणें रुपये ४९१२।≡॥.

पैकीं वजा सूट ८३॥। बाकी. रुपये.

११८२ पुरंदरीं ब्राह्मणांस दक्षणा दिल्ही. रुपये.

१५ गोविंदभट निजसुरे.
१५ कृष्णभट वैद्य.
१५ कृष्णंभट जोग.
१० आपाभट बापट.
८ सदाशिवभट मोघे.
७ बाळजोशी संगमेश्वरकर.
७ दादंभट काणे.

असामी.

११०५ किता

१९ प्रत १९ दर १ प्रमाणें.

1182 distributed at Purandhar, number of recipients 372;

२८० प्रत १४० दर २
२३१ प्रत असामी ७७ दर ३
३२० प्रत ८० दर ४ प्रमाणें.
१९५ प्रत ३९ दर ५
६० प्रत असामी १० दर ६
रुपये.

११०५ ३७२

११८२
दर सरासरी ३८=॥ प्रमाणें.
४५४। किरकोळ पोता वगैरे तहाबंद अलाहिदा

६०५४७॥ २
१०००० बाळकृष्णशास्त्री आश्रित यांस कर्ज वारावयाबद्दल एकसालां तैनाते खेरीज.
रुपये.

७०५४७॥
२० पीर कसबे पुणें यास सालगुदस्तांप्रमाणें सालमजकुरीं, रसानगी याद.
रुपये.
१० शेखसला.
१० शेखसादत.

२०
१७२। पोस्त खर्च, प्यादे वगैरे रमण्यांत ब्राह्मणांचे बंदोबस्तास होते, त्यांस मिठाईबद्दल दर असामीस रुपये८= प्रमाणें रसानगी यादी तीन
रुपये.
५९॥= किल्हेहायचे लोकांस.
२॥। किल्हेहायचे लोकांस असामी २२

454-4 Miscellaneous
Number of recipients 20,152

total 60547-8
20 were sent as presents to Pirs Shek Sallá and Shek Sádat;
172-4 were paid to peons No. 1378 from different forts and Tálukás

१।	किल्ले घनगड असामी	१०
॰॥=	किल्ले चाकण असामी	५
२॥=	किल्ले कोरीगड	२१
५	किल्ले चंदन वगैरें निसबत शामराव जगजीवन असामी	४०
३०८=	किल्ले पुरंदर.	
८॥।	नेहमी लोक किल्ले मजकूरचे असामी	७०
८।=	कानडे प्यादे असामी	६७
२॥	माजी वंदनकर	२०
१०॥	हुजूर हशम	८४
३०८=		
१७॥	किल्ले सिंहीगड असामी	१४०
५९॥।=		४७९

२५॥	तालुकेहाय.	
८।=	तालुके शिवनेर	६७
४॥।	प्रांत राजपुरी	३८
२॥=	अवचीतगड	२१
५	तालुके रायगड	४०
४॥।	तालुके सुवर्णदुर्ग	३९
२५॥		२०४

२९	किता लोक.	
४॥	माजी चंदनगडकरी	३६
॰॥।॰	खास बारदार दिंमतहाय असामी	६

who were deputed to keep order at the Parwati temple at the time of the assembly.

१॥	जासूद जथेहाय असामी	१२
३।=	प्यादे दिंमत विठोजी गुंड असामी	२७
३।=	प्यादे दिंमत अबदुल असामी	२७
१	प्यादे दिंमत पिरुजी भिलारे असामी	१६
१८=	प्यादे दिंमत रामजी यादव	९
३८=	दिंमत तोफखाना	२५
४॥।	दिंमत देवजी सावंत वगैरे माहाले लोक	३८
१	बहिरजी मोरे	८
·।·	प्यादे दिंमत बालोजी सालोखे	२
१८=	प्यादे निसबत विसाजी धोंडदेव जोग	९
८=	चाकणकर असामी	१
१	फूटलोक असामी	८
२९		२३२

५४८=	दिंमत हुजूर हशम	४३३
३॥।	खिजमतगार निसबत खास जिलीब असामी	२०
	एकूण	
१७२।		१३७८

२६२ तैवज खर्च श्रावणमासचे उत्साहाबद्दल ब्राह्मणांस विडे द्यावयास विड्याचीं पानें हिरवीं खरेदी केलीं, गुजारत प्यारजी तांबोळी पानें सुपारी.

२००००० छ. ३० जमादिलाखर.
१००००० छ. १ रजब.
१००००० छ. ४ रजब.
१२४००० छ. २६ रजब.

५२४०००

दर रुपयास पानें २००० दोन हजार प्रमाणें.

रसानगी यादी.

४५४।

१०३१ (५२३)–धूम्रपानी गोसावी चौन्यायशीं आसनें करून योगसाधनेंत आनंद-
बलीस नेहमीं राहतो. त्यास पेशजीं रोजमरा दरमहा बीस रुपये व
पांच शेर लांकडें वजन दररोज पावत होतें, त्यास अलीकडे पावत
नाहीं. ऐशास हल्लीं पेशजींप्रमाणें दरमहा रोजमरा रुपये २० बीस,
व लांकडें दररोज वजन पकें ८५५ पांच शेर देविले असे, तरी सनद पैवस्तगिरीपासून
गंगापुराहून देन जाणें म्हणोन. रामचंद्र बल्लाळ नारळीकर यांस.   सनद १.

रसानगी यादी.

१०३२ (५३०)–मौजे सिंगवें, परगणें नाशिक, हा गांव श्री रामचंद्र संस्थान पंच-
वटी यांजकडे आहे, त्यास श्रीचा पुजारी याणें आपले कर्जाचे ऐवजीं
सावकाराकडे गांव गहाण ठेऊन, गांवचा वसूल सावकार परभारा घेतो,
म्हणोन हुजूर विदित झालें; याजवरून मौजे मजकूरचे बंदोबस्तास हुजु-
रून श्रीनिवास नर्सी कारकून शिलेदार पाठविले असत. तरी मशारनिल्हेसीं रुजू होऊन,
मौजे मजकूरचा श्रीकडील अंमल सुरळीत देणें, पुजारी याजकडे व त्याचे सावकाराकडे
वसूल एकंदर न देणें म्हणोन. मौजे मजकूरचे मोकदमाचे नांवें छ. २२ जिल्काद चिटणिसीं.

पत्र १.

१०३३ (५३५)–तेलंग अगंतुक ब्राह्मण सोमवार पेठेंत मृत्यु पावला आहे, त्याचे
दहनास लांकडें जाळाऊ वजन पकें खंडी ।।।. पंधरा मण लांकडें दे-
विले (लीं) असे(त) तरी खरेदी करून देऊन ब्राह्मणाचें दहन
करणें. सदरहू लांकडांची किंमत होईल ते शहरमजकूरचे कोतवालीचे

(1031) An allowance of Rs. 20 per month and 5 seers of fuel per
A. D. 1777-78.   day was granted to an ascetic who inhaled smoke and
practised Yoga in 84 different postures.

(1032) Government was informed that the village of Singwe in
A. D. 1777-78.   Pargana Nâsik, belonging to the idol of Râmchandra
in Panchawati, had been mortgaged by the worshipper
to his creditor, and that the revenue was being recovered by the
creditor direct. A karkun was sent to take over the management of the
village and to spend proceeds for purposes connected with the idol.
The pâtil of the villaged was enjoined to see that the revenue was not
paid to the creditor or to his agents.

(1033) Sanction was given to supply 3/4 Khandi, that is 15 Maunds,

हिशेबीं ब्राह्मणाचे नांवें धर्मादाय खर्च लिहिणें मजुरा पडेल ह्मणोन, आनंदराव काशी कमाविसदार कोतवाली शहर पुणें यांचे नांवें छ. २६ जिल्हेज. सनद १.

परवानगी रूबरू.

१०३४ (५८३)–धर्मादाय दक्षणा श्रावणमास मुक्काम पुणें. रुपये.

तिसा सबैन
मया व अलफ
रजब २९

३२२०२ पर्वतीस रमण्यांत दक्षणा ब्राह्मणांस दिल्ही, प्रारंभ छ. ४ रजब श्रावण शुद्ध षष्ठी सौम्यवासरे बेवीस घटकांनंतर रुपये.

१३२१६ विद्यमान जनार्दन आपाजी, दरवाजा पहिला, ब्राह्मण ८३४०, एकूण शेरा १॥~। प्रमाणें.

६४६० विद्यमान रामशास्त्री, दरवाजा दुसरा, ब्राह्मण ३२५९ एकूण शेरा १॥।≡॥ प्रमाणें. रुपये.

५३८१ विद्यमान अमृतराव विश्वनाथ, दरवाजा तिसरा, ब्राह्मण २७५०, शेरा १॥।≡। प्रमाणें.

७१४५ विद्यमान कृष्णराव बल्लाळ काळे व काशीनाथ शास्त्री, दरवाजा चौथा, ब्राह्मण ३४१५ एकूण शेरा २८~॥ प्रमाणें

३२२०२ १७७६४

शेरा सरासरी १॥।~ प्रमाणें.

२५८२२ वाड्यांत ब्राह्मणांस दक्षणा दिल्ही, विद्यमान रामशास्त्री नावनिशीवार तपशीलबंद, अलाहिदा सुमारें ४३ एकूण ब्राह्मण असामी.

देखील क्षेत्रींचे ब्राह्मणांसुद्धां दक्षणा. रुपये.

२३८७२ निसबतवार व क्षेत्रस्थ वगैरे मिळोन ब्राह्मण असामी २१७७ शेरा सरासरी १०॥।≡॥ रुपये.

१९५० यज्ञेश्वरशास्त्री, आपाशास्त्री यांचे बंधू यांस लग्नाबद्दल सालमजकुरीं एकसाल. रुपये.

२५८२२

A. D. 1777-78. of fuel for the cremation of a travelling Telang Brāhman who died in Poona.

(**1034**) Among the details of this date, the details of the *Shrāwan-Daxanā* expenses amounting to Rs. 64, 537 are given.

A. D. 1778-79. It appears from a remark made at the end that some

३०० शंकराचार्य स्वामी शृंगेरीकर यांच्या समाधी पंचवटींत श्रीगोदातीरीं दोन आहेत, तेथील पूजन, अर्चन, व पुण्यतिथ दोन मिळून दरसाल तीनशें रुपये श्रावणमासीं द्यावयाचा करार आहे, त्याप्रमाणें सालमजकूरचे रुपये.

२ श्रीदेवदेवेश्वर, वस्ती पर्वती, यांस रमण्यांत दक्षणा समाप्त जाल्यावर दक्षणा ठेविली, विद्यमान जनार्दन आपाजी. रुपये.

१ श्रीदेवदेवेश्वर.

१ श्रीविष्णु.

९९५ दुखणेकरी ब्राह्मण व ब्राह्मणांचीं मुलें वगैरे रमण्यांत दक्षणेस गेलीं नाहींत. त्यांस घरोघर दक्षणा दिल्ही; व गांवांतील देवांपुढें दक्षणा ठेविली, गुजारत कारकून निसबत रामचंद्र नारायण सुभा प्रांत पुणें, व बाळ दिक्षित गडबोले वरहुकूम यादी. रुपये.

२ श्रीदेव.

॥ श्रीओंकारेश्वर.

१ श्रीरामचंद्र तुळशीबागेंतील.

॥ श्रीगणपती.

२

९९३ ब्राह्मण. असामी ७४८

एकूण शेरा सरासरी १।~ प्रमाणें. रुपये

५०४ प्रत असामी ५०४ दर १

४८६ प्रत असामी २४३ दर २

३ प्रत असामी १ एकूण.

९९३ ७४८

९९५

६६७ मुक्काम पुरंधर येथील ब्राह्मणांस दक्षणा दिल्हीबरहुकुम याद.

१० बाळंभट किरकिरे.

८ गोविंदभट किरकिरे.

१० पुरुषोत्तम भट, पुराणीक.

...st of the persons who received Daxaṇá at the wádá were brought ...quins; all the palanquins in the town were requisitioned by ...ent for the purpose on that day.

६ बाळंभट मराठे.
६० प्रत असामी १२ दर ५ प्रमाणें.
१२८ प्रत असामी ३२ दर ४ प्रमाणें.
२३१ प्रत असामी ७७ दर ३ प्रमाणें.
२०६ प्रत असामी १०३ दर २ प्रमाणें.
८ प्रत असामी ८ दर १ प्रमाणें.

६६७ २३६
शेरा सरासरी २॥।~। प्रमाणें.

५९९८८ २०९२६

४१५५॥ खुर्दा रमण्यांत उलफ्याबद्दल दर पांच रोजां व दक्षणे समयीं दिल्हा, गुजारत बाळाजी नारायण आगाशे, खुर्दा गुजारत पांडोबा नाईक वगैरे खुर्दा. रुपये.

१६४८३। उलफ्यास पांच रोजां ब्राह्मण वगैरे असामी. एकूण.

१३५२८॥ ब्राह्मण ५४११४ असामी. दर असामी टक्का ।· प्रमाणें.

८१७७॥। दरवाजा पहिला असामी ३२७११
४३८२ दरवाजा दुसरा असामी १७५२८
९६८॥। दरवाजा तिसरा असामी ३८७५

१३५२८॥ ५४११४

तपशील तेरखा.

१८३६	छ. २९	जमादिलाखर	७३४४
२५०९॥	छ. ३०	जमादिलाखर	१००३८
२८५८॥।	छ. १	रजब असामी	११४३५
३०२६॥	छ. २	रजब	१२१०६
३२९७॥।	छ. ३	रजब	१३१९१
१३५२८॥			५४११४

२९५४॥। बायका ११८१९ असामी दर असामी ।· प्रमाणें एक.

६६३॥।	छ. २९	जमादिलाखर	२६५५
८२२	छ. ३०	जमादिलाखर	३२८८

४७५।	छ.	१ रजब	१९०१
४६८॥।	छ.	२ रजब	१८७५
५२५	छ.	३ रजब असामी	२१००
२९५४॥।			११८१९

१६४८३। ६५९३३

२१६०। दक्षणेसमयीं ब्राह्मणांस दर असामीस रुके ८६ प्रमाणें इस्तकबिल छ. ४ रजब तागाईत छ. ५ मिनहू. दक्षणेस असामी १७७६४ पैकीं ब्राह्मणांस खुर्दा पावला नाहीं ते वजा असामी ४८२ बाकी असामी १७२८२ एकूण दरवाजेवार असामी एकूण टक्के.

१०२३॥।	दरवाजा पहिला असामी	८१९०
३६५॥।६	दरवाजा दुसरा असामी	२९२७
३४३॥।	दरवाजा तिसरा असामी	२७५०
४२६॥।६	दरवाजा चौथा असामी	३४१५
टक्के		
२१६०।		१७२८२

१८६४३॥ ८३२१६

पैकीं वजा खुर्द्याचें मापें घेतां, व खर्च होतां कसर बाढली खुर्दा टका १॥ बाकी टक्के १६६४२ एकूण खुर्दा खरेदी गुजारत हाये.

रुपये.

२२६३।=॥ गुजारत पांडोबा नाईक पराडे, खुर्दा टक्के १०१५० दर ४।११। प्रमाणें रुपये.

१२६७॥-॥ गुजारत जेठ्या

१००० प्रत टक्के ४५०० दर ४॥

२६७॥-॥ प्रत टक्के १२०० एकूण दर ४।११। प्रमाणें.

१२६७॥-॥

६२४॥≡॥ गुजारत यादोबा नाईक लोहोकर टके
२७९२ एकूण दर ४।१०॥ प्रमाणें.

४१५५॥≡॥
पैकीं वजा सुट ८≡॥, बाकी रुपये.

३९३॥। किरकोळ तपशील बंद अलाहिदा २ एकूण.

६४५३७।

वाड्यांत ब्राह्मणांस दक्षणा दिली, विद्यमान रामशास्त्री इस्तकबील छ. २९ जमादिलाखर, श्रावण शुद्ध १ भृगुवासरे तागाईत छ. ७ रजब. रुपये.

३५६२ आश्रित वगैरे.

१५० बाळकृष्णशास्त्री.

१०० रामशास्त्री.

१५० लक्ष्मण पाठकजी.

× × × ×

२६३५ निसबत बापूभट शिंत्रे.

२५ विश्वनाथभट गोडशे.

२५ यशुराभट वैद्य काशीकर.

२५ बाळकृष्णभट छत्रे.

× × × ×

२२८ निसबत यज्ञेश्वर दीक्षित मनोहर.

८ बाळंभट घाणेकर.

५ शंकर दीक्षित आकुर्डीकर.

१८२ वाड्यांतील असामी एकूण रुपये.

२७ आचारी.

४ बाबाजी गोखला.

४ सदाशिव करमरकर.

× × × ×

७८ शागिर्द.

३ विसू जोशी.

३ भवानी शंकर.

× × × ×

३० हरकारे.

३ बापू अवधारी.

३ विसोबा धुमाळ.

× × × ×

१५ रीमवान.

३ लक्ष्मण चोपडा.

३ येशवंत.

× × × ×

२० पीर कसबें पुणें यांस सालगुदस्तप्रमाणें सालमजकुरीं दक्षणेसमयीं पावतात ते.

१० शेखसला.

१० शेखसादत.

२०

११७॥ पोस्तखर्चे प्यादे वगैरे रमण्यांत ब्राह्मणांचे बंदोबस्तास होते त्यांस मिठाईब-
द्दल दर असामी ८= प्रमाणें.

३२ किल्हेहायचे लोकांस.

३ किल्ले विसापूरकर असामी २४.

२॥। किल्ले राजमाची असामी २२.

× × × ×

११॥।= तालुके हाय.

६॥ तालुके विजेदुर्ग असामी ५२.

२॥ तालुके अवचितगड असामी २०.

३८॥= प्यादे वगैरे.

४॥= दिंमत रामजी यादव असामी ३७.

४॥ निसबत विसाजी धोंडदेव असामी ३६.

× × × ×

२८= माजी चंदनगडकरी.

१५० २५८= हुजूर हशमलोकांस असामी.

१५० किताल़ोक.

३६ पर्वतीस श्रीदेवदेवेश्वराकडे व विष्णूकडे चौकीस आहेत त्यांस सालाबादप्रमाणें.

१५ दरवाज्यांस असामी १५.

॥= कारखान्याकडे वगैरे प्यादे असामी.

३० सरकारचे वाड्यांत दक्षणासमासांदिवशीं ब्राह्मण कोंडले त्यांचे चौकीस.

१० ब्राह्मणांस आणाबयास व पोचवावयास पालख्या शहरांतील गृहस्थांच्या जमा करावयास होते ते.

५ विड्याकडे.

×   ×   ×   ×

१०३५ (८९२)—श्रावण मासचे दक्षणेचे बंदोबस्तास सरकारांत लोक आणविले

सीत समानीन असेत, तरी पोटाची सदरहू लोकांची बेगमी करून देऊन पाठवून

मया व अलफ देणें ह्मणोन.   सनदा.

रमजान १७

१ परशराम श्रीनिवास प्रतिनिधी यांस असामी ३०० तीनशें यांविशीं.

१ सदाशिव चिमणाजी सचिव यांस असामी ३०० तीनशें यांविशीं.

१ रामचंद्र नारायण किल्ले पुरंधरापैकीं असामी १०० शंभर यांविशीं.

१ नारो महादेव किल्ले सिंहीगडपैकीं असामी ७५ पाऊणशें यांविशीं.

१ रामराव नारायण किल्ले राजमाची, तालुके मजकूर, पैकीं असामी ५० यांविशीं.

१ रंगो शामराव किल्ले चंदन पैकीं असामी १५ पंधरा येविशीं.

१ भगवंतराव नारायण किल्ले चाकण पैकीं असामी १० दहा यांविशीं.

१ रघुनाथ सदाशिव तालुके रायगड पैकीं असामी १०० शंभर यांविशीं.

८

आठ सनदा दिल्ह्या असेत. रसानगी महादाजी नरसी कारकून दिमत सर्वोत्तम शंकर, हशमनीस.

१०३६ (९०७)—पाद्री फैल्याद्र मानरदेव रेवदंडेकर याणें हुजूर येऊन अर्ज केला

सीत समानीन कीं, रेवदंड्यास मानरदेवीची रमेद फिरंगी याचे वेळेची आहे,

मया व अलफ तिच्या भिंती मजबूद आहेत परंतु वासे जुने होऊन वरील काम

मोहरम १२ जाया जाहलें आहे, तें सरकारांतून नीट करून देविलें पाहिजे ह्म-

णोन; त्याजवरून रमेदीचें कामाबद्दल रुपये १०० शंभर रुपये तालुके रेवदंडा पैकीं दे-

---

(1035) Men were brought to Poona from the service of Pratinidhi,

A. D. 1785-86.   Sachiv, and other officers to keep order during the alms giving ceremony in the month of Shrávaṇ.

(1036) At the request of a Portuguese priest of Rewadandá,

A. D. 1785-86.   sanction was given to the expenditure of Rs. 100 on repairing a Christian church at Rewadandá.

विले असत, तरी सदरहू शंभर रुपये देऊन काम करवणें म्हणोन, आनंदराव शिंदे याचे
नांवें.

सनद १.

रसानगीयादी.

१०३७ (९४३)–श्रीपंचलिंग महादेव, वास्तव्य मौजे बारव, तर्फ हवेली, प्रांत

सबा समानीन   जुन्नर यांस, ताळुके शिवनेर, व ताळुके चास वगैरे जागां कोळ्यांनीं

मया व अलफ   दंगा केला होता त्यांचें पारपत्य होऊन बंदोबस्त जाला म्हणजे श्रींचें

बमादिलावल २९   देवालय बांधावें म्हणोन बाळाजी महादेव यांणीं नवस केला; त्याप्र-
माणें कोळ्यांचें पारपत्य होऊन बंदोबस्त जाला, सबब श्रींचें देवालय दोन हजार रुप-
यांत बांधावयाचा करार करून बाळाजी महादेव यांस आज्ञा केली आहे. ताळुके शिवनेर
व ताळुके चास येथील गांवगन्ना पैकीं सरकारजमेशिवाय पट्टी करून दोन हजार रुपयांत
देवालय बांधणें, जाजती पट्टी न करणें म्हणोन, कमाविसदार यांचे नांवें.   सनदा.

१ बाळाजी महादेव ताळुके शिवनेर यांस कीं, श्रींचें देवालय दोन हजार रुपयांत
बांधणें. सदरहूपैकीं सातशें रुपये निळकंठराव रामचंद्र, ताळुके चास, यांजकडून
देविले आहेत, बाकी तुह्मांकडून रुपये १३०० तेराशें देविले असेत, तरी ताळुके
मजकूर येथील गांवगन्नापैकीं देणें म्हणून.

सनद.

१ निळकंठराव रामचंद्र, ताळुके चास, यांस कीं, श्रींचें देवालय दोन हजार रुपयांत
बांधावयाची आज्ञा बाळाजी महादेव यांस केली आहे. सदरहूपैकीं तुह्मांकडून
रुपये ७०० सातशें देविले असेत, तरी ताळुके मजकूर येथील गांवगन्नापैकीं देणें,
म्हणन.

सनद.

२

रसानगीयादी.

१०३८ (९५०)–द्वारकादास बैरागी हे श्रीगोदातीरीं मौजे बाभुळगांव, परगणा

(1037) When a rebellion of kolis broke out in Táluká Siwaner
A. D. 1786-87.   and Táluká Chás, Báláji Mahádeo, officer of the former
Táluká, made a vow to build a temple to Shri Panch-
Linga Mahádeo at Mouze Bárav in pránt Junner, if the rebellion was put
down. The rebellion was suppressed and Báláji Mahádeo was permitted
to fulfill his vow by levying Rs. 2000 from the two Tálukás in addition
to Government demand.

(1038) Dwárkádás, a Bairági residing in the fields near Bábhul-
. 1786-87.   gaum in Pargaṇá Waijápur was a great ascetic. In sum-
mer he surrounded himself on all sides with fire, in the

सबा समानीन मया व अलफ. रजब २४

वैजापूर, नजीक रानांत राहतात, निस्पृहवृत्तीनें आहेत, बहुत योग्य तपस्वी, उष्णकाळीं पंचाग्निसाधन, व पर्जन्यकाळीं पर्जन्यांत, व शीतकाळीं जलांत, याप्रमाणें तपस्वी, निराहारी दुग्ध प्राशन करून आहेत, आल्या गेल्या ब्राह्मणास व बैरागीयास अन्न देतात, व गाईची सेवा करितात. यांचे सरकारांतून चालविल्यास श्रेयस्कर जाणोन, नूतन इनाम पडजमिनीपैकीं जमीन चाहूर १॥ दीड चाहूर द्यावयाची करार करून हे सनद तुह्मांस सादर केली असे, तरी यांचें मठाजवळ लगते परगणा वैजापूरचे गांव आहेत, तेथील गांवपैकीं यांचे उपयोगी व गाईच्या चरावयाचे उपयोगी पडजमिनीपैकीं जमीन सदरहूप्रमाणें पाहून नेमून त्यांचे दुमाला करून देऊन चतुःसिमेचा जावता हुजूर पाठवून देणें. त्याप्रमाणें इनामपत्रें बैरागी यांचे नांवें करून दिल्हीं जातील ह्मणोन, रामचंद्र नारायण मामलेदार, परगणा नेवासें वगैरे महाल, यांचे नांवें. सनद १.

रसानगीयादी.

१०३९. (१०१३)–श्रावणमासचे दक्षणेचे बंदोबस्तास तालुकेहायपैकीं लोक आणविले असेत, तरी पोटाची बेगमी करून पाठऊन देणें ह्मणोन. सनदा.

इहिदे तिसैन मया व अलफ जिल्काद १

१ रघुनाथ चिमणाजी सचिव यांजकडील लोक असामी ३०० तीनशें येविशीं.
१ परशराम श्रीनिवास प्रतिनिधी यांजकडील लोक असामी ३०० येविशीं.
१ तर्फ शिवनेर निसबत बाळाजी महादेव यांजकडील लोक असामी २००.
१ किल्ले वंदन निसबत विश्वासराव नारायण लोक असामी ५०.
१ किल्ले पुरंधर निसबत रामचंद्र नारायण लोक असामी २००.
१ तर्फ पटा निसबत बाळकृष्ण केशव लोक असामी ५०.
१ किल्ले विसापूर निसबत भिकाजी गोविंद लोक असामी ६०.
१ किल्ले कोरीगड निसबत आनंदराव भिकाजी असामी ५०.
१ किल्ले चाकण निसबत भगवंतराव नारायण लोक असामी १५.

rainy season he exposed himself to rain and in winter he remained immersed in water. He lived on milk, distributed food to Brahmans and Bairágis, and was devoted to the service of cows. One and a half chahurs of inám land was therefore given to him.

(1039) About 1800 men were ordered to Poona from different tálukás to assist in keeping order at the time of the payment of the Daxaṇá distributed in the month of Shrávaṇ.

A. D. 1790-91.

१ तालुके रायगड निसबत सदाशिव रघुनाथ लोक असामी २००.

१ किले ताथवडा निसबत माधवराव कृष्ण असामी २५.

१ किले राजमाची निसबत रामराव नारायण असामी ७५.

१ किले चंदन व नांदगिरी निसबत रंगो शामराज लोक असामी ५०.

१ किले परळी निसबत नारो बळाळ लोक असामी ३०.

१ किले सिंहगड निसबत केशवराव जगन्नाथ असामी १००.

१ किले पाल निसबत गोविंदराव बलाळ असामी ७५.

१ किले नारायणगड निसबत रामचंद्र शिवाजी असामी १५.

१ किले घनगड हवालदार व कारकून लोक असामी १५.

_____

१८

एकूण १८ सनदा दिल्ह्या असेत.

१०४० ( )–श्रीकार्तिकस्वामी, वास्तव्य पर्वती, यांचे प्रासादावर उल्कापतन हो-
इसन्ने तिसन ऊन विछिन्न जालें, त्याचा जीर्णोद्धार केला त्याजबद्दल खर्च आहे.
मया व अलफ
सवाल ३

९ इनाम, नक्त नेमणुकी, वतनें वगैरे.
(व) देणग्या पुढें चालवणें.
जनार्दन आपाजीच्या कीर्दीपैकीं.

१०४१ (२८७)–विनायकभट थथे यांस मौजे ताथवडें, तर्फ हवेली, प्रांत पुणें,
सीत सबैन हा गांव इनाम दिल्हा आहे, त्याचीं सरकारचीं इनामपत्रें होऊन रा-
मया व अलफ जपत्रें जालीं आहेत, त्या पत्रांवर सरकारचा शिका गडबडेमुळें जाह-
रविलाखर ५ ला नाहीं, यास्तव श्रीमंत महाराज राजश्री छत्रपती स्वामींस विनंती

_____

(1040) Some expenditure was incurred in repairing the temple of
A. D. 1791-92. Shri Kártik Swámi at Parwati as it had been struck
by lightening.

(b) Continuance of in- ms.

FROM JANÁRDAN APPÁJI'S DIARY.

(1041) The village of Táthawade in pránt Poona had been given
A. D. 1775-76. to Vináyakbhaṭ Thathe by the late Peshwá Mádhavrao
and a Sanad had been issued but never scaled. The
Peshwá's agent at Sátárà was asked to request the Satárá Rájá to cause

करून, तीर्थस्वरूप कैलासवासी माधवराव साहेबांचे कारकीर्दींत पत्रें जालीं आहेत, सबब त्या वेळचे शिक्के काढवून भटजींच्या पत्रांवर शिक्का करून देणें झणोन, कृष्णराव अनंत, मुक्काम सातारा, यांचे नांवें छ. ११ रबिलाबल.   सनद १.

येविशीं बानूराव कृष्ण यांस सदरहू अन्वयें.   सनद १.

२

रसानगीयादी.

१०४२ (९८२)—महालानिहाय येथील मुसलमान खुमाचे सदारत व अदालतीची

तिसा समानीन
मया व अलफ
जमादिलावल ६

मामलत तिमाराव भिमाजी याजकडे सालमजकुरापासून सांगोन, इनामदार, व जहांगीरदार, व रोजिनदार, व काजी मुलाणे खतीबा वगैरे, व मोईतसबी, यांची चौकशी करून गैरसनदीमुळें ऐवज निघेल तो, व न्यायमनसुबीमुळें व सनदी लोकांपासून बाजबीच्या रीतीनें जीवन पाहून सरकारचा ऐवज साधावयाविशीं आज्ञा केली असे; तरी मुसलमान लोकांस ताकीद करून मशारनिल्हेकडे पाठवणें. ज्याचे ते रुजू होऊन सदारतींकडील पत्रें आणतील त्याप्रमाणें इनामगांव, व जमीन, व रोज, व वतनें, व हक्क लवाजमे चालवीत जाणें; दिकत असेल त्याची चौकशी, व खूम मजकुराचा न्याय इनसाफ वगैरे सदारतींचे व अदालतीचे अंमल मशारनिल्हेकडील कारकून येऊन करितील त्यांस करूं देणें; दुमाले व इनामगांव ज्यां-कडे असतील त्यांस ताकीद करून अंमल देवित जाणें; व काजी मुलाणे वगैरेयांस गांव-खर्ची इनामजमीनी व हक्क असतील त्यांची वैबाट पाहतील त्याचा झाडा दाखवणें; ये-विशीं गांवगन्नाचे मोकदमांस ताकीद करणें झणोन, मामलेदार व जमीदार यांस चिटणिसी-पत्रें.

२ परगणे पारनेर.
  १ महादाजी नारायण यांस.
  १ जमीदारांस.
     ———
    २

<hr>

a search to be made for the late Peshwá's seals and to order the sanads to be sealed with it.

(1042) Timárao Bhimáji was appointed to inquire into the land

A. D. 1788-89.
and cash alienation in parganá Párner, Nagar, Sinnar Sangamner, Násik &c. enjoyed by Mahomedans. Where no sanads were forthcoming the alienations were to be resumed. Where sanads were forthcoming a reasonable amount from the holder as *nazar* was to be levied for Government.

२ तर्फ नगर हवेली.
  १ महादाजी नारायण यांस.
  १ जमीदारांस.
  ———
  २
२ परगणे सिन्नर.
  १ पांडुरंग धोंडाजी कमावीसदार यांस.
  १ जमीदार परगणे मजकूर यांस.
  ———
  २
२ तर्फ हवेली संगमनेर.
  १ गणेश भवानी कमावीसदार यांस.
  १ जमीदारास.
  ———
  २
२ तर्फ त्रिंबक.
  १ धोंडो महादेव यांस.
  १ जमीदार यांस.
  ———
  २
२ परगणे नाशिक.
  १ कृष्णराव गंगाधर कमावीसदार यांस.
  १ जमीदार यांस.
  ———
  २
१ जमीदार परगणे पाडेपेडगांव यांस.
———
१३

१०४३ (१०७६)—परगणे येरंडोल वगैरे महाल येथें इनाम जमीनी आहेत, त्यास बेवारशी व जाजती सुदामतशिवाय अनभवीत असतील त्यांची चौकशी करून, बेवारशी व जाजती जमीनी असतील त्यांचा वसूल सरकारांत घ्यावयाविशीं तुह्मांस आज्ञा करून हें पत्र सादर केलें असे,

सब्बास तिसैन मया व अलफ सवाल २३

(1043) An inquiry was ordered to be made into ináms which had become liable to resumption through failure of heirs, as also into those which were unauthorizedly held. All such ináms were ordered to be fully assessed to the revenue.

A. D. 1792-93.

तरी बेवारशी व जाजती जमीनी असतील त्याचा वसूल महालाकडे घेणें; आणि सुदामत इनाम असतील ते चालवणे ह्मणोन भिकाजी विश्वनाथ कमावीसदार यांचे नांवें चिटणिसी.

पत्र १.

येविशीं. पत्रें ४.

३ जमीदारांस.

१ परगणा येरंडोल.

१ परगणा नेर.

१ परगणा बेटावद.

३

१ मोकदम देहेबि तपशील.

२ परगणा येदलाबाद.

१ मौजे चांगदेव.

१ मौजे इटई.

२

१ मौजे वाघोदें परगणा रावेर.

१ मौजे धाधरणे, परगणे बेटावद.

४

४

१० किताबती, व बहुमान.

जनार्दन आपाजीच्या कीर्दीपैकीं.

१०४४ (३५२)—बाबूराव कृष्ण यांचे नांवें सनद कीं, तुह्मांस बहुमान चवरी द्यावयाचा करार करून हे सनद सादर केली असे, तरी चवरी नवी करावयास रुपये.

सबा सबैन मया व अलफ रमजान २९

X Grants of titles and honours.

FROM JANÁRDAN APÁJI'S DIARY.

(1044) Baburao Krishna was permitted to use a *chawri*, and Rs. 30 were given to him to get one made (Rs. 15 for cow's hair and Rs. 15 for the handle.)

A. D. 1776-77.

१५ गंगावनाचा कांदा.
१५ दांडीस रुपे.

३०

एकूण तीस रुपये नेमून एकसालां दिल्हे असेत, तरी किल्ले सातारा येथील ऐवजीं घेऊन चवरी करून बाळगीत जाणे ह्मणोन छ. १९ रमजान. सनद १.

परवानगीरूबरू.

मुतालीकांचे रोजकिर्दींपैकीं.

१०४५ (१९)–बळवंतराव कदम बांडे याचे नांवे सनद कीं, ताराजी कदम शिले-
इछने तिखैन दार तुह्मांकडील यांणी तुमचे पथकांबरोबर स्वारीत चाकरी चांगली
मया व अलफ केली, सबब त्यांस आफ्तागिरा करार करून दिल्हा असे, तरी तुह्मां-
सफर ७ कडील सरंजामाचे ऐवजीं सदरहू आफ्तागिऱ्याची मोईन सालीना रुपये
५० पन्नास रुपये छ. १ सफरापासून देत जाणें; व आफ्तागिराचें सामान शिरस्तेप्रमाणें
देत जाणें ह्मणोन. सनद १.

रसानगीयादी.

११ सार्वजनिक इमारती, व लोकोपयोगीं कामें.
(अ) विहिरी व तलाव.

१०४६ (४९६)–अमृतराव आपाजी यांस सनद कीं, वेदमूर्ती देवशंकरभट ओझे,
समान खबैन वास्तव्य मौजे धरोल, परगणे हकार, प्रांत सोरट, यांणी द्वारकेचे वाटेस
मया व अलफ मौजे मजकूरचे रानांत सहा कोस उजाडींत पाणी नव्हतें तेथें विहिर
रजब १२ खणोन पाणी पाडिलें आहे. तें वाटसरांचे उपयोगीं पडतें. परंतु मोबर-

FROM THE MUTÁLIK'S DIARY.
(1045) Táráji Kadam Silledár, under Balwantrao Kadam Bánde.
A. D. 1791-92. having done good service in the late campaign was
given an annual allowance of Rs. 50 for the salary
of an *áftágir* bearer.
XI Public buildings, and works of public convenience.
(a) Wells and tanks.
(1046) Dewashankarbhat Oze of Dhárol in pargana Hakár in
A. D. 1777-78. prant Sorat had constructed a well within the limits
of the village for the use of travellers proceeding to
Dwárka, as no water was to be had for 12 miles round. Sanction was
-ded to an annual expenditure of Rs. 60 for drawing water from the
v bullocks.

गांवचीं गुरें व वाटसरांचीं गुरें घोडीं वगैरे यांचे उपयोगीं मोट लाविल्याशिवाय पडत नाहीं, यास्तव मोट लाविली पाहिजे झणोन, भटजींनीं विदित केलें; त्याजवरून मोटेचे बैलांस व माणसांस मिळोन दरसाल रुपये ६० साठ तालुके अमदाबादपैकीं नेमून देविले असत, तरी सदरहू साठ रुपये दरसाल मोटेचे बैलांस व माणसांस नेमून देणें, हे मोट लावतील झणोन.

सनद १.

रसानगीयादी.

१०४७ (५२०)—बाजी गोविंद यांस सनद कीं, चिमणाजी महादेव व माधवराव
समान सबैन   राम यांणीं विदित केलें जें, कसबे पाल, मामले मजकूर, येथें हाटा-
मया व अलफ   ळे तळें बहुतकाळीं आहे. तें गाळानें भरलें होतें, त्यास भुतदेवतांचे
जिल्काद ३०   उपद्रवाकरतां हा काळपर्यंत कोणी गाळ काढून नीट केलें नाहीं,
त्यास आपण तेथील जमीदारास पुसोन, भुतादेवतांचा बंदोबस्त करून, दगडी बांध व
घाट बांधोन तयार केलें. तळ्याचें पाणी गुरांस व जनांचे उपयोगीं पडतें. तळ्याचे दक्ष-
णेस व पश्चमेस व उत्तरेस तिहीं बाजूंस बांधावर आंबे, केळीं व फुलझाडें लाविलीं आहेत.
त्या कामास पदरचे आठशें रुपये, व गांवकरी, वाणी, उदमी वगैरे यांनीं उदकाचें काम
सर्वांचे उपयोगीं परोपकार जाणोन पट्टी करोन तीनशें बेचाळीस रुपये दिले, त्यासुद्धां
खर्च करून तळें बांधोन पाणी विपुल केलें. असें असतां सालमजकुरीं बाजी गोविंद यांणीं
सरकारचें तळें तुझांकडे आहे, तें जाग्यासुद्धां आपणाकडे घ्यावें, याअन्वयें सरकारचें पत्र
आह्मांस आणिलें, त्याजवरून आह्मीं पुण्यास येऊन सदरहू वर्तमान मशारनिल्हेस सांगितलें,
तेव्हां त्यांणीं तळें जाग्यासुद्धां आमचे स्वाधीन करविलें आहे, त्याप्रमाणें आम्हांकडे चाल-
वावयाविशीं सरकारांतून सनद दिली पाहिजे झणोन; त्याजवरून मनास आणितां उभयतां
मोडक यांणीं आपले पदरचा ऐवज पट्टी करून गांवकरी वगैरे यांनीं दिल्हा त्यासुद्धां खर्च
करून तळें बांधून उदक विपुल सर्वांस केलें; आणि तळ्याचे तिहीं बाजूंस बांधावर झाडें
आंबे, फणस वगैरे फळझाडें लाऊन बाग करून, सन सलास सीतैनापासून आज सोळा

(1047) The tank of Hátále in kasbá Pál had been silted up for
A. D. 1777-78.   a long time. No one ventured to clear it through fear
of raising evil spirits. Chimṇáji Mahádeo and Mádhav-
rao Rám, with the permission of the Jamidàr, arranged about the evil
spirits and had the stone wall and steps repaired at a cost of Rs. 1142: of
this amount Rs. 800 was given by Chimṇáji himself, the remaining
amount being raised by contributions. The tank had now an ample
supply of water and trees were planted around it. It was now claimed
by Bàji Govind, on behalf of Government. The matter being taken to
the Peshwá, the tank was made over to Chimṇáji Mahádeo and the
other person on account of their expenditure on it.

२७

वर्षें उपभोग करीत आहेत, त्यास सालमजकुरीं तळें सरकारी क्षणोन तुम्हांकडे सुभा नि-
सबत सरकारांतून दिल्हें होतें, त्यास मशारनिल्हे यांणीं सदरहू वर्तमान तुम्हांस सांगित-
ल्यावरून तुम्हीं तळें मोडकांकडे ठेविल्याप्रमाणें सरकारांतून याजकडे करार करून दिल्हें
असे, तरी पेशजींप्रमाणें मशारनिल्हेकडे तळें जागासुद्धां चालवणें, अडथळा न करणें क्ष-
णोन छ. २२ जिल्काद.   सनद १.

                                                      रसानगीयादी.

मुतालिक ह्यांचे रोजकिर्दीपैकीं.

१०४८ (१२)—मनोळी व सतगिरें या दोन्हींच्या दरम्यान सहा कोस पाणी न-
समान सब्बैन   व्हतें, याजकरितां तुम्हांकडील रामचंद्र महादेव परांजपे यांणीं पैका
मया व अलफ   खर्च करून विहीर बांधोन अरण्यांत पाणी उत्पन्न केलें, तेथें पांथिक
मोहरम १८   येईल, राहील; त्यास वस्ती पाहिजे याजकरितां प्यादे नेहमीं ठेऊन
वस्ती करावी लागल्ये, त्यास स्वामींनीं कृपाळू होऊन वसाहतीबद्दल जमीन नूतन देविली
पाहिजे क्षणोन, सदाशिव कृष्ण यांणीं विनंती केली; त्याजवरून बेगमीबद्दल सालमजकु-
रापासून जमीन.   बिघे.

१२० परगणे मुरगोडपैकीं विहिरीनजीक चिगर २ एकूण.   बिघे.

     ६० मौजे मदलूरपैकीं चिगर १   बिघे.

     ६० मौजे श्रीरंगपूरपैकीं चिगर १

          एकूण.   बिघे.

     ————————   ————

     १२०   २

८० मौजे चिंचपूर, तर्फे सिंदोगीपैकीं.   बिघे.

२००

एकूण दोनशें बिघे जमीन सदरहू तिहीं गांवपैकीं दूम, सीम प्रतींची देविली असे;
तरी नेमून देऊन चालवणें, आकार होईल तो धर्मादाय खर्चे लिहीत जाणें, दरसाल ताजे
सनदेचा उज्रर न करणें क्षणोन महिपतराव कृष्ण यांचे नांवें.   सनद.

                                                      रसानगीयादी.

FROM THE MUTÁLIK'S DIARY.

(1048) There being no water between Manoli and Satgire for a
A. D. 1777-78.   distance of 12 miles, Rámchandra Mahádeo built a well
                 at his own cost between those villages. It became
necessary to keep a guard at the place, to protect travellers who might
halt there; Sadáshiv Krishṇa offered to arrange for the guard and was
given 200 bighás of land in inám for the purpose.

१०४९ (७१५)—आनंदराव मोरेश्वर व सदाशिव यादव उपनाम जावडेकर, गोत्र जामदग्नी, सूत्र अश्वलायन, यांणीं हुजूर कजबें पुणें येथील मुक्कामीं येऊन विनंति केली कीं, कसबें इंदापूर, परगणे मजकूर, सरकार जुन्नर, सुभे खुनस्ते बुनीयाद, येथें पाण्याचा तोटा, यास्तव आपण तळ्याची इमारत करून गांवास पाण्याची सोय केली, सबब परगणे मजकूरचे कमावीसदारांनीं व जमीदारांनीं आपणांस एक चावर जमीन इनाम देऊन चतुःसीमापूर्वक जाबता करून दिल्हा, तो पाहून खामींनीं कृपाळू होऊन सदरहू एक चावर जमीन इनाम देऊन चालविली पाहिजे झणोन; त्याजवरून मनास आणतां गांवास पाण्याचा तोटा, सबब यांणीं कजबे मजकुरीं इमारत तळ्याची करून गांवास पाण्याची सोय केली, हें जाणोन यांजबर कृपाळू होऊन यांस परगणे मजकूरचे कमावीसदारांनीं व जमीदारांनीं एक चावर जमीन इनाम देऊन चतुःसीमापूर्वक जाबता करून दिल्हा, तो पाहून त्याप्रमाणें जमीन चावर.

।।।१९ थळसमलट पैकीं जमीन.

॰।॰ अव्वल.

॰।॰ दूम.

॰।१९ सीम.

।।।१९

यासी चतुःसीमा पूर्वेस   पश्चमेस थळ पिसाळ इनाम.

बेड सिगवट.   बाबूभट अडगरे.

दक्षणेस थळ पिसाळ.   उत्तरेस थळ सिगवट.

८१९ तळ्या नजीक गांवकरी यांची जमीन.   बिषे.

८४ अव्वल.

८६ दूम.

८९ सीम.

८१९

यासी चतुःसीमा   दक्षणेस थळ जाघव.

पुर्वेस संभूप्रसाद   माळ्याचा उतरवट.

मलट   उत्तरेस कसबे मजकूरचे

(1049) There being scarcity of water at kasbá Indàpur, Anandrao Moreshwar and Sadásiv Yádav Jáwḍeker built a tank for the public use. He was given one *chàhur* of land in inám.

A. D. 1781-82.

पश्चमेस थल जाधव   गांवकुसास.

माळाचा उतरवट.

____

१

एकूण एक चावर जमीन अव्वल, दूम, सीम, तिही प्रतीची सदरहू चतुःसीमापूर्वक, स्वराज्य व मोगलाई एकूण दुतर्फा, देखील सरदेशमुखी, कुलबाब कुलकानु, हल्लीं पटी, व पेस्तर पटी, जल, तरु, तृण, काष्ठ, पाषाण, निधि, निक्षेपसहित खेरीज हक्कदार करून नूतन इनाम सरकारांतून करार करून दिल्ही असे, तरी सदरहू एक चावर जमीन यांचे दुमाला करून देऊन यांस व यांचे पुत्रपौत्रादि वंशपरंपरेनें इनाम चालवणें, दरसाल नवीन सनदेचा आक्षेप न करणें, या सनदेची प्रती लिहून घेऊन हे असल सनद यांजवळ भोगवटीयास परतोन देणें ह्मणोन सनदापत्रें.

२ फडणिसी.

१ नांवचें.

१ मोकदम कसबे मजकूर.

____

२

२ चिटणिसी.   पत्रें.

१ देशाधिकारी, व लेखक वर्तमान व भावी.

१ देशमूख व देशपांडे.

____

२

____

४

सनदा व पत्रें चार दिल्हीं असेत.

रसानगी यादी.

१०५० (८४६)—शिवाजी गोपाळ यांस पत्र कीं, कल्याणाहून वसईस खुष्काचे मार्गें

अर्बा समानीन   जातां मनुष्यांस पाणी उन्हाळे दिवशी नाहीं, याजकरितां मौजे रा-

मया व अलफ   जावली, तर्फ कामण प्रांत वसई, येथील शिवेंत राजमार्गांवर रानांत

रजब ९   कोण्हीं नवी विहीर धर्मपरायण बांधिली आहे. तिचें पाणी बहुत चां-

गलें असतां, कोळी मच्छीमार खाजणांतील येऊन विहिरींत पाय धुतात, व ताडाचें मध

(1050) Jiwáji Gopáḷ represented that a well built for charitable

A. D. 1783-84.   purposes at Rájáwali in tarf Kámaṇ on the road from

Kalyáṇ to Bassein contained good drinking water; but

काढणार भंडारी भोपळे धुतात, असा उपद्रव होतो. त्याचा बंदोबस्त जाल्यास वाटसरांस निर्मळ पाणी व छाया नवी लावणी झाडांची केली आहे त्याची होईल, याजकरितां हें पत्र सादर केलें असे. तरी प्रांत मजकूरचे नेमणुकैपैकी एक शिपाई नेमून देऊन बिहिरीचे पाण्यास कोण्ही उपद्रव न देत असें करणें ह्मणोन चिटणिसीं.   पत्र १.

१०५१ (९६७)—मैराळ भास्कर व निंबाजी भास्कर व यादो भास्कर व लक्ष्मण
समान समानीन भास्कर व रामचंद्र भास्कर, गोत्र कौंडिण्य, सूत्र अध्वलायन, यारदी
सया व अलफ परगणे वण, सरकार संगमनेर, यांणीं हुजूर कसबे पुणें येथील मु-
रबिलाखर २७ कामीं येऊन विनंती केली कीं, मौजे राजापूर, परगणे मजकूर, हा
गांव मार्गावरील, पाण्याची सोय नाहीं. त्यास गांवानजीक सप्तशृंगाचे मार्गावरी प्राचीन
गायमुख तीर्थ आहे; त्या तीर्थाचें कुंड बेमरामत होऊन जाया जाहालें, त्यांत पाणी रा-
हात नाहीं, याजमुळें सप्तशृंगीचे देवीचे यात्रेकरी यांस, व मार्गीचे आल्यागेल्या लोकांस,
व गांवास पाणी मिळत नाहीं. त्या कुंडाचा जीर्णोद्धार करून कुंड बांधावयास आह्मांस
सामर्थ्य नाहीं. त्यास तुह्मी कुंडाचे जीर्णोद्धारास जो पयका लागेल तो लाऊन कुंड बां-
धावें. या खर्चाचे ऐवजीं तुह्मांस मौजे मजकूरपैकीं बागाईत जमीन एकवीस बिघे इनाम
करून देऊन भोगवटीयास चतुःसीमापूर्वक पत्र करून देतों, ह्मणोन मोकदम मौजे मज-
कूर यांणी सांगितलें, त्यास आह्मीं मान्य होऊन कुंडाचे जीर्णोद्धारास काम लाविलें त्याज-
वरून मौजे मजकूरचे मोकदम यांणी मौजे मजकूरपैकीं बागाईत जमीन टिकी दोन एकूण
जमीन बिघे ८२१ एकवीस चतुःसीमापूर्वक आपल्यास इनाम देऊन भोगवटियास इनाम-
पत्र करून दिल्हें आहे, त्यास स्वामींनी कृपाळू होऊन मोकदम याचे सदरहू जमिनीचें
इनामपत्र आपल्या जवळ आहे तें पाहून त्याप्रमाणें सरकारांतून जमीन आपणास इनाम
करार करून घेऊन भोगवटियास इनामपत्रें करून दिल्हीं पाहिजेत ह्मणून; त्याजवरून म-
नास आणितां मौजे मजकुरीं गायमुखाचें कुंड आहे, त्याची बंदिस्त जाया जाहली आहे,
कुंडांत पाणी राहात नाहीं, याजमुळें श्री देवीचे यात्रेकरी यांस व आल्यागेल्या लोकांस
व गांवास पाणी मिळत नाहीं. याजकरितां कुंड बांधावयास पैका लागेल तो लाऊन कुंड

---

that the water was fouled by fishermen washing their feet in it, and Bhandáries washing their liquor-pots in it. A peon was therefore appointed to prevent the well being fouled.

(1051) Mairál Bháskar and four others, Yárdis of parganá Waṇ in Sirkár Sangamner, were granted by the village officers
A. D. 1787-88. of Rájápur in the said parganá some inám land in consideration of their having repaired, for the use of travellers, a tank on the road to Saptashringa. The grant was confirmed by the Peshwà.

बांधावें. त्याचे खर्चाचे ऐवजीं यांस मोकदम यांणीं मौजे मजकूरपैकीं एकवीस बिघे जमीन बागाईत इनाम देऊन, आपलें पत्र करून दिल्हें आहे. तें यांणीं हुजूर आणून दाखविलें. तें पाहून यांचें चालवणें अवश्यक जाणून यांजवरी कृपाळू होऊन मोकदम यांचे पत्राप्रमाणें मौजे मजकूरपैकीं बागाईत पाणी पिती ठिकीं दोन एकूण जमीन बागाईती गजानें बिघे८२१

पूर्वेस नागोजी देशमूख याचा कनीर मळा लगता १ — पश्चमेस कसबे वण येथें जावयाचा रस्ता १

दक्षणेस कृष्णा देवकर याचा मळा. — उत्तरेस पुंजा शेट याचा मळा १

येणेंप्रमाणें एकवीस बिघे जमीन बागाईत सदरहू चतुःसीमापूर्वक स्वराज्य व मोगलाई एकूण दुतर्फा, देखील सरदेशमुखी कुलबाब कुलकानू हल्लीं पट्टी व पेस्तर पट्टी जल, तरु, तृण, काष्ठ, पाषाण, निधी, निक्षेपसाहित खेरीज हक्कदार करून इनाम तिजाईसुद्धां दरोबस्त सरकारांतून इनाम यांस करार करून दिल्ही असे, तरी गायमुखाचें कुंडाचें काम चांगलें पक्कें करतील, त्यास मौजे मजकूरपैकीं सदरहूप्रमाणें एकवीस बिघे जमीन यांचे दुमाला करून देऊन, यांस व यांचे पुत्रपौत्रादि वंशपरंपरेनें इनाम चालवणें. दरसाल नवीन सनदेचा उजूर न करणें. या सनदेची प्रती लेहून घेऊन हे अस्सल सनद याजवळ भोगवटियास परतोन देणें ह्मणोन.

सनदा पत्रें.

३ फडणिसी.

सनदा.

१ मैराळ भास्कर, व जिवाजी भास्कर, व यादो भास्कर, व लक्ष्मण भास्कर, व रामचंद्र भास्कर यारदी यांचे नांवांची.

सनद.

१ मोकदम मौजे मजकूर यांस.

१ गंगाधर भिकाजी यांस कीं, अलाहिदा भोगवटियास इनामपत्रें करून दिल्हीं आहेत, त्याप्रमाणें मौजे मजकूरपैकीं एकवीस बिघे जमीन यांचे दुमाला करून देऊन, आकार होईल तो परगणे मजकूरचे हिशेबीं यांचे नांवें इनामखर्च लिहीत जाणें.

३

२ चिटणिसी.

पत्रें.

१ देशाधिकारी व लेखक वर्तमान व भावी, परगणे मजकूर यांस.

१ देशमूख व देशपांडे, परगणे मजकूर यांस.

२

५

एकूण सनदा तीन, व पत्रें दोन मिळोन पांच दिल्हीं असेत.

रसानगी यादी.

११ सार्वजनिक इमारती व लोकोपयोगीं कामें.
(ब) दुसरीं कामें.

१०५२ (७१०)—तुकोजी होळकर यांणीं क्षेत्र पंढरपूर येथें अन्नछत्राचा वाडा वां-
धावयाकरतां तुळया बगैरे लांकडें रायवळ अडीचशें एकूण ताफे छु-
मारें पांच पुणियांत खरेदी करून, क्षेत्रमजकुरीं पुणियाचे नर्दींतून
नेतील, त्यास नेऊं देणें. सदरहू लांकडाची जकात यांस माफ केली
असे, तरी आकार होईल तो यांचे नांवें माफखर्च लिहून जकातिचा तगादा न करणें
क्षणोन, भिकाजी विश्वनाथ कमावीसदार जकात प्रांत पुणें जुन्नर यांस. सनद १.

रसानगी यादी.

१०५३ (८२९)—बाळाजी महादेव मामलेदार ताळुके शिवनेर यांचे नांवें सनद
कीं, घाट माळसेज ताळुके मजकूर इंग्रजाचे गडबडीमुळें सरकारांतून
पाडविला होता, त्याची हल्लीं बंदिस्त करून घाट चालवावयाची
आज्ञा तुह्मांस केली असे, तरी घाटाचे बंदिस्तीस खर्च चौकशीनें
करून खर्च होईल त्यापैकीं ऐवज दोन हिसे बापूजी गणेश व उधो दादाजी कमावीसदार,
जकात प्रांत कल्याणभिवडी यांजकडून व एक हिसा भिकाजी विश्वनाथ कमावीसदार जकात
प्रांत पुणें व जुन्नर यांजकडून देविला असे, तरी सदरीलप्रमाणें तीन हिसे ऐवज घेणें,
बाकी एक हिस्सा ऐवज राहिला, तो तुह्मीं लाऊन ताळुके मजकूरचे हिशेबीं खर्च लिहिणें,
मजुरा पडेल क्षणोन. सनद.

रसानगी यादी.

XI Public buildings and works of Public convenience.

(b) Other works.

(1052) Permission was given to Tukoji Holkar to float down free
of duty, timber from Poona to Pandharpur by river,
for the purpose of a charitable poor house which he
intended to build there.

A. D. 1781-82.

(1053) The pass of Málsej in tarf Siwner had been destroyed
by Government during the war with the English. It
was now ordered to be repaired.

A. D. 1783-84.

१०५४ (८९४)—मौजे राजेवाडी, तर्फ करेपठार, प्रांत पुणें, येथील हणमंताचें देवालय जीर्ण झालें आहे, तें व धर्मशाळा नवी बांधावयाकरितां गांवकरी यांणीं अर्ज केला; त्याजवरून देवालय व धर्मशाळा बांधावयाबद्दल मौजे मजकूर येथील सालमजकूरचे ऐवजीं रुपये १५० दीडशें देविले असेत, तरी देऊन देवालय व धर्मशाळा बांधवणें. सदरहू दीडशें रुपये तुह्मांस प्रांत मजकूरचे ऐवजीं मजुरा पडतील ह्मणोन, रामचंद्र नारायण यांचे नांवें. सनद १.

सीत समानीन मया व अलफ रमजान २३

रसानगी यादी.

१०५५ (९६९)—मौजे वारी, परगणे कुंभारी, हा गांव तालुके घोडप येथील बेगमीस आहे, त्यास मौजे मजकूरचें गांवकुसूं सालमजकुरीं श्री गंगेस महापूर येऊन कुसास धक्का बसोन तीन बाजूंच्या भिंती वाहून गेल्या, याजकरितां कुसूं घालावयास काम लाविलें आहे, त्याचे खर्चाबद्दल सरकारांतून ऐवज द्यावयाची आज्ञा जाली पाहिजे, ह्मणोन मोकदम मौजे मजकूर यांणीं अर्ज केला, त्याजवरून गांवकुसाचे बंदिस्तीबद्दल एक सालां रुपये १००० एक हजार रुपये देविले असेत, तरी मौजे मजकूरची जमाबंदी सालमजकुरीं होईल, त्यापैकीं सदरहू एक हजार रुपये देणें ह्मणोन, बाजीराव आपाजी तालुके मजकूर यांचे नांवें छ. ६ जमादिलाखर.

समान समानीन मया व अलफ जमादिलाखर २९

सनद १.

रसानगीयादी.

१०५६ (१०००)—रामचंद्र कृष्ण यांचे नांवें सनद कीं, तुह्मीं विनंतीपत्रें पाठविलीं तीं प्रविष्ट जाहालीं. तालुके मुल्हेर येथील बंदोबस्ताविशीं लिहिलें त्यास.

तिसैन मया व अलफ रबिलावल २९

कलमें.

(1054) On the application of the villagers of Rájewádi in tarf Karepathár. Rs. 150 were given for the construction of a temple and a Dharmashálá.
A. D. 1785-86.

(1055) The wall round the village of Wári in pargaṇá Kumbhári having been washed away on 3 sides by the flood of the Godávari, Rs. 1000 were given to the villagers out of the Government revenue of the village, for its repair.
A. D. 1787-88.

(1056) The village wall of Thengode being out of repair, the Wáṇis and traders threatened to leave the village. The wall was ordered to be repaired at a cost of Rs. 1000, half being contributed by the villagers and the rest by Government.
A. D. 1789-90.

मौजे ठेंगोडें येथील पेठचें कुसूं जागां जागां पडोन वाटा बहुत जाहल्या, यामुळें बाणी उदमी कुसूं तयार न जाहल्यास मालेगावीं जाणार, त्यास तयार करावयासी एक हजार रुपये अजमासें लागतील. पेठेची जमा तर सात आठशें रुपयेपर्यंत आहे. यास्तव निमे पट्टी व निमे सरकार याप्रमाणें खर्च लाऊन दोहों सालांत तयार करावयाची आज्ञा जाहल्यास करीन, म्हणोन लिहिलें. त्यास पट्टीचा ऐवज निमेवर जाजती साधतां साधेल तो साधून, तो ऐवज व बाकी सरकारचा लाऊन एक हजार रुपयांत कुसूं तयार करून हिशेबीं खर्च लिहिणें. कलम १.

मौजे सावकी, परगणे लोहनेर, येथील बंधारा जीर्ण जाहला, त्यामुळें चार पांच जागां जाया होऊन पाणी जातें. त्याचे डागडोजीची हैगई जाहल्यास दोन हजार रुपयाचा गांव चार पांचशांवर येईल; यास्तव सावकार उभा करून चार पांचशें रुपये लागतील ते लाऊन, त्याचा ऐवज व्याजासुद्धां फिटे तों ऐन जमेपैकीं शंभर रुपये दरसाल रदकर्जी देववावयाची आज्ञा जाहली पाहिजे, ह्मणोन लिहिलें, त्यास बंधाऱ्याची डागडोजी चौकशीनें चार पांचशें रुपयेपर्यंत लाऊन परभारें सावकाराकडून करवणें; आणि त्याचा ऐवज सरकारी शिरस्तेयाचे व्याजानें फिटे तोंपर्यंत दरसाल ऐन जमेपैकीं अजी बना शंभर

पेठ ठेंगोडें येथें चौबुर्जी वाडा बर्वे यांणीं बांधिला आहे, त्यांत कमावीसदार व पेठेचे बंदोबस्ताचे लोक राहतात. वाड्याची डागडोजी नाहीं, यामुळें जाया होतो, त्यास दलालीचा ऐवज पेशजीं वाड्याकडे डागडोजीस होता. अलीकडे सरकार हिशेबीं जमा येतो, त्यापैकीं पंचवीस रुपये डागडोजीस सालगुदस्तां खर्च केला आहे, ते व पुढें दरसाल पंचवीस रुपये लाऊन डागडोजी करावयाची आज्ञा जाहली पाहिजे, ह्मणोन लिहिलें. त्यास वाड्याचे डागडोजीस सालगुदस्तपासून पंचवीस रुपये लावावयाची नेमणूक केली असे; तरी सालगुदस्त खर्च जाहला आहे ते, व सालमजकुरापासून पंचवीस रुपयेपावेतों खर्च लाऊन, हिशेबीं खर्च लिहीत जाणें. कलम १.

हशमी लोकांत लढवाई व स्वारी शिकारीचे उपयोगीं आहेत, त्यांस ठेवणुकेचे वेळेस लहान होते त्यामुळें तैनाता कमी पडल्या आहेत. यास्तव त्यांस इजाफा केला पाहिजे. आज्ञा जाहल्यास सैन्यांत संभाळून करीन, ह्मणोन लिहिलें, त्यास इजाफा करावयाजोगे असतील त्यांचा जाबता इजाफ्यासुद्धां तैनातेचा, व ज्यांची कमी करावयाची असेल त्यांचे तैनातेचा, याप्रमाणें दोन जाबते पाठवावे. समजोन आज्ञा करणें ते केली जाईल. कलम १.

लोकांचे हिशेबास वीस हजार रुपये

A dam at Mouze Sáwki in parganá Lohoner useful for irrigation was also ordered to be repaired.

रुपये करून, सावकारास रदकर्जी देत जाणें. कलम १.

शहर मुल्हेर या भोंवतालां चोरट्यांचा उपद्रव बहुत. एक दोन वेळ दरवडे आले ते संभाळिले. त्यास शहरचें कुसूं जुनें पडलें आहे, तें नीट करावयास दोन हजार पावेतों खर्च लागेल, त्यास शहरचे ब्राह्मण व उदमी यांजवर दीड हजार रुपयांची पट्टी केली आहे. वसूल करून काम चालतें करणार येविशीं, व जाजती खर्च लागल्यास सरकारांतून लावावा किंवा गांवगन्ना पट्टी करून घ्यावे, येविशीं आज्ञा जाहली पाहिजे ह्मणोन लिहिलें. त्यास दीड हजारांची पट्टी केली आहे तो ऐवज घेऊन काम करावें, जाजती लागल्यास गांवगन्ना साधून साराच ऐवज हिशेबीं जमा धरून खर्च लिहिणें. कलम १.

देविले ते आले नाहीं ह्मणोन लिहिलें, त्यास ऐवज देविला आहे, वाटणीस कारकून येईल त्याचे गुजारतीनें वाटणी करणें. कलम १.

कुटुंबाचीं माणसें मुल्हेरीस होतीं, तीं हल्लीं नाशिकास ठेविलीं आहेत. त्यास तेथें चौकीस दहा शिपाई ठेविण्याची आज्ञा जाहली पाहिजे, ह्मणोन लिहिलें. त्यास चौकीस ठेवावयास लोक द्यावयाचे नाहीं. कलम १.

एकूण सात कलमें. सदरहू लिहिल्याप्रमाणें करणें ह्मणोन छ. १५ सफर. सनद १.
रसानगी, त्रिंबक नारायण परचुरे, कारकून निसबत दफ्तर.

१०५७ (१०६४)–कृष्णाजी बल्लाळ यांचे नांवें सनद कीं, तुह्मीं विनंतीपत्र पाठविलें तें प्रविष्ट जाहलें. मालसेज घाट तालुके शिवनेर येथें आहे, त्यास अवघड जागे होते तेथें जुनी बंदिस्त कोरे दगडांची होती, ती सालमजकुरीं पर्जन्य भारी पडल्यामुळें जागां जागां कोसळून गेली, बैल जावयाचा मार्ग मोडला. नवी बंदिस्त केल्याशिवाय घाट चालून जकातीची आबादानी होत नाहीं, याजकरितां नवी बंदिस्त कोरे दगडांची बांधोन हंगामी घाट चालता केल्यास, वाणी उदमी जाऊन आबादानी करितील. बंदिस्त करावयास पंधरा सोळाशें

सलास तिसैन मया व अलफ रबिलाखर १४

The town wall of Mulher was ordered to be repaired at a cost of Rs. 1500, to be raised by public contribution.

(1057) Krishnáji Ballál represented that owing to heavy rains the Málsej pass had got out of order and was inaccessible: he was directed to repair the pass recovering

A. D. 1792-93.

पर्यंत अजमासें रुपये लागतील, त्यास सन अर्बा समानीनांत इंग्रजाचे दंग्यामुळें घाट पडला होता, त्याची बंदिस्त सरकारांतून करून चालता केला, तेव्हां बंदिस्तीस खर्चे लागला तो प्रांत कल्याण येथील जकातदार यांजपासून दोन हिस्से व एक हिस्सा प्रांत पुणें येथील जकातदार यांजपासून, व एक हिस्सा तालुके मजकुराकडून नेमून देविला होता, त्याप्रमाणें द्यावयाविशीं आज्ञा जाहल्यास घाटाची बंदिस्त करीन झणोन लिहिलें, तें कळलें; ऐशास घाटबंदिस्तीस प्रांत कल्याणभिवडी दोन हिस्से, व प्रांत पुणें एक हिस्सा, एकूण तीन हिस्से बंदिस्तीचे खर्चाचे आकारपैकीं ऐवज तुझांकडे द्यावयाविशीं सदरहू जकातीकडील कमावीसदारांस अलाहिदा सनदा सादर केल्या आहेत, त्याप्रमाणें त्यांजपासोन ऐवज घेणें, आणि एक हिस्सा तालुके मजकूरचे हिशेबीं खर्चे लिहून मालसेज घाटाची बंदिस्त चौकशीनें कोन्या दगडाची चांगली मजबुदीनें करणें झणोन.   सनद १.

जकातदार यांस कीं, तुझांकडून ऐवज देविला असे, तरी जकातीचे ऐवजीं पावता करून कबज घेणें झणोन.   सनदा २.

१ विसाजी भिकाजी कमावीसदार यांस चौथाई ऐवज देण्याविशीं.

१ बाबूराव हरी कमावीसदार, जकात कल्याणभिवडी, यांस निमे ऐवज देण्याविशीं.

३

रसानगी, त्रिंबकराव नारायण कारकून, निसबत दफ्तर.

१२ टपाल खातें.
जनार्दन आपाजीच्या कीर्दीपैकीं.

१०५८ (३८२)—कलकत्तेकर इंग्रजांकडील वकील हुजूर आहेत, त्यांचीं पत्रें कल-
सलास सबैन कत्त्यास जाबयाचीं, त्यांचा लाखोटा सरकारचे सांडणीस्वाराबरोबर
मया व अलफ तुझांकडे रवाना केला आहे, तरी सांडणीस्वार तुझांजवळ बऱ्हाण-
जिल्हेज २९ पुरास येऊन दाखल होतांच आजुरदार कासीदाचा चौकडा करून
त्यांजवळ सदरहू लाखोटा देऊन जलदीनें काशींतील इंग्रजांकडे पाठऊन देणें.   झणजे ते

half the cost from the Octroi contractor of pargaṇá Kalyáṇ and Bhiwandi, one-fourth from the contractor of Poona, and one-fourth from the mahal revenue of Shiwaner.

XII Postal Service.
FROM JANÁRDAN APPÁJI'S DIARY.

(1058) Letters from the agent at the Huzur of the English colony
A. D. 1786-87. at Calcuttá had to be sent to Calcuttá. These were sent
with a camel-rider in the service of Government to

तेथोन कलकत्त्यास पाठऊन सदरहूचा जाबसाल आणिती तोंपर्यंत कासीदाचे चौकडानें काशींतील इंग्रजापाशीं राहून, कलकत्त्याहून सदरहू लाखोट्याचा जाब येईल, तो काशींतील इंग्रज कासीदाचे चौकड्याजवळ देतील, तो कासीद तुह्मांजवळ घेऊन येतांच हुजूर पाठऊन देणें. कासीदाचा चौकडा काशीस पाठवाल, ते तेथें किती रोजांत गेले, व तेथें किती दिवस कागदाचे जाबाकरितां राहिले, व काशींतून किती रोजांत माघारे तुह्मांजवळ शहरीं आले, याचा दाखला लिहून पाठवणें. बायदेयाची बोली करून जलद जात, व तिकडून येतांना जलद येत तें करणें. कासीदाचा आजुरा पडेल तो हिशेबीं लिहिणें. मजुरा पडेल ह्मणोन, नारो कृष्ण यांचे नांवें छ. १३ सवाल. सनद १.

परवानगी रूबरू.

१०५९ (६३०)–बेलापूर येथील बातमीचा मचवा जाया जाला आहे, त्यास मुंबईची बातमी जलद आली पाहिजे, यास्तव नारो विष्णू कारकून तेथें बातमीच्या कामास आहेत, ते सांगतील त्याप्रमाणें सरंजाम देऊन मचवा लौकर तयार करवणें. मचवा तयार न होऊन बातमी लौकर आली नाहीं तरी कार्यास येणार नाहीं ह्मणोन, कृष्णाजी नारायण ताल्लुके बेलापूर यांचे नांवें. सनद १.

समानीन
मया व अलफ
रजब १६

रसानगी, भिकाजी गोविंद गोडबोले कारकून, दिंमत चिंतामण हरी दीक्षित.

१०६० (७२८)–नवाब हैदर अलीखान बहादूर यांजकडील बातमी आणावयाकरितां बदामीपासून पुणियापावेतों डाक ठेवावयाची तुह्मांस आज्ञा केली असे, तरी डाकेस माणसें असामी ६० साठ परगणे बागलकोट येथील शिरस्तेप्रमाणें ठेऊन त्यांस रोजमरा परगणे मजकूरचे ऐवजीं

इसन्ने समानीन
मया व अलफ
जिल्काद १५

Barhánpur and the officer of Barhánpur was ordered to send 4 messengers with them on to the English at Káshi who would forward them to Calcuttá and get a reply. The reply when received by the English at Káshi was to be given to the 4 messengers who were to wait at Káshi till its receipt. The reply on reaching Barhánpur was to be immediately forwarded to the Huzur. The officer of Barhánpur was further directed to induce the messengers to go and return quickly by offers of rewards.

(1059) The boat which carried letters from Bombay to Belápur being out of repair, orders were issued to repair it at once; so that news from Bombay might not be delayed.

A. D. 1779-80.

(1060) Anandráo Bhikáji was directed to arrange for a postal

देत जाणें, मजुरा पडेल ह्मणोन, आनंदराव भिकाजी यांस. सनद १.

परवानगी रूबरू.

१०६१ (८२५)—४६ अजुरा खर्चे खेमकर्ण वकील यांजकडून दिल्लीहून कासीद
जोडी अजुन्यानें आली, तिचा करार पंचबीस रोजांनीं
पुण्यास पावल्यास पन्नास रुपये द्यावे, त्यास जाजती दोन
रोज लागले त्याचे वजा रुपये ४ बाकी अजुरा. रुपये.

अर्बा समानीन
मया व अलफ
सवाल १९

रसानगी यादी.

२३ साहेबराम वलद रामकुवार.

२३ रामचंद्र वलद रतीराम.

४६

१३ वैद्यकी व शस्त्रक्रिया.
नारो आपाजीच्या कीर्दीपैकीं.

१०६२ (२०२)—बेदमूर्ती राजश्री सदाशिवभट नानल यांणीं श्रीमंत महाराज
राजश्री छत्रपती स्वामी यांस औषध दिलें, तेणेंकरून आरोग्य जालें,
यास्तव स्वामींनीं कृपाळू होऊन यांस मौजे नसरापूर येथें एक चावर
जमीन इनाम नेमून द्यावयाविशीं आज्ञा केली; त्याजवरून सदाशिव

खमस सबैन
मया व अलफ
रबिलाखर ५

पंडित सचीव यांस मौजे मजकुरीं एक चावर जमीन चतुःसीमापूर्वक नेमून द्यावयाविशीं
पत्र दिल्हें, त्यास मौजे मजकुरीं एक चावर जमीन बेवारशी न मिळे, यास्तव एकुणतीस
बिघे जमीन मौजे मजकुरीं नेमून देऊन बाकी चावराचे भरतीस गांवगन्ना तर्फे पौनमावळ-
पैकीं नेमून देऊन आपलीं पत्रें करून दिल्हीं आहेत. त्याबाबत सरकारांतून करार करून

A. D. 1781-82. service from Badámi to Poona in order to obtain news
about Nawáb Haideralli-KhánBahádur and he was
permitted to entertain 60 runners for the purpose.

1061) Two messengers sent by Khemkarṇa agent, came from Delhi
to Poona in 27 days. The agreement had been to pay them
Rs. 50 if they came in 25 days: Rs. 4 were cut as they
were 2 days over time and they were paid Rs. 46 (that is Rs. 23 each.)

A. D. 1783-84.

XIII Medicine and Surgery.
FROM NÁRO APPÁJI'S DIARY.

(1062) Sadàshivbhat Nánal having cured the Satárá Rájá was
granted one *chàhur* of land in inám at Nasrápur.

A. D. 1774-75.

अलाहिदा भोगवटियास पत्रें करून दिल्हीं आहेत, त्याप्रमाणें तुम्हीं श्रीमंत छत्रपती स्वामी
यांस विनंती करून राजपत्रें करून देवणें ह्मणोन, कृष्णराव अनंत, मुक्काम सातारा, यांस
छ. ३ रविलाखर.   सनद १.

रसानगी यादी.

१०६३ (६२६)—जयशंकर व देवशंकर बिन भवानीशंकर वैद्य गुजराथी,
समानीन   वास्तव्य कसबे नाशिक, यांस मौजे तळेगांव अंजनेर, परगणे नाशिक,
मया व अलफ   येथील मोकासा जगजीबन पवार यांजकडून होता तो व सरकार-
जमादिलाखर २६ तर्फेनें जागीर फौजदारी व बाबती सरदेशमुखी एकूण दरोबस्त अंमल
देखील घासदाणा व खरेदी व वेठवेगार कुलबाब कुलकानू, धर्मार्थ गोरगरीबांस औषध
देतात, सबब आरोग्यशालेबद्दल पेशजीं सरकारांतून करार करून दिल्हा, त्याप्रमाणें
चालत होता. त्यास उभयतां मृत्य पावले, सबब जयशंकर याचे पुत्र वेदमूर्ती राजश्री
विद्याधर वैद्य बिन जयशंकर वैद्य यांजकडे पेशजींप्रमाणें मौजे मजकूर येथील दरोबस्त
अंमल धर्मार्थ गोरगरीबांस औषध द्यावयास आरोग्यशालेबद्दल करार करून दिल्हा असे;
तरी गांव यांजकडे चालऊन, परगणे मजकूर येथील हिशेबीं यांचे नांवें पेशजींप्रमाणें
ऐवज खर्च लिहित जाणें ह्मणोन, पांडुरंग घोंडोजी कमावीसदार, परगणे मजकूर यांचे नांवें.
                                                                सनद १.

१०६४ (७२३)—वेदमूर्ती आपाभट वैद्य वाईकर यांजकडून कसबे वाई येथें
इसने समानीन   सरकारांतून रसायणें करविलीं आहेत, त्यास औषधी लावावयाबद्दल
मया व अलफ   जमीन विघा ८१ एक बिघा जमीन देविली असे, तरी कसबे मज-
सवाल ७   कुरीं वैद्य यांचे घरासमीप पडे अशी सदरहू एक बिघा जमीन नेमून
देणें. त्या जमिनींत हे औषधें लाविलीं, त्यास पुरे अशें पाणी पाटाचें दररोज देत जाणें.
औषधांचें काम जाल्यावर जमीन माघारे घेणें ह्मणोन, भवानीशंकर हैबतराव यांचे नांवें.
                                                                सनद १.

रसानगी यादी.

(1063) The Government *amal* of the village of Talegaum Anjner
A. D. 1779-80.   in pargaṇá Násik was granted to Jayshankar and
                 Dewashankar bin Bhawánishankar Vaidya Gujaráthi
in consideration of their dispensing medicines gratis to the poor.
The *amal* was on their deaths continued to Jayshankar's son Vidyá-
dhar Vaidya, to be spent on medicines for the poor.

(1064) Apábhat Vaidya of Wái had been ordered to prepare some
A. D. 1781-82.   medicines for the Peshwá. Orders were issued to give
                 him one bighá of land near his house that he might grow
ỉcinal herbs in it, to supply the land with sufficient water, and to take
he land after the medicines had been prepared.

१०६५ (१०७५)—वेदमूर्ती भीमाशंकरभट बिन वासुदेवभट वैद्य यांनी हुजूर
सलास तिसैन   येऊन विनंती केली कीं, आपले तीर्थरूप वासुदेवभट वैद्य यांस
मया व अलफ   कसबे संगमनेर, तर्फ मजकूरचे मालांपैकीं वर्षासन दोनशें रुपये
सफर २३   पावत होतें, त्यास ते मृत्य पावले, सबब आपले नांवें करार करून
ऊन चालविलें पाहिजे ह्मणोन; त्याजवरून मनास आणितां, यांचे तीर्थरूपांस वर्षासन
गिरगरीबांस औषध द्यावें त्याबद्दल रुपये शंभर व उदर पोषणानिमित्त रुपये शंभर, या-
प्रमाणें पावत होतें. त्यास ते मृत्य पावले, सबब यांचे नांवें पेशजींप्रमाणें कसबे मजकूरचे
मालांपैकीं सालीना रुपये २०० दोनशें करार करून देऊन हे सनद सादर केली असे,
तरी सदरहूप्रमाणें दोनशें रुपये वर्षासन कसबे मजकूरपैकीं पाववीत जाणें. दरसाल ताजे
सनदेचा आक्षेप न करणें. या सनदेची प्रती लिहून घेऊन हे असल सनद भटजीजवळ
गोगवटियास परतोन देणें ह्मणोन, कमावीसदार वर्तमान भावी तर्फ हवेली, परगणे संग-
मनेर, यांचे नांवें.   सनद १.

रसानगी याद.

१४ व्यापार व कारखाने.
(अ) पेठ व बाजार बसवणें.

१०६६ (५४८)—कसबे बारशी, परगणे मजकूर, येथें नवी पेठ वसवावयाकरितां
समान सबैन   भवानराव शामराव यांणी पेशजीं सरकारचा कौल वाणी उदमी यांस
मया व अलफ   वगैरे सात साळां नेऊन, पेठेची वसाहत केली आहे, त्यास कसबे
सफर २६   मजकूरपैकीं पेशजीं पेठेकडे जमीन दिल्ही आहे, त्याशिवाय त्या
जमीनींचे लगती दहा बिघे जमीन कसबे मजकूरपैकीं पेठेकडे बसाहतीबद्दल द्यावयाचा
करार करून हे सनद सादर केली असे, तरी सदरहूप्रमाणें जमीन पेस्तर सालापासून पेठे-

---

(1065) Wásudeobhat, a medical practitioner of Sangamner, was
A. D. 1792-93. granted an allowance of Rs. 200 for dispensing
medicines to the poor (Rs. 100 for cost of medicines
and Rs. 100 for his maintenance). The allowance was on his death
continued to his son Bhimáshankarbhat.

XIV Trade and Manufacture.
(A) Establishment of peths and márkets.

(1066) A new peth was established at Bársi by Bhawánráo Shám-
A. D. 1777-78. ráo, after obtaining from Government a *kowl* in favour
of the traders. Ten bighás of land were given as site
for the peth in addition to what had previously been given.

कडे देणें, दिकत न करणें ह्मणोन, मौजे मजकूरचे मोकदमास. सनद १.

सदरहू अन्वयें परगणे मजकूरचे जमीदारास चिटणिसी पत्र १.

२.

१४ व्यापार व कारखाने.

(ब) देशांत येऊन राहणाऱ्या व्यापाऱ्यांस उत्तेजन.

१०६७ (४५ अ)–कसबे सुपें, परगणे मजकूर, येथें जुनीपेठ बुधवार बाजाराची

अर्बा सबैन
मया व अलफ
रविलावल २२

आहे. ते पेठेंतील कुळें नादारीमुळें खराबीस येऊन मुलकावर उठोन गेलीं आहेत, व बाजारही मोडकळीस आला, यास्तव हें अभयपत्र सादर केलें असे, तरी कुळें उठोन गेलीं आहेत त्यांस आणून बाजा-

राची अमदरफ्ती आबादी करणें. सालमजकुरीं आफ्ती आहे, सबब पाऊसपाणी होई तों बाजाराचे अमदानीकरितां बाजारांत दाणा वगैरे जिन्नस येईल त्यास जकात थळमोड व थळभरीत माफ केलें असें, तरी बाजाराची अमदरफ्ती करून बाजार भरीत जाणें, व कुळें मुलकावर गेलीं आहेत त्यांस आणून पेठेची वसाहत करणें ह्मणून, महाजन व शेठे यांचे नांवें.

कौल १.

येविशीं चिटणिसी.

पत्रें ४.

१ आनंदराव न्यंबक सुभेदार परगणे मजकूर यांस.

१ नारो शिवराम कमावीसदार बाबती साहोत्रा दिमत पंतसचिव यांस.

१ माधवराव भिकाजी कमावीसदार दिमत सरलष्कर यांस.

१ येसोजी धोंडदेव कमावीसदार, दिमत महिपतराव कवडे यांस.

४

पांच पत्रें दिल्हीं असेत छ. ५ जिल्हेज.

रसानगी याद.

(B) Encouragement to traders settling in the country.

(1067) The traders of kasbá Supe having in consequence of
1773-74. poverty left the town, and the year being one of scar-
city the octroi on imports and exports was remitted.

१०६८ (४४४)—छबिलदास गुलाबदास बऱ्हाणपूरकर यांनीं हुजूर विदित केलें

<table>
<tr><td>सबा सबैन
मया व अलफ
राबिलावल २९</td><td>कीं, शहर मजकुरीं आपण कापडाचें नवें दुकान घालणार, त्यास
दुकानचा हशील बमयतारकसी निमे आपणास माफ करावा, व निमे
सरकार घ्यावा म्हणून; त्याजवरून निमे हशील यासी माफ करून</td></tr>
</table>

हे सनद तुह्मांस सादर केली असे, तरी शहर मजकुरी मशारनिल्हे नवें दुकान कापडाचें
तारकसीसुद्धां घालतील, त्यास हशिलाचा शिरस्ता असेल त्यापैकीं निमे हशील यासी
दरसाल माफ करून, बाकी निमे हशील सरकारांत घेणें म्हणून, नारो कृष्ण यांचे नांवें.
छ. ८ सफर. सनद १.

रसानगी यादी.

१०६९ (१००२)—पोमाजी नाईक व गोविंद नाईक भुके चारण, यांनीं हुजूर

<table>
<tr><td>तिसैन
मया व अलफ
राबिलावल २९</td><td>येऊन अर्ज केला कीं, आपल्या तांड्याच्या बेबीस नाईक्या मिळोन
बैल अदमासें पंधरा हजार आहेत, त्यांजबर दरएक जागाहून दाणा
भरून लष्करांत व मुलकांत खेपा करतों. परंतु भुसाराची जकात</td></tr>
</table>

कोणीं घेतली नाहीं, त्याजवर पुण्यांत महागाई जाहली तेव्हां गला आणून अमदानी करणें,
ह्मणोन सरकारांतून आज्ञा जाहली, त्याजवरून दाणा भरून पुण्यास आलों, त्यास येथील
जकातींचे मामलेदार बोलिले कीं, बंदरीं मिठास जाणें ह्मणजे भुसाराची जकात घेणार
नाहीं, न गेल्यास घेऊं. याप्रमाणें सांगोन हडपें व रोख ऐवज घेतला आहे, तो माघारा
देववून, भुसार दाणा भरून खेपा आणावयाची आज्ञा केली पाहिजे ह्मणोन; त्याजवरून
गुदस्तां चारण मजकूर यांस कौल पाठवून भुसाराची अमदानी पुण्यांत करविली, सबब
जकातीबद्दल हडपें व रोख ऐवज सालगुदस्तां तुह्मीं घेतला असेल तो माघारा देणें; व
सालमजकुरीं भुसार दाणा पंधरा हजार बैल भरून खेपा आणावयाच्या(चा) चारण मजकूर
यांनीं करार केला, यास्तव एकसालां जकात माफ केली असे, तरी यांजपासून जकात न

(1068) Chabildás Gulábdás of Barhánpur represented that he in-
A. D. 1776-77. tended to open a new shop for the sale of cloth and
embroidery in the city and prayed that the tax leviable
from him might be reduced by half. His request was granted.

(1069) Pomáji Náik and Govind Náik Bhuke cháraṇs owned
A. D. 1789-90. 15,000 pack bullocks and used to cary grain to
military camps and about the country generally, free
of octroi duty. During the previous year on account of high prices, they
had been ordered by Government to bring grain to Poona, but the
octroi Mámlatdár there threatened to levy duty from them, unless they
brought salt from the sea-coast and actually made them deposit articles
and cash as security for complying with his order. They complained

घर्णे झणोन, विसाजी भिकाजी, व चिमणाजी बाबूराव कमावीसदार, जकात प्रांत पुणें व   सनद १.
जुन्नर, यांचे नांवें छ. १२ रबिलावल.

रसानगी यादी.

१४ व्यापार व कारखाने.

(क) जलमार्गाचा व्यापार.

१०७० (२)—चिमणाजी गणेश साठे, मौजे केलीये, तर्फ माजगांव, तालुके रत्ना-
गिरी, यांणीं नबीन महागिरी बांधिली; त्यास घरखर्चाबद्दल गला

अर्बा सबैन
मया व अलफ
रजब २

वगैरे जिन्नस हरएक बंदराहून खरेदी करून मौजे मजकुरीं आणतील,
त्यास जकातीचा व खुटव्याचा व वेठीचा तगादा न करणें झणोन.
            दस्तक १.

१०७१ (८८८)—नरोत्तम जोशी, साकीन बंदर मस्कत, यांची डंगी, भोरश्रृंगार
मंगरुळाहून माल भरून मस्कतास जात असतां, वाटेस तुझांकडील

खमस समानीन
मया व अलफ
रजब १०

आरमाराची गांठ पडोन बेकौली झणोन डंगी तुह्मीं धरून आणिली,
त्याजवरील काराणी वगैरे माणसें अटकेस ठेऊन माल उसपोन घेतला,

त्यास बंदरचे दलाल सरकारचे कौल वसईहून घेऊन सावकाराकडे जलमार्गे व खुष्कीनें
रवाना करितात, त्यास दिवसगत लागलीयास, सावकार डंगीची हाकारणी करून निघ-
तात, तेव्हां कोणास ठिकाणीं व मार्गीं अथवा ज्या बंदरीं डंगी जाते तेथें कौल पावता
होतो, त्यास मध्यें सरकारचे अरमाराची गांठ पडली तरी बंदरांत आलियावर कौल घेतला
आहे नाहीं याची चौकशी करून, डंगी दस्त जाल्या अगोदर कौल घेतला असा दाखला
पुरल्यास मालमुद्धां डंगी सोडून देतात, अशी चाल आहे. त्यास हल्लीं जोशी मजकूर यांचे
डंगीचा कौल वसईहून तेथील बंदरचे दलालानें घेऊन रवाना केला त्याची गांठ पडली

to Government. The articles and cash deposited were ordered to be
restored to them and they were exempted from octroi for one year.

(C) Maritime trade.

(1070) Chimnáji Ganesh Sáthe of Keliye in tarf Májgaum in
táluká Ratnágiri having built a new ship was exempted

A. D. 1773-74.

from octroi and other taxes on goods brought in the
ship from other ports to his village for house-hold use. His ship was
also exempted from liability to forced service.

(1071) Narottam Joshi, a merchant of Mascat, was proceeding from

A. D. 1784-85.

Mangrol to Mascat in a boat loaded with merchandize.
On the voyage the boat was seized by Anandráo Dhulap,

नाहीं, अगोदर हाकारणी करून निघाला, त्यास कौलाची चौकशी करून मालसुद्धां डंगी सोडून द्यावयाची आज्ञा जाली पाहिजे, ह्मणोन मथुरादास गिरधर, दिमत जोशी मजकूर यांनें हुजूर बिनंती केली; त्याजवरून मनास आणितां जोशी याचे डंगीचा कौल वसईहून तेथील दलालाचे मार्फतीनें जाला, त्यास हंगामी कौल घेऊन जलमार्गें अगर खुष्कीनें रवाना करितात, त्यांची कोणाची गांठ ठिकाणीं व मार्गीं अथवा ज्या बंदरीं डंगी जाय्हे तेथें पावेतों, त्यास दर्यांत अरमाराची गांठ पडल्यास डंगीवर कौल नसल्यास धरून आणिल्यावर चौकशी करून धरिल्या अगोदर कौल घेतला असल्यास सोडाबयाची चाल पेशजींपासून आहे, त्यास जोशी यांची डंगी धरून आणिल्यावर चौकशी न करितां काराणी वगैरे माणसें अटकेंत ठेऊन माल उसपून घेतला, हें ठीक न केलें. हल्लीं कौलाची तेरीख पाहतां डंगी धरल्याच्या अगोदर कौल घेतला, परंतु पोंहचला नाहीं, आणि हाका-रणी करून निघाला. सरकारचे बंदरांत डंगी आल्यावर कौल येऊन पोंहचावा, तों तुह्मीं डंगी धरली. यास्तव जोशी याची डंगी सोडाबयाचा करार करून, हे सनद तुह्मांस सादर केली असे, तरी भवानजी गाईकवाड खिजमतगार सरकारांतून पाठविला आहे, त्याचे गुजारतीनें डंगी मालसुद्धां सोडून देणें ह्मणोन, आनंदराव धुलप यांचे नांवें. सनद १.

रसानगी यादी.

१४ व्यापार व कारखाने.
(ड) वजनें व मापें.
जनार्दन आपाजीच्या कीर्दीपैकीं.

समान खबैन मया व अलफ सवाल ३०	१०७२ (५०९)—मकरंदसिंग लछीराम याजकडे सरकारांतून बटछपाईचें कामकाज प्रांत गंगथडी व खानदेश व बागलाण येथील सांगितलें आहे, त्यास कैली मापें व पक्कीं वजनें व कर्चीं वगैरे यांजवर शिका मारावयाचे छापे पुणियांतील आहेत, त्याप्रमाणें दोन छापे मशारनिल्हेस देणें

ह्मणोन, आनंदराव काशी कोतवाल, शहर पुणें, यांचे नांवें छ. १८ सवाल. सनद १.

रसानगी यादी.

as it could not produce a permit of Government. It was found on in-quiry that the necessary permit had been issued but that it had not reached the vessel before it sailed. The vessel was ordered to be released.

(D) Weights and Measures.
FROM JANÁRDAN APPÁJI'S DIARY.

(1072) Makarandsing Lachirám was appointed to stamp weights and measures in pránts Gangathaḍi, Khándesh and Báglán, and the kotwál of Poona, was directed to provide him with 2 stamps of the kind used in Poona.

A. D. 1777-78.

१०७३ (५१०)–प्रांत गंगथडी व खानदेश येथील बटछपाईचें कामकाज सांगितलें आहे, तरी इमानेंइतबारें वर्तोन कामकाज करून वहिवाटीचा कच्चा हिशेब सरकारांत आणून समजावणें. आकार होईल त्यापैकीं कार्याकारण शिबंदी तुह्मी ठेवाल, ती वाजबीचे रुईची होईल ते मजुरा पडेल; बाकी ऐवजाचा भरणा सरकारांत करून जाब घेत जाणे ह्मणोन, मकरंदसिंग लछीराम यांचे नांवें छ. २० सवाल.

समान सबैन मया व अलफ सवाल ३०

सनद १.

रसानगीयाद.

१०७४ (५११)–महालानिहाय येथील मापें, कैलीचीं व पक्के कच्चे वजनाचीं, व तूप तेलाचीं, लांकडाचीं मापें व गज, यांचें बटछपाईचें काम सरकारांतून मकरंदसिंग लछीराम यांजकडे सांगितलें असे. जेथें महालींहून मापें करून दिल्हीं नसतील, सरकारचे शिक्कयाखेरीज उगीच मापें असतील त्यांची चौकशी करून, जेथें ज्या मापाची चाल असेल त्याप्रमाणें महालींहून एकेक माप करून घेऊन, त्या फर्मेयाप्रमाणें गांवगन्ना मापें करून देऊन बटछपाई ध्यावी. जेथें महालींहून मापें करून देऊन बटछपाई घेत असतील, तेथें कांहीं घेऊं नये. परंतु, सारे मापांची चौकशी करून, उणें असेल तें ठीक करून द्यावें. तेवढ्याची मात्र बटछपाई ध्यावी. बोभाट गैरवाजबी येऊं देऊं नये. याप्रमाणें करार करून बटछपाई ध्यावयाचा शिरस्ते जाबता अलाहिदा शिक्कयानिशीं करून दिल्हा असे, तरी सदरहू कराराप्रमाणें मापांची चौकशी करून, मापें करून देऊन, बटछपाई घेतील त्यांस घेऊं देणें. कोणी वाणी उदमी व रयत वगैरे दिकत करील त्यास निक्षून ताकीद करून अंमल बसऊन देणें. मापें महालींहून तुह्मी यांजवळ करून द्याल त्याप्रमाणें ज्या गांवीं लोहार सोनार असतील त्यांजकडून मापांवर छापे करून देवणें ह्मणून, प्रांत गंगथडी व प्रांत खानदेश व बागलाण, देखील सरंजामी व जहागीर किल्ले जात, येथील कमावीसदारांस व सरसुभेदारांस चिटणिसी.

समान सबैन मया व अलफ सवाल ३०

पत्रें.

प्रांत गंगथडी.

१ तर्फ हवेली संगमनेर, निसबत त्रिंबक कृष्ण व भगवानजी हरी कमावीसदार.

(1073) Makarand was directed to render a detailed account to Government of his receipts and expenses. He was permitted to entertain reasonable establishment for conducting the duties of his office.

A. D. 1777-78.

(1074) Orders were issued to the kamávisdárs of the above provinces to allow Makarandsing to stamp all weights and measures where no such weights were d by the mahál officers. Makarandsing was to examine the

A. D. 1777-78.

१ परगणा वण दिंडोरी, निसबत दिगंबर महादेव.
१ परगणा नाशिक, निसबत पांडुरंग धोंडाजी.
१ परगणा सिन्नर, निसबत शिवराम रघुनाथ.
१ तालुके त्रिंबक, निसबत धोंडो महादेव.
१ तर्फ राहुरी, निसबत बहिरो रघुनाथ.
१ परगणा कुंभारी व संवत्सर कोकमठाण, निसबत आत्माराम रंगनाथ व आत्माराम राजाराम.
१ परगणा कोतूळ, निसबत रामचंद्र प्रल्हाद.
१ परगणा आकोलें, निसबत खंडो बाबूराव व खान कवीजंगबहादर.
१ तालुके पटा, निसबत बाळकृष्ण केशव.
१ तर्फ बेलापूर, निसबत बाळाजी केशव.
१ तर्फ धांदरफळ, निसबत रामचंद्र शिवाजी.
१ तालुके कावनई, निसबत परशराम त्रिंबक.
१ परगणा नेवासें, निसबत रामचंद्र नारायण.

प्रांत खानदेश.

१ शहर बराणपूर, निसबत नारो कृष्ण.
१ परगणे बेटावद, निसबत कृष्णाजी बल्लाळ.
१ तालुके धोडप, निसबत बाजीराव आपाजी.
१ तालुके मुल्हेर, निसबत लक्ष्मण विश्वनाथ.
१ परगणा राजदेहर, निसबत व्यंकटराव बल्लाळ.
१ परगणा भामगड व मुधी, निसबत माधवराव कृष्ण.
१ परगणा बोरनार, निसबत निळो गोपाळ.
१ परगणा चोपडें, निसबत गोपाळराव हरी.
१ तालुके आशेर, निसबत केशवराव जगन्नाथ.
१ परगणा भोकर, निसबत वासुदेव नारायण व लक्ष्मण चांदो.
१ परगणा दहीवेल, निसबत भिकाजी कृष्ण.
१ परगणा पिंपळनेर, निसबत हरी बल्लाळ.
१ परगणा जळोद, निसबत काशी नारायण.
१ कसबें साकोरें, परगणे माणीकपुंज, निसबत चिंतो विठ्ठल.
१ परगणा लोहोनेर, बाखारी, देहुरपालें, निसबत जगदीश व्यंकटेश, व वासुदेव नारायण.

weights and to repair only those which might be found deficient. The new weights and measures were to be in accordance with the standard

१ प्रांत बागलाण, निसबत गोविंद हरी;

१ परगणे जैतापूर.

१ परगणा पिसोल.

१ परगणा तिळवण.

१ परगणा पिंपळे.

१ परगणा कनासी.

१ परगणा कोऱ्हाळी.

६

पत्र.

१ नारो कृष्ण सरसुभा, खानदेश.

१ नरसिंगराव बल्लाळ सरसुभा, प्रांत गंगथडी.

१ सर्वोत्तम शंकर, प्रांत गंगथडी व प्रांत खानदेश व बागलाण येथील महालांविशीं.

१३ तुकोजी होळकर.

१ मशारनिल्हेस.

१ अहिल्याबाई होळकर यांस.

११ कमावीसदारांस वगैरे.

१ परगणा रावेर, व सुलतानपूर, निसबत सिद्धेश्वर विष्णु.

१ परगणा नंदुरबार, निसबत यादवराव रघुनाथ.

१ परगणा गाळणा, निसबत राजाराम काशी.

१ परगणा आंबे, निसबत संताजी होळकर.

१ परगणा आडावद, निसबत केसोजी ढमढेरे.

१ परगणा उत्राण, निसबत बाळाजी नारायण.

१ परगणा थाळनेर, निसबत बाजीराव रामचंद्र.

१ कमावीसदार तर्फ दापूर यांस.

१ कमावीसदार तर्फ कोऱ्हाळें.

१ कमावीसदार फुटगांव, तर्फ बेलापूर यांस.

१ कमावीसदार, परगणा चांदवड.

११

१३

weights and measures of the different localities. Makarandsing was authorised to levy certain fees varying from Rs. 1-8 to Rs. 0-0-6 for

४ महादजी शिंदे.

१ मशारनिल्हेस.

कमावीसदारांस.

१ परगणा एदलाबाद, निसबत नानाजी सखदेव.

१ परगणा लोहारें, निसबत भैराळ भिकाजी.

१ परगणा यावल, निसबत कृष्णाजी मल्हार.

४

४ रघुपतराव नारायण राजेबहाद्दर.

१ मशारनिल्हेस.

३ कमावीसदार, दिंमत मजकूर यांसी.

१ परगणा निंबाईत.

१ परगणा अंमळनेर.

१ फुटगांव तर्फ बेलापूर.

३

४

४ शिवाजी विठ्ठल.

१ मशारनिल्हेस.

३ कमावीसदार, दिंमत मजकूर यांसी.

१ परगणा सोनगीर.

१ परगणा धुळें.

१ परगणा पाटोदें.

३

४

५ सखाराम भगवंत.

१ मशारनिल्हेस.

कमावीसदारांस.

१ परगणा नेर, निसबत नारो महादेव.

---

supplying stamped weights and measures. A *nazar* of Rs. 3001 was levied from him.

१ कसबें चोपाळें, निसबत दादो भास्कर.
१ परगणा एरंडोल, निसबत रंगो गणेश.
१ परगणा सांडस, निसबत राजाराम खंडो.

५

४ महादाजी निळकंठ.
१ मशारनिल्हेस.
३ कमावीसदार, दिंमत मजकूर यांस.
१ परगणा नसिराबाद.
१ परगणा चिखलवाहाळ.
१ परगणा भडगांव.

३

४

१ आनंदराव भिकाजी रास्ते महाल.
१ परगणा सावदें.
१ परगणा जामनेर.

२

पत्र.

३ खंडेराव त्रिंबक.
१ मशारनिल्हेस.
१ परगणा जैनाबाद कमावीसदारांस.
१ जहागीर किल्ले हतगड निसबत चिंतो काशी यांस.

३

३ माधवराव रामचंद्र.
१ मशारनिल्हेस.
२ कमावीसदार, दिंमत मजकूर यांस.
१ परगणे मेहुणबारें.
१ परगणा झोडगें.

२

३

१ अमृतराव कदम बांडे यांसी महाल.

१ परगणा वारसें.

१ परगणा उमरपाटें.

पत्र.

१ तर्फ राजूर, परगणे आकोलें, निसबत धोंडो महादेव यांस.

४ अमृतराव विश्वनाथ.

१ मशारनिल्हेस.

कमावीसदारांस.

१ परगणा बोदवड, निसबत रत्नुनाथ गंगाधर.

१ कमावीसदार परगणा म्हसवें, यांसी.

१ कमावीसदार परगणा टोकडें यांस.

४

१ रामचंद्र पवार यासी परगणा बहाळ येविशीं.

१ बळवंतराव धोंडदेव यासी परगणा चांदसर येविशीं.

१ गुलजारखान टोके, परगणा डांगरी.

८५ (८३)

छ. १५ रमजान. पंचायशीं पत्रें दिलीं असेत.

प्रांत गंगथडी व बागलाण व खानदेश, देखील सरंजामी महाल व जहागीर किल्लेजात, येथील मापें कैलीचीं, व पक्के वजनाचीं, व कच्चे वजनाचीं, व कच्चीं तुषाचीं लांकडाचीं मापें, व तेलाचीं, व गज याचे बटछपाईचें काम सरकारांतून तुह्मांस सांगितलें असे. जेथें महालींहून मापें करून दिल्हीं नसतील, सरकारचे शिक्क्याखेरीज उगीच मापें असतील, त्यांची चौकशी तुह्मीं करून, जेथें ज्या मापाची चाल असेल त्याप्रमाणें महालींहून एकेक माप करून घेऊन त्या फर्म्याप्रमाणें गांवगन्ना मापें करून देऊन, बटछपाई घ्यावी. जेथें महालींहून मापें शिक्क्याचीं करून देऊन बटछपाई घेत असतील, तेथें कांहीं घेऊं नये. परंतु खरे मापांची चौकशी करून, उणें असेल तें ठीक करून देऊन, तेवढ्याची मात्र बटछपाई घ्यावी. याप्रमाणें करार करून बटछपाई घ्यावयाचा शिरस्ता जाबता अलाहिदा करून दिल्हा असे. तरी इमानें इतबारें वर्तोन सदरहूप्रमाणें मापांची चौकशी करून मापें करून देऊन बटछपाई घेणें येविशीं. कलमें.

तीन प्रांतांचे मापांची बटछपाई सांगोन नजरेचा मक्ता ३००१ रुपये.

यासी मुदती.

१००० कार्तिक अखेर.

१००० पौष अखेर.

१००१ वैशाख मास.

५०० शुद्ध पौर्णिमा.

५०१ अखेर वैशाख.

१००१

३००१

एकूण तीन हजार एक रुपया करार केला असे. सदरहू मुदतीप्रमाणें भरणा करून जाब घेणें. कलम १.

महालनिहायचे मापांची चौकशी करून हुजूर येईतोंपर्यंत घालमेल करूं नये, ह्मणून तुमची विनंती. त्यास सरकारचे आज्ञेप्रमाणें वर्तणूक करावी. वाणी उदमी वगैरे रयतीचा बोभाट गैरवाजबी येऊं देऊं नये. उदमी यांचे राजीरजावदीनें कराराप्रमाणें बटछपाई घेणें. जाजती उपद्रव लाविल्यास कार्यास येणार नाहीं. आज्ञेप्रमाणें एकनिष्ठेनें वर्तणूक केल्यास घालमेल होणार नाहीं. कलम १.

वाणी, उदमी व रयत वगैरे कोणी दिकत करील त्यास निक्षून ताकीद करून, अंमल बसऊन देणें ह्मणून, कमावीसदारांस अलाहिदा सरकारचीं पत्रें सादर केलीं आहेत, त्याप्रमाणें ते अंमल बसऊन देतील. जो कमावीसदार तुमचा अंमल बसऊं न देई त्या महालाचे वाणी उदमी वगैरे यांचा अजमास करून तेथील बटछपाईचा ऐवज होईल तो हुजूर समजावणें. कमावीसदारांस सरकारांतून ताकीद करून ऐवज देविला जाईल, येणेंप्रमाणें करार. कलम १.

एकूण तीन कलमें करार करून दिल्हीं असेत. सदरहूप्रमाणें वर्तणूक करणें ह्मणून, मकरंदसिंग लछीराम यांचे नांवें. छ. १५ रमजान. सनद १.

रसानगी यादी.

सदरहू बटछपाई घ्यावयाचा शिरस्तेजावता शिक्क्यानिशीं अलाहिदा येणेंप्रमाणें.

कैली मापांस रुपये.

१।- अधोली.

॥। शेर.

पक्के वजनांस.

१।- पांसेरीस.

१ अडीचशेरीस.

·।≈ निठवें.
८≈ चिपटें.
८·॥ अदपाई.

२॥≈॥

कच्चे वजनांस.

·॥≈॥ पांसेरीस.
·॥·॰ अडीचशेरीस.
·।·॰ सव्वाशेरीस.
॰ गुळाचे मणास महालचालीप्रमाणें
   ध्यावें.

१।≈॥
अदगजास ·॥· रुपये.

१ दुशेरीस.
·॥· शेरास.
·।·॰ अदशेरास.
८≈ पावशेरास.
८·॰ अदपावास.
१॥ धडी सव्वामणाची.

५॥।·

तुपाचीं कच्चीं लांकडाचीं मापें व ते-
लाचीं मापें.
·।·॰ शेरास.
८≈ अदशेरास.
८·॰ पावशेरास.
८॥ अदपाबास.

·।≈॥

एकूण कैली पांच मापांचे अडीच रुपये सांडेतीन आणे, व पक्कें आठा वजनांचे पा-
वणेसहा रुपये, व कच्चीं वजनें चार पैकीं तीन वजनांचा सव्वा रुपया अडीच आणे, व
गुळाचे मणास महालचालीप्रमाणें ध्यावें; व कच्चीं मापें तूप तेलाचीं चार यांचे सांडेसात
आणे, व अदगजास निमे रुपयाप्रमाणें बटछपाई ध्यावयाचा शिरस्ता करून दिल्हा असे.

१०७५ (५२४)—बिसाजी नारायण यांणीं हुजूर विदित केलें कीं, मौजे पालें खुर्द

समान सबैन
मया व अलफ
सफर २६

पैकीं पेठ पालें, प्रांत खानदेश, येथें आपल्यास एक चाहूर जमीन
जिराइती इनाम करार करून देऊन दुमाला केली. त्याचा भोगवटाही
चालत असतां, हल्ली वासुदेव नारायण व जगदीश वेंकटेश कोणते

काठीनें मोजून ध्यावी याचें सनदेंत लिहिलें नाहीं, म्हणोन आक्षेप करितात. त्यास येविशीं
ताकीद जाली पाहिजे म्हणोन; त्याजवरून हें पत्र तुम्हांस सादर केलें असे, तरी पांच
हात पांच मुठीचे काठीनें जमीन मोजून देऊन चतुःसीमा गांवकरी यांणीं करून दिल्ही
आहे, त्याप्रमाणें पेशजींचे सनदेबरहुकूम भोगवटा चालत आल्याप्रमाणें चालविणें. नवीन
दिकत न करणें म्हणोन, वासुदेव नारायण व जगदीश वेंकटेश कमावीसदार, परगणे ओ-
तुरपालें, यांचे नांवें. छ. १० जिल्काद. चिटणिसी.   पत्र १.

(1075) Visáji Náráyaṇ had been given one *Cháhur* of land in
mauze Pále in parganá Peth Pále in pránt Khándesh. A
question having arisen as to the measure to be used in
marking out the land, it was ordered that the rod, five cubits and
five hands in length, should be used.

A. D. 1777-78.

१४ व्यापार व कारखाने.

(ई) किरकोळ.

१०७६ (   )–कसबे जालनापूर, परगणे मजकूर, येथें जर सनगांस लावावयास तयार करितात येविशीं वगैरे. कलमें.

सीत तिसैन मया व अलफ जिल्हेज २२

चांदवड रुपया आटून जर तयार करितात ती वाईट निघत्ये, यास्तव पेशजींपासून मल्हारशाई व इंग्रजी व सुरती व पटणी रुपया आटून जर तयार करीत होते, त्याप्रमाणें करवीत जाणें.

कलम १.

केळीचा खार रेशमास लावितात, याजमुळें जर काळी पडत्ये, याजकरितां कारीगारांस ताकीद करून दात्याखार रेशमास लाववीत जाणें. कलम १.

पागोटें बारा पंधरा हात लांबीचें करितात हें चांगलें नाहीं. तरी तिसा हातांखालीं पागोटें करूं नये, याप्रमाणें कारीगार यांस ताकीद करून तीस हात पागोटें लांब करवीत जाणें.

कलम १.

एकूण तीन कलमें लिहिलीं असेत, तरी सदरहू लिहिल्याप्रमाणें कारीगार व दुकानदार यांस ताकीद करून करवीत जाणें. चांदवड रुपया आटून जर केला, व केळीचा खार रेशमास लाविला, व बारा पंधरा हात पागोटें लांब केल्यास पारपत्य करून गुन्हेगारी घेऊन परगणे मजकूर येथील हिशेबीं जमा करणें म्हणोन, वेंकटराव शिवाजी यांचे नावें.

सनद १.

रसानगी, त्रिंबकराव नारायण परचुरे

कारकून, निसबत दफ्तर.

XIV Trade and Manufacture.

(E) Miscellaneous.

(1076) The manufacturers of turbans in kasbe Jálnápur were directed to make each turban 30 cubits long and not 12 or 15 cubits as they had been in the habit of doing and to prepare the brocade used for turbans, by melting rupees, of the Malhârshái, English, Surati, or Patani currency, and not of the Chándvad currency.

A. D. 1795-96.

१०७७ (११३२)—कसबे पैठण, परगणे मजकूर, येथें जर सनगांस लावावयास
सीत तिखैन   तयार करितात येविशीं वगैरे.   कलमें.
मया व अलफ
जिल्हेज २२

चांदवड रुपया आटून जर तयार क-
रितात ती वाईट निघते. यास्तव पेशर्जी-
पासून मल्हारशाई व इंग्रजी व सुरती व
पटणी रुपया आटून जर तयार करीत होते
त्याप्रमाणें करवीत जाणें.   कलम १.

नवी पुतळी आटून जर तयार फरि-
तात ती वाईट, याजकरितां जुनी पुतळी
आटून जर करवीत जाणे.   कलम १.
केळीचा खार रेशमास लाबितात, या-
जमुळें जर काळी पडत्ये. याजकरितां कारी-
गारांस ताकीद करून दात्या खार रेशमास
लावबीत जाणें.   कलम १.

एकूण तीन कलमें लिहिलीं असेत, तरी सदरहू लिहिल्याप्रमाणें कारीगार व दुकान-
दार यांस ताकीद करवीत जाणें. नवी पुतळी व चांदवड रुपया आटून जर केल्यास, व
केळीचा खार रेशमास लाबिल्यास, पारपत्य करून गुन्हेगारी घेऊन परगणे मजकूरचे हि-
शेबीं जमा करीत जाणें ह्मणोन, लक्ष्मणराव नागनाथ यांचे नांवें.   सनद १.

रसानगी, त्रिंबकराव नारायण परचुरे
कारकून, निसबत दफ्तर.

१५ टांकसाळी व नाणीं.
जनार्दन आपाजींच्या कीर्दींपैकीं.

१०७८ (३१८)—धारवाडी रुपयास व चांदीस चार गुंजा जळीचा शिरस्ता पेश-
सबा सबैन   जींचा आहे. त्यास हल्लीं सदर रुपयाची चौकशी हुजूर मनास आणतां,
मया व अलफ   दर रुपयास साडे चार पांच गुंजा जळ आली. हे गोष्ट परिछिन्न
जमादिलाखर २९   कार्याची नाहीं. या उपरांत टंकसाळे तुह्मीं आणून पारपत्य चांगलें

(1077) Similar orders were issued to the manufacturers of Paithan.
A. D. 1795-96.

XV Mints and Coins.
FROM JANÁRDAN APPÁJI'S DIARY.

(1078) The Dhárwár and Jamkhindi rupees were tested at the
A. D. 1776-77.   Huzur and it was found that loss in minting, which
ought to be 4 *gunjás* per rupee, came to from 4½ to 5
gunjás in the case of the former and from 5½ to 6 gunjás in the case of
the latter rupee. Orders were issued to the officers of the places to warn

करून, सदरहू जळीचे रुपये पाडिले असतील त्याचा तोटा, व गुन्हेगारी टंकसाळे य
पासून घेऊन तालुके धारवाड येथील हिशेबीं जमा धरणें; व यापुढें रुपया पेशज
करारापेक्षां चांगला माल, खरा पाडावयाची ताकीद निक्षून करणें. याउपरीं असें जाल्य
टंकसाळे हुजूर आणून पारिपत्य केलें जाईल ह्मणोन, वेंकटराव नारायण यांचे नांवें.
११ जमादिलाखर.

सनद १.

परवानगी रूबरू.

जमखिंडी रुपयास व चांदीस चार गुंजा निदान जळ जावी. याप्रमाणें पेशजीं
शिरस्ता आहे, त्यास हल्लीं सदरहू रुपयाची चौकशी हुजूर मनास आणतां, दर रुपया
साडे पांच, सहा गुंजा जळ आली. ऐसीयास तुमचे चौकशीस चार गुंजांस कमीच ज
जावी, ते साडे पांच, सहा गुंजा जळ दर रुपयास येते हे गोष्टी ठीक नव्हे, तरी जम
खिंडींतील टंकसाळे तुह्मीं आणून चांगलें पारिपत्य करून, मागील जळीचा तोटा भरू
घेणें, व गुन्हेगारी घेणें; व पुढें चांगला पेशजींचे शिरस्तेप्रमाणें माल, खरा रुपया पाडाव
याची ताकीद करणें. या उपरी खोटा रुपया पडिल्यास टंकसाळे हुजूर आणून पारिपत्त
केलें जाईल ह्मणोन, पांडुरंगराव गोविंद यांचे नांवें. छ. ११ जमादिलाखर. सनद.

परवानगी रूबरू.

१०७९ (५६३)-गुजारत भास्कर महादेव व मल्हार मुकुंद.

समान समानीन
मया व अलफ
जमादिलावल ८

जमा.

रुपये.

५१०४॥= मोहरा नाणें.

२३५४॥= दिल्ली शिक्का नाणें सुमार १६१ दर १४॥= प्रमाणें.

रुपये.

२७५० पंचमेळ नाणें.

४३ सुरती.
७४ औरंगाबादी.
३४ बनारसी.
१० कुरा ज्याहानाबाद.

---

the mint owners to prevent such excess occurring in future and to inform them that any malpractice on their part would be duly punished.

(1079) The different kinds of Mohor are stated to be as follows:—

A. D. 1777-78. 1 Delhi at Rs. 14-10.

४ मछलीबंदर.
६ पटणी.
१४ लाहुरी.
१५ बराणपुरी.

२००
दर १३॥। प्रमाणें रुपये.

५१०४॥=

६४५६॥।=॥ पुतळी ताटें १४०५ एकूण वजन तोळे इंग्रजी रुपये भार ४१८॥, दर १५।=॥।· प्रमाणें एकूण बारमासी तोळे ३९७॥=॥ दर १६८≡॥। प्रमाणें. रुपये.

६४५४ ऐन मुंबई इंग्रजी रुपये भार. तोळे ४१८॥ एकूण दर १३॥।= प्रमाणें.

२॥।=॥ कसर बारमासी तोळ्यावर दर बसवितां वाढली ते.

६४५६॥।=॥

१६९४।≡॥। इस्तंबोल सुमार ४०८ एकूण रुपये वजन तोळे इंग्रजी रुपये भार १२२८५ दर १३॥।= प्रमाणें. रुपये.

२९९३॥≡ कडीं सोन्याचीं सुमार ७१ एकूण वजन इंग्रजी रुपये भार तोळे ११५॥।·॥, दर १३॥।= प्रमाणें, एकूण बारमासी वजन तोळे २०५८१८॥· दर १४॥-॥ प्रमाणें. रुपये.

१६२४९॥≡।
तपशील.

1 Surati. 1 Aurangábádi. 1 Banárasi. 1 Kurá Jyáhánábád. 1 Machhli Bandar. 1 Paṭaṇi. 1 Láhuri. 1 Baráṇpoori.	at Rs. 13-12

१६२४६।।।·।।। ऐन.
२।।।=।। कसर बारमासी तोळ्याचे दरामुळें.

१६२४९।।≡।·

१०८० (७८९)–दुलभशेट गोविंदजी व गोविंद पांडुरंग यांचे नांवें सनद की कोंकण प्रांतीं सरकार तालुक्यांत खुर्द्याच्या टंकसाळा घालावयाविशीं तुह्मीं विनंति केली; त्याजवरून तुह्मांस आज्ञा केली असे, तरी टंकसाळा सरकार तालुक्यांत घालून खुर्दा चौकशीनें पाडणें येविशीं कलमें.

सलास समानीन मया व अलफ रविलाखर २५

खुर्दा पाडावयाकरितां तांबें मुंबई वगैरे बंदरीं इकडून गलबतें रिकामीं नेऊन, तांबें मात्र खरेदी करून आणावें; दुसरा जिन्नस आणूं नये व नेऊं नये. तांबें ज्या ठिकाणीं खरेदी होईल तेथील गलबतांवर भरून आणिल्यास तीं गलबतें रिकामीं जातील, त्यांस अडथळा पडणार नाहीं. कलम १.

बेलापुरास सरकारचा अंमल होता ते समयीं तेथें टंकसाळ घालून तुह्मीं खुर्दा पाडिला तो साष्टीस नेला आहे, तो इकडे आणून विकावा अडथळा पडणार नाहीं. कलम १.

तांब्याचे खरेदीपुरता ऐवज रोकड व हुंड्या मुंबईस जातील, त्यांस दिकत पडणार नाहीं. कलम १.

खुर्दा तयार होईल तो देशांतील व

खुर्दा पाडितां तांब्याचा चुरा पडेल तो, व खुर्दा करावयाजोगें तांबें नसेल तें कासार उदमी यांस विकावें, अडथळा पडणार नाहीं. कलम १.

टंकसाळांपुरतें लोखंड वगैरे सामान मुंबईहून खरेदी करून आणावें, व जाजती आणूं नये. कलम १.

तांबें येईल त्याची जकात, जलमार्गाची व खुष्कीची, पेशजीं पनवेलीस टंकसाळ होती, तेसमयींचे शिरस्तेप्रमाणें जकातदार घेतील; जाजती उपसर्ग लागणार नाहीं. कलम १.

टंकसाळांचें काम चालीस लागल्यापासून तागाईत पेस्तर सन आर्बा अखेर सालपर्यंत चालवावें; पुढें आज्ञेशिवाय करूं नये. कलम १.

(1080) Dulabhshet Govindji and Govind Pándurang were permitted to open mints for the manufacture of copper coin in Konkan. The following instructions were issued to them:—

A. D. 1782-83.

(1) they were to pay a *nazar* of Rs. 12,001. for the privilege: no other person was to be allowed to open mints for coining copper, till the end of the year A. D. 1783-84;

(2) copper required for the purpose should be brought from Bombay or other ports;

कोंकणांतील उदमी खरेदी करून हरएक जागां नेतील, त्यांस अडथळा पडणार नाहीं. कलम १.

अलीबागेहून व इंग्रजाचे तालुक्यांतून खुर्दा हिकडे येऊं देऊं नये. कोणी आणील त्यापासून गुन्हेगारी घ्यावी. कलम १.

टंकसाळसंमंधें तुह्मांपासून नजर १२००१ रुपये बारा हजार एक रुपया घ्यावयाचा करार केला असे, तरी चैत्र शुद्ध पंचमीस सदरहू ऐवजाचा भरणा सरकारांत करून, पावलीयाचा जाब घेणें. कलम १.

खुर्दा पाडावयाचा शिरस्ता इंग्रजी वजनानें. मासे.

९। शिवराई पैसा सव्वा नऊ मासे.
१३॥। अलमगिरी पैसा पावणेचौदा मासे.
१८॥ ढबु पैसा साडे अठरा मासे.

४१॥

सदरहूप्रमाणें खुर्दा पाडावा; कमी वजनास करूं नये. कलम १.

बंदी मोकळी जाहालीयावर इंग्रजाचे मुलकांतील खुर्दा हिकडे येऊं लागल्यास, मुदतीपर्यंत ताकीद केली जाईल. कलम १.

टंकसाळांसंमंधें नजर तुह्मांपासून सरकारांत घ्यावयाची करार केली, सबब कोकणांत व वरघाटीं पेस्तर सन अर्बा अखेर सालपर्यंत नवी टंकसाळ होणार नाहीं. बंदी असतां तांबें आणून एक सालां चालवीत असतील, त्यांस ताकीद करून बंद केल्या जातील. कलम १.

गडबडीमुळें टंकसाळांचें काम बंद जाहालें, तरी तितके रोज चौकशी करून मुदतीपुढें मजुरा दिल्हे जातील. कलम १.

तुह्मांपासून नजर घेऊन टंकसाळांचें काम सांगितलें, त्यास दुसरा कोणी चढ देऊं लागल्यास सरकारांत ऐकणार नाहीं; व जाजती चढ तुह्मांवर मुदतीपर्यंत पडणार नाहीं. करारप्रमाणें निभावणी केली जाईल. कलम १.

हरएक जागां सरकार तालुक्यांत टंकसाळा घालावयाची सोय असेल तेथें टंकसाळा घालणें. नजरपट्टी व हरएकविशीं मामलेदार उपसर्ग करूं लागल्यास ताकीद केली जाईल; व इंग्रजाकडे सरकारचे तालुके गेले आहेत, ते सरकारांत आल्यावर तेथें कमावीसदार सरकारांतून जातील, त्यांस पत्रें लागतील तीं दिल्हीं जातील. कलम १.

---

(3) copper coin should not be allowed to be brought into Government territory from Alibág and from the tálukás of the English: any person acting in contravention of the rule should be punished with fine;

(4) the coins to be struck should be of the following English weights;

(a) Shivrái paisá, $9\frac{1}{4}$ *másás.*

(b) Alamgiri paisá, $13\frac{3}{4}$ *másás.*

(c) Dhabu paisá, $18\frac{1}{2}$ *másás.*

एकूण सोळा कलमें करार करून दिल्हीं असेत, तरी सदरहूप्रमाणें वर्तणूक करणें म्हणोन.

सनद १.
रसानगी यादी.

१६ सरकारनें घेतलेलें कर्ज.
नारो आपाजीच्या कीर्दींपैकीं.

१०८१ (६४)—तुह्मांपासून सालगुदस्त सन अर्बा सबैनांत छ. १८ रविलावली
खमस सबैन वैशाख वद्य पंचमी शके १६९६ जयनामसंवत्सरेचे मितीनें सरका-
मया व अलफ रांत घेतलें कर्ज रुपये २,००,००० दोन लक्ष, यासीं व्याज दरमहा
जमादिलाखर २९ दरसदे रुपये एकोत्रा बिन सूट प्रमाणें चहूं महिन्यांनीं द्यावयाचा
करार केला असे, मुदतीस व्याज मुद्दल हिशेब करून दिला जाईल म्हणोन, आनंदराव
भिकाजी यांचे नांवें लिहून दिलें. छ. रविलाखर.

खत १.

१७ निरख व मजुरी.
(अ) निरख.

१०८२ (२६३)—तुह्मांकडून तांदूळ कमोदाचे सरकारांत आणविले होते, ते जमा
सीत सबैन मुदबस कोठीकडे, गुजारत छोटाराम प्यादा. दर रुपयास कैली ४८२॥
मया व अलफ अडीच पायली प्रमाणें कैली बारुळे मापें ·॥· दहा मण तांदूळ, अ-
जिल्काद २ सडी, सरकारांत जमा असत म्हणोन, हरी बल्लाळ कमावीसदार, पर-
गणे पिंपळनेर, यांचे नांवें.

जाब १.

१०८३ (३७६)—राघोजी आंगरे, वजारत माहासरखेल, यांजकडे सरंजामास बे-
खवा सबैन गमीस गांव हजार रुपये बेरजेचे, कमाल आकार दरोबस्त कमावीस
मया व अलफ सुद्धां, तर्फ तळोजें, तालुके नेरळ, पैकीं देविले असेत, तरी नक्षी
जिल्हेज २४ आकार असेल तो, व ऐन जिन्नस जमाबंदी असेल त्याचे बाब, नक्त

FROM NÁRO APÁJI'S DIARY.

(1081) A loan of Rupees 2,00,000 was taken from Anandráo
A. D. 1774-75.   Bhikáji in the preceding year, at interest of one rupee
percent per mensem.

XVII Prices and wages.

(1082) Kamod rice from Pimpalner was sold at 2½ *pàylis* per
A. D. 1775-76.   rupee.

(1083) Villages valued at Rs. 1000 in tarf Taloje, táluká Neral
A. D. 1776-77.   had been given in saranjám to Rághoji Angria; in
calculating their value the assessment in kind was
ordered to be valued as follows:—

गोडे भातास दरखंडीस रुपये वीस, व खारे भातास दर खंडीस रुपये सोळा, व उडिदांस दर खंडीस रुपये पन्नास, व तूप दर रुपयास पक्के दीड शेर, याप्रमाणें आकार करून गांव नेमून देणें; आणि गांव नेमून द्याल, तेथील सालमजकूरचा वसूल घेतला असेल, तो मशारनिल्हेकडील कमावीसदार यांजकडे देणें ह्मणोन, राघो नारायण व धोंडो महादेव यांचे नांवें. सनद १.

रसानगी यादी.

१०८४ (४३७)—राघोजी आंगरे, वजारत महासरखेल, यांणीं हत्ती व घोडे खरेदी केले त्यांची किंमत. रुपये.

सबा सबैन मया व अलफ रविलावल ८

५००० हत्ती नग २ कर्णेल इपटण वकील कलकत्तेदार, याजपासून पुण्यांत घेतले त्यांची किंमत.

१०० घोडी रास १ मौजे कालोस, तर्फ चाकण, प्रांत जुन्नर, येथें त्रिंबक पुंडाजी याजपासून घेतली त्याची किंमत.

५१००

एकूण एकावनशें रुपयांस हत्ती दोन व घोडी एक घेतली, त्यांची जकात मशारनिल्हेस माफ केली असे; तरी जकातीचा आकार होईल तो यांचे नांवें माफ खर्च लिहून जकातीचा तगादा न करणें ह्मणोन, भिकाजी विश्वनाथ कमावीसदार, जकात प्रांत पुणें व जुन्नर यांस. सनद १.

रसानगी यादी.

१०८५ (६४७)—वेदमूर्ति विश्वनाथभट गणपुले अग्निहोत्री, वस्ती कसबे केळसी, तर्फ मजकूर, तालुके सुवर्णदुर्ग, यांणीं हुजूर विदित केलें कीं, विसाजी नारायण व हरभट बिन नारायणभट व जनार्दन नारायण, उपनाम खांबेटे, यांचें ठिकाण कसबे मजकुरीं खांबेटवाडी अजमासें बिघा ८१

समानीन मया व अलफ जिल्काद १०

Ordinary rice, Rs. 20 per *khandi.*
rice grown in salt-lands, Rs. 16. per *khandi.*
udid, Rs. 50 per *khandi.*
ghi, Re. 1 per 1½ *seers.*

(1084) Two elephants were purchased by Rághoji Angria for Rs. 5000 from Colonel Upton, agent at Poona of the English colony at Calcuttá.
A. D. 1776-77.

(1085) A *bighá* of land in kasbe Kelsi in tarf Suvarnadurga was sold for Rs. 525.
A. D. 1779-80.

एक आहे, तें त्यांणीं आपल्यास सर्व्वापांचर्शे रुपयांस विकत दिलें आहे. तें सरकारांतून इनाम करार करून देऊन चालविलें पाहिजे ह्मणोन; त्याजवरून हे सनद सादर केली असे, तरी वेदमूर्ति खांबेटे यांजपासून सदरहू एक बिघा ठिकाण कसबे मजकुरीं खरेदी केलें आहे, त्याची तुह्मीं चतुःसीमापूर्व्वक मोजणी करून, जमिनीची मोजणी जाबता लिहून हुजूर पाठऊन देणें ह्मणोन, मोरो बापूजी, तालुके मजकूर यांचे नांवें.   सनद १.

रसानगी यादी.

अमृतराव विश्वनाथ यांच्या कीर्दीपैकीं.

१०८६ (८७१)—रुपी कळवंतीण नंदुरबार इजला बसावयासी गाडी भाड्याची क-

खमस समानीन मया व अलफ मोहरम १२ — रून देऊन लष्करांत रवाना करणें ह्मणोन सालगुदस्तां तुह्मांस सनद सादर जाली आहे, त्यास तुह्मीं भाड्याची गाडी करून दिल्ही, त्या-चा आकार इस्तकबिल छ. १२ जमादिलाखर सन अर्बा समानीन

तागाईत छ. २२ साबान सालमजकूर, एकूण मुशाहिरा रोज ७१, पैकीं वजा एकोण-तिशीं रोज एक, बाकी रोज ७०, दररोज गाडीचें भाडें गुजरात बाळू चौधरी रुपया १। प्रमाणें रुपये ८७।। साडे सत्यांशीं रुपये कलवंतीणचे नांवें हिशेबीं खर्चे लिहिणें; मजुरा पडतील, ह्मणोन धाशीराम सावळदास कमावीसदार, कोतवाली शहर पुणें, यांचे नांवें ञ्र. १२ मोहरम.   सनद १.

रसानगी यादी.

१८. वेठ.

१०८७ (१६)—मौजे कोरेगांव, तर्फ पाबळ, प्रांत जुन्नर, या गांवाकडे कात्रजचे

अर्बा सबैन मया व अलफ रमजान ३० — कुरणांतील गवत पुले १३,५०० साडेतेराहजार कापून घ्यावयाची सालाबाद नेमणूक आहे, त्यास सालमजकुरी लष्करचे मुक्काम कोरे-गांवीं होऊन गांवची खराबी झाली, सबब एक सालास सदरहू गवत

FROM AMRUTRAO VISHWANÁTH'S DIARY.

(1086) Rupi a dancing girl was ordered to be sent to the camp. A. D. 1784-85. The journey took 70 days and cart-hire was paid at the rate of Rs. 1·4·0 (choudhri) a day.

XVIII Forced service.

(1087) The village of Koregaom in tarf Pábaḷ was bound to supply A. D. 1773-74. labour for cutting 13,500 bundles of grass every year. The village however, having suffered during the current year owing to troops encamping at it, was exe mpted from the service for that year.

कापावयाचें मना केलें असे, तरी गांवास तगादा बेगारीविषयीं न करणें ह्मणोन, शिवराम रघुनाथ यांचे नांवें. छ. १६ रमजान. चिटणिसी.   पत्र १.

नारो आपाजीच्या कीर्दींपैकीं.

१०८८ (७०)—दिंमत तोफखाना याजकडील बैल चारणीस मौजे आणें, प्रांत
खमस सबैन जुन्नर, येथें आहेत, त्यास पावसाळ्याचे निवाऱ्याबद्दल दोनशें खण
मया व अलफ सालाबाद बांधून द्याबयाची सनद असते. त्यास सालमजकुरीं लावणीचा
जमादिलाखर २९ हंगाम, रयत खराब होईल, याजकरितां एकशें खण बांधोन देविले
असे, तरी किरकोळ शेराचीं वगैरे लांकडें लाऊन गवत घालून शिऊन, बेगारीनें निवारा
करून देणें ह्मणोन, रघुनाथ हरी, प्रांत जुन्नर, यांचे नांवें. छ. १६ रबिलाखर.
                                                सनद १.

                    रसानगी यादी.

१०८९ (१०५)—प्रांत गंगथडी येथील सालाबाद गवत कापून द्याबयाची नेमणूक
खमस सबैन आहे, त्यास बेगारीमुळें रयतेस उपद्रव लागतो, सबब गवत काप-
मया व अलफ णावळ व गंजीस आणणावळ सुद्धां दर हजारीं रुपये २ प्रमाणें रय-
रमजाम २९ तेपासून घ्याबयाचे करार केले असेत, तरी सदरहू शिरस्तेप्रमाणें प्रां-
तांतील मामलेदारांपासून पैका घेणें. ज्याजती बेगारीविशीं वगैरे उपद्रव न लावणें ह्मणोन.
                                                सनदा.

१ गंगाधर शंकर यांस कीं, दिंमत पागा हुजूर यांस गवताची नेमणूक, पुले,
पागा ठाणें आसी खुदे येथील सुमार.
     ५०,००० तर्फ हवेली संगमनेर.
     ३०,००० तर्फ राहुरी.
     २०,००० तर्फ बेलापूर.
     _____
     १,००,०००
     एक लक्ष गवताविशीं सनद.

(1088) It was usual for the villagers of Áne in pránt Junnar to
A. D. 1774-75. construct every year shelters, 200 *khans* in extent, for
                the bullocks of the artillery, sent there to graze owing
to the rains. As the sowing season was at hand and as the employment of
the ryots on the said work was undesirable, only 100 *khans* were ordered
to be constructed by means of forced labour.

(1089) It was usual for the ryots of pránt Gangathadi to supply
A. D. 1774-75. labourers, free of charge, for cutting grass for Govern-
                ment. As this arrangement was found to be a source

१ सेखाजी मुळे यांस सनद कीं, तुह्मांकडील पागा मौजे जोखे येथें आहे, तेथील बेगमीस मौजे मजकूरपैकीं गवत, पुले सुमार ७५,००० पाऊण लक्ष, तर्फ हवेली संगमनेर, येथील बेगारीनें कापून द्यावयाची नेमणूक आहे त्याविशीं.

१ गिर्जोजी वर्गे यास कीं, तुह्मांकडील पागा मौजे आसी बुद्रुक, तर्फ हवेली येथें आहे, तेथील बेगमीस तर्फ मजकूर बेगारीनें मौजे मजकूरचे कुरणापैकीं गवत पुले सुमार २५,००० पंचवीस हजारांची नेमणूक आहे त्याविशीं. सनद १.

१ गोविंदराव बारावकर यांस कीं, तुह्मांकडील पागा मौजे देसोंडी येथें आहे, तेथील बेगमीस मौजे मजकूरचें कुरणपैकीं तर्फ राहुरी येथील बेगारीनें पुले सुमार ७५,००० पाऊण लक्षाची नेमणूक आहे त्याविशीं. सनद.

१ निळकंठराव रामचंद्र यांस कीं, तुम्हांकडील पागा कसबे नांदुर येथें आहे, तेथील बेगमीस कसबे मजकूरचे कुरणपैकीं तर्फ राहुरी येथील बेगारीनें गवत पुले सुमार ४०,००० चाळीस हजार नेमणूक आहे त्याविशीं. सनद.

१ नारो आपाजी यांस कीं, तुम्हांकडील खिलार मौजे सांगवी येथें आहेत, तेथील बेगमीस ढग्याचे डोंगरीहून गवत, तर्फ हवेली संगमनेर येथील बेगारीनें, गवत पुले सुमार १०,००० दहा हजार द्यावयाची नेमणूक आहे त्याविशीं. सनद.

६

रसानगी यादी. छ. ६ रमजान.

१०९० (४४८)—बाबु जोशी गोठणकर यांस मजरें निवेली, कर्यात मीठगावणें, तालुके विजयदुर्ग, हा गांव इनाम आहे, त्या गांवांत वतनदार घरें तीन आहेत, त्यांपैकीं दोन ब्राह्मणाचीं व कुणबीयाचें एक आहे, त्यास बेगारीचा उपद्रव भारी लागतो, त्याजमुळें कुणबीयाची वसाहत होत नाहीं; आणि भटजींची नुकसानी होत्ये, त्यास मजरें मजकुरास बेगार माफ केली असे, तरी मौजे करेल येथें बेगारीचें ओझें येईल तें मौजे दांड्यास पोहचवावें, दांडेकरांनीं करेल यास पोहचवावें; याजप्रमाणें दुसरे गांव जवळचे असतील त्यांणीं त्याज-

सबा सबैन मया व अलफ रविलाखर १

---

of annoyance to the people, it was ordered that in lieu of forced labour, Rs. 2 for each thousand bundles to be cut should be levied from the Mámlatdárs of the province.

(1090) There being only three houses—two Brahmans', one Kuṇbi's, in the village of Niweli in karyát Mithgávṇe of táluká Vijayadurga, the Kuṇbi was much troubled by being called upon to do forced labour. The village, which was alienated to Gothaṇkar, was therefore exempted from liability to supply forced labour,

A. D. 1776-77.

प्रमाणें परभारें वोझें पोहोंचवावें; मजरें मजकुरास हजीर बेगारीचा उपद्रव एकंदर लागों न देणें. या कामास सुभाहून कारकून एक मजरें मजकुरास पंधरा दिवस ठेऊन वळवटा पाडून देणें ह्मणोन, गंगाधर गोविंद यांचे नांवें. सनद १.

रसानगी यादी.

१०९१ (५२१)—विठ्ठलभट तामनकर, वस्ती मौजे मुटाट, तर्फ खारेपाटण, प्रांत
समान सबैन राजापूर, येथें भटजीचें शेत कुणबाव्याचें आहे, त्यास भटजींनीं आपल्या
मया व अलफ शेतांत अर्धेलीचा कुणबी शेतांत ठेविला आहे, त्यास मौजे मजकूरचा
जिल्हेज १३ खोत कुणबी यास वेठबिगार घेतो, ह्मणोन हुजूर विदित जालें;
त्यास भटजींचें अर्धेलींचें शेत कुणबी करतो, सबब कुणबी वेठबिगार सालमजकुरापासून
मना केली असे, तरी वेठबेगार घेत न जाणें म्हणोन, गंगाधर गोविंद यांचे नांवें.
सनद १.

रसानगी यादी.

१०९२ (९२१)—मेस्त मालीट, वकील कलकत्तेकर इंग्रजाकडील, मुंबईस येऊन
सीत समानीन तेथून पुणियास याववयाकरितां त्याजकडील वोझीं आणावयास ताळु-
मया व अलफ केहाय प्रांत कोंकणपैकीं बेगारी. असामी.
जमादिलाबल २५

५० परगणे बेलापूर, निसबत पांडुरंग रामचंद्र.
१०० ताळुके नेरळ, निसबत गोविंद कृष्ण यांजकडून.
१०० ताळुके करनाळा, निसबत रामराव अनंत यांजकडून.
—————
२५०

एकूण अडीचशें असामी पुणें पर्यंत देविले, त्यांणी वोझीं घाटमाथां टाकून पळोन गेले, सबब वोझीं वाटेंत पडलीं ते आणावयास पुणियाहून मजूरदार करून पाठविले,

and the villagers of Karel were directed to carry any load that they might receive right on to Dauḍe, and similar instructions were issued to the villagers of Danḍe.

(1091) A kuṇbi rented a field from Vithalbhaṭ Támhankar of
A. D. 1777-78. Mutàṭ in tarf Khárepàṭaṇ of prànt Rájápoor. It was
represented that the khot of the village required the kuṇbi to perform forced service. Orders were therefore issued exempting him from such service.

(1092) When Mr. Málet the English agent was proceeding from
A. D. 1785-86. Bombay to Pooná, 250 forced labourers from Belápur,
Neraḷ and Karnáḷá, were ordered to carry his baggage.

त्यास खर्च रुपये १८६। एकशें सव्वाशायशी रुपये जाहाले, ते सदरील तीन तालुक्यांपासून ध्यावयाचा करार करून, हे सनद तुम्हांस सादर केली असे, तरी वाटणीप्रमाणें सदरहू ऐवज ज्याचा त्याजपासून घेऊन हुजूर पाठवून देणें म्हणोन, जिवाजी गोपाळ सरसुभा, प्रांत कोंकण, यांचे नांवें.

सनद १.

रसारगी याद.

१९. गुलाम.

१०९३ (२२)—किल्ले रायगड येथें सरकारच्या कुणबिणी आहेत, त्यांपैकीं राणी व जानकी दोन कुणबिणी पन्नास व पंचावन वर्षें उमरीच्या बहुत दिवस किल्ल्यास आहेत, त्यांस सोड द्यावयाचा करार करून हे सनद तुम्हांस सादर केली असे, तरी सदरहू दोन कुणबिणी सोडून देणें म्हणोन, गणपतराव कृष्ण यांचे नांवें.

अर्बा सबैन मया व अलफ सवाल २८

सनद १.

रसानगी यादी.

१०९४ (२८)—सतुमी मिर्धा याणें वणजारे यांजपासून पोरें कस २ दोन, एकूण किंमत रुपये १३४, एकशें चवतीस रुपये यांस खरेदी केले, त्यांचे जकातीचा आकार होईल त्यापैकीं पांच रुपये माफखर्च लिहिणें; बाकी रुपये बद्दल मुशाहिरा लिहून, जकातीचा तगादा न करणें म्हणोन, भिकाजी विश्वनाथ कमावीसदार, जकात प्रांत पुणें व जुन्नर, यांचे नांवें छ. १३ सवाल.

आर्बा सबैन मया व अलफ जिल्काद ३०

सनद १.

रसानगी यादी.

१०९५ (२९)—प्रताप मिर्धा याणें कुणबीण कस १ व पोरें कस २ एकूण किंमत

They left the baggage at the top of the gháuts and ran away. Hired labourers were therefore sent from Poona to bring in the baggage and the charge on this account, viz. Rs. 186-4-0 was ordered to be levied from the three tálukás in question.

XIX Slaves.

(1093) Two female slaves of Government at fort Ráygaḍ, Ráṇi and Jánki, aged 50 and 55 having long served at the fort were ordered to be released.

A. D. 1773-74.

(1094) Satumi Mirdhá purchased 2 boys from Vaṇjáris for Rs. 134. Of the duty leviable on the sale, Rs. 5 was remitted and the rest was to be debited to him as salary.

A. D. 1773-74.

(1095) Pratàp Mirdhá purchased one female slave and two boys

रुपये १२५, सवाशें रुपयांस चारणापासून विकत घेतले त्याचे जका-
तीचा आकार होईल तो बद्दल मुशाहिरा लिहून, जकातीचा तगादा
न करणें म्हणोन, भिकाजी विश्वनाथ कमावीसदार, जकात प्रांत पुणें
व जुन्नर, यांचे नांवें. छ. १४ सबाल.   सनद १.

अर्बा सबैन
मया व अलफ
जिल्काद ३०

रसानगी यादी.

१०९६ (३०)–वेदमूर्ति राजश्री धोंडजोशी पंचनदीकर यांणीं चारणापासून पुण्यांत
कुणबीण कस १ एक, एकूण किंमत रुपये ७३ ब्याहात्तर रुपयांस
विकत घेतली, तिचे जकातीचा आकार होईल तो यांचे नांवें धर्मा-
दाय खर्चे लिहून जकातीचा तगादा न करणें म्हणोन, भिकाजी विश्व-
नाथ कमावीसदार, जकात प्रांत पुणें व जुन्नर, यांचे नांवें. छ. १६ सवाल. सनद १.

अर्बा सबैन
मया व अलफ
जिल्काद ३०

रसानगी यादी.

१०९७ (३२)–चिमाजी जगथाप, खिजमतगार, यांणें आपली कुणबीण पोर्गी
कर्जामधें नारायणजी परभू यांस तीस रुपयांस मौजे असदें, तर्फ से-
दोर, येथें विकत दिल्ही, तिचे जकातीचा आकार यास माफ केला
असे, तरी तगादा न करणें म्हणोन, आनंदराव भिकाजी रास्ते यांचे
नांवें. छ. २५ सवाल.   सनद १.

अर्बा सबैन
मया व अलफ
जिल्काद ३०

रसानगी यादी.

१०९८ (३४)–कुणबिणी सरकारच्या यांनीं कजबे पुणें येथें कुणबिणी विकत
घेतल्या आहेत.

अर्बा सबैन
मया व अलफ
जिल्काद ३०

१ फुली, निसबत सौभाग्यवती बाई, हिणें.
१ तुळशी, निसबत मातुश्री सगुणाबाई, हिणें.

२

एकूण दोन कुणबिणी रुपये १४० एकशें चाळीस रुपयांस विकत घेतल्या आहेत,

A. D. 1773-74.   from a *chăran* for Rs. 125: the duty leviable on the sale
was to be debited to him as salary.

(1096) Dhond Joshi Panchnadikar purchased one female slave
from a *chăran* for Rs. 73: the duty leviable on the
sale was to be debited to him as *dharmădăya.*

A. D. 1773-74.

(1097) Chimáji Jagtáp gave his female slave for Rs. 30 to
Náráyanji Parbhu in payment of debt: the duty was
remitted.

A. D. 1773-74.

(1098) Two female slaves were purchased by two female slaves of
Government for Rs. 140.

A. D. 1773-74.

त्यांचे जकातीचा आकार माफ केला असे, तरी जकातीचा आकार होईल तो माफ ख
ल्हिून, जकातीचा तगादा न करणें ह्मणोन, भिकाजी विश्वनाथ कमाविसदार, जकात प्रां
पुणें व जुन्नर, यांचे नांवें. छ. ६ जिल्काद. सनद १.

रसानगी यादी.

१०९९ (५९)–केसो महादेव फडके मृत्यु पावले, त्यांचे उत्तर कार्याबिद्दल ब्राह्मणां

अर्बा खबैन
मया व अलफ
रबिलाखर २२

बावयास शेषाद्रि शाखी यांचे ब्रीजवळून पुण्यांत कुणबीण कस
एक ऐशी रुपयांस खरेदी केली, त्याचे जकातीचा आकार होईल त
माफ खर्चे लिहून, जकातीचा तगादा न करणें ह्मणोन, भिकाज
विश्वनाथ कमावीसदार, जकात प्रांत पुणें व जुन्नर, यांचे नांवें. छ. ८ रबिलावल. सनद१

रसानगी यादी.

नारो आपाजीच्या कीर्दीपैकीं.

११०० (७३)–पागा दिंमत शेकोजी मुळे यांचे नांवें सनद कीं, तुह्मांकडील पाग्रें

खमस खबैन
मया व अलफ
जमादिलाखर २९

तील बिबू पोर्गीं, जैनी कुणबीण मुसलमानीण इची लेक, ही केंदूर
मुसलमानास देऊन सालगुदस्त सन अर्बा खबैनांत तुह्मीं लग्न केलें
सबब सोड खर्चे लिहिणें ह्मणोन छ. १४ जमादिलावल. सनद १.

रसानगी यादी.

११०१ (६२७)–त्र्यंबक नारायण अभ्यंकर वस्ती कसबे संगमनेर, परगणा मजकूर,

खमानीन
मया व अलफ
रजब ६

यांणीं हुजूर विदित केलें कीं, आमची कुणबीण ताबजी जाधव,
वस्ती कसबे मजकूर, याणें राखली, तिची पोरगी एक व पोरगा एक
यांची लग्में करावयास मागणी घेतली, त्यास आपण द्वाही दिली,

परंतु द्वाही मोडून पोराचें लग्न केलें, व पोरीची मागणी घातली, येविशीं ताकीद जाली

(1099) One female slave was purchased for Rs. 80 to be given
to a Brahmin in connection with the obsequies of
Keso Mahádeo Fadke.

A. D. 1773-74.

FROM NÁRO APPÁJI'S DIARY.

(1100) A female slave Jaini, Mohomedan by caste, attached
to the cavalry under Sakhoji Mule, had a daughter.
Sakhoji got the daughter married to a Musalman. Orders
were issued to show her in the accounts as released.

A. D. 1774-75.

(1101) Trimbak Náráyan Abhyankar of Sangamner represented
that his female slave had been kept by Távaji Jádhava,
and that Távaji arranged to secure a bride for the slave's
son, that he (Trimbak) publicly protested in the name of Government
against the marriage, but it was notwithstanding celebrated, and that

A. D. 1779-80.

पाहिजे ह्मणोन; त्याजवरून हें पत्र सादर केलें असे, तरी वाजवी मनास आणून पोर व पोरगी व कुणबीण यांचे स्वाधीन करणें, आणि ज्यांणीं द्वाही मोडली असेल, त्यांपासून गुन्हेगारी घेऊन सरसुभा प्रांत गंगथडी येथील हिशेबीं जमा करणें ह्मणोन, नरसिंगराव बल्लाळ यांचे नांवें चिटणिसी.   पत्र.

११०२ (७७०)—सगुणी कळवंतीण, वस्ती पेठ शुक्रवार शहर पुणें इणें दत्ताजी

सलास समानीन
मया व अलफ
साबान ११

साबळा दाळिंबकर याजपासून दीडशें रुपयांस चहूं वर्षांची पोरगी खरे-दी केली आहे, तिचे जकातीचा आकार माफ केला असे, तरी आकार होईल तो माफ खर्चे लिहून जकातीचा तगादा न करणें ह्मणोन,
भिकाजी विश्वनाथ कमाबीसदार जकात प्रांत पुणें व जुन्नर यांचे नांवें.   सनद १.

परवानगी रूबरू.

११०३ (७७१)—फरासीसाजबळ बटकी पुण्यांत गेल्या, सबब त्यांस जातीखेरीज

सलास समानीन
मया व अलफ
साबान २१

करून किले सिंहगड येथें पाठविल्या आहेत.

बटकी.   कस.

२ उमी, दिंमत कृष्णाजी लक्ष्मण जोशी.

१ उमी उमर वर्षें ३०

१ पोरगा उमीचा उमर वर्षें ३

———

२

१ साळी, दिंमत दारकी खेत्रीण वस्ती पेठ नारायण उमर वर्षें २२.

———

३

एकूण तीन माणसें पाठविलीं आहेत, यांस किले मजकुरीं अटकेस ठेऊन इमारतीचें

Távaji was also offering the slave's daughter in marriage. The Sarsubhá of Gangathaḍi was directed to enquire into the matter and if the facts were found to be as represented, to hand over the female slave with her children to Trimbak, and to punish the person who had acted in defiance of the complainant's protest.

(1102) Sakhu, a prostitute in Poona, purchased a girl aged 4
A. D. 1782-83. years for Rs. 150. The duty on the purchase was remitted.

(1103) Three female slaves having had intercourse with French-
A. D. 1782-83. men in Poona were put out of caste and sent to fort Sinhagaḍ to be employed on building works.

वगैरे काम घेऊन पोटास शेर शिरस्तेप्रमाणें देत जाणें ह्मणोन, नारो महादेव यांचे नांवें.
सनद १.
रसानगी यादी.

११०४ (८२०)—नारो विश्वनाथ जोगदंड यांणीं आपले तीर्थरूपांचे क्रियेचे दा-
अर्बा समानीन   नाबद्दल मार्तंड यादव मुजचाटे, वस्ती पेठ शनवार शहर पुणें याज-
मया व अलफ   पासून कुणबीण कस १ एक, एकूण किंमत रुपये १०० शंभर रुप-
सवाल १   यांस खरेदी केली आहे, त्यास सदरहू रुपयांचे जकातीचा आकार
होईल तो मशारनिल्हे यांचे नांवें माफ खर्चे लिहून जकातीचा तगादा न करणें ह्मणोन,
भिकाजी विश्वनाथ कमावीसदार जकात प्रांत पुणें व जुन्नर यांचे नांवें.   सनद १.
रसानगी यादी.

११०५ (८५७)—केसो विश्वनाथ टिळक, कारकून निसबत दप्तरी, यांणीं विठोजी
खमस समानीन   हेद्या कुणबिणी विकावयास घेऊन आला, त्याजपासून पुण्यांत कुण-
मया व अलफ   बीण कस एक, एकूण किंमत रुपये १०० शंभर रुपयांस खरेदी
साबान १६   केली आहे, त्याचे जकातीचा आकार होईल तो यांचे नांवें माफखर्चे
लिहिणें, आणि जकातीचा तगादा न करणें ह्मणोन, भिकाजी विश्वनाथ कमावीसदार,
जकात प्रांत पुणें व जुन्नर यांचे नांवें.   सनद १.
रसानगी याद.

११०६ (८६१)—मैनी कोम विठोजी सोनार, वस्ती कसबे गोरेगांव, प्रांत राजपुरी,
खमस समानीन   ही विठोजी मजकूर मृत्यु पावल्याबर तेथून पळून पुणेयास येत होती,
मया व अलफ   ती गोविंदराव व चिमाजी माणकर मामलेदार, प्रांत मजकूर यांणीं
जिल्काद ५   धरून नेऊन कैदेंत ठेविली. पुढें गोविंद जोशी रेवदंडेकर यांस माण-
कर यांणीं धर्मादायाचे ऐवजांत दिल्ही. तिला त्यांणीं पुणियास आणिली, तेव्हां गणेशशेट
सोनार, वस्ती पेठ शनवार, शहर पुणें, यांणें जोशीयास शंभर रुपये देऊन धर्मार्थ सोड-

<hr>

(1104) Nàro Vishwanáth Jogdand purchased a female slave for
A. D. 1783-84.   Rs. 100 to be gifted away at the obsequies of his father.
The duty on the purchase was remitted.

(1105) Vithoji Hedyá having brought some female slaves for sale
A. D. 1784-85.   at Poona, one of them was sold for Rs. 100.

(1106) Maini, a woman of the gold-smith caste, ran away from
A. D. 1785-86.   Goregaum in prant Rájpuri on the death of her husband
and was coming to Poona. The Mámlatdárs of the
province, Govindráo and Chimáji Mánkar, arrested her and kept her
in custody. They subsequently made her over to one Govind Joshi in

विली; आणि आपले आईबापांचे घरीं जाणें ह्मणोन तीस सांगितलें. तें न ऐकतां शहरांत राहून बदकर्में करीत होती, सबब कैद करून किल्ले चाकण येथें पाठविली असे, तरी किल्ले मजकुरीं स्वारींत ठेऊन, किल्ल्याचे कोठीकडे इजपासून चाकरी घेऊन पोटास शेर शिरस्ते-प्रमाणें देत जाणें ह्मणोन, नारायणराव कृष्ण किल्ले मजकूर यांचे नांवें. सनद १.

रसानगी राघो विश्वनाथ गोडबोले, जबानी रावजी जिवाजी कारकून दिंमत गाडदी मुदफकात, निसबत राघो विश्वनाथ.

११०७ (८८४)—मेघी कुणबीण व तिची लेक कृष्णी या दोघी पेशजीं किल्ले सिंही-

खमस समानीन गड येथें अटकेस ठेवावयास पाठविल्या, त्या सन समान सबैनापावेतों
मया व अलफ बंदीसच होत्या, त्यांस सन तिसा सबैनांत किल्ले मजकूरचे हिशेबीं
जमादिलाखर ७ जमेस धरून, दारूखान्याचे कोठीकडे कामास लाविल्या, त्यास मेघी
म्हातारी साठ सत्तर वर्षांची जाली, तिच्यानें कोठींचें कामकाज करवत नाहीं, व कृष्णी दारूखान्याचें काम करतेवेळेस काठीवरून पडोन कंबर व हात दुखवला, त्याजमुळें अधू जाली. तिच्यानें कोठींचें काम करवत नाहीं, याजकरितां त्या दोघी जणी एक कुणबीण नवी तरणी देऊन सोड मागतात त्यास व उमी कुणबीण इंग्रजांबरोबर गेली सबब पेशजीं हुजूरून पोर्‍यांसुद्धां किल्ले मजकुरीं अटकेस ठेवावयास पाठविली होती तिजला आजार होऊन मयेत जाली, तिचा पोरगा उमर वर्षें आठांचा आहे तो रोगी, सबब बीस रुपये घेऊन पोरगा व सदरहू दोघी कुणबिणी सोडावयाची आज्ञा जाली पाहिजे, ह्मणोन तुह्मीं हुजूर विनंती केली; त्याजवरून मेघी व तिची लेक कृष्णी या दोघी बंदिवानपैकीं किल्ले मजकूरचे हिशेबीं सन तिसा सबैनांत जमेस धरून कोठीकडे कामास लाविल्या आहेत, त्यास मेघी म्हातारी तिच्यानें काम होत नाहीं, व कृष्णी किल्ल्यावर सरकारचें दारूखान्याचें काम करते वेळेस इमारतीवरून पडून हात व कंबर दुखवली, सबब दोघी मिळोन एक कुण-बीण चाकरीचे उपयोगी देतात, ती घेऊन दोघींस सोडून देणें; व उमी कुणबीण इंग्रजा-बरोबर गेली होती सबब तिचा पोर व ती बंदीस किल्ले मजकुरीं होती त्यापैकीं उमी मयत जाली. तिचा पोर आठां वर्षांचा आहे, त्याचे बीस रुपये कोणी देईल त्यास पोरगा देऊन,

---

payment of certain sums due to him in charity; and Govind Joshi brought her to Poona. Gaṇesh shet Sonár of Shanwár Peth got her released by paying Rs. 100 to Govind Joshi, and told her to go to her parents' house. She, however, led a prostitute's life in the city. She was therefore arrested and sent to be imprisoned in fort Chákaṇ.

(1107) Two female slaves, Meghi and her daughter Krishni, were

A. D. 1784-85. prisoners at fort Sinhgad. The former was about 60 or 70 years old. The latter while employed on the work of making gunpowder fell down from a plank and became a

सदरहू वीस रुपये किल्ले मजकूरचे हिशेबीं जमा करणें ह्मणोन, नारो महादेव मामलेदार किल्ले मजकूर, यांचे नांवें. सनद १.

रसानगी यादी.

११०८ (१०८८)—वेदशास्त्रसंपन्न कृष्णशास्त्री बिन रंगशास्त्री द्रविड, गोत्र शांडिल्य, सूत्र कात्यायन, शाखा कण्व, यांचे नांवें सनद कीं, गुलतरंग खासे चाकरीची बाईको इचा काल श्री काशी क्षेत्रीं जाहला, ते समयीं तिणें आपले ऐवजांत क्षेत्र पंचवटी, कसबे नाशीक, परगणे मजकूर, येथें घर बांधोन, त्यांत ब्राह्मण ठेवावा, त्या ब्राह्मणास मौजे गंगापूर परगणे मजकूर येथें पाऊणशें रुपयांची इनाम जमीन माझे नांवें सरकारांतून दिल्ही आहे ती त्यास द्यावी असा संकल्प केला, ह्मणून गुणसागर खासे चाकरीची बायको हुजूर आली तिणें विनंती केली; व पेशजीं इनामपत्रें गुलतरंग इचे नांवचीं जाहलीं आहेत, त्यांत ज्या ब्राह्मणास जमीन देईल त्याचे पुत्रपौत्रादि वंशपरंपरेनें चालवावी असें लिहिलें आहे; त्याजवरून तुह्मीं थोर शिष्ट सत्पात्र गंगातीरीं स्नानसंध्या करून आहां, तुमचें चालविल्यास श्रेयस्कर जाणून, तुह्मांवर कृपाळू होऊन गुलतरंग इचे ऐवजाचे पंचवटींत घर बांधिलें आहे तें तुह्मांस देऊन, मौजे गंगापूरपैकीं इनाम जमीन तिचे नांवें आहे ती सालमजकुरापासून सरकारांतून तुह्मांस इनाम करार करून देऊन, तिचे नांवाचीं इनामपत्रें आहेत तीं तुह्मांस देविलीं असेत, तरी इनामपत्रांप्रमाणें जमीन चतुःसीमापूर्वक तुह्मीं आपले दुमाला करून घेऊन तुह्मीं व तुमचे पुत्रपौत्रादि वंशपरंपरेनें इनाम जमीन व घर अनभवून सुखरूप राहणें ह्मणोन. सनद १.

अर्बा तिसैन मया व अलफ रबिलाकर १

येविशीं गंगाधरराव भिकाजी यांस कीं, घर व जमीन यांचे दुमाला करून देऊन चालवणें; आणि गुलतरंग इचे नांवें इनामपत्रें आहेत तीं यांचे स्वाधीन करून जमीनीचा आकार यांचे नांवें इनामखर्चे लिहीत जाणें. नवी सनदेचा अक्षेप न करणें. या सनदेची प्रत लिहून घेऊन हे अस्सल सनद यांजवळ भोगवटियास परतोन देणें ह्मणोन. सनद १.

२.

दोन सनदा दिल्हा असेत. रसानगी याद.

---

cripple. The women asked for release on condition of their giving one young female slave in their place. The request was granted.

(1108) Gultarang, a woman in the personal service of the Peshwá, died at Benáres. In deference to her last wishes expressed by her to Guṇaságar, another woman in the personal service of the Peshwá, a house was built at Panchawaṭi out of her money and the house as well as her Inám land were gifted to Brahman.

A. D. 1793-94.

२० धर्मसंबंधीं व सामाजिक.

११०९ (४२)—नारो महादेव कमावीसदार क्षेत्र पंढरपूर, दिंमत परशराम रामचंद्र यांचे नांवें सनद कीं श्रीविठ्ठलदेव वास्तव्य पंढरपूर यांचे अंगावर पालीचा व सरडयाचा स्पर्श जाहला आहे. तेथील समस्त ब्राह्मणांचे मतें व स्वामींचे मतें देवास महारुद्र करावा, व शांति करावी, सहस्र ब्राह्मणभोजन करावें; यास खर्च पाहतां चारशें रुपये पर्यंत लागतील म्हणोन शिवाजी बावाजी यांस लिहिलें त्यांणीं हुजूर विदित केलें; त्याजवरून हे सनद सादर केली असे, तरी देवास महारुद्र करणें, व शांति करून सहस्रभोजन करणें; सदरहूचा खर्च मजुरा दिल्हा जाईल म्हणोन मशारनिल्हेस. सनद १.

आर्बा सबैन मया व अलफ सफर १८

१११० (१३३)—वेदमूर्ति सदाशिव दीक्षित ठकार हे श्रीकृष्णातीरीं माहुलीसंगमीं वाजपेय यज्ञ करीत आहेत, त्यास दीक्षितांकडे साहित्य देविलें त्याविशीं. सनदा.

आर्बा सबैन मया व अलफ मोहरम २७

१ हैबतराव भवानीशंकर यांस कीं प्रांत वाईपैकीं साहित्य सुमार.

१५० कुंभारकाम.

२५	रांजण.
१००	घागरी.
२५	मडकीं जालीं.
१५०	

११५० सुतारकाम.

५०	पोळपाट.
५०	लाटणीं.

XX Religious and Social matters.

(1109) The deity Vithaldeo, at Pandharpur, having been touched by a lizard, the Mahárudra and Shanti ceremonies were, at the suggestion of the local Brahmins and the Swámi, ordered to be performed; 1000 Brahmins were to be fed, and sanction was accorded to the expenditure of Rs. 400 for the purpose.

A. D. 1773-74.

(1110) Sadáshiv Dixit Thakár being about to perform a Vájapeya sacrifice at Máhuli, orders were issued to provide him with earthen pots, wooden furniture &c.

A. D. 1773-74.

१००० मेखा.

५० ठाणवया.

_____

११५०

५००० पत्रावळी.

_____

६२००

सहा हजार तीनशे सुमार देणें   म्हणोन.   सनद.

१ श्रीनिवास शामराव यांस कीं प्रांत कन्हाडपैकीं सदरहूप्रमाणें सुमारी ६२०० सहा
   हजार तीनशे देणें ह्मणोन.   सनद.

२
दोन सनदा. रसानगी यादी. सदरहूखेरीज कांहीं बुरडकामही देणें ह्मणोन दोहीं सन-
दांत लिहिलें असे.

जनार्दन आपाजीच्या कीर्दीपैकीं.

११११ (२४२)–लख्या ठाकूर नाशीककर हा श्रीत्रिंबकेश्वराचे देवळांत गेला,
                     यास्तव त्यास अटकाविला आहे, ह्मणोन विदित जाहालें; ऐशास ठा-
सीसखबैन   कूर मजकुराकडे गुन्हेगारीबद्दल ऐवज रुपये एक हजार रुपये घेऊन
मया व अलफ   त्यास सोडावयाची आज्ञा केली असे, तरी सदरहू हजार रुपये घेऊन
रमजान ३०
तालुके त्रिंबक येथील हिशेबीं जमा करणें, आणि ठाकूर मजकुरास सोडून देणें ह्मणोन,
नारो महादेव यांचे नांवें. छ. १५ साबान.   सनद १.

                     परवानगी राजश्री बाळाजी जनार्दन फडणीस.

            (२४३) लखा ठाकूर नाशीककर हा त्रिंबकेश्वराचे देवालयांत पूजेस जाऊन
अभिषेक करूं लागला, सबब त्याजला तुह्मीं किल्ले त्रिंबक येथें अटकेंत ठेविलें आहे, त्यास
ठाकूर मजकुरापासून गुन्हेगारीबद्दल एक हजार रुपये घेऊन तालुके व्यंबक येथील हिशेबीं
जमा धरून लखा ठाकूर यास सोडून देणें, ह्मणोन छ. १५ साबानची सनद तुह्मांस सादर
जाली आहे, परंतु, हल्लीं रुपये घ्यावयाचे मना करून त्यास सोडून द्यावयाची आज्ञा केली
असे, तरी ठाकूर मजकुरास सोडून देणें ह्मणोन, नारो महादेव यांचे नांवें छ. २४ साबान.
                                                              सनद १.

_____

FROM JANÁRDAN APPÁJI'S DIARY.

(1111) Lakhá Thákur of Násik was fined Rs. 1,000 for having
A. D. 1775-76. entered the temple of Shri Trimbakeshwar: the fine
                   was afterwards remitted.

१११२ (२४६)–धोंडो महादेव, तालुके त्रिंबक, यांचे नांवें सनद कीं कजबे त्रिंबक

येथें देवीस विजयादशमीस टोणग्याची बळी पहिल्यापासून चालत होती,

सीत सबैन

मया व अलफ

रमजान ३०
अलीकडे चार पांच वर्षें चालत नाहीं, त्याजमुळें गांवचे लोकांस द्-

ष्टांत होऊन उपद्रव बहुत होतो, त्यास येविशींची आज्ञा होऊन तेथील

अंमलदारास सनद देवविली पाहिजे, म्हणून कजबे मजकूरचे समस्त क्षेत्रस्त ब्राह्मणांनीं हुजूर
विनंतिपत्र पाठविलें; त्याजवरून हे सनद सादर केली असे, तरी कजबे मजकूरचे देवीस
विजयादशमीचे दिवशीं बळीस टोणगा पांच वर्षांपलीकडे पावत आल्याचा दाखला मनास
आणून, पावत आल्याप्रमाणें एक टोणगा दरसाल तालुकेमजकूरपैकीं देत जाणें म्हणोन छ.
२० साबान. परवानगी रूबरू. राजश्री बाळाजी जनार्दन फडणीस.   सनद १.

१११३ (२६५)–लछीनाईक भोई, निसबत पांडुरंगराव गोविंद, यांणें बायको टा-

किली होती, त्या बाइकोचा बोभाट तुम्हांजवळ आला, तेव्हां त्यांस

सीत सबैन

मया व अलफ

जिल्हेज २४
जातींत लाऊन देऊन बाइको यांणें वर्तवाबी असें पांचांचें विचारें जालें,

त्यास तुम्हीं नजरेविशीं तगादा लाऊन बसविला आहे, म्हणोन हुजूर
विदित जालें; ऐशास मशारनिल्हेकडील भोई, याजकरितां नजरेच्या ऐवजांचा तगादा न
करणें, बसविला असेल त्यास सोडून देणें, म्हणोन धोंडो बाबाजी कोतवाल शहर प्रांत
पुणें यांचे नांवें चिटणिसी.   पत्र १.

१११४ (२७८)–विष्णु केशब देसाई तर्फ राजापूर तालुके बिजयदुर्ग यांणीं हुजूर

विदित केलें कीं विष्णु अनंत घाटे यांणीं आपल्यावर भुतें घालून मारें

सीतसबैन

मया ष अलफ

सफर ५
केलें, त्याजवरून सुभाहून पडथळे नेमून देऊन अंमीन दिला, त्यांचे

बिद्यमानें थळीं उभयतांचा निवाडा जाला; उप्रांतीक सुभा गेलों; नंतर

(1112) A buffalo used to be sacrificed to the goddess at Kasbe

Trimbak on the Dasará festival, but the practice had been

A. D. 1775-76.
discontinued for four or five years. The Brahmins of the
place represented that the people were much troubled in dreams on
account of this omission. The officer of Trimbak was therefore directed
to restore the old practice and offer a buffalo in sacrifice every year.

(1113) The wife of Lachhi Naik Bhoi in the service of Pánḍurang-

ráo Govind was deserted by her husband, and she

A. D. 1775-76.
complained to the kotwál. He referred Lachhi to the
caste people. The Panch decided that Lachhi should admit his wife in-
to his house. The kotwál asked Lachhi for a *nazar*. The matter having
been represented to the Huzur, the kotwál was told not to trouble him
for the *nazar*.

(1114) Vishṇu Anant Gháte of prànt Rájápur being suspected of

३३

महादाजी रघुनाथ यांणी पंचाइत करून घाटे मजकूर याजकडे भूत लागूं जालें त्यांचें पारि-
पत्य न होय, याजकरितां त्यांणी सरकारांत विनंतिपत्र लिहून देऊन उभयतांसही हुजूर
जाण्याविशीं निरोप दिला; त्यास महादाजी रघुनाथ यांणी सरकारांत पत्र दिलें तें पाहोन,
व सुभांचे सांगितल्यावरून समस्त ब्राह्मणांनीं घाटे यास वाळींत घा-
तलें. त्यावर उभयतां सरकारांत आलें, पंचाइत्या जाहल्या, घाटे खोटे जाहले.
त्यास सरकारची शुद्धतेची आज्ञा नसतां, व समस्त ब्राह्मणांस न कळतां, घाटे
याणीं रामठाकूर देसाई, तर्फ मजकूर, यांस पुढें करून कांहीं ब्राह्मण धराईनें
जेऊं घातले आहेत, त्यास ज्या ब्राह्मणांनीं त्याचे घरीं अन्नवेवहार केला असेल त्यांस, व
घाटे यांस श्रीधूतपापेश्वराचे देवाळयीं पंचगव्य देऊन शुद्ध करावयाची आज्ञा जाली पाहिजे
म्हणोन; त्याजवरून हें पत्र तुम्हांस सादर केलें असें, तरी सुभाचे आज्ञेनें बहिष्कार पेशजीं
जाला असल्यास, दिवाणचे आज्ञेविना त्याचे घरीं अन्नव्यवहार ज्या ब्राह्मणांनीं केला असेल,
त्यांजपासून दर असामीस पांच रुपये गुन्हेगारी घेऊन, घाट्यास व त्यांस पंचगव्य देऊन
शुद्ध करणें म्हणोन, गंगाधर गोविंद यांचे नांवें चिटणिसी.   पत्र १.

११०५ (३०५) मौजे सायखेडें, परगणे नाशीक, येथील सरदेशमुखीचा अंमल

सबा सबैन   शिवानंद सरस्वती संन्यासी शेणवी यांजकडे पहिलेपासून चालत होता,
मया व अलफ   त्यास यादवराव रघुनाथ यांणी सरकारांत गैरवाका समजाऊन सरदे-
जमादिलावल २   शमुखीचे अंमलाची जशी करविली होती, त्यांची कमावीस तुझांकडे
सांगितली आहे, त्यास हल्लीं जशी मोकळी केली असें; तरी तुझीं जशी मोकळी करून दख-
लंगिरी न करणें. जशीमुळे वसूल घेतला असेल तो माघारा देणें म्हणोन, शिवाजी विठ्ठल
यांचे नांवें चिटणिसी.   पत्र १.

११०६ (३४८)-काजी पुणेकर यांणें कळवंतिणीचे कुणबिणीची पोर रंगरेजाशीं

A. D. 1775-76. raising evil spirits against Vishnu Keshav Desái, the
matter was investigated by the Subhá and the parties
were sent to the Huzur. In the meantime, Vishnu Anant was excom-
municated by the villagers. He however, in disregard of the excom-
munication gave a dinner to certain Brahmins. A complaint was made
to the Huzur and it was decided that if the order of excommunication
was passed at the instance of the Subhá, the persons who had dined
should be fined Rs. 5 each.

(1115) The Sardeshmukhi *ámal* of Sáyakhed in pargaṇá Násik
A. D. 1776-77. was held by Shivánand Saraswati, a Sanyáshi of the
Sheṇwi caste.

(1116) The Kázi of Poona being about to solemnize a *Niká*

सबा सबेन मया व अलफ रमजान २९

निका लावण्याचें केलें, तेव्हां कळवंतीण सरकारांत फिर्याद आली कीं, रंगरेजाशीं पोरीचा निका लाऊं नये, त्याजवर काजीस ताकीद केली असतां रंगरेजाबरोबर कळवंतिणीचे पोरीचा निका लाविला, सबब काजी मजकूर याचे वतनाची इनामगांवसुद्धां जप्ती करून जप्तीची कमावीस तुह्मांकडे सांगितली असे, तरी कळवंतिणी वगैरे मुसलमान लोकांकडे काजीची दस्तुरी असेल ते, व गांवमळा वगैरे कुल काजीकडून जप्त करून, आकार होईल तो सरकारांत पावता करून जाब घेणें ह्मणोन, पांडुरंग कृष्ण बेडेकर यांचे नांवें. छ. १ रमजान. सनद १.

परवानगी रूबरू.

१११७ (५१६)—रामा कानडा जातीचा ब्राह्मण ह्मणवितो, परंतु पुण्यांत गाईचीं

समान सबैन मया व अलफ सवाल ३०

पुच्छें तोडलीं वगैरे उपद्रव केले, प्रायश्चित्त योग्य नव्हे, सबब किल्ले कोहज येथें अटकेस ठेवावयासी बेडीसुद्धां पाठविला आहे, तरी पायांत बेडी घालून पोटास कोरडा शेर देऊन पक्क्या बंदोबस्तानें अटकेंत ठेवणें ह्मणोन, भिकाजी गोविंद यांस छ. १२ रमजान. सनद १.

रसानगी यादी.

१११८ (५१७)—विश्वनाथभट पेठ्ये, वस्ती कसबे कडूस, तर्फ खेड, यांणीं कुण-

समान सबैन मया व अलफ सवाल ३०

बीण ठेवून बायको नांदविली नाहीं, यास्तव सरकारांतून पत्र पाठवून भटजीस हुजूर आणिलें त्यास येविशीं कलमें बितपशील.

A. D. 1776-77.

marriage between the daughter of a slave belonging to a prostitute, and a dyer, the prostitute made a complaint to Government, and the Kázi was directed to refrain from performing the marriage; nevertheless, he performed it. His watan inám and his *hak* of levying *dasturi* from prostitutes and other Musulmans were attached.

(1117) Rámá Kánade, calling himself a Brahmin, cut off the

A. D. 1777-78.

tails of some cows and did other mischief in Poona. His offences could not be expiated by a mere penance so he was sent in fetters to be inprisoned at fort Kohaj.

(1118) Vishvanáth Bhaṭ Peṭhye of Kaḍus in táluká Kheḍ deserted

A. D. 1777-78.

his wife and lived with a kuṇbi woman. He was called to the Huzur and directed to give up his mistress and live with his wife. He agreed to do so, so his wife was made over to

भटजीनें कुणबीण ठेऊं नये, खीस नांदवावें, याप्रमाणें सरकारांतून ताकीद केली; त्यास सरकारआज्ञेप्रमाणें चालतों असें भटजींनी कबूल केलें; याजवरून यांची खी यांचे हवालीं करून यांस कसबे मजकुरीं पाठविलें असेत, तरी हे रीतीप्रमाणें आपले खीस नांदवितील.   कलम १.

कसबे मजकुरीं भटजींचें शेत आहे, तें तुझी जप्त केलें झणोन हे सांगतात, तरी यांचे शेताची जप्ती मोकळी करून पूर्ववत्प्रमाणें यांचें शेत यांजकडे चालवणें.   कलम १. भटजींची कुणबीण किल्ले सिंहगड येथें अटकेंत ठेविली आहे, तिचीं पोरें तीन आहेत, तीं भटजींचे खीचे हवालीं केलीं आहेत. तीं हे आपले घरीं नेऊन पालण करितील.

एकूण तीन कलमें लिहिलीं आहेत, त्यास यांचे शेताची जप्ती मोकळी करून सदरहू लिहिल्याप्रमाणें यांस वर्तवणें झणोन, गोविंद बल्लाळ कमावीसदार तर्फ मजकूर यांचे नांवें चिटणिसी छ. ९ सवाल.   पत्र १.

१११९ (५८१)—धाको महादेव करमरकर, वस्ती बीरवाडी, तर्फ मजकूर, यांची
तिशी सबैन   कन्या चौवरसांची त्रिंबक रघुनाथ धारप यांणे करमरकर याचे अर्ध्या
मया व अलफ   गुलामास व बटकीस फिताऊन मुलीस चोरून बीरवाडी नजीक पोफळ-
रजब २९   विराचे रानांत नेऊन, येस जोशी नांदगांबकर व आबा धारप यांस
नेऊन लग्न करीत होता, हें वर्तमान मुलीचा माय–आजा भिकाजी बल्लाळ टीगणे व गणेश
नारायण लिमये यांस कळतांच धावोन जाऊन मुलीस घेऊन गांवांत आले, आणि हुजूर
येऊन सदरहू वर्तमान विदित केलें; त्याजवरून धारप व जोशी यांस मसाला करून आणून
मनास आणितां येस जोशी यांणे लिहून दिल्हें कीं, त्रिंबक धारप यांणे मजला पन्नास रुपये
धावयाचा करार करून, पैकीं तीस रुपये देऊन रामचंद्र कृष्ण मामलेदार यांची आज्ञा
घेतली आहे, तुझी लग्न चालवावें झणून गोमय तुळसीवर हात ठेऊन शफतपूर्वक सांगि-

him, and the attachment on his field was removed. The kunbi woman was sent to be imprisoned at fort Sinhgad, and the children which she had by the Brahmin were entrusted to the care of his wife.

(1119) Trimbak Raghunáth Dhárap of Birwádi, with the help
A. D. 1778-79. of the slaves at Dháko Mahádeo Karmarkar's house,
enticed away Dháko's daughter aged 4 years to the lands of Pophalvir near Birwádi, and was going to marry her. His brother Abá Dhárap, was present on the occasion and Yés Joshi was officiating as priest. The girl's maternal-grand-father, having got wind of the matter, ran to the spot and carried the girl back to the village; and then complained to the Huzur. Dhárap and Joshi were summoned to appear and Yés Joshi stated in his evidence, that he undertook to

तलें, आणि मुलीस घेऊन पोफळविराचे रानांत गेला; त्याचा भाऊ आबा धारप मजला बोलावायास आला, तो व मी तेथें गेलों, लग्नाचा संकल्प करून देवकस्थापना पुण्याहावाचन वितरिक्त गणपतीपूजनादिक कन्यादानान्त उदकेंकरून केलें. विवाहहोमास अग्नि नवता तो आणावयास आबा धारप गेला, तों इतकीयांत धावणें आलें, तें समयीं आपण पळोन अवचितगडचे मेव्यांत गेलों, आणि सदरहू जालें वृत्त मामलेदारास निवेदन केलें, त्यांणीं लग्न फिरेलसें वाटतें असें उत्तर केलें. मागून भिकाजी बल्लाळ आले, त्यांणीं विवाहहोम जाहला नाहीं ह्मणोन सांगितलें, त्यास राहिलें कर्म समाप्त करणें ह्मणून सांगून ग्रामस्तांस पत्र देऊन सर्वांस निरोप दिल्हा. धारपांकडे व मजकडे पांचशें रुपये गुन्हेगारी करार करून निशा घेतली, पैका आपण दिल्हा नाहीं, धारप याणेंच दिल्हा. विवाहहोमादि राहिलें कर्म गांवीं येऊन करावें तों मुलीस पळविलें यामुळें जालें नाहीं. ह्मणोन, व ग्रामस्तांचें पत्र सरकारांत आलें, त्यांत विवाहहोमादिक कर्म जाहालें नाहीं ह्मणून लिहिलें आहे. त्याजवरून, वेदशास्त्रसंपन्न लक्ष्मण पाठक प्रभृती शिष्ट ब्राह्मणांचे मतें मूल कोणाची, देतो कोण, हें सारेंच अनन्वित, आणि विवाहहोमही जाला नाहीं, तेव्हां लग्न जालेंच नाहीं, यास्तव दुसरा वर उत्तम पाहून मुलीचें लग्न करावें, याप्रमाणें सिद्धान्त होऊन हें पत्र सादर केलें असें, तरी जोशी व आबाजी बल्लाळ धारप यांणीं कर्म वाईट केलें, सबब उभयतांस आपांक्त करून, मुलीस वर तिचे मातुश्रीचे विचारास येईल तो योजून लग्न करवणें ह्मणोन, रामचंद्र कृष्ण कमावीसदार, तालुके अवचितगड, यांचे नांवें चिटणिसी.

पत्र १.

सदरहूअन्वयें ब्राह्मण समस्त, वास्तव्य बिरवाडी, यांचे नांवें चिटणिसी. पत्र १.

२

दोन पत्रें छ. ७ जमादिलाखर दिल्हीं असेत.

officiate as priest at the ceremony as Trimbak told him that he had obtained the Mamlatdár's permission for the marriage and as he (Trimbak) paid him Rs. 30 and offered to pay 20 more. He further stated that the ceremonies of *Ganpati pujan* &c. up to and including *kanyádán* had been completed, and that they were stopped while Abà had gone to fetch fire which was required for performing the marriage sacrifice. The villager's report also showed that the sarifice had not been performed. The matter was then referred to Laxmaṇ Páthak and other learned Brahmins. They found that as the guardian of the girl had not offered the girl in marriage and that as the marriage sacrifice had not been performed, no marriage had taken place, and advised that the girl should be married to another suitable bride-groom. Orders were therefore issued to excommunicate Yés Joshi and Abáji Dhárap, and the kamávisdár was directed to get the girl married to another man selected by her mother.

११२० (५८२)–त्रिंबक धारप यांणें धाको महादेव याचे मुलीस पळऊन आपणाशीं

तिचा खैन   बीरवाडीनजीक पोफळविराचे रानांत लग्न लावीत होता, सबब त्यास
मया व अलफ   धरून आणून किल्ले राजमाची येथें अटकेंत ठेवावयासी पाठविला
रजब २९   आहे, तरी याचे पायांत बेडी घालून किल्ले मजकुरीं पक्का बंदोबस्तानें
अटकेंत ठेऊन पोटास शेर शिरस्तेप्रमाणें देत जाणों, ह्मणोन, रामराव नारायण यांचे नांवें.
छ. ३ जमादिलाखर.

सनद १.

रसानगी यादी.

११२१ (६८२)–क्षेत्र नाशीक, परगणे मजकूर, येथें रामाजी जनार्दन दिंमत चिं-

समानीन   तो विठ्ठल याजकडे ब्रह्मवधाचें निमित्य आलें, त्याचें प्रायश्चित्त न होतां
मया व अलफ   अभिमान धरून वेदशास्त्रसंपन्न विश्वनाथभट भातवडीकर व दादंभट
जिल्काद ३   बेले प्रभृती ब्राह्मणांनीं आग्रहें रामाजीशीं संसर्ग करून तड केला.
अलीकडे दिवाकर दिक्षित पटवर्धन यांजकडे ध्यानंदास बैरागी यास मारावयाचे प्रयोजक-
तेचें निमित्य आलें, त्याची निष्कृति न करितां वेदशास्त्रसंपन्न पांडुरंग दिक्षित प्रभृती शुक्ल
पक्षीचे ब्राह्मणांनीं दिक्षितांशीं व्यवहार चालविला. हें वर्तमान सरकारांत विदित जाहलें;
त्याजवरून दोन्हींकडील संभावित ब्राह्मणांस हुजूर पुण्याचे मुक्कामीं बोलाऊन वर्तमान म-
नास आणून ज्याजकडे जसा दोष व ज्याजकडे जसा संसर्ग तसें त्यास प्रायश्चित्त योजून
दोन पक्षांच्या दोन यादी अलाहिदा ठराऊन पाठविल्या असेत, त्याप्रमाणें प्रायश्चित्त कर-
वणें, व क्षेत्रांतील ब्राह्मण वगैरे यांनीं पुढें वर्तणूक कशी करावी येविशींचा ठराव कलमवार
समस्त ब्राह्मणांचे विद्यमानें करून तीन तह्नामे लिहून पाठविले आहेत, ते कोणापाशीं
कसे ठेवावे येविशींचा, व कृष्णपक्षींचे ब्राह्मणांनीं बखेडा केला याजमुळें शुक्लपक्षींचे ब्राह्म-
णांस कर्जं जाहालें तें वारावयाविशींचा मार्गं योजून तपशील लिहिला आहे. बितपशील.

कलमें.

(1120) Trimbak Dhárap, the chief offender was sent to be im-
A. D. 1778-79.   prisoned in fort Rájmáchi.

(1121) One Rámáji Junárdan of Násik was suspected of having
A. D. 1779-80.   killed a Brahmin Vishwanáth Bhaṭ Bhátawdekar; still
other Brahmins knowing had dealings with him with-
out requiring him to purify himself by penance. This led to a split in the
Brahmin community of Násik, one party calling itself *Shukla* and calling
their opponents, including Vishwanáth Bhaṭ, *Krishṇa* (impure). Cer-
tain members of the former party, Pándurang Dixit and others, subse-
quently had dealings with Divákar Dixit Patwardhan who was
suspected of having abetted the murder of a *bairági* without making

१ तहनामे सरकारांतून तीन करून दिल्हे आहेत, त्यांपैकीं एक कमावीसदारांनीं दप्तरीं ठेवावा, व एक पाटील कुळकर्णी यांजपाशीं ठेवावा, व एक धर्माधिकारी यांजवळ द्यावा. धर्माधिकारी यांणीं त्याच्या पांच नकला श्व (स्व) दस्तुरी करून, आपलें बिकलम घालून, वरकड धर्माधिकारी त्यांचे भाऊबंद असतील त्यांच्या साक्षी घालून, सदरीलचें असल पत्र आपणाजवळ आहे ह्मणून नकलेचे पाठीवर लेहून, पांचा ज्ञातींजवळ पांच नकला द्याव्या.

१ देशस्थांमध्यें उपासनी हिंगणे यांजपासीं द्यावी.

१ चित्तपावनांमध्यें यज्ञेश्वर दिक्षित पटवर्धन यांजपाशीं द्यावी.

१ कऱ्हाडे यांमध्यें चिंतामण दिक्षित भडकंभकर यांजपाशीं द्यावी.

१ यजुर्वेदी यांमध्यें पूर्वींपासून ज्या घराण्यांत कागदपत्र ठेवावयाची चाल असेल त्याजपाशीं द्यावी.

१ कण्वांमध्यें ज्या घराण्यांत पूर्वींपासून कागदपत्रें ठेवावयाची चाल असेल त्याजपाशीं द्यावी.

५

१ रामाजी जनार्दन याच्या कजीयापासून शुक्लपक्षी ब्राह्मणांस व कृष्णपक्षी ब्राह्मणांस खर्च जाहला आहे, त्यास कृष्णपक्षीं खोटे पडिले, त्यांचा खर्च त्यांनीं समजोन घ्यावा; शुक्लपक्षींचे ब्राह्मणांस जो खर्च पडिला आहे त्यास हे खरे जाहले, सबब रामाजी जनार्दन व दादंभट बेले व विश्वनाथभट भातवडीकर व बाबूभट मठकर व दादंभट खेडकर वगैरे यांनीं बखेडा करून कलह वाढविला, सबब त्यांजपासून घेऊन शुक्लपक्षींचे ब्राह्मणांस देवावा; त्यांजपासून ऐवज निष्पन्न होईल तेणेंकरून ऐवजाची भरती न होय तरी महादोषाचें प्रायश्चित्ताचें द्रव्य पांचा ज्ञातीस वांटून द्यावें असें लिहिलें तें या ऐवजाचे भरतीस ऐवज फिटेतोंपर्यंत द्यावें व दिवाकर दीक्षितसंबंधें ब्राह्मणांस खर्च जाहाला असेल तो चौकशी करून दिवाकर दीक्षिताकडून देवावा.

२

एकूण दोन कलमीं तपशील लिहिला आहे, याप्रमाणें करून प्रायश्चित्ताच्या यादी अलाहिदा पाठविल्या आहेत, त्याप्रमाणें चौकशीनें प्रायश्चित्तें करऊन पुढील वर्तणुकेचा तह-

---

inquiries in the matter. The Brahmins of both the parties were therefore called to the Huzur; and inquiries were made and penances were prescribed to all according to the measure of their guilt. A document was also drawn up showing how the Brahmins were to behave in

नामा कलमवार जाहला आहे, त्याप्रमाणें वर्तणूक सर्वांपासून करणें, व तुह्मीं करणें ह्मणून
पांडुरंग घोंडाजी कमावीसदार परगणे मजकूर यांचे नांवें चिटणिसी.   पत्र १.

सदरील तीन तह्नामे तिघांपाशीं ठेवावयाकरितां दिल्हे आहेत, त्याची नक्कल तप-
शीलवार अलाहिदा दसरीं करून ठेविली असे, तिहींचाही मजकूर एकसारिखाच असे.

११२२ (६४८)–वेदमूर्ति शामाचार्यप्रभृती ब्राह्मण पैठणकर यांणीं नरहरी रनाल-
कर अष्ट ब्राह्मण यास प्रायश्चित्ताचा अधिकार नसतां प्रायश्चित्त देऊन
समानीन
मया व अलफ
जिल्काद २२ पंक्तीस घेतला, व शुद्धपक्षींचे ब्राह्मणांवर बलत्कार करून त्यांशीं
आपली पंक्ती केली, सबब शामाचार्य याजकडे वर्षासनें वगैरे आहेत,
व त्याचे कुटांतील ब्राह्मणांकडे वर्षासनें वगैरे आहेत, त्यांची जफ्ती सरकारांत केली त्याज-
विशीं रसानगी यादी.   सनदा.

१ रामचंद्र नारायण यांचे नांवें सनद कीं, वेदमूर्तींकडे परगणे पैठणपैकीं मुकासी-
यांचे अंमलाचे गांव आहेत ते.
देहे.
१ मौजे आनंदपूर.
१ मौजे पथवंडी.
——————
२

एकूण दोन गांव आहेत तेथील मोकाशाचा अंमल, व हरदूगांवीं मशारनि-
ल्हेची इनाम जमीन आहे तिची जफ्ती करून उत्पन्न होईल तें परगणे नेवासें
वगैरे महाल येथील हिशेबीं जमा करणें ह्मणोन.   सनद.

२ मोकदम देहाये, परगणें पैठण, यांचे नांवें सनदा कीं, मशारनिल्हेचे इनामज-
मीनीची व मोकाशाची जफ्ती करून कमावीस रामचंद्र नारायण यांजकडे
सांगितली आहे, त्यांशीं रुजू होऊन सदरहूचा वसूल सुरळीत देत जाणें ह्मणोन.
सनदा.

१ मौजे आनंदपूर.
१ मौजे पथवंडी.
——————
२

future. The expenses incurred by the Brahmins of the pure party
were ordered to be paid by the ' impure ' party as the latter were the
aggressors.

(1122) Shámáchárya and other Brahmins of Paithaṇ performed
the ceremony of purification in the case of a man who
A. D. 1779-80.   was not entitled to be purified. The annuities enjoyed
by the Brahmins were therefore attached.

१ नारो लक्ष्मण कमावीसदार, बाबती सरदेशमुखी, परगणे पैठण दिंमत महादाजी शिंदे, यांचे नांवें सनद कीं, शामाचार्यप्रभृति कुटांतील ब्राह्मण यांजकडे सरदेशमुखीचे वगैरे अमलापैकीं रोज व वर्षासनें चालत आहेत त्यांची जफ्ती सरकारांत करून, जफ्तीमुळें ऐवज वसूल होईल तो सरकारांस पावता करून जाब घेत जाणें म्हणोन. सनद.

१ विठ्ठल कृष्ण कमावीसदार मोकासा परगणे पैठण दिंमत मानसिंगराव यादव व अमृतराव यादव सोळसकर यांचे नांवें सनद कीं, शामाचार्यप्रभृति कुटांतील ब्राह्मणांकडे मोकाशापैकीं वर्षासनें व रोज चालत आहेत त्यांची जफ्ती करून, उत्पन्न होईल तें सरकारांत पावतें करून पावल्याचा जाब घेत जाणें म्हणोन. सनद.

५

पांच सनदा दिल्ह्या असेत.

समानीन
मया व अलफ
जिल्काद २९

११२३ (६५२)—नारो कृष्ण यांचे नांवें पत्र कीं, कुंभारांचीं वधुवरें घोड्यावर बसऊं नयेत येविशीं कासार व सुतार व लोहार यांणीं दिकत केली, सबब कुंभाराचा व कासार वगैरे यांचा कजीया लागोन मनसुबी हुजूर पडली त्याचा फडशा होऊन कुंभारांचीं वधुवरें घोड्यावरी बसवांवीं असें सिद्ध जाहालें. कुंभार खरे जाहाले त्यांजपासून हरकी घेतली, कासारं वगैरे खोटे जाहाले त्यांजपासून गुन्हेगारी ध्यावी, सबब बनाजी कासार व कृष्णाजी लोहार व सुतार मौजे पोंहरी, परगणे सुतोडा, यांस दोनशें रुपये मसाला करून सरकारांतून राऊत व खिजमतगार व ढलाईत हुजूर आणाव्ययाबद्दल पाठविले असतां ते गैर हजीर जाहाले ह्मणोन हुजूर विदित जालें, त्याजवरून हें पत्र सादर केलें असे. तरी बनाजी कासार व कृष्णाजी सुतार वगैरे यांची वस्तभाव व साहुकारी प्रांत खानदेश येथें असेल ते सरकारचा खिजमतगार पाठविला आहे, त्याचे विद्यमानें मोजदाद करून बंदोबस्त करणें, आणि मोजदादीचा जाबता हुजूर पाठवणें. सदरहू कुळाकडे गुन्हेगारीचा ऐवज येणें त्यांचे वसुलास सरकारचा खिजमतगार तेथें ठेवून घेणें ह्मणोन चिटणिसी. पत्र १.

११२४ (६५९)—बाबू विष्णु प्रभुणा यांचे आईकडे माहुलीस आपाजी तमाजीस

(1123) The carpenters, blacksmiths &c. of Khándesh objected to the bride and bride-groom of the potter caste riding on horse-back. Their objection was overruled; and they were made to pay a fine, while a present was taken from the potters.

A. D. 1770-80.

(1124) The mother of Bábu Vishṇu Prabhuṇá of Máhuli was sus-

समानीन मया व अलफ जिल्हेज ८ — कण्हेराच्या मुळ्या वाटून घातल्याचा, व बाबू विष्णु व त्याचा सोबती सदाशिव लिंबा या दोन पतितांचे स्त्रियांस त्यांचा संसर्ग जाला असा शब्द ठेऊन या दोघी व बाबू विष्णूची आई एकूण तिघी वेगळ्या ठेविल्या आहेत ह्मणोन हुजूर विदित जाहालें; त्याजवरून मुळ्यांचा व संसर्गाचा शोध करितां ह्मातारीनें मुळ्या वाटून घातल्या नाहींत, व दोघी स्त्रियांस पतितांचा संसर्ग जाला नाहीं, याप्रमाणें चौकशीनें ठरलें, याकरितां तिघींस मिथ्यापवाददोषपरिहारार्थ पंचगव्य देऊन पूर्ववत् व्यवहार चालवणें ह्मणोन, कृष्णराव अनंत यांस चिटणिसी. पत्र १.

येंविशीं समस्त ब्राह्मण क्षेत्र माहुली यांस कीं, तिघींस पंचगव्य देऊन पूर्ववत् व्यवहार चालवावा असें चिटणिसी. पत्र १.

२

११२५ (७३४)—बाळाजी महादेव मामलेदार तालुके शिवनेर यांस पत्र कीं,
इसन्ने समानीन मया व अलफ मोहरम ८ — जुन्नरांत तुमचे घरीं बटीक होती, ते पूर्वीं जातीची परभूची स्त्री असतां, तिणें अंतेज्याशीं व्यभिचार केला होता, असें सांप्रत कळलें. तुमचे घरीं कमकसर अडीच वर्षें होती, घरांतील झाडणें, सारवणें, खरकटीं भांडीं घासणें, व भाज्या निसणें चिरणें, व बिछाने घालणें हीं सर्व कामें करीत असे, यास्तव नीचाभिगतयोषित्संसर्गप्रायश्चित्त प्राजापत्यें एकूण रौप्य प्रत्याम्नाय.
रुपये.

२७० तुमची मातुश्री ठकूबाई प्राजापत्यें १३५ दर २ दोन रुपये प्रमाणें. रुपये.

१६२० तुह्मी व तुमची स्त्री.

१०८० तुम्हांस मुंडणपूर्वक प्राजापत्यें २७० दर प्राजापत्यास रुपये ४ प्रमाणें.

A. D. 1779-80. pected of having given roots of the *kanher* plant to Appáji Tamáji to eat. She as well as two other women, who were suspected of having had connection with their husbands after the latter had lost caste, were excommunicated by the Brahmins of Máhuli. Inquiry showed the suspicions in each case to be groundless. It was ordered however that cow's urine should be given to the three women to purify them from the false imputation that had been made against them, and that they should then be admitted into the caste.

(1125) It was discovered that a female slave who had lived in
1781-82. the house of Báláji Mahádeo, Mámlatdár of Shiwner, for about 2½ years was originally a Parbhu woman

५४० स्त्रीस प्राजापत्यें १३५ दर ४ प्रमाणें. रुपये.

१६२०

१३५ तुमचे चुलत बंधु उमर वर्षें १२ यांस प्राजापत्यें १३५ दर १ प्रमाणें. रुपये.

२७० तुमचे पुत्रास प्राजापत्यें १३५ दर २ प्रमाणें. रुपये.

४ तुमचे सुनेस प्राजापत्यें २ दर २ प्रमाणें. रुपये.

५०१ ब्राह्मणभोजन जुन्नरांत करावें, ब्राह्मण. असामी.

१००० खुद्द.

५०० स्त्रीस.

१०० सर्वांस.

१६००

एकूण सोळाशें ब्राह्मणांस दर हजारीं उत्तम प्रतीचे भोजनास अजमासें रुपये ३०० तीनशें प्रमाणें व दक्षणा मिळोन. रुपये.

२०० पुर्वोत्तरांग एकूण. रुपये.

३०००

येणेंप्रमाणें प्रायश्चित्त (त्ता ?) र्थ प्राजापत्यांचे रौप्य प्रत्याम्नाय, व ब्राह्मणभोजन, व पूर्वोत्तरांग मिळोन तीन हजार रुपये करार केले असेत, त्यास प्रायश्चित्त नेमिलें आहे, त्या प्राजापत्यांची व्यवस्था. रुपये.

१३८० जुन्नरांत.

६७९ प्राजापत्यें एकूण रुपये.

५४४ प्राजापत्यें २७२, दर २ प्रमाणें.

१३५ प्राजापत्यें १३५, दर १ प्रमाणें.

६७९ ४०७

एकूण सहाशें एकूणऐंशी रुपये चारशें सात प्राजापत्यांचे, त्यास वैदिक, व अग्निहोत्री व श्रौती, व पंडित, व तपस्वी असतील त्यांस दोन प्राजापत्यें दर दोन रुपयांचीं द्यावीं, व सामान्य वैदिकास एक प्राजापत्य दर दोन

---

and had previously committed adultery with a mahár. The Mámlatdár and his family were therefore directed to undergo a penance costing Rs. 2,500 as Daxina and Rs. 500 as food-expenses. Penances were also prescribed for those who had dined with the Mámlatdár or had dealings with

रुपयांचें द्यावें व किरकोळ भिक्षुकांस एकेक प्राजापत्य दर १ रुपयाचे दराचें द्यावें.

२०० पूर्वोत्तरांग.

५०१ ब्राह्मणभोजन असामी १६०० रुपये.

१३८०

२८० क्षेत्र नाशीक येथें प्राजापत्यें ७० दर ४ चार याचीं पाठवावीं. तीं वैदिक, व अग्निहोत्री, व श्रौती, व पंडित, व अध्यापक, व तपस्वी असतील त्यांस एक एक प्राजापत्य द्यावें; अग्निहोत्रें ज्यांचीं सिद्ध असतील त्यांस दोन दोन प्राजापत्यें द्यावीं.

१२० क्षेत्र पुणतांबें येथें प्राजापत्यें ३० तीस दर ४ प्रमाणें पाठवावीं. तीं वैदिक, अग्निहोत्री, व श्रौती, व पंडित, व अध्यापक असतील त्यांस एक एक प्राजापत्य द्यावें.

१२२० पुणीयांत वैदिक उत्तम, व श्रौती, व पंडित, व तपस्वी यांस योग्यतेनुरूप वाटावयासी आणावीं प्राजापत्यें ३०५ दर ४ प्रमाणें. रुपये.

३०००

याप्रमाणें प्रायश्चित्तांचा आकार करून जुन्नरांत, व क्षेत्र नाशीक, व पुण्यस्तंभ, व पुणें येथील ब्राह्मणांस वांटावयाचीं, व ब्राह्मणभोजन व पूर्वांग उत्तरांग करावयाची नेमणूक करून दिल्ही आहे, याप्रमाणें करणें; व तुमचे पंक्तीस जेवणार व संसर्गी वगैरे यांस प्रायश्चित्त द्यावयाची व्यवस्था व ग्र(गृ)ह शुद्धतेचीं. कलमें.

तुमचें अनुपनीत पुत्रास पंचगव्य प्राशन करवणें. कलम १.

मांससंसर्गीयांस प्राजापत्यद्वय व पंचगव्य प्राशन. प्राजापत्य प्रत्याम्नाय दर प्राजापतीं व्याहृती होम दोन सहस्र अथवा दर प्राजापतीं एक रुपयाप्रमाणें दर असामीनें दोन दोन रुपये प्रमाणें द्यावे. कलम १.

एक दोन वेळ पंक्तीस भोजन घडलें असेल, त्यांस उपोषण ब्रह्मकूर्च विधि करून पंचगव्य प्राशन करावें. कलम १.

गृहांतून वस्त्रपात्र धान्यादिक बाहेर काढून ग्र(गृ)हभूमीचें खनन दहन करून संमार्जन करून गायीचें परिभ्रमणादिक करून प्रायश्चित्तोक्त ब्राह्मणभोजन करावें. कलम १.

---

him. The floor of the house was to be dug up and purified by a cow trampling it. The pots were to be purified by being put into the fire. The wooden-seats & the wooden-doors were to be scraped.

मांसाई संसर्गी यांस दोन प्राजापत्यें, व पंचगव्य प्राशन. प्राजापत्य प्रत्याम्नाय. व्याहृती होम एक हजार प्रमाणें दोन सहस्र अथवा द्रव्य दर एक रुपया प्रमाणें दर असामीनें दोन रुपये प्रमाणें द्यावें. कलम १.

निरंतर पंक्तीस भोजन करणार तुमचा भाचा व आणखी पांच असामी एकूण सहा असामी यांस दर असामीस प्राजाप्रत्यें ९० नव्वद, प्रत्याम्नाय होम दर एक हजार प्रमाणें दर असामीनें ९०००० नव्वद हजार करावा, अगर श्रीत्रिंबकेश्वरीं ब्रह्मगिरीच्या प्रदक्षिणा ३६ छत्तीस कराव्या, अथवा दर असामीस प्राजापती एक रुपया प्रमाणें नव्वद रुपये. कलम १.

घरांतील मृत्तिकाभांडीं असतील तीं त्यागावीं, व पाकसंमंधीं लांकडाचीं पात्रें असतील तीं टाकावीं, व पाट असतील ते तासून घ्यावे. चौकटी, कवाडें, खांब खरवडून धुवावे. कलम १.

तांब्याचीं व पितळेचीं भांडीं वगैरे धातूचीं भांडीं असतील तीं ताऊन घ्यावीं. कथलाचीं असतील तीं आटवावीं. कलम १.

सर्व वस्तुमात्रांवर पंचगव्य प्रोक्षण करावें, व घरच्या देवांची अर्चा शुद्धी करावी. कलम १.

याप्रमाणें करावयाचा निश्चय करून समस्त ब्राह्मण कसबे जुन्नर यांस अलाहिदा पत्र लिहिलें आहे, तरी ते सांगतील त्याप्रमाणें वर्तणूक करून प्रायश्चित्त घेऊन शुद्ध होणें म्हणोन. पत्र १.

समस्त ब्राह्मण, वास्तव्य कसबे जुन्नर, यांस कीं, सदरहू लिहिल्यान्वयें करून प्रायश्चित्त करवावें म्हणोन. पत्र १.

२

चिटणिसी.

११२६ (७४१)—वेदमूर्ति मुकुंद दीक्षित पुजारी क्षेत्र श्री सप्तशृंग यांणीं हुजूर विदित केलें कीं, मौजे चंडकापूर, परगणे वण, हा गांव श्रीदेवीचे पूजेस सरकारांतून आहे, त्याचें उत्पन्न आनंदा गुरव श्रीचे पुजेस न लावतां मध्येंच खातो, त्याजपासून मागील हिशेब घेऊन देवीचे पूजेची नेमणूक पेशजीं सरकारांतून केली आहे, त्याप्रमाणें चालविली पाहिजे ह्मणोन; त्याजवरून श्रीचे पूजेस मौजे मजकूर सरकारांतून आहे, त्याचें उत्पन्न आनंदा गुरव श्रीचे

इसन्ने समानीन मया व अलफ सफर ६

(1126) It was represented that the Gurava (worshipper) of the goddess at Saptashringa had misappropriated the proceeds of the *inâm* village assigned for the expenses of the goddess. The officer of Dhodap was directed to inquire into the matter,

A. D. 1781-82.

पूजेस न लवतां मध्येंच खातो त्याची चौकशी लुबीं करून, गुरवाकडे ऐवज निघेल तो त्याजपासून घेऊन सरकारांत समजावणें. आज्ञा होईल त्याप्रमाणें करणें. पुढें गांवचा ऐवज श्रीचे पूजेकडे नेमून देऊन श्रीची पूजा यथास्थित चालवणें. श्रीचे पूजेची नेमणूक कसकशी करून घ्याल तीही सरकारांत समजावणें. श्री देवीची वस्तभाव आज तागाईत शिल्केस गुरवाकडे किती आहे, तो झाडा काढून यादी श्रीचे जामदारखान्यांत ठेवणें, आणि सर- कारांत समजावणें. ह्मणजे वस्तभावेचा बंदोबस्त पूर्वील चालीप्रमाणें करून दिल्हा जाईल ह्मणोन, बाजीराव आपाजी तालुके घोडप यांचे नांवें. सनद १.

रसानगी यादी.

११२७ (२८)—समस्त ब्राह्मण क्षेत्र वाई यांचे नांवें पत्र कीं, नीळकंठ नाईक रास्ते रोजगाराकरितां उठोन कर्नाटक प्रांतीं गेले, त्यास चौदा वर्षें जाली. तिकडून आरकाटांत जाऊन राहिले, तेथें इंग्रजांची व हैदरखान यांची

इस्के समानीन
मया व अलफ
रबिलाखर १७

लढाई जाली, तेव्हां हैदरखान यांणीं या संबंदांत धरून नेऊन अटकेंत ठेविले. तेथेंही बहुत काल होते, ते सुटून प्रस्तुत वाईत घरास आले आहेत, त्यास हे पूर्वीं गांवीं होते तेव्हां यांचें आचरण अगर यांचा स्नानसंधेचें जागां विश्वास कसा हें सर्वांस दखलच आहे. त्यांत बहुत काल यवनी राज्यांत व यवनांचे अटकेंत घालविला, तेव्हां तेथें स्नानसंध्या अगर आचरण घडावयाचें काय आहे, यास्तव यांस षडबद् प्रायश्चित्त नेमून तपशीलवार यादी अलाहिदा पाठविली आहे, त्याप्रमाणें प्रायश्चित्त देऊन शुद्ध करून पंक्तिपावन करावें ह्मणोन चिटणिसी. पत्र १.

११२८ (८०२)—वेदमूर्ति राजश्री अनंत ऋषी ब्रह्मचारी नारदसांप्रदायी पैठणक

to recover from the Gurava the amount that he might be unable to ac count for and to report the result to Govt. He was further directed t make due arrangements for the expenses in connection with the idol an to send in a list of the ornaments belonging to the idol.

(1127) Nilkanth Náik Ráste was for a long time in the Karnáti and Arcot and was afterwards taken prisoner by Haide

A.D.1781-82.

Naik in the war between him and the English. He now r turned to Wái. Having stayed for a long time under a Mahomedan Gov and in a Mahomedan prison, it could not be expected that Nilkanth ha regularly performed the religious observances enjoined on a Brahmi Having regard to his previous religious conduct, a penance was prescribe and the Brahmins of Wái were directed to administer it and puri the man.

(1128) The people of the Mánbháv sect used to make conver from the Hindu religion. They got them shaved, bo

A. D. 1782-83.

men and women, and induced them to discard th

सलास समानीन मया व अलफ रजब ३

यांणीं हुजूर विदित केलें कीं, सर्व प्रांतांतील मानभाव एकमतें मिळोन सांप्रत गैररीतीनें वर्तों लागले, चौहूं वर्णांत अबुद्धिजनांस वश्य करून आपले मतांत वर्तवितात, पुरुष व स्त्री यांचीं मुंडणें करून आपले वेश धरवितात, व शिष्य होतात त्यांजकडून त्यांचीं प्राचीन कुलदैवतें त्यागऊन खापऱ्या पुजवितात, व वाकी व मिरजगांव व पंचालेश्वर वगैरे जागां कोठें कोठें शिवालयें प्राचीन आहेत तीं अवरोधून देवता उच्छेद करून आपले वोटे घातले, इत्यादिक भ्रष्टाचार करूं लागले; त्याजवरून गुदस्तां पैठणास दसनाम गोसावी व मानभाव कजीया सांगत आले. मानभावाचें बोलणें कीं, आपण षड् दर्शनांत आहों. न्यायशास्त्र व मुंडी दर्शन आमचें आहे, ऐसें कितेक प्रकारें अमर्याद बोलों लागले; त्याजवरून समस्त क्षेत्रस्थ ब्राह्मण व अधिकारी व जमीदार वगैरे सर्व ग्रामस्त मिळोन शास्त्रान्वयें विचार करून निर्णय केला कीं, मानभाव अतिनिंद्य, सर्व धर्म बहिष्कृत, षड्दर्शनांत नाहींत, शास्त्रविरुद्ध अविधि मुंडित, ऐसे असतां आपले मताच्या नानाप्रकारें नवीन चाली पाडून चौहूं वर्णांमध्यें अबुद्धि जनांस आपले मतांत मेळऊन भ्रष्टाचार करवितात; मानभावाचा उपदेश कोणतेही निकृष्ट जातीमध्यें देखील घेणें योग्य नाहीं; यांचे मतांत जे अनुसरले असतील त्यांस राजदंड व ज्ञातीदंडपूर्वक प्रायश्चित्त जाहल्याविना त्याचे घरीं ब्राह्मणांनीं जाऊं नये, ऐसें ठराविलें; त्याजवरून मानभाव यांणीं गोसावी यासी खोटपत्र लिहून दिल्हें कीं, याउपरी आपलें मत कोणास शिकवणार नाहीं; व आपण षड्दर्शनांत नाहीं. आपले मर्यादेनें राहूं. अतःपर अमर्यादा वर्तों तरी दिवाणचे व षड्दर्शनाचे गुन्हेगार, ऐसें लिहून दिल्यावर मानभाव औरंगाबादेस जाऊन तेथें गैरवाका समजाऊन सुभ्याचें पत्र पैठणचे कमाविसदारास नेऊन खोटपत्र गोसावीयासी लेहून दिल्हें तें बलात्कारें माघारें घेतलें, आणि पुढें अमर्यादा वर्तों लागले. येविशीं त्यांस शिक्षा असावी, यास्तव करवीरवासी श्रीशंकराचार्य स्वामी यांस व क्षेत्रोक्षेत्रींचे समस्त ब्राह्मण यांस आपण विनंती करून त्यांचीं पत्रें आणिलीं आहेत, तीं मनास आणून आज्ञा जाहाली पाहिजे. ह्मणोन विदित करून शंकराचार्य स्वामींचें पत्र

family gods and to worship pieces of burnt clay. They also desecrated some old Shiva temples and constructed raised grounds or platforms on the sites. Dasnám Gosávi therefore laid a complaint against the Mánbhávs at Paithaṇ. The latter alleged that they were within the pale of the Hindu riligion, (*lit.* were referred to in the *Shad-darshan*) and that *Nyáya shástra* (logic) and *mundidarshan* belonged to their sect. The officers and the jamidárs of Paithaṇ, as also the Brahmins of the place met together and decided that the Mánbháv sect was not recognized by the Hindu religion, that its followers were detestable in every way and that it was improper on their part to convert to their faith a Hindu, even of the lowest caste. The Mánbhávs then acknow-

व क्षेत्रोक्षेत्रींचीं पत्रें आणून दाखविलीं, ऐसीयास पैठणास समस्त क्षेत्रस्त ब्राह्मण व अधिकारी वगैरे यांणीं शास्त्रान्वयें मनास आणिलें, तेथें मानभाव खोटे होऊन गोसावीयासी खोटपत्र लिहून दिल्हें असतां औरंगाबादेचे सुभ्यास गैरवाका समजाऊन त्याचें पत्र पैठणचे कमावीसदारास आणून सदरहू खोटपत्र माघारें घेतलें हे बेकैदी केली. याजकरितां शंकराचार्य स्वामींचें पत्र व क्षेत्रोक्षेत्रींचीं पत्रें आलीं त्यांत मजकूर, मानभाव अति निंद्य, सर्व धर्मबहिष्कृत, चातुर्वर्णांपासून निकृष्ट जातीपर्यंत कोणत्याही जातींत नाहींत, व षड्दर्शनांत नाहींत, अविधि मुंडित, नीलांबर, ऐसे यांचा उपदेश कोणत्याही जातीनें घेऊं नये, घेतला असेल त्यास बहिष्कार, व त्याचे घरीं ब्राह्मण लग्नमुहूर्तादिक कोणत्याही कार्यास जाईल त्यास बहिष्कार, या अन्वयें आहेत. त्याजवरून मानभावाचे उपदेशिक जे जाहाले असतील त्यांस बहिष्कार घालणें, पुढें राजदंड व ज्ञातीदंडपूर्वक प्रायश्चित्त जाहल्याविना त्यांचे घरीं ब्राह्मणांनीं जाऊं नये, येविशीं ताकीद करणें, व जागां जागां प्राचीन देवालयें उच्छिन्न करून आपले वोटे घातले असल्यास ते पाडणें, व त्यांचें पारिपत्य करून मानभाव आपले मर्यादेनें वर्तणूक करीत, फिरोन लबाडी करून कोणास उपदेश करूं न पावत, ऐसा पक्का बंदोबस्त करणें, आणि येथापूर्ववत् दैवतें स्थापून मानभावांपासून गुन्हेगारी घेणें, येविशीं पत्रें.

१९ मानभावांपासून गुन्हेगारी घेऊंन सरकारहिशेबीं जमा करणें, म्हणून. पत्रें

१ सरसुभा, निसवत सर्वोत्तम शंकर महाल बीतपशील.

१ परगणे वण दिंडोरी.
१ प्रांत बागलाण.
१ परगणे पिंपळनेर.
१ परगणे कान्हापूर.
१ परगणे कुंभारी.
१ परगणे खांडवें.
१ परगणे सिन्नर.
१ परगणे सांडस, व चोपाळें.

ledged their defeat and agreed in writing to abstain from propogatin their creed on pain of punishment by the caste as well as by Govern ment. They however subsequently went to Aurangábád and with tl aid of the Subhá, took back their written agreement by force. Ana Rishi Brahmachári therefore procured the opinions of Shri Shankaráchár of Karvir and of the Brahmins of holy places and referred the matt to the Peshwá. The decision of the Paithan Brahmins was confirm and fines were ordered to be levied from the Mánbhávs.

१ सरकार हांडे.
१ तालुके मुल्हेर.
१ तालुके घोडप.
१ तालुके पटा.
१ परगणे दहीवलें.
१ तालुके कावनई.
१ तर्फ देपूर.
१ परगणे वारसें उमरपाटें.

१६

१ सरसुभा प्रांत गंगथडी, निसबत नरसिंगराव बल्लाळ, महाल बीतपशील.

१ परगणे संगमनेर.
१ तर्फ राहूरी.
१ परगणे पाटोदें.
१ परगणे आकोलें.
१ तर्फ बेलापूर.
१ परगणे धांधरफळ.
१ जागीर किल्ले माहूली.
१ परगणे बारागांव नांदूर.
१ परगणे वामोरी.
१ कसबे मुखेड.
१ कसबे राहातें.
१ परगणे मजकूर वगैरे.

१२

१ प्रांत जुन्नर, निसबत रामराव त्रिंबक.
१ प्रांत खानदेश, निसबत नारो कृष्ण.
१ तर्फ हवेली संगमनेर निसबत त्रिंबक कृष्ण, व जावजी हरी.
१ परगणे कर्डे रांजणगांव, निसबत बाबूराव माणकेश्वर.
१ तालुके नगर, निसबत बिठ्ठल नारायण.
१ परगणे पारनेर, निसबत महादाजी नारायण.
१ परगणे इंदापूर, निसबत गणपतराव जिवाजी.

१ किल्ले सिंहीगड, निसबत नारो महादेव, यांस, तर्फ कर्या
वळाविशीं.
१ बाबती प्रांत बाळाघाट, निसबत महिपतराव प्रल्हाद.
१ तालुके त्रिंबक, निसबत धोंडो महादेव.
१ परगणे नाशिक, निसबत पांडुरंग धोंडाजी.
१ प्रांत वाई, निसबत भवानीशंकर हैबतराव.
१ प्रांत कराड, निसबत श्रीनिवास शामराव.
१ कृष्णराव अनंत यांस तर्फ सातारा वगैरे येविशीं.
१ रामचंद्र नारायण यांस कीं, प्रांत पुणें व परगणे नेवासें महाल येथील चौकशी करून पुण्याचे हिशेबीं जमा म्हणोन.
२ वाकी व मिरजगांव व पंचाळेश्वर, व मढपिंपरी वगैरे जागांचीं दैवतें उच्छिन्न करून आपले वोटे घातले आहेत काढून टाकणें येविशीं सदरहूप्रमाणें पत्रें.
 १ चिंतामणराव पांडुरंग.
 १ महादाजी शिंदे.

 २

---

१९ (१७).

६ मानभावांपासून गुन्हेगारी घेऊन हुजूर पाठऊन देणें म्हण
पत्रें
 २ वाकी व मिरजगांव व पंचाळेश्वर व मढपिंपरी जागांजागांचीं दैवतें उच्छिन्न करून आपले वोटे घ आहेत, ते काढून टाकणें; आणि येथापूर्ववत् दैवतें पणें येविशीं सदरहूप्रमाणें. पत्रें
 १ आनंदराव भिकाजी.
 १ तुकोजी होळकर.

 २
 १ आपाजीराव पाटणकर.
 १ महादाजी नीळकंठ.
 १ पांडुरंग बाबूराव.

१ सगुणाबाई निंबाळकर.

६

१ अनंतरावजी ब्रह्मचारी नारदसांप्रदायी, वास्तव्य क्षेत्र पैठण, यांस कीं, जागांजागांचे संस्थानी यांस व सरदारांस व महालोमहालींचे कमावीसदारांस वगैरे यांस पत्रें देऊन मानभाव यांणीं गैररहा चालों नये, व त्यांचे मतांत जे अनुसरले असतील त्यांणीं मानभावाचा पंथ सोडून आपलाले जातींचे स्वधर्मानें वर्तावें, याप्रमाणें बंदोबस्त करविला आहे; व औरंगाबादेचे सुभ्याचें पत्र पैठणचे कमावीसदारास देविलें आहे तें तुह्मीं पैठणास नेऊन तेथें मानभावांपासून खोटपत्र पुन्हां घेऊन, त्यांचे मतांत जे अनुसरले आहेत त्यांचा बंदोबस्त शंकराचार्य स्वामींचे, व क्षेत्रोक्षेत्रींचें पत्रांअन्वयें तुह्मीं मानभावांचें पारिपत्य करून व त्यांचे शिष्यांस बहिष्कार घालून तो पंथ सोडून आपलाले जातीचे स्वधर्मानें वर्तवावें म्हणोन. पत्र.

१ समस्त मानभाव महालानिहाय यांस कीं, तुह्मीं पैठणास खोटे होऊन गोसावी यांस खोटपत्र लिहून दिल्हें असतां, औरंगाबादेचे सुभ्यास गैरवाका समजाऊन खोटपत्र दसनाम गोसावी यांजपासून घेतलें आहे, तें माघारें अनंत ऋषी यांचे विद्यमानें गोसावी यांस देऊन आपले पायरीनें राहणें. या उपरीं चातुर्वर्णांपासून इतर निकृष्ट जातीपर्यंत कोणासही उपदेश केल्यास पारपत्य केलें जाईल म्हणून. पत्र.

१ दुलेलगिरी व उमेदपुरी व लवंगपुरी व चैनपुरी व मोनी महंत व नारायणगिरी प्रमुख पैठणकर, व मुनेंद्रपुरी व निर्वाणभारथी व मनोहरगिरी व रेवागिरी व सिद्धपुरी दौलताबादकर, व कामेश्वर भारथी माहुरकर, व समस्त सातारकर, व समस्त सौंदतीकर, व देशनिवासी व संस्थानिक गोसावी यांचे नांवें पत्र कीं, मानभाव यांणीं खोटपत्र तुम्हांस दिलें असतां औरंगाबादेस गैरवाका समजाऊन पत्र माघारें घेतलें आहे, तें तुमचें तुम्हांस देविलें असे; येविशीं औरंगाबादेचे सुभ्यास सरकारचें पत्र आहे, तरी खोटपत्र माघारें देवितील. या उपरीं मानभाव लबाडी करून अमर्यादा वर्तणार नाहींत. कदाचित् अमर्यादा वर्तले

तरी तुह्यी अनंत ऋषीचे विद्यमानें सरकारांत समजावणें. पार
पत्य केलें जाईल म्हणोन.
पत्र.

२८

अठावीस पत्रें चिटणिसी दिल्हीं असेत.

हरी बल्लाळ यांच्या कीर्दींपैकीं.

११२९ (८४१)—श्री पांडुरंग क्षेत्र पंढरपूर येथें श्रींच्या देवालयांत मर्यादा येणें
प्रमाणें कलम.
बीतपशील.

अर्बा समानीन
मया व अलफ
जमादिलावल ५

श्रीदेवाचे दर्शनास येतात त्यांनीं त्यांनीं
देवास भेटों नये. पूजनें करून सिंहासना-
वर मस्तक ठेऊन नमस्कार मात्र करावा.
कलम १.

देवापुढील तृतीय मंडपांत दक्षणेकडे
द्वार आहे. परंतु यात्रेचे दाटीमुळें अंधः-
कार पडतो, त्यास उत्तरेकडे प्राचीन द्वार
होतें तें बुजवोन, तेथें हणमंताची मुहूर्तें [मूर्ति]
ठेविली आहे ते काढून देवालयांत ठेऊन
द्वार मोकळें करून, तेथें जाळी मातबार
थोर भोकाची देवालयांत उजेड पडोन
वाराही पुष्कळ येईल अशी नवी दगडाची
करून लावावी.
कलम १.

आषाढी कार्तिकेचे यात्रेंत दाटी बहुत
माणसांची होते. एकाच द्वारानें जाण्या-

गर्भागारापुढील दुसरे मंडपाचें द्वा
आहे, तेथें बाहेरचे फरसापेक्षां उंब-यांती
फरस नीच आहे, त्यास यात्रेचे दाटीमु
अंधकार पडतो, याजमुळें बाहेरून आं
येणारास हिसका बसोन माणसें पडतात
यास्तव बाहेरील फरसाबरोबर आंती
फरस उंच, हिसका माणसास न बसेअस
करावा.
कलम १.

देवाचे ्ढील दुसऱ्या मंडपांत अंध
कार विशेष पडतो, याजमुळें यात्रेकरां
वस्तभाव उचलोन नेतात, याजकरतां मं
पाचे वरील छतास हमचौरस अदगजा
गवाक्षें पाडून, पर्जन्यकाळीं गवाक्षांनें पा
साचें पाणी आंत न पडे असा बच्च
करून उजेड मंडपांत पडे असें करां

FROM HARI BALLÁL'S DIARY.

(1129) Certain regulations were framed for observance by perso:
going to the temple of Pándurang at Pandharpur, t
principal of which were:—

A. D. 1783-84.

(1) they should not embrace the idol;

(2) the northern gate which was generally closed, should be open
in order to admit light and air;

येण्याचे दाटीमुळें माणसें दुखावतात, व मरतात. यास्तव यात्रेचे दिवसांत पूर्व द्वारानें दर्शनास जाणारानें जावें, देवदर्शन करून दक्षण द्वारानें बाहेर निघावें; पूर्व द्वारानें बाहेर जाऊं नये, दक्षण द्वारानें आंत जाऊं नये येणेंप्रमाणें. कलम १.

देवालयाचे बाहेर चोखामेळ्याचा दगड उत्तरेचे आंगें आहे, तेथें अतिशूद्र दर्शनास येतात. जागासंकोच गल्लीची आहे. तेथें जाणारां येणारांस स्पर्शास्पर्श होतो, हें ब्राह्मणांस विरुद्ध. यास्तव अतिशूद्रांनीं चोखामेळ्याचे दीपमाळेजवळ अथवा महार वाड्यांत स्थळ असेल तेथें पुजा करीत जावी. देवालयाजवळ अतिशूद्रांनीं येऊं नये. कोणी आला तरी पारिपत्य करावें. कलम १.

देवदर्शनास मातबर येतात त्यांजबरोबर यवन येतात ते प्राकारांत जातात, याजमुळें अनाचार होतो तो अयोग्य. याजकरितां मुसलमानानें नामदेवाचे पायरीस स्पर्श करूं नये, व दुसऱ्याही प्रकारानें मुसलमान आंत जाऊं नये. कोणी गेला तर पारिपत्य करून गुन्हेगारी घ्यावी. येणेंप्रमाणें. कलम १.

येणेंप्रमाणें सात कलमें करार करून पाठविलीं आहेत, याप्रमाणें बंदोबस्त करावयास चिंतो रामचंद्र कमावीसदार क्षेत्र मजकूर, दिंमत परशराम रामचंद्र, यांस आज्ञा केली आहे, तरी सरकारचे खास बारदार पाठविले आहेत, त्यांचे गुजारतीनें सदरहू लिहिल्याप्रमाणें बंदोबस्त करणें ह्मणोन. जाबता १.

सदरहू अन्वयें कमावीसदार मजकूर यांस. सनद १.

२.

रसानगी यादी.

---

(3) at the Áshádhi and Kártiki fairs, when the crowd of pilgrims was very great, people should enter by the eastern and leave by the southern door:

(4) Mahárs should worship at the pillar erected in honor of Chokhá Melá or in the Mahár-wádá;

(5) no Musalman should enter the temple.

११३० (८५०)–तुह्मीं हुजूर विदित केलें कीं, आपला भ्रतार मृत्य पावला, आप
खमस समानीन दोघी स्त्रिया मिळोन तीन कन्या आहेत, पुत्रसंतान नाहीं, पु
मया व अलफ संतान चालोन आमचा कालक्षेप चालिला पाहिजे, त्यास आपले दा
साबान १६ त्याचे जवळचे भाऊ रामजी, व मल्हारजी, व महादजी, व महाद
लाफणे याचा मूल ध्यावा, तरी त्यासी आह्मांशीं पडत नाहीं, याजमुळें यांचा मूल ध्यावया
नाहीं, सबब दुसरा भाऊ सदाशिव लाफणा पाटसकर याचा लेक निंबाजी यास दत्तपुत्र घेणा
येविशीं आह्मीं दोघी राजी होऊन जिवाजीस दत्तपुत्र ध्यावयाची आज्ञा करावी ह्मणोन; ऐशा
विठोजी लाफणा याच्या तुह्मीं दोघी स्त्रिया, तुमचे पोटीं पुत्रसंतान नाहीं, तुमचा कालक्षे
चालिला पाहिजे, हें जाणून दत्तपुत्र ध्यावयाची आज्ञा करून हें पत्र सादर केलें असे, त
जिवाजीस दत्तपुत्र घेऊन त्याचे हातून दुकान व वित्तविषय अनभऊन सुखरूप राह
ह्मणोन, अहिल्या व मुक्तीं शिंपी कोम विठोजी लाफणा शिंपी, वस्ती कसबे पुणें, यांचे न
चिटणिसी. पत्र १.

दत्तपुत्र ध्यावयाची आज्ञा करून सरकारची नजर दोन हजार रुपये करार केले य
हप्तेबंदी. रुपये.

१००० आषाढ शुद्ध १५
१००० श्रावण शुद्ध १५

२०००

दोन हजार रुपयांचा हवाला फिंर्गोजी भुतकर याचा घेऊन पत्र दिल्हें असे.

११३१ (८५९)–नारो महादेव व शिवाजी महादेव महाजन यांजकडे पूर्वीं ता
खमस समानीन वसई येथें श्रीविमल निर्मळ येथील देवालयाचा कारखाना हो
मया व अलफ त्या बाबत तफावत सात हजार रुपये त्यांजकडे निघाली आहे, त्य
सवाल १९ त्याचा शोध करितां ते मृत्य पावले, त्यांचे पुत्र कसबे नागोठ
तालुके अवचितगड येथें राहतात, ह्मणोन हुजूर विदित जहालें; त्याजवरून त्यांचे
चौकीस प्यादे हशमाकडील संभाजी केदार, व खुतुब वलद पीर महमद, दिंमत येशवंत
वणजारे पाठविले असेत, तरी तुह्मीं त्यांचे पुत्रास धरून प्यादे यांचे हवालीं करणें. नि
करून सदरहू तफावतीचा ऐवज घेतील. तालुके मजकुरीं त्यांची असामी आहे, त्य

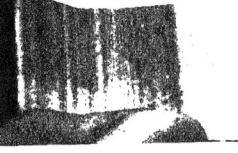

(1130) A man of Poona, a tailor by caste, having died with
A. D. 1784-85. any male issue, his two widows asked permission
adopt a son to carry on his business and to succeed
his property. The permission was granted on payment of a *na*
of Rs. 2,000.

(1131) Nàro Mahádeo and Shiwáji Mahádeo were managers
A. D. 1784-85. the funds of the temple of Shri-Vimal Nirmal in táh
Bassein. Inquiry proved that they had misappropria

सन अर्बा समानीन व सन खमस समानीन दुसाला वेतन पावलें आहे तें परिच्छिन्न मा-
घारें घेऊन प्याद्याचे हवालीं करणें ह्मणोन, गणेश बल्लाळ व हरी गणेश यांचे नांवें
चिटणिसी.

पत्र १.

पुढें वेतन न देणें ह्मणोन पत्रांत लिहिलें असे.

११३२ (८९०)—रघुनाथ जोतिषी बिन त्रिंबक जोतिषी, व कृष्ण जोतिषी बिन
दामोदर जोतिषी, मामले पाल पंचमहाल यांणीं हुजूर विदित केलें
कीं, तर्फ कोरवरशें उर्फ पौडखोरें येथील जोतिष, उपाध्यपण, व धर्मा-
धिकाऱ्याची वृत्ति पुरातन आमची आह्मांकडे चालत आहे, त्यांत
महारांचीं लग्में तर्फ मजकुरीं जोतिष्यांनीं लावण्याची चाल पुरातन नाहीं; व आजपर्येत
लाविलीं नसतां सन अर्बा समानीनांत आपाजी कृष्ण कमावीसदार, तर्फ मजकूरे दिमत
आनंदराव भिकाजी, यांजकडे तर्फ मजकूरचे महार फिर्याद होऊन आपलीं लग्में जोतिषी
यांणीं लावावीं ते लावीत नाहींत ह्मणोन सांगितल्यावरून, पुरती चौकशी न करितां, पेशजीं
रखमाजी वाकडे हवालदार कोरीगडास होते त्यांचे वेळेस किल्याचे चाकरमान्या महारांचें
लग्म लावण्याचें होतें, ते समयीं लग्म लावणार मेढ्या महार हा हजर नव्हता, सबब किल्ले
मजकूरचे हवालदार व सबनीस यांणीं आमचा बाप भाऊ विनायक जोतिषी दहा पंधरा
वर्षांचा अज्ञान होता, त्याजवर निग्रह करून महारांचें लग्म लावविलें. त्यास अजमासें
पंचावन वर्षें जाहलीं. तेवढ्याच दाखल्यावरून महारांचीं लग्में जोतिषांनीं लावीत जावीं
ह्मणोन कमावीसदारांनीं महारास भोगवटियास पत्र करून दिलें; त्याजवरून लग्म लाव-
ण्यास अतिशूद्र आह्मांजवळ ब्राह्मण मार्गो लागले तो न दिल्हा, याजकरितां कमावीसदा-
रांनीं आह्मांस दहा रुपये मसाला करून महाली नेऊन महारांचीं लग्में करावयाविषीं निग्रह
केला, त्यास अतिशूद्रांचें लग्मास आह्मीं मुहूर्त मात्र सांगत असतों, पूर्वापार लग्में लाविलीं
नसतां नवीन चाल होणार नाहीं, ऐसें आह्मीं उत्तर केलें. त्याचा कमावीसदारांनीं विषाद
मानून पूर्वीं या प्रांतांत धनगर नव्हते, अलीकडे नवे बस्तीस आले आहेत त्यांची व इतर
जात परदेशी व गुजराथी बगैरे नूतन येतील त्यांचींहीं लग्में तुह्मीं लाऊं नयेत ह्मणोम
कमावीसदारांनीं आक्षेप करून, जबरदस्ती करून आमचे वतनाची जप्ती करून, वृत्तीचें
कामकाजास नवा गुमास्ता ठेविला आहे. येविशीं कमावीसदारांस ताकीद होऊन महारांस

Rs. 7,000 from the funds in their charge. They were now dead. The
amount was ordered to be recovered from Nàro's son.

(1132) The Joshis of Poudkhore in Mámle Pál Panchmahál,
objected to officiate as priests at the marriages of
Mahárs. The practice of other *mahàls* was ascertained,
and it was found that marriages among Mahárs were ordinarily celebrated
by the chief Mahárs. This practice had in the case of Junnar *mahàl* been

A. D. 1785-86.

सीत समानीन
मया व अलफ
साबान ६

मोगवटियास पत्रें करून दिल्हीं आहेत, तीं माघारीं घेऊन आमच्या वृत्ती आह्मांकडे चालवावयाविशीं आज्ञा होऊन, जफ्तीमुळें वृत्तीचा ऐवज व मसाला महालीं घेतला आहे, तो माघारा देविला पाहिजे ह्मणोन; त्याजवरून येविशींची चौकशी करून दाखले मनास आणतां महारांचीं लग्नें जोतिष्यांनीं लावावयाची चाल फार करून नाहीं, कोठें कोठें लावीतही असतील, परंतु कोंकण प्रांतीं महारांचीं लग्नें जोतिषी लावीत नाहीं, त्यांचे जातीमध्यें मेढे महार आहेत तेच लावितात, याप्रमाणें तळकोंकणचे जमीदार व जोतिषी हुजूर आहेत त्यांणीं विदित केलें; व वेदमूर्ति रंग जोशी जुन्नरकर यांणींही लिहून दिल्हें कीं, शहर जुन्नर बरहुकूम पेठा सुद्धां व तर्फेचे गांव पाऊणशें व शिवनेर वगैरे किल्ले पांच या ठिकाणीं जोतिषपणाची वृत्ति परंपरागत आपली आहे, परंतु आपले वृत्तींत अतिशूद्रांचीं लग्नें आह्मीं लावीत नाहीं, अतिशूद्रांचे जातींत ढेगोमेगो आहेत तेच त्यांचीं लग्नें लावीत आले असतां, पूर्वीं एक वेळ किल्याचे चाकरमाने व प्रांतांतील दोन चार हजारपर्यंत महार मिळोन गवगवा करोन जोतिष्यांनीं आपलीं लग्नें लावावीं ह्मणोन, आवरंगजेब पादशाहा याजवळ फिर्याद केली, तेव्हां त्यांणीं पुरातन चाल मनास आणून, जोतिषीयांणी महारांचीं लग्नें लाऊं नयेत असा ठराव केला, त्याप्रमाणें हा कालवर चालतें. ह्मणोन याप्रमाणें दो प्रांतींचे दाखले गुजरलेल्याप्रमाणें तर्फ मजकुरींही जोतिष्यांनीं महारांचीं लग्नें लावावयाची चाल पुरातन नसतां, मागें कोरीगडचे हवालदारानें जोतिष्याचे मुलापासून बलात्कारें एक वेळ महाराचें लग्न लाविलें असल्यास तेव्हढ्याच दाखल्यावरून महारांचीं लग्नें जोतिष्यांनीं लावीत जावीं ह्मणोन तुह्मीं महारांस नवीं पत्रें करून देऊन जोतिषी यांजवर लग्नें लावावयाविशीं निग्रह करून त्यांजपासून मसाला घेऊन त्यांच्या वृत्ती जप्त केल्या, हें ठीक न केलें. मागें मोगलाई अमलांत ही पुरातन चाल मोडून नवें केलें नसतां स्वराज्यांत तुह्मीं आग्रह करून नवीन चाल करणें अनुचित. यास्तव तर्फ मजकुरीं महारांचीं लग्नें पुरातन जोतिषी लावीत नाहीं, त्याप्रमाणें पुढेंही लाऊं नयेत, याप्रमाणें ठराव करून हें पत्र तुह्मांस सादर केलें असे. तरी तुह्मीं महारांस नूतन पत्रें करून दिल्हीं असतील तीं माघारीं घेऊन जोतिषीयांजवळ देणें, आणि जोतिषी यांचें वतन जप्त केलें आहे तें मोकळें करून जफ्तीमुळें ऐवज जमा जाहला असेल तो, व यांजपासून मसाला घेतला आहे तो माघारा देणें. अतिशूद्र खेरीज करून सर्व जातींचीं लग्नें पुरातन जोतिषी लावीत आल्याप्रमाणें लावितील. तुह्मीं नवीन आक्षेप न करणें. या पत्राची नक्कल घेऊन हें अस्सल पत्र दाखल्यास जोतिषी यांजवळ परतोन देणें ह्मणोन, आपाजी कृष्ण कमावीसदार, तर्फ पौडखोरें दिंमत अनंदराव भिकाजी, यांचे नांवें चिटणिसी. पत्र १.

actually recognized by Emperor Aurangzeb on a former occasion. The objection of the Joshis was therefore held to be valid, and the Mahárs were informed accordingly.

सदरहूअन्वयें समस्त महार तर्फ कोरबारसें उर्फ पौडखोरें यांस आपाजी कृष्ण यांज-पासून पत्र करून घेतलें आहे, तें जोतिषि यांजवळ माघारां देणें. तुमचे जातीमध्यें मेढे महार लग्में लावीत आल्यामप्रमाणें लावितील. याउपरी जोतिषि यांशीं खटला केल्यास मुलाहिजा होणार नाहीं ह्मणोन.

पत्र १.

२.

दोन पत्रें चिटणिसी दिलीं असेत.

११३३ ( )–निंबाजी कुळकर्णी मौजे शहरटाकळी परगणे नेवासें यांणें पैठणचे तरांतील ब्राह्मणांशीं शरीरसंबंध करूं नये असें असतां महादेव लक्ष्मण पैठणकर यांशीं शरीरसंबंध केला, त्याचे सं(व)सर्गे दोषाचें प्रायश्चित्त घेत नाहीं, ह्मणोन शंकराजी राम यांणीं विदित केलें, त्याजवरून हे सनद सादर केली असे, तरी कुळकर्णी मजकूर यासी कुटुंबसुद्धां पैठणास पाठवून राजश्री चिमाजी नाईक भाकरे यांचे बिद्यमानें संवसर्गे दोषाचें प्रायश्चित्त देवणें. प्रायश्चित्त घेऊन शुद्ध न होय, तरी त्याचे मौजे मजकूर येथील कुळकर्णाचे वतनाची जफ्ती करून वतन-संबंधें उत्पन्न होईल तें सरकारहिशेबीं जमा करणें; आणि कुळकर्णी मजकूर यास हुजूर पाठवून देणें ह्मणोन, रामचंद्र नारायण यांस.

सीत समानीन मया व अलफ सफर २६

सनद १.

रसानगी यादी.

११३४ (२१९)–नमा जामदारखाना.

कमावीसभेट सौभाग्यवती रमाबाई यांसी, बाबत सौभाग्यवती कृष्णा-बाई रघुनाथ सदाशिव गद्रे यांची स्त्री सहगमन केलें ते समयीं प्रसाद पाठविला तो गुजारत केदारजी येवला खिजमतगार; सनगें एकूण रुपये.

सीत समानीन मया व अलफ जमादिलावल ४ किंमत.

१५ पातळ सांधें १
३ चोळखण चोळी तयार १

१८

(1133) Nimbáji kulkarṇi of Tákli in pargaṇá Newáse became connected by marriage with a family of an excommuni-cated Brahmin of Paithaṇ. He refused to undergo any penance for what he had done. His watan was ordered to be attached, should he persist in his refusal.

A. D. 1785-86.

(1134) A present of clothes was sent to Ramábái, the **Peshwá's** wife, by Krishṇábái, wife of Raghunáth Sadáshiv **Gadre,** when the latter was going to be burnt on her husband's funeral pyre.

A. D. 1785-86.

११३५ (९२५)–जमा जामदारखाना.

वीत समानीन   कमावीसमेट सौभाग्यवती रमाबाई यांसी, बाबत सगुणाबाई अंता
मया व अलफ   मल्हार वाकनीस यांची स्त्री सहगमन गेली, सबब प्रसाद पाठवि
रजब १५   तो, गुजारत केदारजी येवला खिजमतगार. सनगें एकूण किंमत. रुप

     ५ शालू साधा   १

    ·।।।· चोळखण $\frac{१}{२}$

       ———

       ५।।।

११३६ (९३६) शामाचार्य वगैरे आठ असामी, पेशजीं ब्राह्मण अष्ट होऊन य

सबा समानीन   जाहला, त्याशीं अन्नव्यवहारादिक पैठणी घडलें, त्याचा निश्चय शा
मया व अलफ   मतें हुजूर होऊन सर्व क्षेत्रास वगैरे प्रायश्चित्त देऊन शुद्ध केलें,
जिल्हेज १७   समयीं हे आठ असामी आग्रही, प्रायश्चित्त न घेत, सबब अपंक्त

हिलें, त्यांपैकीं शामाचार्य श्रीविद्यारण्य भारथी स्वामी सन्निध क्षेत्र पैठण येथें येऊन प्रा
श्चित्त घेतों क्षणोन बोलून क्षौर केलें, पुढें यथाविधि प्रायश्चित्त ध्यावयाविशीं जामीन दि
असतां बाहेर जाऊन औरंगाबाद येथील सुभ्यास गैरवाका समजावून स्वामींची अमर्य
बहुत केली, क्षणोन स्वामींचें पत्र आलें, व क्षेत्रस्थ ब्राह्मणांनीं हुजूर विदित केलें; त्याउ
रून शामाचार्य याजकडे मौजे आनंदपूर व मौजे पंथेवाडी, परगणे पैठण, येथील मोक
व जमीन इनाम आहे ते जफ्त करावयाचा करार करून हे सनद तुह्मांस सादर केली उ
तरी हरदूगांवचे मोकाशाचा अंमल व जमीन इनाम आहे ते जफ्त करून आकार होईल
परगणे नेवासें येथील हिशेबीं जमा करीत जाणें, क्षणोन, रामचंद्र नारायण यांस. सनद

     सदरहूअन्वयें हरदूगांवचे मोकदम व जमीदार परगणे मजकूर यांस सनदा व
कीं, मशारनिल्हे यासी रुजू होऊन अंमल सुरळीत देणें क्षणोन.

     २ मोकदमास सनदा.

       १ मौजे आनंदपुरी.

———

(1135) A present of clothes was sent to Lady Ramábái by Sagu
A. D. 1785-86.   bái, wife of Antáji Malhár Wáknis, when the latter
       going to be burnt on her husband's funeral pyre.

(1136) The Brahmins of Paithan having dined with a Brah
A. D. 1786-87.   who had been converted to Mahomedanism, pen
       was therefore administered to the whole commur
persons however, refused to undergo the penance. One of th
hárya, agreed before Shri Vidyáranya Bhárathi Swámi to und
e, and as a preliminary step had himself shaved. He su

१ मौजे पंथेवाडी.

२

१ जमीदार परगणे मजकूर यांस चिटणिसी पत्र.

३ ४

एकूण तीन सनदा व एक पत्र दिल्हें असे.   रसानगी याद.

११३७ (९६०) मोकदम मौजे संवदगांव, परगणे खंडाळें यास सनद कीं, दिगंबर
समान समानीन   भयतारक जैनांचा गुरु मठ दिल्ली हा दक्षिण देशास फिरत येत होता.
मया व अलफ   तो मौजे मजकुरीं राहिला. तेथें दरवडा येऊन चोरांनीं पालखी व तंटू
मोहरम १२.   वगैरे दरोबस्त वस्तभाव नेली, त्याचे चौकशीस सरकारांतून विनायक
गोपाळ कारकून शिलेदार पाठविले आहेत, यांस व बराबर खिजमतगार वगैरे दिल्हे
आहेत त्यांस रोजमरा.   रुपये.

५७ रोजमरा दुमाही.   रुपये.

   ५० खुद विनायक गोपाळ यांस छ. १ सफरचा.

   ७ भिवजी जगताप खिजमतगार यास छ. १ जिल्हेजचा.   रुपये.

   ─────
   ५७

१३ जासूद जथे आणाजी नाईक यास रोजमरा दीड माही छ. १ मोहरमचा.
                                                          रुपये.

   ६॥ शिदोजी कुन्हाडा.
   ६॥ मालजी वालूज.

   १३

quently changed his mind, and having secured the support of the
subhá of Aurangábád, behaved disrespectfully to the Swámi. His inám
lands were therefore attached.

(1137) Digamber Bhayatárak, the Jain priest of the monastery
A. D. 1787-88.   at Delhi while travelling in the southern country halted
                 one day at Sawandgáum in pargaṇá Khandále. While
there, his palanquin, his pony &c. were stolen. A kárkun was sent from
the Huzur to investigate.

एकूण सत्तर रुपये रोजमरा दुमाही दीडमाही सरकारजमेशिवाय देविला असे, तरी देणें, व पुढें दरवाडियाचे चौकशीस तेथें राहतील तोंपर्यंत सदरीलप्रमाणें रोजमरा तेरीख भरलियावर मौजे मजकूरचे ऐवजीं देत जाणें म्हणून. सनद १.

रसानगी यादी.

११३८ (९७५)—जमा जामदारखाना.

तिसा समानीन मया व अलफ मोहरम ७ — कमावीसभेट सौभाग्यवती रमाबाई यांसी, बाबत सौभाग्यवती मथुरा- बाई बाबूजी नाईक ओंकार यांची स्त्री सहगमन गेली, ते समयीं प्रसाद पाठविला, तो गुजारत जिवाजी काटकर खिजमतगार, सनगें

एकूण. रुपये.

१०	पातळ साधें केशरी रंगाचें	१
·।·	चोळी केशरी शेल्याची	१
१०।		२

११३९ (९८०)—जमा जामदारखाना.

तिसा समानीन मया व अलफ रविलावल ७ — कमावीसभेट सौभाग्यवती रमाबाई यांसी, बाबत सौभाग्यवती अन्न- पूर्णाबाई बाळाजी शंकर आंबेकर यांची स्त्री सहगमन गेली, ते समयीं प्रसाद पाठविला तो, गुजारत भिवजी संकपाळ खिजमतगार, सनगें

एकूण. रुपये.

१०	लुगडें.	१
-।-	चोळखण तपशिल्याचा.	१
१०।		२

११४० (९८४)—ताठे व थिटे व आराध्ये क्षेत्र पंढरपूर यांणीं हुजूर पुण्याचे

तिसा समानीन मया व अलफ जमादिलावल २५ — मुक्कामीं येऊन विदित केलें कीं, क्षेत्र मजकूरच्या आपल्या वृत्ती बि- दिकती चालत असतां, बडवे यांणीं नवीन वेणुनादीं विष्णुपदे पूजोन गयाविधि श्राद्धें करावयाची चाल पंचवीस तीस वर्षें पाडली

(1138) A present was sent to the Peshwá's wife by Mathurábái wife of Bábuji Náik Onkàr, at the time the latter wa about to burn herself on her husband's pyre.
A. D. 1788-89.

(1139) Presents were sent to the Peshwá's wife by Anpurṇábá wife of Báláji Shankar Ambekar, when she was prepai ing to burn herself on her husband's pyre.
A. D. 1788-89.

(1140) It was brought to the notice of Government, that th

त्या दिवसापासून आमचे जोतिषसंबंधें गयाविधि श्राद्धीं आमंत्रण चालत असतां, अली-
कडे आक्षेप करितात, व होळीची पोळी बहुत वर्षें सरकारांत जप्त असतां राडीचा खेळ
चालत आहे, परंतु राडीचा मान आमचा, महारानें राड खणावी, ही चाल सुदामत
असतां बडवेच खणूं लागले, आणि आधीं पूजा आम्हीं करूं, मग सर्वांनीं खेळावें, याप्र-
माणें नव्या दिकती करितात, येविशीं मनास आणून आज्ञा करावी म्हणोन; त्याजवरून
बडवे यांस हुजूर आणून मनास आणितां सदरहू दोन कलमांसंबंधें येणेंप्रमाणें हरदू वादी
यांचेच लिहिल्यावरून ठरलें. कलमें बीतपशील.

विष्णुपदाची पूजा व गयाविधि श्राद्धें
करावयाची चाल सुदामत नाहीं, पंचवीस
तीस वर्षें नवीन करूं लागले, त्यास विष्णु-
पदपूजा व गयाविधि श्राद्धें श्रीगयास्था-
नींच व्हावीं, इतर स्थळीं करावयाची
चाल ठीक नव्हे, शास्त्रास विरुद्ध, सबब
विष्णुपदपूजा वेणुनादीं तेथें गयाश्राद्धें
करितील व जे करवितील त्यांस ताकीद
करून करूं न देणें. कोणीं केल्यास व
करविल्यास दोघांपासून गुन्हेगारी घेणें.
कलम १.

राडीचा खेळ, होळीची पोळी जप्त असतां
चालत आहे, त्यास राडीची खाच महा-
रानें खणावी ऐसी चाल सुदामत असतां
अलीकडे बडवेच राड खणून आधीं पूजा
करून मग सर्वांनीं खेळावें येविशीं दिकत
पडली. ऐसीयास राड सुदामतप्रमाणें
वतनदार महाराकडून खणून महाद्वारीं
सर्वांनीं खेळ खेळावा. राडीची पूजा आम्ह-
हानें कोणींच करूं नये. खेळांत हर-
एकविशीं आपला कायदा कोणी सांगूं
लागेल त्याजपासून गुन्हेगारी घेणें. कलम १.

सदरहू दोन कलमें लिहिल्याप्रमाणें हरदूजणांस ताकीद करून करवणें म्हणोन, चिंतो
रामचंद्र कमावीसदार क्षेत्र मजकूर दिंमत परशराम रामचंद्र यांचे नांवें चिटणिसी. पत्र १.

११४१ (९८६)—परगणे खटाव येथील काजी व मुलाण्याची कुतबा पढावयाविशीं

तिसा समानीन
मया व अलफ
साबान ४

कलागत होऊन मारामारी जाहली, मुलाण्याचा खून जाहला, सबब
जिल्हेकडून मसाला होऊन काजी कराडास गेले, त्याजवर परगणे
मजकूरचे काजीचे बतनाची जप्ती करून, मनास आणावयाची आज्ञा

A. D. 1788-89. Badwes of Pandharpur had newly introduced the practice
of worshipping Vishṇupad at the place, and of perform-
ing certain Shráddbás, which according to the Shástrás were to be per-
formed at Gayá. The practice was ordered to be discontinued, and fines
to be levied from any one continuing the practice.

A. D. 1788-89. (1141) A quarrel took place between the Kàzi and Mulàṇá of
Khaṭáv in regard to preaching the Kutbá, in which the
Mulàṇá was killed. The Kázi's watan was therefore
attached.

तुह्मांस करून, काजी तीन असामी जिल्हेकडे कैदेत आहेत, ते सदारतीकडील कारकुनांचे हवालीं करावे, ह्मणजे ते मनास आणितील, ह्मणोन राजश्री पंतप्रतिनिधी यांस सरकारांतून सनद पाठविली होती, त्यास हल्लीं जिल्हेकडेच जफ्ती असावी येविशीं राजश्री कृष्णराव नारायण यांणीं विनंती केली, त्याजवरून त्यांजकडे जिल्हेसच जफ्ती करून मनास आणावयास सांगितलें असे, तरी तुह्मीं जफ्ती उठवून कारकून व प्यादे पाठविले आहेत, ते माघारे आणणें ह्मणोन, तिमाराव भिकाजी यांचे नांवें चिटणिसी.   पत्र १.

११४२ (९९०)—मौजे कात्रज तर्फ कर्यातमावळ, येथें गांवालगती महार व मांग
तिसैन   व चांभार यांचीं घरें होतीं, तीं मोडून दुसरे ठिकाणीं घातलीं, तीं
मया व अलफ   घरें बांधावयाबद्दल.   रुपये.
रमजान १०

     २०७ महार असामी   २२
     १४ मांग असामी   २
     ३० चांभार असामी   २
     —————
     २५१

एकूण दोनशें एकावन रुपये देविले असेत, तरी शहर पुणें येथील नहराचे खर्चाबद्दल तुमचे तसलमातीस ऐवज खर्च पडला आहे त्यापैकीं देणें ह्मणोन, रामचंद्र नारायण यांचे नांवें.   सनद १.
                              रसानगी यादी.

मौजे कात्रज, तर्फ कर्यातमावळ, येथें गांवालगतीं महार व मांग व चांभार यांचीं घरें होतीं, तीं मोडून दुसरे ठिकाणीं घातलीं. तीं घरें बांधावयाबद्दल वासे सुमार ३०० तीनशें देविले असेत, तरी मौजे नांदेड येथील जाहालीचें बेट पैकीं महार वगैरे तोडून नेतील त्यांस नेऊं देणें ह्मणोन, जोत्यांनी जाधवराव यांचे नांवें.   सनद १.
                              रसानगी याद.

११४३ (९९६)—जमा जामदारखाना.
तिसैन   कमाबीसभेट राजश्री राव यांस, बाबद अया(ग्या)शास्त्री यांचे घरीं
मया व अलफ   यज्ञे जाहला, सबब खासा स्वारी गेली. ते समयीं पोषाख दिल्हा तो,
जिल्काद २७   गुजरात जानोजी जाबक खिजमतगार सनगें एकूण, किंमत. रुपये.

(1142) The houses of Mahàrs, Màngs and Chàmbhàrs at Kàtraj in
A. D. 1789-90.   tarf Karyàt Màwal, being too near the village, were
                       removed to another site. The expense of rebuilding the
houses was given by Government, and timber was given free of cost for
the purpose.

(1143) A sacrifice was performed by Ayyà Shàstri. The Peshwa

३० तिवट गुलनार १
५० दुपटा गुलनार १/२

८०

११४४ (१०१०)—कसबे पेण परगणे साकसें येथील समस्त ब्राह्मण हुजूर येऊन निवेदन केलें कीं, श्रीमंत कैलासवासी नारायणरावसाहेब यांचे कारकीर्दींत परभूंचे कर्माचरणाविशीं सरकारांतून ठराव करून दिल्हा, त्याप्रमाणें त्यांणीं वर्तावें, तें न करितां आपला धर्म सोडून मनस्वी वर्तणूक करून चोरून ब्रह्मकर्में करितात, येविशीं त्यांस ताकीद होऊन बंदोबस्त जाहला पाहिजे म्हणोन; त्याजवरून मनास आणितां पेशजीं कैलासवासी तीर्थरूप रावसाहेब यांचे वेळेस चौकशी होऊन परभूंचे वर्तणुकेविशीं कलमांचा ठराव जाहला, त्याप्रमाणें त्यांणीं सरकारांत कतबा लिहून दिल्हा, त्यांतील कलमें, बीतपशील.

तिसैन
मया व अलफ
रमजान २०

१ वैदिक मंत्रेंकरून कांहींच कर्म करणार नाहीं.
१ वैदिक मंत्र जे येत असतील त्यांचा उच्चार करणार नाहीं.
१ भाताचे पिंड करणार नाहीं.
१ देवपूजादिक विहित कर्में पुराणोक्त मंत्रेंकरूनच करूं. व ब्राह्मणभोजन आपले घरीं करणार नाहीं.
१ शालग्राम पूजा करणार नाहीं.
१ ज्या देवास शूद्र जातात त्या देवास आह्मीं जाऊं.
१ ब्राह्मणांस दंडवत मोठ्यानें म्हणत जाऊं, व आपले जातींतही दंडवतच म्हणत जाऊं.
१ वैदिक ब्राह्मण व आचारी व पाणक्ये व शागिर्द ब्राह्मण व ब्राह्मण बायका चाकरीस ठेवणार नाहीं, व आपले घरींही ठेवणार नाहीं.
१ आमचे जातीमध्यें आपले संतोषें पाट लावतील त्यांस आह्मीं अडथळा करणार नाहीं.

९

A. D. 1789-90. attended on the occasion and gave the Shástri a robe of honour.

(1144) An order was passed in the reign of Peshwá Náráyanráo regulating the religious conduct of Parbhus, and an agreement, binding them to the following terms was, at that time, taken from them:—

A. D. 1789-90.

येणेंप्रमाणें नव कलमें लिहून दिल्हीं असतां, परभू आपले घरीं चोरून ब्रह्मकर्में करतात, यामुळें पेणकर ब्राह्मणांचा व त्यांचा कजिया वाढोन परभूंचीं घरचीं सर्व कर्में बंद जाहालीं, त्यास येविशींचा हल्लींचा विचार करितां, परभूंचे कर्माचरणाविशीं पेशजीं चौकशी होऊन कर्में ठराऊन दिल्हीं आहेत त्याप्रमाणें त्यांणीं वर्तावें, तें न करितां आपला धर्म सोडून मनस्वी वर्तणूक करितात हें अनुचित, पेशजीं कर्में ठराऊन दिल्हीं आहेत तींच योग्य, असें शिष्टसंमतें ठरोन पुणियांत परभूंचीं घरें आहेत त्यांस हुजूर ताकीद करून पत्रें सादर केलीं असेत, तरी महालानिहाय येथें परभूंचीं घरें असतील त्यांस निक्षून ताकीद करून सदरहू कलमांप्रमाणें वर्तवीत जाणें. यांत जो कोणी अन्यथा वर्तेल त्याचें बरें वजेनें पारपत्य करून गुन्हेगारी घेत जाणें म्हणोन चिटणिसी. पत्रें.

सदरहूअन्वयें समस्त ब्राह्मण व धर्माधिकारी उपाध्ये जोतिष्यांस पत्रें पारपत्य व गुन्हेगारी खेरीज करून, बाकी मजकूर वर लिहिल्याप्रमाणें. पत्रें.

यासी तपशील--

	अजपत्रें.	मामलेदारांस	ब्राह्मणांस.
निसबत रामचंद्र नारायण.	४	१	३
तालुके सुवर्णदुर्ग, निसबत मोरो बापूजी.	२	१	१
तालुके विजयदुर्ग, निसबत गंगाधर गोविंद.	२	१	१
तालुके रत्नागिरी, निसबत महिपतराव कृष्ण.	२	१	१
तालुके अंजणवेल, निसबत त्रिंबक कृष्ण.	२	१	१
तालुके रेवदंडा, निसबत महादाजी बल्लाळ.	२	१	१
तालुके उंदेरी, निसबत जगदीश गणेश.	२	१	१
तालुके अवचितगड व बीरवाडी, निसबत बाबूराव पासलकर.	२	१	१
तालुके रायगड, निसबत सदाशिव रघुनाथ.	२	१	१
प्रांत राजपुरी, निसबत चिमाजी माणकर.	२	१	१
मामले कोहोज, निसबत पांडुरंग जिवाजी.	२	१	१
किल्ले माहुली, निसबत भगवंतराव शिंदे देखील जहागीर	२	१	१
परगणे साकसें, निसबत भास्कर लक्ष्मण.	२	१	१
प्रांत कल्याण भिंवडी व तालुके नेरळ, निसबत सदाशिव केशव.	३	१	२

(1) that they would perform no religious rite accompanied by a recital of Vedic hymns;

(2) that they would not use cooked rice in offering oblations to the dead;

तुकोजी पवार व सदाशिव पवार सरंजामी. यांजकडील महालनिहाय यांस.	२	२	१
महालनिहाय, निसबत महादाजी निळकंठ पुरंदरे.	२	१	१
महालनिहाय, निसबत मालोजी घोरपडे.	२	१	१
महालनिहाय, निसबत खंडेराव त्रिंबक ओढेकर.	२	१	१
महालनिहाय, निसबत रघुनाथराव बळवंत.	२	१	१
महालनिहाय, निसबत पांडुरंग बाबूराव जोशी.	२	१	१
परगणे सुपें, निसबत आनंदराव त्रिंबक.	२	१	१
परगणे कंकणवाडी, निसबत नागो शामजी.	२	१	१
महालनिहाय, निसबत राणोजी पवार विश्वासराव.	२	१	१
किल्ले वंदन, निसबत विश्वासराव नारायण.	२	१	१
महालनिहाय, निसबत परशराम रामचंद्र.	२	१	१
प्रांत मिरज वगैरे महाल, निसबत चिंतामणराव पांडुरंग.	२	१	१
तालुके धोडप, निसबत बाबूराव आपाजी.	२	१	१
महालनिहाय, निसबत जयवंतराव रघुनाथ मंत्री.	२	१	१
परगणे उमरखेड, निसबत बळवंतराव लक्ष्मण.	२	१	१
तालुके झांशी, निसबत रघुनाथ हरी.	२	१	१
प्रांत चऊल, निसबत राघोजी आंग्रे वजारतमहा सरखेल.	२	१	१
तालुके अमदाबाद, निसबत महिपतराव भवानी.	२	१	१
प्रांत खानदेश, निसबत नारो कृष्ण.	२	१	१
गणेश हरी, दिंमत सरसुभा प्रांत गुजराथ.	२	१	१
परगणे वाळूज वगैरे महाल, निसबत पांडुरंग बल्लाळ.	२	१	१
प्रांत गंगथडी, निसबत मल्हारराव नरसी.	२	१	१
परगणे गांडापूर वगैरे महाल, निसबत व्यंकटराव महादेव.	२	१	१
परगणे शेवगांव, निसबत खंडेराव नरहर.	२	१	१
क्षेत्र पंढरपूर, निसबत चिंतो रामचंद्र कमावीसदार दिंमत परशराम रामचंद्र.	२	१	१

(3) that in performing the daily observances such as worship &c. they would recite the hymns of Puráṇs only;

(4) that they would not feed any Brahmins at their houses;

(5) that they would not worship the Sháligrám deity;

(6) that they would visit only the temples frequented by Shudrás;

तालुके त्रिंबक रतनगड, निसबत धोंडो महादेव.	२	१	१
तालुके कावनई, निसबत गोपाळ बल्लाळ.	२	१	१
किल्ले दातेगड, निसबत माधवराव रामचंद्र.	२	१	१
किल्ले सातारा, निसबत बाबूराव कृष्ण.	२	१	१
तालुके शिवनेर, निसबत बाळाजी महादेव.	२	१	१
प्रांत बुंदेलखंड व कालपी वगैरे महाल, निसबत बाळाजी गोविंद.	२	१	१
महालानिहाय, निसबत सिद्धेश्वर महिपतराव.	२	१	१
निसबत महादाजी नारायण.	३	१	२
किल्ले सिंहीगड, निसबत केशवराव जगन्नाथ देखील कर्यातमावळ.	२	१	१
परगणे कर्डे रांजणगांव, निसबत बाबूराव माणकेश्वर.	२	१	१
तालुके मोल्हेर, निसबत रामचंद्र कृष्ण.	२	१	१
तालुके वसई, निसबत गणपतराव जिवाजी.	२	१	१
प्रांत जुन्नर, निसबत आनंदराव विश्वनाथ.	२	१	१
महालानिहाय, निसबत महादजी शिंदे.	२	१	१
तर्फ पौडखोरें व तालुके बागलकोट वगैरे महाल, निसबत आनंदराव भिकाजी रास्ते.	३	१	२
महालानिहाय, निसबत तुकोजी होळकर.	२	१	१
किल्ले नांदगिरी व चंदनगड, निसबत रंगो शामराव.	२	१	१
महालानिहाय, निसबत हैबतराव औळे धुरंधर समशेरबहाद्दर.	२	१	१
महालानिहाय, निसबत माधवराव कृष्ण.	२	१	१
परशराम पंडित प्रतिनिधी.	२	१	१
तालुके सरसगड उर्फ मामले पाल, निसबत गोविंदराव बाजी.	२	१	१
महालानिहाय, निसबत खंडेराव दरेकर सरलष्कर.	२	१	१

(7) that they would salute Brahmins by calling out the w*dandavat* and would use the same word in saluting men of th own caste;

(8) that they would not employ or keep at their houses any Brahr versed in the Vedás, any Brahmin cook or water bearer, or Brahmin woman;

आनंदराव पवार सरंजामी.	२	१	१
रघुनाथराव पंडित सचिव.	२	१	१
शिवाजी विठ्ठल.	२	१	१
रघुपतराव नारायण राजेबहादुर.	२	१	१
दामोदर गोविंद तालुके गडवई.	२	१	१
किल्ले लोहगड, निसबत बाळाजी जनार्दन.	२	१	१
परगणे इंदापूर, निसबत गणपतराव जिवाजी.	२	१	१
किल्ले विसापूर, निसबत भिकाजी गोविंद.	२	१	१
प्रांत वाई, निसबत भवानीशंकर हैबतराव.	२	१	१
प्रांत कराड, निसबत श्रीनिवास शामराव.	२	१	१
परगणे अरुण वगैरे महाल, निसबत नारो चिमणाजी.	२	१	१
सगुणाबाई निंबाळकर फलटणकर.	२	१	१
ओक, सांवत, भोसले, सरदेसाई, प्रांत कुडाळ.	२	१	१
परगणे बेलापूर व तर्फ आटगांव प्रांत साष्टी, निसबत गोविंदराव.	२	१	१
किल्ले प्रतापगड, निसबत जयराम कृष्ण बापट.	२	१	१
तालुके सोलापूर, निसबत रामचंद्र शिवाजी.	२	१	१
तालुके खजुरीयाकटोती, निसबत कृष्णाजी अनंत.	२	१	१
प्रांत बागलाण, निसबत कृष्णराव गोविंद.	२	१	१
संस्थान नरवर, निसबत संभाजी व जोत्याजी व मळोजी जाधवराव.	२	१	१
तालुके कर्नाळा, निसबत रामराव अनंत.	२	१	१
परगणे शिरोळ, निसबत रघुनाथ चिंतामण.	२	१	१
परगणे रायपूर, निसबत भगवंत नीळकंठ.	२	१	१
परगणे बिडपाथरी, निसबत काशीनाथ व्यंकटेश.	२	१	१
परगणे हरसुल सातारे, निसबत भिकाजी कृष्ण.	२	१	१
कसबे चाकण तर्फ मजकूर प्रांत जुन्नर, निसबत भगवंत-राव नारायण.	२	१	१

(9) that they would not object to any widow of their caste, marrying another husband if she wished. It was represented that the Parbhus notwithstanding the above agreement secretly performed the prohibited acts. The opinions of respectable persons

परगणे अंतूर, निसबत गणेश नारायण.	२	१	१
किल्ले राजमाची वगैरे गांव, निसबत रामराव नारायण.	२	१	१
तालुके चास, निसबत निळकंठराव रामचंद्र.	२	१	१
रघोजी भोसले सेनासाहेब सुभा.	२	१	१
परगणे नाशीक, निसबत कृष्णराव गंगाधर.	२	१	१
कसबे खेड शिवापूर, निसबत सदाशिव दिनकर.	२	१	१
सरसुभा, निसबत सर्वोत्तम शंकर.	२	१	१
परगणे अक्कलकोट वगैरे महालानिहाय.	२	१	१
शाहाजी भोसले यांचे पुत्र फत्तेसिंग भोसले.	२	१	१
	१९६	९५	१०१

एकूण एकशें शाणव पत्रें दिल्हीं असेत.

११४५ (१०६३)–खंडेराव त्रिंबक यांणीं विनंती केली कीं, क्षेत्र पंचवटी परगण

सलास तिसैन मया व अलफ राबिलाखर ५

मजकूर येथील श्रीरामचंद्रजीचें देवालय बांधिलें तें तयार जालें. त्य समोंवता परिघ घालून आंत वोवऱ्या व पुढील मंडप करावयाबद्द देवालया भोंवत्या गोसावी बैरागी यांच्या धर्मशाळा व लोकांचीं घ व खुली जागा आहे त्यापैकीं देविली पाहिजे म्हणोन; त्याजवरून गोसावी बैरागी वगै यांची जागा मंडपाखालीं परिघसुद्धां घेणें, तेव्हां मोबदला दुसरी दिल्ही पाहिजे, त्या पैक्यावर समजावीस ज्याची पडेल, त्यास ऐवज मशारनिल्हे देतील, जागाच मोबदल पाहिजे असें असल्यास दहा पंधरा बिघे जमीन सरकारांतून देऊन समजावीस काढ़ परिघ मंडपाचे कामास दिकत न पडतां काम चाले ती गोष्ट करणें. जमीनीचा मजकृ लिहिला आहे यांत समजुतीमुळें कमी होईल ती करून समजूत पाडून काम चालव ह्मणोन, कृष्णराव गंगाधर कमावीसदार परगणे नाशीक, यांचे नांवें. सनद १.

रसानगी यादी.

---

in Poona were taken in the matter, and the previous orders we confirmed. Instructions were issued to the various officers severely punish any one disobeying the above orders.

(1145) Khanderáo Trimbak represented that the temple of Sh Rámchandra at Panchawati was completed, and th land occupied by certain houses was required for t ion of a *mandap* in front of the temple. He was permitted to ta land either by paying cash compensation to the owners or land in exchange.

A. D. 1792-93.

११४६ (१०७२)—क्रुष्णाजी अंबादास आकोलकर यांनीं हुजूर विदित केलें कीं,
सलास तिसैन
मया व अलफ
सवाल १९ कसबे व्हाकोल, परगणे मजकूर, येथें आह्मीं पिंपळाचे वृक्ष नवींन लाविले आहेत त्यांच्या मुंजी करणार, त्यास कसबे मजकुरीं ऋग्वेदी व यजुर्वेदी जोशी यांचा वृत्तिसंबंधें कजिया आहे, सबब यजुर्वेदी जोशी मुंजीस अडथळा करितात, याजकरितां मुंजी करते समयीं उपाध्यिक मामलेदार यांणीं अमानत ठेऊन कार्यें मुंजीचें करविलें पाहिजे ह्मणोन; त्याजवरून हें पत्र सादर केलें अर्से, तरी पिंपळाच्या मुंजी करणार ऋग्वेदी यजुर्वेदी यांचा वृत्तीचा कजिया आहे, त्यास सुदामत चालत आल्याप्रमाणें ताकीद करून मुंजी कारकून पाठऊन करणें, कजियाच करूं लागल्यास कजियाचा विषय असेल तो अमानत ठेऊन काम चालवणें ह्मणोन, धोंडो महादेव यांचे नांवें चिटणिसी. पत्र १.

११४७ (१०८१)—गुमानी भाटीण इचा दादला लहानपणीं मृत्यु पावला, तेव्हां-
अबा तिसैन
मया व अलफ
मोहरम ११ पासून माहेरीं होती; अलीकडे कोणास न पुसतां माहेराहून कसबे पुणें येथें येऊन राहिली. त्यास ही गरत; ईणें न पुसतां उठून येऊ नये ते आली, सबब किल्ले घोडप येथें अटकेस ठेवावयास बरोबर लोक द्विमत गुलाबसिंग निसबत हुजूर हशम असामी तीन देऊन पाठविली आहे, त्यास इजपासून किल्ले मजकुरीं इमारतीचें वगैरे कामकाज घेऊन बंदोबस्तानें ठेऊन पोटास शेर शिरस्तेप्रमाणें देत जाणें ह्मणून, बाजीराव आपाजी यांचे नांवें. सनद १.

रसानगी, बापूजी बल्लाळ लेले.

२१ सार्वजनिक उत्सव.

११४८ ( )—कमावीसभेट राजश्री रावसाहेब यांस विजयादशमीनिमित्य स्वारी

(1146) Krishnáji Ambádás of Akolá wished to perform the thread-ceremonies of Pimpal trees, and asked for the assistance
A. D. 1792-93. of the Mamlatdár, as owing to a split between the Rigwedi and Yajurwedi Brahmins of the place, it was feared that the performance of the ceremonies would be obstructed. The officer of the pargaṇá was therefore directed to send a kárkun to Krishnáji's place and to arrange for the celebration of the ceremonies in question.

(1147) Gumáni, a Bháti widow, came from her father's house to
A. D. 1793-94. live in Poona without permission. As such conduct in a respectable woman was held to be improper, Gumáni was sent to prison.

XXI Public festivals and amusements.

(1148) *Nazars* of Mohòrs, Putalis and cash, worth in all Rs. 1,031,

अर्बा समानीन	सीमाउल्लंघनाहून वाड्यांत आलियावर सदरेस लोकांनीं नजरा केल्या
मया व अलफ	त्या छ. ८ जिल्काद. रुपये.
जिल्काद ३०	

५८०|||· मोहरा.   नाणें.

२ बाळाजी जनार्दन फडणीस.

१ नारो नीळकंठ मजमदार.

१ त्रिंबकराव महिपत चिटणीस.

१ हरी बल्लाळ.

२ विसाजी कृष्ण.

१ बाळाजी महादेव, तालुके शिवनेर.

१ रामराव त्रिंबक, प्रांत जुन्नर.

१ रामचंद्र नारायण, प्रांत पुणें.

२ भवानी शिवराम.

२ त्रिंबकराव नारायण राजेबहाद्दर.

१ कृष्णराव बळवंत मेहेंदळे.

१ शिवराम रघुनाथ, निसबत खासगी.

१ राघो बापूजी पागा.

१ महिपतराव विश्वनाथ.

१ गोपाळ संभाजी याचे पुत्र.

१ बाळकृष्ण केशव वर्तक, तालुके पटा.

१ केशवराव जगन्नाथ गोखले.

१ माधवराव मोरेश्वर पेठ्ये.

१ बाबूराव हरी दातार, निसबत जकात प्रांत कल्याणभिवंडी.

१ चिंतामण हरी दीक्षित.

२ बळवंतराव विष्णु दीक्षित, रघोजी भोसले सेना साहेब सुभा.

१ वासुदेव रघुनाथ फडणीस, प्रांत जुन्नर.

१ अमृतराव विश्वनाथ पेठ्ये.

१ रामराव नारायण, तालुके राजमाची.

A. D. 1783-84.   were received by the Peshwá from his officers and other
at the Darbár held on the evening of the Dasará festiva
The names of the persons presenting *Nazars* are given in detail. Th
list begins with ' Báláji Janárdan Faḍnis–2 Mohors. '

१ बाबाजी गोविंद कारकून, निसबत दफ्तर.
१ नीळकंठराव गोविंद.
१ माधवराव रामचंद्र.
१ मुसा जारल.
१ गणाजी चंदरराव वसईकर.
१ येशवंतराव गंगाधर.
१ रामराव बाजी.
१ नारो महादेव गद्रे किल्ले सिंहीगड.
१ माधवराव त्रिंबक, त्रिंबकराव सदाशिव दीक्षित यांचे पुत्र.
१ कृष्णाजी भैरव थत्ते.
१ कृष्णराव नारायण जोशी.
१ रंगराव महादेव बोढेकर.
१ नांव लागलें नाहीं.

४३ (४२)

८४ पंचमेळ ६ दर १४
५९ दिल्लीच्या ४ दर १४॥।
९६। प्रत नाणें.
४ कोट्याच्या.
१ दिल्ली शिक्का डाकाची.
१ सुरती डाकाची.
१ अजमीरची.

७

दर १३॥। प्रमाणें रुपये.

२५६॥ प्रत. नाणें.
७ औरंगाबादी.
१० शेटशाई.
२ हल्लीं शिक्का.

१९

दर १३॥ प्रमाणें. रुपये.

२६ प्रत. नाणें.

१ फर्कावादी.

१ दिल्लीची गैरसाळ.

२

दर १३ प्रमाणें. रुपये.

४८ प्रत. नाणें.

१ सोलापूरची गैरसाळ.

१ लाहूरची.

१ शेटशाई गैरसाळ.

१ अर्कटची गैरसाळ.

४

दर १२ प्रमाणें. रुपये.

११ तळेगावीं १ एकूण ४३ रुपये.

५८०॥।

१५५॥ पुतळ्या. तोटे

१ सखाराम येशवंत पानसी.

२ सर्वोत्तम शंकर.

१ नारायणराव कृष्ण पारसनीस.

१ महादाजी बल्लाळ साठे.

१ तानको कृष्ण दिंमत रघोजी भोसले सेना साहेब सुभा.

१ विसाजी आपाजी पागा.

१ लक्ष्मण कृष्ण मेहंदळे, कृष्णराव बळवंत यांचे पुत्र.

१ माधवराव कृष्ण पानसी.

१ कृष्णराव भिवजी.

१ रामचंद्र कृष्ण मेहंदळे.

१ बळवंतराव व्यंकटेश, निसबत पोतनीस.

४ मुसा मात्रो.

१ केशव विठ्ठल गोळे.

१ बाळाजी राम भिडे.

१ जनार्दन राम पागा.
१ बाबूराव पासलेकर.
१ जयराम त्रिंबक सोमण मजमदार, प्रांत राजपुरी.
१ चिमाजी माणकर, प्रांत राजपुरी.
१ गोपाळराव बापूजी पागा.
१ भगवंतराव बापूजी शिलेदार यांचे पुत्र.
१ येशवंतराव मल्हार खासनिवीस, दिंमत हुजरात.
१ गणपत आनंदराव मेहंदळे.
१ जिवाजी गोपाळ.
१ बाबाजी बल्लाळ रानड्ये.
१ बाबूराव अनंत पागा.
१ पांडुरंग नारायण पागा.
१ राघो विश्वनाथ गोडबोले.
१ अमृतराव केशव थत्ते.
१ शिदोजी पलांडे पागा.
१ जयवंतराव येशवंत पानसी.

३४

तपशील.

३३ ऐन तार्टे.
१ गबर.

वजन तोळे ९।= दर १६॥ प्रमाणें. रुपये.
३॥। गणपतराव भिकाजी रास्ते यांचे पुत्र. होन नवा एलोरी नाणें १, एकूण रुपये.
२९१ नक्त. रुपये.

५ बळवंतराव जिवाजी लिमये.
३ रंगो कान्हेरे एकबोटे.
५ खंडो अनंत, दिंमत खंडेराव त्रिंबक वोढेकर.
५ गोविंदराव कृष्ण काळे.
५ मल्हार धोंडदेव यांचे पुत्र.
२ केशवराव व्यंकटेश पानसी.
५ त्रिंबकराव गंगाधर.
२ गंगाधर बल्लाळ दिंमत फडणीस, दिंमत तोफखाना.

४ गणेश तुकदेव.
५ बळवंतराव शंकर पागा.
२ गोपाळ नारायण एकबोटे.
५ विश्वासराव त्रिंबक.
५ येशवंतराव रघुनाथ.
५ केसो शंकर कान्हेरे.
५ बहिरो मुकुंद, मुकुंद श्रीपत यांचे पुत्र.
३ बळवंतराव हरि दुंगणकर.
२ बापूजी वामन, निसबत शेख्ये.
५ वकील, दिंमत क्षेत्र संस्थान काशी.
४ लक्ष्मण बल्लाळ आठवले.
५ धोंडो राम वकील.
५ निळकंठराव रामचंद्र पागा.
२ बाजी अनंत, निसबत निळकंठराव रामचंद्र पागा.
२ निळकंठराव रामचंद्र यांचे भाऊ.
४ विश्वासराव लक्ष्मण.
१ बापूजी आनंदराव कमावीसदार, कसबे पुर्णे.
५ भाईदास, दिंमत गुमानसिंग मांडवीकर.
५ राघो निळकंठ पानसी, दिंमत मालोजी घोरपडे.
५ गणेश हरि पेठ्ये, दिंमत चिंतामण हरि.
३ धोंडो मल्हार पानसी पागा.
५ मोरो रामचंद्र परांजपे, रामचंद्र नाईक यांचे पुत्र.
२ राघो हरि वोक शिलेदार.
५ खंडेराव दौलत शिलेदार.
२ मीरखान टोके यांचे पुत्र.
५ मुसा जारज पांच रुपये शिवाय मोहोर नार्णे एक ः
तो [ती] वर लिहिली आहे.
७ मुसा जारज यांचे लेक.
५ थोरला.
२ धाकटा.

७

४ कारकून दिंमत मुसा जारज.

२ बापूजी बाबूराव.

२ खंडेराव यादव.

―――

४

१० नारायणराव यादव भागवत.

५ मोरो राम दाभोळकर.

५ गोपाळ महादेव कारकून, निसबत दफ्तर.

४ केशवराव महादेव, माधवराव सदाशिव यांचे पुत्र.

५ दादो हरि मराठे.

५ भिकाजी विश्वनाथ, जकात प्रांत पुणें व जुन्नर.

५ चिंतामणराव सदाशिव, दिंमत गोविंदराव सदाशिव पागा.

२ जगन्नाथ रघुनाथ, निसबत कुरणें.

५ भिवराव भगवंत, दिंमत पीलखाना.

४ कृष्णाजी देवजी वकील, दिंमत नवाब.

६ हैबतराव गोपाळ वकील, दिंमत नवाब.

१ येशवंतराव मोरे माजी रायगडकरी, निसबत हुजूर हशम.

५ महादाजी बल्लाळ कारकून, निसबत दफ्तर.

१ नारायणजी गावडे शिलेदार.

६ गोविंद गणेश बिवलकर.

२ नारो बाबाजी फडके कारकून शिलेदार.

५ शिदोबा नाईक थत्ते.

५ नारो कृष्ण बरवे.

५ बाबूराव विश्वनाथ वैद्य.

५ रघुनाथ बाजी पागा.

५ सदाशिव भगवंत, दिंमत उष्ट्रखाना.

१ त्रिंबक मोरेश्वर, निसबत हुजूर हशम.

५ कृष्णाजी महादेव, नारो शिवदेव भाव्ये यांचे पुतणे.

५ नारो अनंत परचुरे कारकून, निसबत दफ्तर.

५ जनार्दन आपाजी.

५ सदाशिव मल्हार बावळे फडणीस, दिंमत तोफखाना.

५ मल्हारजी जगथाप सरनौबत, निसबत पागा, दिंमत बाबूराव निकम.

२ गोपाळराव जयवंत पानसी.

१५ निंबाजी महादेव काणे, दिंमत रघोजी भोसले सेनासाहेब सुभा.

३ बच्याजी विश्वनाथ खांडेकर शिलेदार.

३ खंडोजी जगथाप पागा.

४ नांवें लागलीं नाहींत.

२९१

तपशील.

६३ पोतेचाळ.

११८ दौलताबाद.

५४ चांदवड.

३३ मलकापुरी, दर रुपयास एक आणा बट्टाप्रमाणें.

१९ देडगांवीं व करमळे, दर रुपयास चव्वल बट्टाप्रमाणें.

४ बिणाचे.

२९१

१०३१

११४९ (९०६)—शिमगा खर्चे दशावतारी यांजकडून सरकारचे वाड्यांत शिमग्याचा खेळ सालगुदस्तां करविला, सबब बिदाई रसानगी यादी छ

ख़ीत समानीन मया व अलफ मोहरम १० २ माहे जिल्काद. आंख.

३० बाललिंग नाईक यास सन इसन्ने समानीनाप्रमाणें साल मजकुरी. आंख ३०.
बाळाजी अनंत केळकर कारकून शिलेदार गज़नी सनंग ·।८ एकूण.

३० लक्ष्मण गुरव सुपेकर यास एकसालां कापड. आंख ३०.
बाळाजी अनंत केळकर कारकून शिलेदार सनंगें एकूण. आंख.

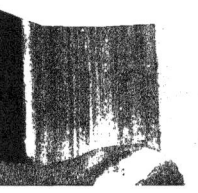

(1149) Rewards were paid to actors who acted the Ten Avatars A. D. 1785-86. in the Royal palace during the Shimga festival.

८॥ तिवट १
२१॥ गजनी ।

३० १।

६० १॥-

११५० (९६६) कमावीसभेट राजश्री राव यांस, विजयादशमीस छ. ८ मोहरमीं
समान समानीन सीमा उलंघन करून स्वारी वाड्यांत आलियावर सदरेस लोकांनीं
मया व अलफ नजरा केल्या ते जमा. रुपये.
रबिलावल २९

६२३॥ मोहरा नाणे.

२ बाळाजी जनार्दन फडणीस.
१ बाजीराव गोविंद बर्वे.
१ त्रिंबकराव अमृतेश्वर पेठ्ये.
१ नारो निळकंठ मजमदार.
१ माधवरांव मोरेश्वर पेठ्ये.
१ सर्वोत्तम शंकर हशमनीस.
१ नारायणराव यादव भागवत.
१ त्रिंबक महिपतराव चिटणीस.
१ वासुदेव रामकृष्ण.
१ मुसा जारज गाडदी.
५ भवानी शिवराम, तालुके अमदाबाद.
२ रघुनाथराव नारायण राजेबहाद्दर.
१ कृष्णराव हरि सुपेकर.
२ महिपतराव विश्वनाथ बिनीवाले.
१ रामराव नारायण देशमूख.
१ बाळकृष्ण केशव, तालुके पटा.
१ गोपाळ बल्लाळ केतकर, तालुके कावनई.
१ रामचंद्र शिवाजी पागा.
१ खंडेराव बल्लाळ, दिंमत शिवाजी शिवराम.

(1150) This gives a list of the Sardárs who presented *Nazars* to
A. D. 1787-88. the Peshwá on the Dasará festival.

१ गणपतराव जिवाजी सरसुभा, प्रांत कोंकण.
१ कृष्णराव नारायण जोशी सातारकर.
१ माधवराव रामचंद्र.
१ कृष्णराव बळवंत.
१ गोविंदराव बाजी जोशी.
१ निळकंठराव गोविंद लिमये.
१ माधवराव त्रिंबक दीक्षित पटवर्धन.
१ हरी बल्लाळ.
१ खंडेराव त्रिंबक ओढेकर.
१ राघो विश्वनाथ गोडबोले.
१ विठ्ठलराव नारायण अभ्यंकर नगरकर.
१ रामराव त्रिंबक, प्रांत जुन्नर.
१ शिवराम रघुनाथ, निसबत खासगी.
१ आनंदराव भिकाजी फडके.
१ कृष्णाजी बहिरव थत्ते.
१ रंगराव महादेव मेढेकर.
२ येशवंतराव गंगाधर.
१ रामराव अनंत विवलकर.
२ नांवें लागलीं नाहीं ते असामी २.

४८

१८९ प्रत नाणें.

१० शेटशाई.
१ हली शिका.
१ हैदराबादी.
२ आर्काटच्या.

१४

दर १३॥ प्रमाणें. रुपये.

१६८ प्रत पंचमेळ नाणें १२ एकूण दर १४ प्रमाणें रुपये.

७२ प्रत नाणें.

२ औरंगाबादी.
४ गैरसाळ.

६

दर १२ प्रमाणें. रुपये.

३३ कित्ता नाणें.
१ नरहरची.
१ दिल्लीची गैरसाळ.
१ अमदाबादी गैरसाळ.

३

दर ११ प्रमाणें. रुपये.

४० प्रत नाणें.
१ करोली.
१ सीली शिक्का अलीगौर गैरसाळ.
२ अजमेर गैरसाळ.

४

दर १० प्रमाणें. रुपये.

१२१॥ प्रत जयनगर कोटे नाणें ९ दर १३॥ प्रमाणें. रुपये.

६२३॥ ४८

२२४॥।- पुतळ्या. तोटे.
१ वासुदेव व्यंकटेश कारकून, निसबत पोतनीस.
१ सखाराम येशवंत पानसी.
२ गोविंद आनंदराव सुपेकर.
१ भास्कर महादेव कानिटकर.
१ सदाशिव शामराज आसवलीकर.
१ आनंदराव धुलप.
१ गुलजारखान टोके.
१ हरबाराव धुलप.
२ रामचंद्र नारायण, प्रांत पुणें.
१ जिवाजी बल्लाळ कारकून, निसबत चिटणीस.

१ हैबतराव पलांडे पागा.
१ विठ्ठल रामचंद्र आंबीकर.
१ अमृतराव विठ्ठल गोळे.
१ नारायण रघुनाथ पागा.
१ पांडुरंग नारायण पागा.
१ जयराम त्रिंबक सोमण.
१ मल्हारराव नरसी मांडवगणे.
१ गणपत आनंदराव.
१ भिकाजी नारायण पाळंदे.
१ महादाजी विठ्ठल शिंत्रे, प्रांत राजपुरी.
१ शिवाजी बाबाजी म्हसकर यांचे पुत्र.
१ गणपतराव चिंतामण ओंकार.
१ भगवंतराव बापूजी.
१ चिमाजी माणकर.
१ विसाजी नारायण वाडदेकर.
१ मळोजी पवार पागा.
१ बहिरजी मुळ्ये पागा.
१ निळकंठराव रामचंद्र.
१ व्यंकटराव भास्कर भाव्ये.
१ विसाजी गणेश वाघमारे पागा.
१ लक्ष्मणराव कोलटकर.
१ शिवराम लक्ष्मण कोटकर.
१ गोविंद राम आपटे.
१ नारो महादेव गद्रे यांचे पुत्र.
१ बळवंतराव महादेव भानू.
२ बाळाजी केशव थत्ते.
१ अमृतराव केशव थत्ते.
१ रघुनाथ केशव थत्ते.
१ शिदोबा नाईक थत्ते.
१ बळवंतराव नागनाथ पागा इंदापूरकर.
१ नारायणराव विश्वनाथ, दिंमत सरलष्कर.
१ जयवंतराव येशवंत पानसी.

१ भास्कर जगन्नाथ.
२ नांवें लागत नाहींत.

———

४९

९९ ताटें एकूणपन्नास वजन तोळे १३॥१॥ दर १६॥ प्रमाणें.

रुपये.

१२ होन नाणें.

१ राघो केशव नेने.
१ माधवराव त्रिंबक धायगुडे.
१ नांव लागत नाहीं.
० लंग.

———

३ रुपये.

८ एलोरी नाणें २ दर ४
४ हैदरी नाणें १ एकूण.

———

१२

३८२ नक्त रुपये.

५ भाईदास दिंमत राजे मांडवीकर.
३ रंगो कोन्हेर एकबोटे.
१ बापूजी आनंदराव मोकाशी.
५ विश्वासराव रघुनाथ, राघो बापूजी यांचे पुत्र.
५ विश्वासराव चिंतामण पागा.
२ केशव जयवंत पानसी.
५ बळवंतराव शंकर खांडेकर पागा.
५ खंडेराव दौलत.
२ बळवंतराव हरि डिंगणकर.
२ बळवंतराव नारायण केसकर.
५ केसो कृष्ण, दिंमत बाळाजी गोविंद बुंदेले.
१ मुसा जारज, गाडदी.
१ बाबूराव केशव ठाकूर.
१ त्रिंबक हरि वर्तक यांचे पुत्र.

५ दोयरीलो जोरज मुसा जारज यांचे लेक.
२ मुसा जारज यांचा छोटा लेक.
५ सर्वोत्तम शंकर यांचे पुत्र.
५ मीर मुस्तफाखान.
५ बळवंतराव, दिंमत भोंसले.
५ दाजी गोपाळ जोशी, गोपाळ महादेव यांचे पुत्र.
५ व्यंकटराव राम दाभोळकर.
५ लक्ष्मण बल्लाळ आठवले.
२ बापूशेट भालवणीकर.
५ काशीकर राजे यांजकडील वकील.
१ मल्हार अनंत माळी पुणेकर.
५ गोविंद भगवंत पिंगळे.
९ दिंमत नवाब निजामअल्लीखान रुपये.
    ५ रघोत्तम हैबतराव.
    ४ कृष्णराव देवाजी.
    ———
    ९
५ सदाशिव राम गुणे.
५ माधवराव कृष्ण गुणे.
२ जगन्नाथ धोंडदेव गुणे.
५ राघो निळकंठ पानसी.
५ विठ्ठल नारायण जोगळेकर.
५ येशवंतराव नरसी पागा.
५ विसाजी राम जोशी.
५ राघो हरि ओक.
५ नरसिंगराव भाव्ये.
२ देवबा नाईक रास्ते.
५ नारो कृष्ण यांचे पुत्र.
१ येशवंतराव मोरे हवालदार रायगडकर.
५ बाळाजी धोडपकर ५
५ गोपाळराव राम सातारकर.
१ लक्ष्मण शिवराम बागलाणकर.

५ खंडेराव शंकर भागवत.
५ खंडो अनंत वर्तक.
८ बहिरो अनंत कामरगांवकर.
२ महमद तकी पारसनीस.
५ गणेश हरि पेठ्ये.
५ गोविंदराव सदाशिव पागा.
८ जमीदार गुतीकर.
४ रामराव.
४ अहोबलराव.
८
२ निळकंठराव रामचंद्र पागा यांचे पुत्र.
४ गणपतराव माधव, माधवराव सदाशिव यांचे पुत्र.
५ गणपतराव व्यंकटेश कानिटकर.
१ गोविंदराव अच्युत.
५ भगवंतराव नारायण पारसनीस.
४ गोपाळराव भगवंत, निसबत पारसनीस.
५ जनार्दन आपाजी.
५ बाळाजी कृष्ण ठोसर.
२ नारो बाबाजी फडके.
५ त्रिंबकराव नारायण परचुरे.
५ विष्णुमहादेव, महादाजी बल्लाळ कारकून यांचे पुत्र.
५ बाळाजी मोरेश्वर, निसबत जकात प्रांत पुणें.
५ दादो हरि मराठे.
५ कमळाकर, दिंमत बळवंतराव धोंडदेव.
५ वामनाजी हरि मराठे.
२ नारायण गाड्या.
५ जनार्दन गोपाळ खांडेकर.
४ राघो विश्वनाथ आठवले.
२९ (नांवें लागलीं नाहींत.)

३१६

६६ भेट पैकीं नाणें तसलमातीस घेऊन नजर केली त्याचे नक्त रुपये
आणून दिल्हे.   रुपये.

५६ मोहोरांचे ऐवजीं नक्त रुपये.

१४ काशी बल्लाळ रानड्ये.

१४ खंडेराव नरहर कमावीसदार, परगणे शेवगांव

१४ सदाशिव रघुनाथ गद्रे.

१४ महादाजी अनंत बेहेरे.
_____

५६

१० पुतळ्यांचे ऐवजीं नक्त रुपये.

५ मोरो रामचंद्र परांजपे.

५ सोनो गणेश फडणीस, ताळुके अमदाबाद.
_____

१०
_____

६६
_____

३८२   रुपये.

७५ पोते चाल.

२२५ चांदवड.

६५ नाशीक मोल्हेर.

१५ दौलताबाद.

२ तांब्याचे.
_____

३८२

१२४२१८

खमस तिसन
मया व अलफ
जमादिलाखर २३

११५१ (१११९)–श्रीगणपति उत्साहखर्चं भाद्रपद शुद्ध चतुर्थींचा, उत्साह प्रति
पदेपासून दशमीपर्यंत दहा दिवस जाला त्याची बिदाई देणें गोसावं
व गवई व कळवंतिणी वगैरे गुणीजन यांस, बाबत वांटणी. रसा
नगी यास (दं ?)   रुपये.

(1151) The details of expenses incurred on account of the Ganapat
festival celebrated from the 1st to the 10th of Bhádra
pad Shudha are given. The chief items are:—

२१५५ गोसावी हरदास.

१९५८ बरहुकूम गुदस्त असामीस १४५   रुपये.

१९७ जदीद सालमजकुरीं ३६ नवे आले त्यांस   रुपये.

२१५५   १८१

३२९ गवई.   रुपये.

३०१ बरहुकूम गुदस्त असामीस ३०   रुपये.

२८ जदीद सालमजकुरीं नवे ९

३२९   ३९

१७२६ कळवंतिणी ताफे यांस रुपये.

८८६ बरहुकूम गुदस्त ताफे ३५ यांस रुपये.

१४० जाजती ताफे ८ आले त्यांस.

१०२६   ४३

१४८ गुरव पखवाजी यांस रुपये.

१२१ बरहुकूम गुदस्त २५ असामीस.   रुपये.

२७ जदीद ८ आसामीस.   रुपये.

१४८   ३३

३० ब्राह्मण चोपदार सोंगें घेऊन मखरापुढें उभे राहतात असामी २ बरहुकूम गुदस्त.   रुपये.

३४ शागिर्दे गोसावी वगैरे यांस आमंत्रण करितात व लबा करितात सबब बरहुकूम गुदस्त ४   रुपये.

२४० वाजंत्री ताफे बरहुकूम गुदस्त वगैरे २५   रुपये.

३२ कर्णेकरी बरहुकूम गुदस्त १९ यांस.   रुपये.

	Who appeared last year.	Amount paid.	Who appeared for the first time this year.	Amount paid.
Gosàvi preachers	145	1958	36	197
Singers, men	30	301	9	28
Singers women	35	886	8	140
Musicians	25	121	8	27

The total cash expenditure was Rs. 4,175. In addition to this sum, clothes were presented to these persons.

१५५ किरकोळ असामीस.

८५ बरहुकूम गुदस्त ४ असामी.
७० जदीद सालमजकुरीं २ आले त्यांस

१५५ ६

२६ मिठाई शागिर्द पेशा वगैरे यांस. रुपये.

४१७५

११५२ (११२०)–विजयादशमीचे पोशाख सनगें, एकूण. आंख.

खमस तिसैन मया व अलफ जमादिलाखर २३

दिंमत हुजरात सनगें एकूण आंख.

२७३८३॥ श्रीमंत महाराज श्रीछत्रपती स्वामी यांस रवाना सातारा तसलमात महाद जाधव व सटवाजी पिंजण खिजमतगार सनगें, एकूण.

९७६२ श्रीमंत महाराज राजश्री छत्रपती स्वामी यांस सनगें एकू आंख.
३२२४ मातुश्री आईसाहेब यांस सनगें एकूण. आंख.
१२३२८॥ सौभाग्यवती बाईसाहेब यांसी सनगें एकूण. आंख.
५०९ महाराज यांचे पुत्र, वय वर्षें पावणेदोन यांस सनगें. आंख
१२९३। कन्या महाराज यांच्या सनगें एकूण. आंख.
२३९। सौभाग्यवती जिजाबाई संतूबाई महाडीक यांची सून सन एकूण. आंख.

२७३५६ ४१॥=

२७॥ बासनांस सनगें एकूण १॥= . आंख.

२७३८३॥ ४३।-

७६०॥ रवाना सातारा तसलमात महादाजी जाधव, व सटवाजी पिंजण खिजम गार सनगें एकूण. आंख.

(1152) The details of clothes of honour presented to the Sát Rájá, the Sirdárs, Commandants and Agents of forei powers on the Dasará festival are given. The to enditure is Rs. 2,20,144. Clothes worth Rs, 31,267 were sent to t rá Rájá for himself, his family and the people at his court.

A. D. 1794-95.

४०५॥ दिंमत नारायण दीक्षित ठकार सनगें एकूण. आंख ७
·।।· बासनास खादी पासोडी सनंग ८२

४०५॥ ७८२

२५२॥। निळकंठ बाबूराव आमात्य सनगें एकूण. आंख.
१०२। रामचंद्र रघुनाथ पंडितराव सनगें एकूण. आंख.

७६०॥ १२॥।

६०७॥। दिंमत मंत्री तसलमात हैबती उगला खिजमतगार सनगें एकूण. आंख.
३०३॥। भास्करराव त्रिंबक रवाना इसलामपूर सनगें एकूण. आंख.
३०४ जयवंतराव रघुनाथ रवाना भिलवडी सनगें एकूण. आंख.

६०७॥। ७।

१२८३। दिंमत परशराम श्रीनिवास प्रतिनिधी सनगें एकूण. आंख.
११३१॥ रवाना कऱ्हाड तसलमात जोती जाधव, व खिजमतगार सनगें एकूण. आंख.
१५१॥। आनंदराव कृष्ण बापट, तर्फे कृष्णाजी उगला खिजमतगार सनंग एकूण. आंख.

१२८३। ९।‸

The following are some of the details:—

Clothes worth Rs. To
9,762—the Rájá of Sátárá himself.
3,264—Ái sáheb.
12,328-8—the Báisáhebs.
509—Rájá's son.
1293-4—Ràjá's daughters 3.
239-4—Jijábái Mahádik.
405-8—Náráyaṇ Dixit Takár.
252-12—Niḷkanṭh Báburáo Amátya.
102-4—Rámchandra Raghunáth Paṇḍitrao.
303-12—Bháskarrao Trimbak Mantri.

६०३॥ दिंमत शंकरराव रघुनाथ सचिव, तर्फे खंडोजी भोंसला खिजमतगार स
एकूण. रवाना जेजुरी. आंख.
४४८ खासा सनगें एकूण. आंख.
१५३ राघो वेंकटेश फडणीस सनगें एकूण. आंख.
२॥ बासनास सनगें एकूण. आंख.

६०३॥ ५॥≈

१५१। भवानीशंकर हैबतराव राजाज्ञा, रखमाबाई तर्फे केदारजी ससाणा खि
मतगार सनगें एकूण. आंख
२२५॥ जीवनराव विठ्ठल सुमंत, तर्फे भवानजी भोंसला खिज
गार सनगें एकूण. आंख
२५२॥ मल्हारराव राम चिटणीस, तसलमात दादजी मांजरा
जमतगार, सनगें एकूण. आंख

३१२६७॥। ८५॥।=

304—Jayawantrao Raghunáth Mantri.
852—Parashrám Shrinivás Pratinidhi.
279-8—Antáji Wásudeo Mutálik.
151-12—Anandrao Krishṇa Bápaṭ.
603-8—Shankarrao Raghunáth Sachiv.
151-4—Bhawáni Shankar. Haibatrao Rájádny
225-8—Jiwanrao Viṭhal Sumant.
252-8—Malhárrao Ràm Chiṭṇis.

Rs. 31,267-12 Total.
Rs. 34,033-4—Cavalry officers.
79,703=8—Silledárs.
6,440——Bhosle of Nágpur.
5,88812—Nawáb Nizám Alikhán.
249-8—Yeshwantrao Dábhaḍe.
2,470—Báḷáji Janàrdan Faḍnis.
697-4—Agent of Bundhlle.
255—Musá Jaraj.
202—Viṭhal Goraksh, Agent of the Portu
of Goá.

पागानिहाय सनगें एकूण. आंख.

३४०३३। ३१।-

किल्लेदार सनगें एकूण. आंख.

७९७०३॥ १२०५४-

किरकोळ सनगें एकूण. आंख.

४८११८॥ ३११॥≡

रवाना आनंदवली, तर्फे विठोजी गवारी, व माणकोजी नवला खि-
जमतगार, सनगें एकूण. आंख.

१९६० राजश्री बाजीराव यांसी सनगें एकूण. ४॥ आंख.

१८२० राजश्री चिमणाजी आपा यांस सनगें एकूण. ३॥ आंख.

१२६३ राजश्री अमृतराव यांस सनगें एकूण. आंख.

८९२ खासा सनगें एकूण. ४॥ आंख.

३७१ विनायकराव पुत्र सनगें एकूण. ६॥। आंख.

१२६३

३४० सौभाग्यवती सत्यभामाबाई, अमृतराव यांची स्त्री, सनगें
एकूण. २ आंख.

३९६॥ नाटकशाळा सनगें एकूण. आंख.

७० हेमंत सनगें एकूण. २ आंख.

६९॥ रूपकुवर सनगें एकूण. २ आंख.

६३ चंपक सनगें एकूण. २ आंख.

६७ मैना सनगें एकूण. २ आंख.

६४ बसंत सनगें एकूण. २ आंख.

600-12—Mr. Malet, agent of the English colony of Calcuttá.

249-8—Nurdi Husenkhán, in the service of the English of Calcuttá.

1,036-12—Artillery.

1,960— Bájiráo.

1,820— Chimnàji Appá.

1,263— Amrutrao.

340— Satyabhámábái.

396-8— Six dancing girls (by name).

६३ उमेदा सनगें एकूण. २ आंख.

३९६॥ १२

९७७९॥ २८॥।

१०॥ बासनास सनगें एकूण. आंख.

५७९० २९।=

८३६ सौभाग्यवती भागिर्थीबाई पुणियांत आहेत त्यांस, तर्फे केदारजी येवला खिजमतगार सनगें एकूण. २ आंख.

६६२६ ३१।=

	सनगें.	गज.
२२०१४४।~	२६४३८~	१०।१

११५३—रोजकीर्द राजमंडळ स्वारी राजश्री पंतप्रधान सुरसन खमस तिसैन मया व अलफ छ. २३ जमादिलाखर यांत विजयादशमीचे पोशाख सनगें खर्च आहेत तीं.–

(अनुक्रमनंबर ११५२ चे लेखांकाचा हा कच्चा तपशील आहे. दोन्ही लेखांक एकच आहेत.)

३११२६७॥। दिंमत हुजुरांत सनगें एकूण. आंख.

९७६२ श्रीमंत महाराज राजश्री छत्रपती स्वामी.

३२२४ मातोश्री आईसाहेब.

१२३२८॥ सौभाग्यवती बाईसाहेब.

६९७२॥ वाडा पहिला.

५३५६ वाडा दुसरा.

१२३२८॥

५०९ महाराजांचे पुत्र, वय वर्षे १॥।.

१२९३। कन्या महाराजांच्या.

५६९॥। थोरलीस.

५९१॥ दुसरीस.

836— Lady Bhágirthibái.

Rs. 2,20,144 Total.

१३२ तिसरीस.

१२९३।

२३९। सौभाग्यवती जिजाबाई, संतूबाई महाडीक यांची सून.

२७॥ बासनास सनगें.

४०९॥ नारायण दीक्षित ठकार.

२०९ खासा. १९६ यज्ञेश्वर दीक्षित.

·॥· बासनास.

२५२॥। निळकंठ बाबुराव आमात्य.

१०२। रामचंद्र रघुनाथ पंडितराव.

३०३॥। भास्करराव त्रिंबक मंत्री.

३०४ जयवंतराव रघुनाथ मंत्री.

८५२ परशराम श्रीनिवास प्रतिनिधी.

२७९॥ अंताजी वासुदेव मुतालीक, २७५॥ बासनास कापड, ४

१५१॥। आनंदराव कृष्ण बापट.

६०३॥ शंकरराव रघुनाथ सचिव.

४४८ खासा. १५३ राघो व्यंकटेश फडणीस.

२॥ बासनास.

४५०॥ १५३

१५१। भवानीशंकर हैबतराव राजाज्ञा.

२२५॥ जीवनराव विठ्ठल सुमंत.

२५२॥ मल्हारराव राम चिटणीस.

३१२६७॥।

३४०३३। पागानिहाय.

२०५ केसो महादेव.

२९८ पर्वतराव भापकर.

१२३। यादो शामराज.

१४५॥ मोरो विश्वनाथ.

३४७ राजजी फडतरे.

१४५॥ विश्वासराव चिंतामण.

४००॥ मुर्तजा माहात.

१२३ माणकोजी गावडे.
७५ सुभानराव गावडे.
२००। सखाजी काटे.
२४१ येशवंतराव देवकोत.
१४८।।। सग्याबा निंबाळकर.
१४७।। गंगाधर गणेश.
२४९। लक्ष्मणसिंग.
१५१।। बाबुराव अनंत.
१२७। गंगाधर गोविंद.
२०० बळवंतराव नागनाथ वामोरीकर.
१००।। आनंदराव आईतोळे.
१०१।।। जानराव आईतोळे.
१०० रामचंद्र आईतोळे.
२००।। गमाजी निंबाळकर.
१४६।। त्रिंबकजी देवकोत.
१५१। तुकोजी आनंदराव.
१९९ चिमाजी जगताप.
२०२ धोंडो बल्लाळ गोखले.
७९ नागोजी वलये.
७७ देवीसिंग.
९८।।। हिरोजी शेळके.
९६ येशवंतराव येगील.
७३।। राघो बल्लाळ.
७७ रामराव भगवंत.
२४३।। दि।। सखाराम रामचंद्र, रामराव रघुनाथ यांचे पुत्र.
९८।। खासा. ७२ खंडोजी पवार
७३ येशवंतराव शिंदे.

१७१।। ७२

२४३।।

७५॥ गोविंदराव कोकरे.
९६॥। भुजंगराव सावंत.
७५॥ आनंदराव घोरपडे.
७५॥ म्हसाजी शेडगे.
७४॥ गंगाजी येगील.
७४॥ भगवंतराव कृष्ण.
७४॥ केदारजी झांबर.
७६॥। बहिरजी सलगर.
७६॥। राणोजी रणनवरे.
७६। भिवजी काळे.
१०१॥ बहिरजी शितोळे.
७५। मल्हारजी लवटे.
७६॥ आबाजी लवटे.
७५॥ धुळाजी शेडगे.
१०२॥। काशीराव कोकरे.
१०२॥। जानराव खराडे.
१०४ मानाजी जगदळे.
१४८। विसाजी गणेश वागमारे.
३५०॥ निळकंठराव रामचंद्र.
२०३ अमृतराव गावडे.
२००॥। भुजंगराव गावडे.
२०० साबाजी निंबाळकर.
१९८ गोविंदराव सदाशिव.
१४७॥। जगन्नाथ रघुनाथ.
१५१॥ गोपाळराव बापूजी.
१००॥ राजाराम रघुनाथ.
२९५। हैबतसिंग.
२९२ कृष्णसिंग.
१५३॥ कान्हाजी खडक.
२९५। महिपतराव भवानी.
९८॥। खंडेराव बल्लाळ.
९९। आपाजी मल्हार, दिंमत रामचंद्र शिवाजी.

२९६। गणपतराव विष्णु.
१४९॥। मानसिंगराव जगताप.
१४९ परशराम महादेव कुंटे.
१९६। बळवंतराव मुंढे.
१४९। भिकाजी जनार्दन.
२०३ रामचंद्र इच्छाराम.
३६१॥ लक्ष्मण गंगाधर.
१९६ भैराळजी पायगुडे.
१९८॥ भास्कर जगन्नाथ.
२५२ सिद्धेश्वर महिपतराव.
३९४॥। दादू माहात.
१९९ गिरजाजी बर्गे.
१००॥ बापूजी बल्लाळ भावे.
१०१ सुभानजी चाबुकस्वार.
१०२ गोदाजी चाबुकस्वार.
३०३ जयेसिंगराव निकम सरनोबत.
१०२ चिमाजी पवार.
१०२ सखाराम चाबुकस्वार.
१२४। मिरजा कासब बेग सांडणी.
४८॥ मिया वल्लद माणीक मातदार.
११२९७॥। दिंमत दौलतराव शिंदे.
४१२८ खासा.
१८२३॥ मातोश्रीस.
४२४॥ बहिण.
४५१॥ स्त्री सौ.
४२५॥ आबाजी रघुनाथ चिटणीस.
४०१ सदाशिव मल्हार.
२५२ बाळाजी लक्ष्मण.
३९२ बाळाजी अनंत.
२४८ सदाशिव बापूजी.
२४९ नारायणराव जिवाजी.
२५१। मोरो बल्लाळ.

२००॥ कृष्णाजी रघुनाथ.
२४८॥ हरि अबाजी चिटणीस.
१५०॥। माधवराव बाजी.
३०२॥। रामजी पाटील.
३००। रायाजी पाटील.
३०० कल्याणराव कवडे.
३०१ लाडोजी शितोळे.
२४९। हसनभाई.
९८॥ सखाराम.

११२९७॥।

३७२॥ मीरा महात.
१०१ घोडीं निसबत निळकंठराव जगताप.
१५०॥ घोडीं निसबत येशवंतराव त्रिंबक.
१४८॥ हैबतराव पलांडे.
१९७॥। विठ्ठलराव मल्हार, धोंडो मल्हार यांचे बंधु.
२९९॥। बाजीराव गोविंद बर्वे.
७७ घोडीं निसबत मलोजी पवार.
२०१५ हिंमत अली बहादर.
८११ समशेरबहादर.
७०४ मातोश्रीस.
४०० दोघी स्त्रियांस.
१०० कन्या.

२०१५

३४७॥ आबाजी गणेश.
१५२ खासा.
१९५। महादजी अनंत.
।·बासनास.

३४७॥

१७० बहिरजी मुळे.

३४०॥ दिंमत आनंदराव बाबर.

१९५ खासा. १४५॥ जैतोजी बंबर.

बासनांस.

१९५। १४५॥

३४०॥

१४९ विठ्ठलराव निकम.

१५१ माधवराव मोईटे.

१४८ राजजी दिघे.

१४९॥ गणेश हरि, येसाजी हरि यांचे बंधु.

१२३४॥ निसबत चिंतामणराव पांडुरंग.

५९९ खासा.

१४७॥ गणेश बाजीराव.

२३९॥ जनार्दन अनंत.

१५० नारायण भिकाजी.

९८॥ मोघम पागा.

१२३४॥

१०८९॥ दिंमत परशराम रामचंद्र.

७८७॥ खासा.

३०२ हरि परशराम, पुत्र.

१०८९॥

५२० पांडुरंग कृष्ण गोडबोले.

१०० सटवोजी मांजरे.

१५० बळवंत सुभराव.

१९७॥ बळवंतराव नागनाथ कुगांवकर.

१५० अवधूतराव येशवंत.

१५४ हैबतराव शंकर.

७६० येशवंतराव तापकीर.

३४०३३।

७९७०३॥ शिलेदार सनगें. आंख.

५०४। दिंमत शिवराव पवार.

२५२॥ खासा.

२५१। धिरोजी पवार.

॥ बासनास.

५०४।

२५० शेखमिरा वांईकर.

११०४॥ दिंमत पांडुरंग बाबूराव जोशी.

५०२ खासा.

३२० मातोश्री कमळजा बाई.

२७९ स्त्री सौ.

३॥ बासनांस.

११०४॥

७८९॥ तुकोजी पवार.

४०२ खासा.

२६२॥ मातोश्री गंगाबाई.

१२५ बाजी खंडेराव कारकून.

७८९॥

७४॥ संताजी यादव.

१२५॥ तुळसाजी पवार.

१०३ बळवंतराव चोपडे.

७७॥ नरसिंगराव रणदिवे, शंकराजी रणदिवे यांचे बंधु.

३०३ निळकंठ आबूराव जोशी.

३६०। मातुश्री लक्ष्मीबाई, बाबूराव सदाशिव जोशी यांची स्त्री.

८३०॥ दिंमत सदाशिव पवार.

४०७ खासा.

२९५॥ हैबतराव पवार.

१२८ रामकृष्ण विश्वनाथ, रावजी गंगाधर यांचे पुतणे.

८३०॥

१६१॥ दिंमत शेळाजी पवार.
१०१। खासा.
६०। खंडोजी नलवडे.
४४३॥। दिंमत सुभानराव नाइक निंबाळकर.
२९४॥। खासा.
४८॥ जिवाजी गोविंद कारकून.
१००॥ बापूजी शंकर कारकून.

४४३॥।

४५५। कोकर मंडळी.
५१ बीवजी कोकर.
५०॥ गंगाजी पर्वतराव.
५० संताजी कोकर.
५०॥ कनकोजी कोकर.
५०॥। रामराव बिन सोनजी कोकर.
५०॥ मानाजी देवकोत.
५१ बाबाजी कोकरे.
५० म्हाळाजी भिसे.
५१ कृष्णाजी भिसे.

४५५।

३५१॥। दिंमत मानसिंग नाइक.
३०३। खासा.
४८॥ निंबाजी गोविंद कारकून.

३५१॥।

२७५६ दिंमत खंडेराव विठ्ठल.
७९९ खासा.
१७५५ नरसी खंडेराव पुत्र यास.
२०२ चिमणाजी खंडेराव.

२७५६

१७४ जगताप पणदरेकर.

९७॥ अभिमन्यराव जगताप.
७६॥ देवजी जगताप.

१७४

३४२॥। दिंमत खंडेराव जाधव मुंईजकर.
२४४ खासा.
९८॥। सदाशिव भालचंद्र कारकून.

३४२॥।

२३९८ निसबत कृष्णराव बळवंत.
१२९६ खासा.
१०० नारो भिकाजी.
७५ काशिनाथ लक्ष्मण.
७५ विठ्ठल माणकेश्वर.
७३ रामचंद्र माणकेश्वर.
९८॥ हृणमंतराव जाधव.
१२५। हैबतराव जाधव.
७६। मावजी जगताप.
७३। तायाजी सोळसकर.
७५। संभाजी घोलप.
१००॥ काशीबा घोलप.
१०१। लक्ष्मण भगवंत.
७६ पिराजी जगताप.
५२॥। शिवाजी गावडे.

२३९८

५१९॥। शिराळकर मंडळी.
७२। मल्हारराव.
७५। गोविंदराव शिराळकर.
४९॥ राजाराम लक्ष्मण.
५२॥। माणको व्यंकटेश.
५०॥। चिमणाजी बाबूराव.
५२॥ गंजबाजी यादव.

५०।। मिताजी मदले.
४९।। सठवाजी यादव.
७६।।। त्रिंबक महादेव शिराळकर.

५२९।।।
४४८।। जाधव मीरवाडीकर.
१००।। आनंदराव जाधव.
९९ रायाजी जाधव.
९९ जोत्याजी जाधव.
१५० जाधव मीरवाडीकर मोघम.

४४८।।
२०१ लुकमाजी यादव.
२९४।।। येशवंतराव यादव.
२००।। महिपतराव थोरात.
५० गोविंदराव साळोखे.
१५१।। आपाजी बर्गे.
१००।।। बाळाराम बेणीदास.
१०१।।। दुर्गोजी शिंदे.
१०० राजजी लभे.
७५।।। फतेखान जुन्नरकर.
१००।। कृष्णाजी जाधव.
२५२ दिंमत रघुनाथ घाटगे.
२०१ खासा.
५१ आनंदराव जनार्दन कारकून.

२५२
१४४।। परकाळे मंडळी.
७१।। नरसिंगराव कृष्ण वाडदेकर.
७३ रखमाजी परकाळे.

१४४।।
२९९ गुत्तीकर.
१४८ रामराव नरसी.

१४७ नरसिंगराव आहोबळ यांस.

२९५

६९७॥। जाधव वाघोलीकर.

१९८॥। मळोजी जाधवराव.

२४९॥ जोत्याजी जाधवराव.

२४९॥ संभाजी जाधवराव.

६९७॥।

१०० भगवंतराव धुमाळ.

१००॥ नाइकजी धुमाळ.

११२६ रंगराव त्रिंबक राजेबहाद्दर.

३९८ खासा.

२२० चिरांजरी निशाणास.

२५४। गोपाळराव त्रिंबक, बंधु.

२६३॥। माधवराव त्रिंबक, बंधु.

११२६

१७६॥ बढे मंडळी.

१०१ माणकोजी बढे.

७५॥ भगवंतराव बढे.

१७६॥

२७५ लेले मंडळी.

९९॥ बाबूराव अनंत.

१००॥ गणपतराव राम.

७५ नरसिंगराव शंकर.

२७५

१९९॥ शितोळे न्हावीकर.

१५० बनाजी शितोळे.

४९॥ मंबाजी शितोळे.

१९९॥

२५१। तुकोजी रविराव.

१०१ खासा.

७५ सखाराम रविराव, जानराव यांचे पुत्र.

७५। मानाजी रविराव.

२५१।

५४७॥। बारावकर मंडळी.

७४॥। महिपतराव.

७४॥। सर्जेराव.

१०० हणमंतराव.

७५। दौलतराव.

७२॥ आनंदराव.

७५। खंडेराव.

७५। विठ्ठलराव बारवकर, संताजी बारावकर यांचे पुत्र.

५४७॥।

५६२। शितोळे कुसेगांवकर.

१५०। हैबतराव शितोळे.

७५। अनसोजी शितोळे.

७५ अमृतराव शितोळे.

१००॥ दादजी शितोळे.

५० रघुनाथ शितोळे.

५१। गोविंदराव शितोळे.

६० यमाजी शितोळे.

५६२।

२९७ मीरखान टोके.

१४९ रणमस्तखान.

१४८ दावेदारखान.

२९७

२०३५। कारकून शिलेदार वाड्यांतील.

५०॥। गणेश सदाशिव.

१२५ रामचंद्र अनंत आवळसकर.
१५० सखो विश्वनाथ साने.
७६ भिकाजी महादेव जोशी.
५१ नारो कान्हो ठोसर.
२०३ मोरो विश्वनाथ भाव्ये.
५२ सदाशिव गणेश फाटक.
१०० कृष्णाजी नारायण लिमये.
७५ वामनाजी बल्लाळ दामले.
१०० विसाजी लक्ष्मण आपटे.
१०० भास्कर काशी जोशी.
१०० महादाजी धोंडदेव साठे.
५० बाळाजी कृष्ण बेहरे.
१०० भिकाजी कृष्ण आगाशे.
५२ रामचंद्र विश्वनाथ गोखले.
५२ शिवराम सदाशिव परांजपे.
९८ दिनकर बल्लाळ भडभडे.
३०० आबाजी बल्लाळ ठोसर.
१०४ गोविंद हरी बर्वे.
६२० विठ्ठलराम, निसबत वाकनीस.
७५॥ बाळाजी अनंत केळकर.
१२५ विसाजी राम बर्वे.
७५ बाजी बल्लाळ बेहरे.
२०१ रामचंद्र नारायण गोरे.

३०३५।

१५३॥ शितोळे अवसरीकर.
७६ बाबाजी शितोळे.
७७॥ लाडाजी शितोळे.

१५३॥

४९॥ बहिणाजी हेला.

५८२॥ निगडे मंडळी.
९१। खंडेराव निगडे.

९७॥ येशवंतराव निगडे.
९८। आनंदराव निगडे.
९५ परशराम महादेव कारकून.
२००॥ निगडे मंडळी मोघम.

५८२॥

१२८ हैबतराव गावडे.
३०२ राघोजीराव निंबाळकर.
१५८५। घोरपडे मंडळी.

७६॥ फत्तेसिंग घोरपडे.
९७। विठोजी घोरपडे.
१०२॥। शाहाजी घोरपडे.
१४६। बाळाजी घोरपडे.
७६। जोत्याजी घोरपडे.
७५। जनकोजी घोरपडे.
१०११ निसबत मालोजी घोरपडे.

६६६॥ खासा.
३४४॥ नारायणराव घोरपडे.

१०११

१५८५।

२९७। येळकर मंडळी.

९८॥ कुसाजी येळकर.
९८। निळकंठराव.
१००॥ खराजी येळकर.

२९७।

१७२९ दरेकर मंडळी.

८२७॥ हणमंतराव दरेकर.
३०४ जयसिंगराव.
३०१॥ सुभानराव.
२९६ रामराव दरेकर.

१७२९

५०० दोर्गे मंडळी मोघम.
२७६ निसबत पुरंधर.
१०१ निळकंठ बळवंत, कृष्णराव हरी यांचे पुतणे.
१७५ गोविंद आनंदराव सुपेकर.
———
२७६
१९५। सुपेकर.
९७॥ भगवंत खंडेराव
९७॥। आनंदराव गिरराव.
———
१९५।
१५२ भोंसले रांजणीकर.
१००। नरसिंगराव भोंसले.
५१॥। जोत्याजी भोंसले.
———
१५२
३४४॥। मोहिते सनगें.
१९५। हंबीरराव.
१४९॥ अवधूतराव.
———
३४४॥।
२५०॥ विश्वासराव लक्ष्मण.
२५४ आपाजी मोरे.
२०२ त्रिंबकजी भोंसले.
१५०॥ भाईदास दिंमत गुमानसिंग राजे मांडवीकर.
२९९ संभाजी राऊत.
१२३। बहिरराव जगताप.
२९४ जानराव नाइक निंबाळकर.
९६॥ दावलजी शितोळे
३००। वाजीराव पाटणकर.
२०३। तीर्थोजी जाधव, कुंभारगांवकर.
१२५॥। येशवंतराव निकम.
९८ रजबखान.

१२६ संताजी मोहिते.
३०० आनंदराव नाइक निंबाळकर.
१९५॥ गुलजारखान ठोके.
२७३॥ भगवंतसिंग बैस.
१४७॥ गणोजी शिर्के.
१५० नरसिंगराव गोविंद.
९७॥ बाबूराव दाभाडे.
२४९ जनाजी घाटगे.
१०१॥ अमरसिंग रजपूत.
३०३॥ जयरामराव पाटणकर.
१०१॥ रघुनाथ थोरात.
५२ विठ्ठलराव भगे, चिंचोलीकर.
४०३ अमरसिंग जाधवराव.
१५१॥ सिदराम शिंदे.
१५२ मुकुंदराव पाटणकर.
३०४। महिपतराव घोरपडे.
३०३॥ बाळकृष्णराजे भोंसले.
२५३ शिवाजीराजे भोसले.
२९९॥ भगवंतराव कदम.
३०१॥। धारराव कदम.
१४५॥ मनाजी भापकर.
१७५ जानाजी ढमढेरे.
६५०। मानाजी शिंदे.
१५२ निळकंठराव मोहिते.
३९७ आबाजी बाजी घाटगे.
१४९॥। दत्तात्रय विठ्ठल रास्ते.
२४४ राघोजीराव पाटणकर.
३००॥ रघुनाथराव मोहिते.
२९५॥ नारायणराव पाटणकर.
९८। अमृतराव पासलकर.
२४५॥ आबाजी जाधव, अलशिवकर.
१४८ शिदोजी घोरपडे.

१०२ हकीमखान ठोके.
१९७॥। माधवराव भापकर.
३०४॥ आणगोजी नाइक निंबाळकर.
९६॥। बिंबाजी कामथे.
३०५॥ काशीराव रास्ते.
५५०॥ हिरोजीराव पाटणकर.
७५ आनंदराव मान्ये.
१९९ शाहामीरखान रोहिले.
१४८ दिनकर मल्हार कानिटकर.
१९८॥। जनकोजी माहाडीक.
५५१ दारकाजीराव पाटणकर.
३२७ कृष्णाजी नारायण जोशी.
१९२॥ लक्ष्मण नागनाथ.
२०१ श्रीनिवास नारायण कानिटकर.
१९९ गोविंदराव येशवंत कानिटकर.
१०१। येशवंतराव बारावकर.
४९८ रामचंद्रराव घोरपडे.
१५२ शेख शिराजुदीन.
१५३॥ गोपाळ धोंडदेव जळेगांवकर.
१५२॥। बाबुराव हरी.
१४५॥ व्यासराव अनंत, अंताजी माणकेश्वर यांचे पुत्र.
२००॥ नाइकजी राजे भोंसले.
१५० देवजी शिर्के.
१२६॥ नरसो तुकदेव.
१५३ मानाजी सलगर.
१००। माणिकराव धायगुडे.
१००॥ बहिरो मुकुंद.
१५०। दावलजी निंबाळकर.
९७॥। बहिरजी बोधे.
५० आनंदराव बेर्गे.
५२॥ घनःशाम थोरात.
१४९ बलवंतराव कदम.

१५१ केसो कृष्ण दातार.
३९९ साबाजी नाइक निंबाळकर.
२०३ अमृतराव भोंसले.
५०॥। हरजी ढमढेरे.
९७ येशवंतराव भिकाजी सुळ.
१०२। माधवराव मुळे.
५० मिताजी सरकस.
९७ बैजोजी जगताप.
१०१॥ पिलाजी ताकपीर.
१००॥ तानाजी तापकीर.
७६। आनंदराव जगताप, मोरगांवकर.
१५२ राघो विश्वनाथ गोडबोले.
४८॥। हैबतराव मोहिते.
१०१ हैबतराव खताल.
७३। खंडेराव गौळी.
७८॥ पिलाजी कदम, गिरवीकर.
७७ गोविंदराव मोरे.
९५॥। शहाजी खलाटे.
९७॥। संताजी रणदिवे.
७३॥। मकाजी काकडे.
७६ आनंदराव निकम.
२९४॥ चंदरराव पवार.
२९८॥। मल्हारराव पवार.
४०३ खंडेराव त्रिंबकराव वाडेकर.
७६ बाजी जगथाप.
१०२ माणकोजी साठे.
९८। महमद सुलतान मावळे, जुन्नरकर.
१०१॥ रामचंद्र गाईकवाड.
४८ सयाजी बेर्गे.
१९७॥। मेवःश्यामराव नागनाथ.
१००॥ विठ्ठलराव नागनाथ.
७५॥। गोपाळसिंग गौतम.

९९ रघुनाथ जाधव.
२४५॥ नरसिंगराव शिंदे.
२५०॥। सटवाजी शितोळे.
९५। येशवंतराव बारावकर.
१४६। दाजी भोइटे.
७४। जानराव घाटगे.
२४४। भिवराव जाधव.
७५ मल्हारराव निगडे.
१९९। येशवंतराव शिंदे.
२०१। हटेसिंग हौस.
२५१ गोविंदराव काकडे.
१००॥ हणमंतराव घोरपडे.
१००॥ हैबतराव लेभे.
१२९ अमृतराव काकडे.
७६॥। सुभानराव माने.
१५०॥ राघोजी कदम.
१००॥ सदाशिव जाधव.
७५। हैबतराव जाधव.
७५॥। अम्रोजी चव्हाण.
१०३॥। रघुनाथराव शिंदे.
१०१॥ वेंकटराव चव्हाण.
७५। आनंदराव शिंदे.
१०१ सटवाजी घोरपडे.
७५॥। भिवराव ताळे.
९८। महमदअली कडपेकर.
१०० सैद हैदर.
१०२॥। मिर्जा मोगलबेग.
१०१ गंगाजी वांबर.
१००॥। आनंदराव सखाराम.
१०१। दौलतराव सोमवंशी.
२०१। मल्हारराव सोमवंशी.
७४। खान महमद नगरकर.

९९।।। येशवंतराव मसाले.
९८। सुभानराव निंबाळकर.
७५। गंगाजी नलगे.
७३।।। मुलतानजी निंबाळकर.
१०१ दारकोजी निंबाळकर.
७४।।। वेंकटराव थोरात.
१०४ महिपतराव मालसकिरे.
१००।।। बहिरजी नलगे.
९९ सदाशिव येशवंत खंडाळकर.
५९।। पर्वतराव मान्ये.
७४।।। कादरदादखान, निसबत फाजल अलिबेग.
९८। कृष्णाजी तांटे.
७४।।। धोंडजी शिंदे.
७६।। लक्ष्मणराव येशवंत.
९५। हणमंतराव निंबाळकर.
१२५ रस्तुमराव जाधव, सिंदखेडकर.
७५ खंडेराव गाडे.
१०१ बाळाजी विष्णु सहस्रबुद्धे.
१५२ चिंतो रामचंद्र लिमये.
७६।। सर्जेराव खलाटे.
७५ गोविंदराव सूर्यवंशी.
९६ नारायणराव गोविंद.
७३।। कृष्णराव जाधव, शिंदखेडकर.
९६।। होनाजी चवाण, आटपाडीकर.
९८ मुराराव चवाण.
३०८ गणपतराव कान्हेरे, कुरुंदवाडकर.
६९५। दिंमत रघुनाथराव निळकंठ.
 ५९७ खासा.
 ९८। विसाजी नारायण वाडदेकर.
 ———
 ६९५।
१४८। विठ्ठलराव पुरुषोत्तम मंगळवेढेकर.

१५०॥ विष्णु लक्ष्मण मंगळवेढेकर.
१५१॥। मोरो श्रीपत, श्रीपतराव मोरेश्वर यांचे पुत्र.
३००। माधवराव गंगाधर, गंगाधर गोविंद यांचे पुत्र.
२०० काशीराव खंडागळे.
७५ विठूजी भालेराव.
७४॥। दाजी रामचंद्र.
१५२ खंडेराव दौलत.
७३॥ सामाजी गायकवाड.
७२। सुभानराव शेळके.
१४९ बळवंतराव आंबीकर.
९९॥। खंडेराव रणसिंग.
१०१। विष्णु धोंडदेव गुण्ये.
२५० विठ्ठल धोंडदेव.
१७७॥ दुर्गोजी शिंदे.
१००॥। जोत्याजी फडतरे.
१२४ बहिरजी शिरके.
४१८। विठोजी चव्हाण हिंमतबहाद्दर.
२९७॥ खासा.
१२०॥। जानराव चव्हाण, पुत्र.

४१८।

४५६॥ दौलतराव घारगे. कितुरकर.
२०३॥ खासा.
१२७ विश्वासराव घार्गे.
१२६ पिराजी घार्गे.

४५६॥

१२६ येशवंतराव परळीकर.
१४५। रामजी भोईटे, आरडगांवकर.
१७१ पिराजी सर्जेराव घाटगे, कागलकर.
२०४॥। निळकंठराव शिंदे, मनोळीकर.
८५७ थोरात गोठखडीकर.

२०५॥ कृष्णाजी थोरात.
२०० परशराम थोरात.
१५१॥ खंडेराव थोरात.
७५ केदारराव थोरात.
१२४॥ मुरारराव थोरात.
१००॥ बापूजी थोरात.

८५७

६०१ पाटणकर.

२०० बहिरराव पाटणकर.
२०० जोत्याजीराव पाटणकर.
२०१ मानसिंगराव पाटणकर.

६०१

१०० व्यंकटराव भापकर.
२०२ येशवंतराव बिन कृष्णाजी थोरात.
२०२ बहिरराव भापकर.
२७८॥ जबरखान सावनूरकर.
९७। हरबाजी नरसी धायगुडे.
५९२॥ निंबाळकर आकळुंजकर.

२९१॥ गिरजोजी नाइक.
३०१ मालोजी नाइक.

५९२॥

७५॥ हणमंतराव मोरे कापळेकर.
१२२ वेंकटराव चव्हाण, विठोजी चव्हाण हिंमतबहाद्दर यांचे पुत्र.
९०४॥ दौलतराव हिंदुराव घोरपडे.

६०४ खासा.
३००॥ संभाजी, हिंदुराव पुत्र.

९०४॥

२९५॥ शिदोजी हिंदुराव, दौलतराव यांचे पुतणे.
४०३ घोरपडे कापशीकर.
२०१ मानसिंगराव.
२०२ जीवनराव.

४०३

३३०। जीवनराव निंबाळकर.
२४४॥ त्रिंबकराव गंगाधर रेटरेकर.
१४८ रामचंद्र माधव, माधवराव गंगाधर रेटरेकर यांचे पुत्र.
९९। हैबतराव गावडे.
४८।॥ बाबूराव बर्गे.
५०॥ बहिणाजी झरेकर.
२४२।॥ रुस्तुमराव पांडरे शरफजमुलुक, दिंमत फत्तेसिंग भोंसले
३५१ गणपतराव आनंदराव मेहेंदळे.
१२४॥ त्रिंबकराव बांडे.
१४५ येशवंतराव बांडे.
३०५ जोगोजी घाटगे.
२४४॥ शंभूसिंग जाधवराव.
९४॥ साबाजी जानकर.
१२३ महमदसाहेब जुदीन.
३०२ महादजी शितोळे मांजरीकर.
७३॥ सर्ज्येराव जगताप.
७५ जानराव जगताप.
७३।॥ हैबतराव साजप.
९८।॥ त्रिंबकराव ढगे.
७६ उदाजी भोंसले.
७४ निंबाजी जगताप.
१५१ मानसिंग मान्ये, म्हसवडकर.
९८।॥ गोपाळ शिवराव कडेकर.
७८ विठोजी खळदकर.
९९ संताजी साळोंखे.
५० नरसिंगराव ताळो.

७४॥ रामचंद्र गोपाळ.
७५। दर्याजी काळे कोल्हारकर.
४८।॥ सुभानराव सुल, मलोजी सुल यांचे पुत्र.
९६ चंदरराव रणसिंग.
५१॥ कृष्णाजी हरफळे, चिमाजी हरफळे यांचे पुत्र.
७३॥ जानराव लांबखंडे.
७५। माधवराव काळे, घोडेगांवकर.
१००। संताजी ताटे.
७५ येसाजी बाबूराव.
१५१ मिर्जा मानुकबेग.
७४॥ आत्माजीराव सर्वे.
७६॥ बगाजी चिंतामण बेहरे.
२५५ चवाण निंबगांवकर.
५१।॥ लक्ष्मणराव चवाण, माधवराव यांचे पुत्र.
१०२। कृष्णाजी चवाण, रघुनाथ चवाण यांचे
१०१ आबाजी चवाण.

२५५

९९ संताजी बीन सखोजी निंबाळकर.
१५१। परशराम घाटगे.
७५ नारायणराव सावंत, दानवाडकर.
१०१॥ अनसाजी रणदिवे.
७६॥ आनंदराव नारायण उखाडेकर.
१०१। मुकुंदराव चवाण.
१०१॥ आपाजी चवाण.
९९ आबाजी जाधव वाडीकर.
७९ रामचंद्र विश्वनाथ, विसाजी बल्लाळ कारकून निवाडीकर यांचे पुत्र.
७५ चापाजी गाईकवाड.
४७।॥ अमृतराव कदम.
७५ भिवाजी काळे.
७७ मानाजी काळे.

१०१॥। शिदोजी बाबर.
७३ जीवनराव नरसी चिकोडीकर.
१०३॥ खत्रोजी वाग, विरजी वाग यांचे पुत्र.
९४ बाळाजी नाइक सायना.
७७ हैबतराव झरेकर.
७४॥। गोपाळराव रामचंद्र घोरपडे.
७३॥। महिपतराव चवाण.
७५॥। जनार्दन गोविंद कारकून शिलेदार.
१०२॥ वेंकटराव काळे.
९६ सटवाजी धायभर.
१५०॥ बाळाजी काशी कात्रे.
२९६॥। माधवराव रामचंद्र.
७३॥। सुभानजी रायनांदे.
७८ रामराव गोपाळ.
१०० खंडेराव निळकंठ रास्ते.
२९८ रघुनाथराव निळकंठ, धोंडो दत्तात्रय यांचे नातू.
१९८॥ सखाजी शिर्के.
१०१। विठोजी सुर्वे.
१०२ तुकाजी कदम, नागोजी कदम यांचे पुत्र.
६९८॥ गंगाधरराव भिकाजी रास्ते, दिंमत आनंदाराव भिकाजी रास्ते.

३९५॥ खासा.
३०३ व्यंकटराव गंगाधर, पुत्र.

६९८॥

९५॥ कृष्णाजी अनंत कारकून, दिंमत आनंदराव भिकाजी रास्ते.
९८॥। लक्ष्मणराव डफळे.
७५ कृष्णराव पाटणकर.
७२ नागोजी इदलकर.
७७॥ बळवंतराव होगळे, बाजीराव होगळे यांचे पुत्र.
१४९॥ लक्ष्मणराव ढमढेरे.
७१॥ त्रिंबकराव सानप.

१२५ जगन्नाथ लक्ष्मण मेहेंदळे.

१००॥ त्रिंबक सोनदेव.

५०० गेये, लवये, जलगे वगैरे गायकवाड मंडळी.

७८ वाघोजी शिर्के.

१००॥ लक्ष्मण गिधड, गिधडमंडळी.

१५० मोठे मर्दने पंचभाई.

१५२ मिर्जा अस्कर अलीबेग.

६० जानराव होगले.

५०। निंबाजी मोइटे.

५०। नरसिंगराव मोइटे.

६० हणमंतराव अदमणे.

६१। पुरुषोत्तमराव सदाशिव.

१९४। बळवंतराव काशी, काशी बल्लाळ यांचे पुत्र.

१९१ विष्णु रघुनाथ पानसी.

५९॥। मेघःशाम आनंदराव परींचकर.

१०० गणपतराव बर्गे.

१५० मनोहर भगवंत.

७६॥। कृष्णाजी जनार्दन, जानो बाबूराव यांचे पुत्र.

७५ मालजी पवार.

७२॥ रत्नोजी नाग टिळक.

७६। सुलतानजी मान्ये.

७५ हैबतराव भापकर.

७५। फिर्गोजी कदम.

२९३। येशवंतराव गंगाधर.

९९ भास्करराव गणेश.

१५० लक्ष्मण रामचंद्र पुरंदरे.

१५० भिवराव खंडेराव.

२०५ मीर सफीउलाखान त्रिंबककर.

१०० आनंदराव लक्ष्मण पुरंदरे.

१२७ महादाजी विठ्ठल, दिंमत त्रिंबकराव अमृतेश्वर.

१००॥ दत्ताजी मोपते.

१५० गंगाधर शंकर पुरंदरे.

१२६ मोरो सदाशिव साठे.
९९॥। बहिरजी काळे.
१००॥ येशवंतराव काळे.
५१ दिंमत बहिरजी काळे--(नांव दाखल नाहीं)
६०॥ निंबाजी शिराळे.
९७ बळवंतराव काळे.
१०० माळ शिकारे कुवेगांवकर.
१२३ विश्वासराव नारायण भावे.
२७५ शेखअबदुल कडपेकर.
१०१॥ पांडुरंग गिरमाजी.
२५३। खंडेराव घोरपडे.
२४९॥। राघोजी लांबहाते.
१२१॥। मायाजी शिळिमकर यांचे पुत्र.

७९७०३॥

किरकोळ सनगें.

६४४० दिंमत भोंसले, रवाना नागपूर.
१६६० रघोजी भोंसले खासा.
२५०३ परसोजी भोंसले.
३५२ भवानी काळे.
९ बासनांस कापड.
१९१६ व्यंकाजी भोंसले.
१५६४ खासा.
३४६॥ श्रीधर लक्ष्मण.
५॥ बासनांस कापड.

१९१६

६४४०

१२६॥। बाबूराव कृष्ण किल्ले सातारा.
२०२॥। कृष्णाजी अनंत.
१५६। बाबूराव विश्वनाथ वैद्य रवाना नागपूर.

५८८८।।। दिंमत नबाब निजामअलीखान.

११२७।। मौजुद्दोले रवाना भागानगर.

१०१ कृष्णाजी देवजी.

२१२१।। रेणोराव धोंडाजी रायराया.

१०६७ खासा.

१०५४।। पुत्र.

२१२१।।

२०३४।। मीर अलम.

११२६ खासा.

९०८।। पुत्र.

२०३४।।

२४९।। रघोत्तम हैबतराव.

२५४।।। बाबूराव वकील.

५८८८।।।

५०। विठ्ठल हरी.

३८१८।। मिरजा मुजफरबस्त शाहाजादे.

८३५ नबाब अकबर अलीखान.

२४९।। येशवंतराव दाभाडे.

१३७८ इतमातदौले, गाजद्दीनखान यांचे पुत्र.

१२०८ उमदाबेगम.

८०९।। दिंमत भोंसले.

४०१।। कृष्णराव माधव.

१४५ रामचंद्र दादो.

१०२ बाळाजी शिवदेव.

१०३।। अमृतराव.

५७।। उदाजी नाइक.

८०९।।

४४० बापूजी आबाजी वासरे.

२४७० बाळाजी जनार्दन फडणीस.
१९८॥ गोविंद बाजी जोशी.
२४८॥ गोपाळराव राम.
१५२ त्रिंबक जयराम, जयराम कृष्ण बापट यांचे पुत्र.
७६। महादशेट वीरकर.
२८६। काशी बल्लाळ, निसबत गाडदी.
१८९ खासा.
९७। सेख सुलतान सेख लाल गाडदी.

२८६।

११२० चिंतामण हरी फडके.
७५॥। अंताजी बापूजी.
७६॥। रामशेट बिन हरशेट वीरकर.
६९७। वकील निसबत बुंदेले.
२९६॥ पृथ्वीसिंग.
२४८। भवानीसिंग, पृथ्वीसिंग यांचे पुत्र.
१५२॥ मानसिंग.

६९७।

१०० जनार्दन गोविंद खिजमतराव.
११५३॥ महाराव जसवंत निंबाळकर.
२४४॥। रामचंद्र आबाजी वानवळे.
२५५ मुसानारज.
९०० मुलें वाड्यांतील.
१९९॥। गोविंदसिंग.
३०२। त्रिंबकसिंग.
१९७ बहिरसिंग.
२०१ महिपतसिंग.

९००.

१०१॥ रामचंद्र कृष्ण रिसबूड, आदवानीकर.
२४८॥। येशवंतराव महादेव नगरकर.

१४८ नारो बाबूराव वैद्य.
१५० गोविंदा जेठी.
१४७ मिना जेठी.
९९। तिमा जेठी.
१५१॥ गोविंदराव माणकर.
१२६।। येशवंतराव नरगुंदकर.
२०२ विठ्ठल गोरक्ष वकील गोवेकर.
६००।। मिस्तर मालीट वकील, निसबत इंग्रज कलकत्तेकर.
२४९॥ नुरदी हुसेनखान, निसबत इंग्रज कलकत्तेकर.
७४।।। वकील दिंमत जाबितजंग.
१०० गिरमाजी विठ्ठल, निसबत खंदारकर.
२२०।।। वकील निसबत जमातदार.

१४६ गंगाधर नरहर.
७४।।। बाळाजी व्यंकटेश.

२२०।।।

१९५ सदाशिव नाइक वानवळे.
१०३६।।। दिंमत तोफखाना.

१९५ माधवराव कृष्ण.
२९७।। सखाराम येशवंत.
२०२ भिवराव जयवंत.
३४२ सैदहुसेन गोलंदाज.

१०३६।।।

२४६॥ सुभानराव वकील सुरापूर.
१५२ नावाजी गौळी, निसबत गोविंदराव गाईकवाड.
१७७ वकील अलफसदन कर्नाळेकर.

९९। रामचंद्र दादो.
७७।।। कृष्णराव सुंदर.

१७७

६४८। महात दिंमत पीलखाना.

१०० गुजर वल्लद दलेल.

७५॥। लालण वल्लद शेख महंमद.

२५०॥ बाळा वल्लद छट्टु.

१२२ मिया वल्लद मदार.

१०० हुसेन वल्लद इभ्राम.

———

६४८।

७५॥। शेषो मेलगीर वकील संस्थान गदवाळ.

९९ हणमंतराव सभापत.

१००। विनायक नारायण परांजपे.

३७० मनाजी सिंदो.

७०४। दिंमत पीलखाना, निसबत अली महात.

५०१॥। खासा.

२०२॥ मिया वल्लद मुर्तुजा.

———

७०४।

१०१॥ दीनानाथजी काशीकर.

६० सौभाग्यवती उमाबाई जोशीण.

९८। बाळकृष्ण लक्ष्मण वैद्य निसबत मानाजी आंग्रे.

७५॥। सिनापा तोडमरीकर.

१५०॥। सदाशिव अनंत बेहेरे कारकून निसबत दप्तर.

२०२ सैद महंमद गाडदी.

७६॥। भवानी लक्ष्मण निसबत चंदरराव.

६७॥। लाला सीताराम ईभ्राम वकील कर्नाळेकर.

७१॥ आपाजी जाखदेव निसबत तुकोजी होळकर.

१५१॥ भालदार.

७६॥ मदन वल्लद रस्तुम.

७५ हसन वल्लद भीकन.

———

१५१॥

१७२ परशराम सिंपी.

१६० सखाजी घोडका.

२५० पीर महंमद.

५२० अबदुल रहिमान वल्लद शेख अहंमद कारीगार औरंगाबादकर.

६९२५ खिजमतगार.

२६२ भवानजी नाईक.	१५१ केदारजी येवला.
६६० जानोजी जाबक.	१९८ जानोजी चवाण.
३०० खंडोजी पणदरा.	८१६ हणमंता टिळेकर.
२६२ बाबाजी पडवळ.	२०० येसाजी जाधव.
२६२ येसाजी शेटगा.	२०० जिवाजी काटकर.
२२३ भवानजी मेमाणा.	४५० रायाजी वाघमारा.
२६० पिलाजी पानसरा.	६९५ लक्ष्मण मान्या.
२४० संभाजी सिंदा.	२८० कृष्णाजी उगला.
१८८ तानाजी पडवळ.	२६८ बाळोजी वळसा.
२८२ जोगोजी जगदळा.	२२६ दत्ताजी आढाव.
२६२ रामजी बेकराळ.	२४० हैबती जरंडा.

६९२५

२५३६ चोपदार.

५२० भवानी वल्लद नंदराम.

५०८ तुकाराम वल्लद नंदराम.

२८२ घासी वा। बुदु.

३०२ महासिंग वल्लद मदनसिंग.

२६६॥ मखु वल्लद शेख फरीद.

६५७॥ जगंनाथ वल्लद मदन.

२५३६

७७ परशराम पवारसिंग पोर्गा.

३३९ निसबत खासजी लिंब.

१८५ संभाजी धायरीकर.

१५४ तुकाजी साळोखा.

३३९

४८११८॥

रवाना आनंदवलीस.

१०,६०   राजश्री बाजीराव.

१४२०   राजश्री चिमाजी आपा.

१२६३   राजश्री अमृतराव.

३४०   सौभाग्यवती सत्यभामाबाई.

३०,६॥   नाटकशाळा.

७०	हेमंत.	६७	मैना.
६९॥	रूपकुवर.	६४	बसवंत.
६२	चंपक.	६३	उमेदा.

३९६॥

१०॥   वासनास सनगें.

८३६   सौभाग्यवती भागिर्थिबाई.

६६२६

२२०१४४१८

२२ शहर पुणें, व पेठा.

११५४ (४)—पेठ सदाशिव कसबे पुणें तुम्हांकडे होती त्यास नारायण पेठेंत

अर्था संबंन   वस्तीस दाटी जहाली, सबब पेठ बचो विश्वनाथ यांजकडे देविली

मया व अल्पः   अरे तरी मशारानिल्हेचे हवालीं करणें म्हणोन, बाळाजी कृष्ण यांसी.

रजब ६   सनद १.

रसानगी यादी.

११५५ (५)—पेठ रविचार कसबे पुणें प्रांत मजकूर येथील कमावीस पेशजींचे

अर्था संबंन   कमावीसदारांकडुन दूर करून सालमजकुरापासून तागाईत सन समान

मया व अल्पः   संबंन पांच साळा मामलत तुम्हांकडे मक्तियानें सांगितली, तरी इमानें

रजब ९   इतबारें वर्तोन अंमल चवकशीनें करणें, मक्ता दरसाल रुपये.

(1154) There is an allusion in this sanad to Náráyaṇ Peṭh of
A. D. 1773-74   Poona being overcrowded.

(1155) The kamávis of Peṭh Raviwár of Poona was farmed out
A. D. 1773-74.   to Anandráo Káshi for Rs. 11,800 annually, from
which Rs. 888-8-0 was to be deducted on account of
establishment expenses.

९७९८८८- बरहुकुम गुदस्त सन सलास सबैन आकार रुपये.

५१३०॥ पेठ.

४६६७॥- शिवाय जमा.

९७९८८८-

२००१॥।≡ जास्ती चढ

११८००

एकूण अकरा हजार आठशें रुपये दरसाल जमा मक्ता. पैकीं वजा महाल मजकूर वगैरे नेमणूक. रुपये.

६३५ महाल मजकूर पेशजींप्रमाणें.

२०० कमावीसदार.

१०० परशराम शेट्या.

१०० कुळकर्णी.

२३५ शिबंदी प्यादे असामी ८ दरमहा रुपये २५ प्रमाणें अकरमाँही.

६३५

५३॥ माफ साऱ्याबद्दल सालगुदस्तप्रमाणें रुपये.

४७॥ फकीरचंद सराफ दिंमत त्रिंबक सदाशिव पुरंदरे यांचे घराबद्दल.

६ विसोबा नाईक दुकानाबद्दल.

५३॥

२०० गैर सनदी माजी कमावीसदारास सन सबैनांत मजुरा दिल्हे आहेत त्याप्रमाणें

८८८॥

एकूण आठशें साडेअठ्ठ्याशीं रुपये दरसालची नेमणूक वजा होऊन बाकी १०९११॥ रुपये.

यास हप्तेबंदी सुद्धां १

१०००	आषाढ.	९००	अश्विन.
१०००	श्रावण.	९००	कार्तिक.
९००	भाद्रपद.	९००	मार्गशीर्ष.

९००	पौष.	९००	चैत्र.
९००	माघ.	९००	वैशाख.
९००	फाल्गुन.	८११॥	जेष्ठ.

१०९११॥

एकूण दहा हजार नऊशें साडेअकरा रुपये सदरहू हस्तेबंदीप्रमाणें साल बसाल सरकारांत भरणा करून पावल्याचा जाब घेत जाणें. रयतीवर जाजती जलेल करूं नये. माजी कमावीसदारांचे रीतीप्रमाणें अमल करणें ह्मणोन, आनंदराव काशी यांचे नांवें.

सनद १.

नारो आपाजीच्या कीर्दीपैकीं.

११५६ (१०२)—भोज्या शिंदा यांचें घर पेठ शुक्रवार, शहर पुणें येथें आहे, तेथील मोरी कोतवालीकडून बांधली त्याचा आकार रुपये ७ सात रुपये शिंदा मजकूर यास माफ केले असेत, तरी कोतवाली शहर पुणें येथील हिशेबीं खर्च लिहिणें ह्मणोन, धोंडो बाबाजी कोतवाल शहर पुणें यांचे नांवें. छ. २२ रजब.

खमस सबैन मया व अलफ. रमजान २९.

सनद.

रसानगी यादी.

११५७ (६१२)—३ छ. ३० सफर पदाजी माळी पांढरा वस्ती कसबे पुणें यास सरकारची धर्म पवई (पोई) शूद्र लोकांस पाणी पाजावयास पेठ सोमवार कसबे पुणें येथें नागझरीवर घातली आहे, तेथें पाणी पाजावयास ठेविला, त्यास दरमाहा अकरमाही शिरस्ता छ. १ रविलोवलपासून रुपये ३ तीनप्रमाणें करार करून तूर्त एक माही रोजमरा रसानगी यादी.

तिस सबैन मया व अलफ जमादिलाखर १८

रुपये.

११५८ (७३९)—शहर पुणें येथील कोतवालीची कमावीस आनंदराव काशी यांजकडे होती, ते त्यांजकडून दूर करून हल्लीं तुह्मांकडे कमावीस सांगितली असे, तरी इमानें इतबारें वर्तोन अंमल चौकशीनें करणें. कोतवालीसबंधें—

इसन्ने समानीन मया व अलफ सफर ६

कलमें.

FROM NÁRO APÁJI'S DAIRY.

(1156) A drain was constructed by the kotwál for a house in Shukrawárpeth belonging to Bhojyá Sindá. The cost of construction viz. Rs. 7 was remitted.

A. D. 1774-75.

(1157) An establishment was kept by Government at Nágzari in Poona to give drinking water gratis to persons other than Brahmins.

A. D. 1778-79.

(1158) The office of kotwál of Poona City was taken from

तुह्मांस तैनात सालीना पेशजीप्रमाणें.

रुपये.

५०० जातीस.

६६ अफतागीऱ्या.

५५ दिवट्या देखील तेल.

६२१

एकुण साहाशें एकवीस रुपये तैनात करार केली असे. तरी कोतवालीचे ऐवजीं घेणें, मजुरा पडतील. कलम १.

तुह्मांकडे पूर्वीं कोतवाली होती, ते वेळेचें फाजील तुमचें देणें निघालें तें आनंदराव काशी याणीं तिहीं वर्षांत तिहीं हप्त्यांनीं द्यावयाचा पेशजीं करार केला असतां झाडून ऐवजाचा निकाल कराराप्रमाणें करून दिल्हा नाहीं. दहा हजार रुपये अजमासें देणें राहिलें, सबब तुह्मांकडे कोतवालीची कमावीस सांगोन रसदेचा ऐवज सरकारांत द्यावयाचा रुपये ५००० पांच हजार रुपये करार केले असेत, तरी छ. ९ मोहरमापासून एका महिन्यानें सदरील ऐवज सरकारांत पावता करून पावलियाचा जाब घेणें. कलम १.

अनंदराव काशी यांचे फाजील सरकारांत हिशेब होऊन ठरले त्याची निशा पेस्तर सालापासून तिही हप्त्यांनीं तिहीं सालांत झाडा तुह्मीं करून द्यावा याप्रमाणें निशा दणे. कलम १.

अनंदराव काशी यांचे फाजिलाचा ऐवज देविला आहे, हा व तुमचे फाजील आनंदराव काशीकडून गैरअदा होऊन देणें राहिले आहे तो ऐवज व हल्लीं रसदेचे पांच हजार रुपये द्यावयाचे केले आहेत, एकूण एकंदर ऐवज कोतवालीवर तुमचा फिटेतों कोतवालीची घालमेल तुमची होणार नाहीं. कदाचित् घालमेल करणें जाहल्यास तुमचा ऐवज देणें त्यांत उत्पन्न मिना होऊन बाकीची निशा नव्याकडून घेतल्याखेरीज होणार नाहीं.

कलम १.

पांडुरंग कृष्ण यांस सरकारांतून सरअमीनीं सांगितली असे, तरी कोतवालीसंबंधें कुल कारभार मशारनिल्हे यांचे इतल्याखेरीज करूं नये. ज कर्तव्य तें तुह्मी व सरअमीन उभयतां एकविचारें करीत जाणें. कलम १.

A. D. 1781-82. Anandrao Kàshi and given to Gháshirám Sáwaldás. His salary was fixed at Rs. 500 besides Rs. 66 for an attendant to hold an *aftágir* and Rs. 55 for a torchbearer. The following instructions were issued to him:—

(1) the clerks and peons employed at the kotwal's office should not be removed without the consent of Pándurang Krishṇa, the Sar Amin who was appointed by Government;

(2) two new police posts should be built in Náráyanpeth and, Shanwárpeth, as owing to the want of enough police posts, offences in those parts were not detected;

कोतवालीच्या चावड्यांचे वगैरे कोतवाली संबंधें ठेवणुकी कारकून व प्यादे यांची तहगीरी व बाहाली करणें ते पांडुरंग कृष्ण सरअमीन यांचे इतल्याशिवाय न करणें; मशारनिल्हे व तुम्हीं मिळोन करीत जाणें. कलम १.

दरकदाराचे हातें दरकाचें कामकाज घेत जाणें. कलम १.

कोतवालीचा अंमल मुदामत चालीप्रमाणें करणें. इमानें इतबारें वर्तत जाऊन रयत आबाद राखत जाणें गैर वाजबी परिछिन्न न करणें. कलम १.

पेठ नारायण, व पेठ शनवार या दोहों पेठांत कोतवालीची चावडी नाहीं, याजमुळें फंद फितुरी व हाली हरामी समजण्यांत येत नाहीं, याजकरितां दोहों पेठांत दोन चावड्या घालावयाचा करार केला असे, तरी निवारसी जागा पाहून दोन चावड्या घालणें, आणि हाली हरामीची पैदास्त होईल त्यापैकीं चावड्यांच्या खर्चाची नेमणूक होईल त्याप्रमाणें खर्च जाऊन बाकी रद्द कर्जी घेत जाणें. फंद फितुरी याची बातमी यथास्थित राखून सरकारांत समजावीत जाणें. कलम १.

कमाविसीचे कलम पांच हजार रुपये पावेतों होईल तें कोतवालीचे हिशेबीं जमेस धरून रद्द कर्जी घेणें. पाच हजारांवर जाहल्यास सरकारांत पोता भरणा करणें. कलम १.

महाल मजकूर शिबंदी प्यादे, बाजेलोकसुद्धां असामी ७८ अठ्याहत्तर यांस तैनात दरमहा रुपये ३१० तीनशें दहा रुपये अकरमाही पेशजींचे नेमणुकेबद्दल शिरस्तेप्रमाणें ठेवणें, व कारकून व खेरीज मुशाहिरा मागील त्रिंबक हरी याची व हल्लींची वहिवाट मजुरा पडत आली तें मनास आणून नेमणूक करून दिल्ही जाईल, त्याप्रमाणें खर्च करीत जाणें. जाजती करूं नये. कलम १.

शहरांतील रस्ते चांगले राखावे, पडवी, वोटे पुणें जळाल्यावर नवे परवानगीशिवाय जाले असतील ते मोडून टाकणे पुढें होऊं देऊं नये. कलम १.

कोतवालीचा मागील वहिवाटीचा हिशेब पाहून, व नव्या दोन चावड्या हल्लीं करावयाच्या सांगितल्या आहेत त्यासुद्धां सरकारांतून बेहडा करून देऊं, त्याप्रमाणें चालावें. कलम १.

---

(3) the duties of the office should be carried on honestly and in conformity with established practice: the rayats should be kept happy: improper conduct would not be tolerated;

(4) the roads should be kept in good order: no new verandas or sheds should be allowed: all verandas and sheds unauthorizedly constructed after the great fire at Poona city should be pulled down;

(5) information should be regularly collected in each peth regarding conspirators coming into the city, and should be communicated to Government from time to time;

शहरांत फंद फितुरी वैगैरे येऊन रा-
हतात, त्यांची चवकशी पेठां पेठांतून
कोतवालीचे कारकून वैगैरे आहेत त्यांजक-
डून बारकाईनें बातमी राखीत जाऊन वर-
चेवर सरकारांत कळवीत जाणें.
                                      कलम १.

पेठकरी अमलास खलेल करतील,
त्यास सरकारांतून ताकीद केली जाईल.
                                      कलम १.

शहरांत रात्रीची गस्त कोतवालीकडील
फिरत्ये त्याजबराबर कारकून व प्यादे
चौकस देत जाऊन रात्रीच्या गस्ती नेहमीं
फिरऊन बंदोबस्त राखीत जाणें, व बार-
काईनें चोरांचा पत्ता लाऊन चोर धरून
आणून सरकारांत देत जाणें.

                                      कलम १.

प्यादे बाजेलोकसुद्धां अठ्याहत्तर असामी
नेमणुकी आहेत, त्यांपासून चाकरी
तुम्हीं व पांडुरंग कृष्ण सरअमीन उभयतां
घेत जाणें. दरकदाराकडे निसबत माणूस
एकंदर न देणें.   कलम १.

कोतवालीचा हिशेब महिनेमहाल सर-
कारांत महिना गुदरताच पडलें पान तफा-
वत न करितां देत जाणें.   कलम १.

रसदेस व्याज एकोत्रा शिरस्तेप्रमाणें व
फाजिलास सरकाराचे शिरस्तेप्रमाणें व्याज
कोतवालीचे ऐवजीं मजुरा पडेल. कलम १.

गरती बायकांस शिनळकीची परवानगी
देऊं नये.   कलम १.

एकूण वीस कलमें करार करून कोतवालीचा अंमल छ. ९ मोहरमापासून सांगि
तला असें तरी सदरील लिहिल्याप्रमाणें वर्तणूक करणें म्हणोन, घाशीराम सावळदास यांस.
                                                              सनद १.

रसानगी यादी.

११५९ (७५५)—सरकारांत नहराचें काम लाविलें आहे, त्याची पट्टी सर्वांप्रमाणें
           इश्वे समानीन   तुम्हांकडे पांच हजार रुपयांची करून सरकार खिजमतगार वसुलास
           मया व अलफ   पाठविलें होते; त्याजवरून तुम्हीं सदाशिव नीळकंठ भावे यांजवर
           जमादिलाखर ९   पुणियाची हुंडी पाठविली, ते रुपये ४००० चार हजार रुपये हुंडी-
प्रमाणें पोतेचाल सरकारांत जवाहीरखान्याकडे जमा झाले असेत म्हणोन, रघुनाथ हरि
यांचे नांवें.   जाब १.
                                                         परवानगीरूबरू.

(6) efficient kárkuns and peons should be sent on patrol every night
      and thieves should be arrested and sent to Government;
(7) married women should not be given permission to become
      prostitutes;
(8) 78 peons at monthly cost of Rs. 310 were attached to the office.
   (1159) Contributions were levied from the people for the con-

११६० (८१६)—मौजे कात्रज, तर्फ हवेली, प्रांत पुणें येथील जमीन सरकारचे

अर्धा समानीन
मया व अल्फ
सावान २०.

नळाचे कारखान्याखालीं, व तळ्याखालीं, व नहराखालीं पडली आहे.
त्याचा आकार खेरीज गला, व कडबा, व तूप वगैरे करून गांवचे
चालीप्रमाणें मजुरा घावा म्हणून, मौजे मजकूरचे गांवकरी यांणीं
अर्ज केला; त्याजवरून गोपाळ घेंजनाथ कारकून व रघोजी सोरटे नाईकवाडी दिमत
सुभा प्रांत मजकूर यांस जमिनीचे चौकशीस पाठविले, त्यांणीं अडोसीपडोसीं शेतें होतीं
त्यांचे रुत्प्याची चाल पाहून जमीन पडली ते.   रुके.

·।।० थळ कच्चालमळ्याचे रुके.

८॥॥ गोंडवीर थळेपैकीं रुके. २ व अवळीथळेपैकीं रुके ८१॥ एकूण रुके.

·॥४॥

एकूण साडेअष्टावीस रुके जमीन नळाचे कारखान्याखालीं, व तळ्याखालीं, व
नहराखालीं पडली आहे, त्याचा आकार खेरीज गला, व कडबा, व तूप वगैरे करून दर
सजगाणीस नक्त रुपये ४० प्रमाणें रुपये १९० एकशें नव्वद जहाले, ते गांवास सन
इसन्ने समानीनापासून मजुरा घाववयाचे करार करून हे सनद तुम्हांस सादर केली असे,
तरी सदरहूप्रमाणें एकशें नव्वद रुपये नहराकडे खर्च लिहून गांवास दरसाल मजुरा देत
जाणें म्हणोन, नारो महादेव किले सिंहगड यांचे नांवें.   सनद १.

रसानगी यादी.

११६१ (०१०)—बापूजी आनंदराव कमावीसदार कसबे पुणें यांचे नांवें सनद कीं,

सीत समानीन
मया ब अल्फ
सफर ४

राजश्री आनंदराव भिकाजी रास्ते यांणीं नवी पेठ वसबाबयाकरितां
जागा देविली पाहिजे ह्मणून विनंति केली; त्याजवरून मशारनिल्हे
यांस पेठ वसबाबयास जमीन.   बिघे.

८७॥१ मोरो बल्लाळ जोशी यांजकडे दहा बिघे जमीन चालत होती ते हल्लीं
मोजणीमुळें भरली ते.

८२॥ कबीर फकीर यांजकडे जमीन आहे त्यापैकीं.

A. D. 1781-82. construction of an aqueduct at Poona: the sum to be paid by Sadashiv Nilkanth Bhave was Rs. 5,000.

A. D. 1783-84. (1160) Land measuring 28½ *rukas* at Kátraj having been taken up for the tank, pipes, and the works connected therewith, its assessment viz. Rs. 190 was ordered to be remitted.

A. D. 1785-86. (1161) Land measuring 24¾ bighás and 1 pand was given to Anandrao Bhikáji Ráste to found a *peth.*

८१०॥। त्रिंबक महिपतराव चिटणीस यांजकडे सोळा बिघे जमीन चालत होती
ते हाल्लीं मोजणीमुळें भरली ते.

८४ सटवाजी पारखी यांचे थळपैकीं.

८२४॥।१

एकूण पावणे पंचवीस बिघे एक पांड जमीन नेमून देविली असे, तरी सदरहूप्रमाणें
जागा मशारनिल्हेंचे हवालीं करणें ह्मणून. सनद १.

११६२ (९१६)—जीवनराम घाशीराम यांचे नांवें सनद कीं, शहर पुणें येथें भवानी
खीत समानीन पेठेचे पूर्वेस नवापुरा पेठ वसवावयाची आज्ञा जाल्यास वसाहत करीन
मया व अलफ ह्मणोन तुह्मी विनंति केली; त्याजवरून सदरहू जाग्यावर पेठ वसवा-
रविलोवल २२ वयाची आज्ञा तुह्मांस केली असे येविशींचीं. कलमें.

नवीं कुळें पेठ मजकुरीं येऊन राहतील,
त्यांस सालमजकुरापासून सात साला
मोहोतर्फा, व वेठ बेगार माफ केली असे,
वस्ती करणें. कौल भरल्यावर मोहोतर्फा व
वेठ बेगार वगैरे घेतली जाईल. कलम १.

कोतवालींकडील व बट छपाईंचा उप-
द्रव कुलांस कौल भरेतोंपर्यंत लागणार
नाहीं. कलम १.

सरकारची खरीदी व मातवर लोकांची
खरेदी कौल भरेतोंपर्यंत पेठ मजकुरीं होऊं
नये येणेंप्रमाणें. कलम १.

पेठ मजकुरीं कुळें येऊन वसाहत करि-
तील, त्यांस मागील देणेंदारांचा उपद्रव
लागला तर देणें घेणें मनास आणून जीवन
पाहून पैका घ्यावा. कलम १.

शिबंदी, प्यादे, व कारकून पेठ संबंधे व
चावडी बांधावयास वगैरे लागवड लागेल
त्याचा चौकशीनें खर्चे करून हिशेब सर-
कारांत समजावणें. कौल भरल्यावर पेठेचे
ऐवजीं देविला जाईल. कलम १.

एकूण पांच कलमें करार करून हे सनद सादर केली असे, तरी सदरहू लिहिल्या-
प्रमाणें वर्तणूक करणें; आणि पेठेची वसाहत करणें ह्मणोन. सनद १.

येविशीं सनद, व कौल मिळोन २.

१ बापूजी आनंदराव कमावीसदार कसबे पुणें यांस कीं, रस्त्याचे उत्तरेस सरकारचीं
झाडें आहेत, त्याचे लगते बाग, व मळे असतील त्यांपैकीं दुकानापुरती जागा
साठ हात लांबीची, जीं दुकानें होतील त्यांस देविली असे, तरी बागमळ्यापैकीं
सदरहूप्रमाणें दर दुकानास साठ हात लांबीची जागा देऊन बाकी बाग, व मळे
राखणें ह्मणोन. सनद.

(1162) Jiwanrám Ghásirám was permitted to found a new suburb
A. D. 1785-86.   called Nawápurá, to the east of Bhawánipeth at Poona.

१ वाणी, उदमी, बेपारी, व रयत वगैरे यांस कौल कीं, इस्तकबील सन सीत समानीन तागाईत सन इसन्ने तिसैन सात साला माफीचा कौल देऊन जीवनराम घासीराम यास पेठेचे वसाहतीची आज्ञा केली असे, तरी तुह्मीं बेवसवसपणें पेठ मजकुरीं येऊन वसाहत करून उदीम व्यवसाय करीत जाणें कौल सात साला भरेतों मोहोतर्फा, व वेठ बेगार यांचा आजार लागणार नाहीं. कौल भरल्यावर वरकड पेठांचे शिरस्तेप्रमाणें मोहोतर्फा वगैरे देत जाऊन सुखरूप राहणें ह्मणोन.

---

२ कौल.

तीन पैकीं दोन सनदा, व एक कौल. रसानगी यादी. ३

११६३ (०.१७)—सखाराम बिन घासीराम याणें हुजूर कसबे पुणें येथील मुक्कामीं येऊन अर्ज केला कीं शहर पुणें येथें भवानी पेठेचे पूर्वेस जीवनराम घासीराम हे नवापुरा पेठ वसवीत आहेत, त्यास साहेबीं मेहेरबान होऊन पेठ मजकूर येथील शेट्येपण कांहीं जीवनमाफक नजर घेऊन मजकडे करार करून दिल्यास पेठेची वसाहत करीन. पेठ वसवायास सात साला कौल दिल्हा आहे, तो भरल्यावर शिरस्तेप्रमाणें हक्क देवऊन भोगवटियास पत्र करून दिल्हें पाहिजे ह्मणोन; त्याजवरून पेठेचे वसाहतीवर नजर देऊन तुजवर मेहेरबान होऊन तुजला पेठ मजकूर येथील शेटेपणाचें वतन करार करून दिल्हें असे, तरी कोणे गोष्टीचा अंदेशा न धरितां पेठेची वसाहत करणें. शेटेपणाचा हक्क सालमजकुरापासून सात साला कौल भरल्यावर वरकड पेठांत चाल असेल त्याप्रमाणें घेऊन तूं व तुझे पुत्रपौत्रादि वंशपरंपरेनें शेटेपणाचें वतन अनुभऊन सुखरूप राहणें. सदरहु वतनसंबंधें तुजकडे सरकारची नजर रुपये ५०० पांचशें करार केले ते सरकारांत पोता जमा असेत ह्मणोन, सखाराम मजकूर याचे नांवें.

सीत समानीन
मया व अल्लफ
रबिलावल २२

सनद १.

रसानगी यादी, पेठेचे कलमाचे कराराची.

११६४ (०.०२)—कोतवालीकडे नवद प्यादे असामींची नेमणूक आहे तितक्यानें कोतवालीचे कामकाजाचा बंदोबस्त होत नाहीं. शहर मोठें, व नव्या पेठांची वसाहत जाहली त्यासुद्धां बंदोबस्तास गस्तीस वगैरे मिळोन जदीद प्यादे असामी पंचवीस ठेवावयाविशीं तुह्मीं सरकारांत विनंति

तिसैन
मया व अल्लफ
रमजान १८

(1163) The Shet's watan of the above new suburb was given to Sakhárám bin Ghásirám.

A. D. 1785-86.

(1164) The establishment of 90 peons, entertained under the kotwál of Poona, was owing to the extent of the city and the creation of new suburbs found insufficient for

A. D. 1789-90.

केली; त्याजवरून छ. १ साबान गुदस्तां सन तिसा समानीनापासून जदीद असामी २५ पंचवीस दरमहा दर असामीस रुपये ४ चार अकरमाही शिरस्तेप्रमाणें करार करून दिल्हे असेत, तरी चाकरी घेऊन शहरचा बंदोबस्त करीत जाणें. चाकरी बमोजीब ऐवज मजुरा पडेल. दरवडे पडतात त्यांचेही ठिकाण यारकाईनें लावणें ह्मणोन, घासीराम सांवळदास कमावीसदार कोतवाली शहर पुणें यांचे नांवें. सनद १.

रसानगी यादी.

११६५ (९९८)--सरकारचे जांगे शहरांत आहेत, त्यांचे रस्तेयांतील मोऱ्या जागा जागा बांधिल्या, त्यास खर्च जाहला तो, गुजारत गणेश रंगनाथ कारकून व गंवडे आकार. रुपये.

तिसेन मया व अलफ रविलोवल २१

२०१ गुजारत सदाराम गंवडा. रुपये.

११८॥ पागा पेठ बुधवार येथील पश्चिमेकडील रस्तेयाची मोरी तीन तोंडीची बांधली. दक्षिण उत्तर लांब गज १५८ पैकीं निमे शेजारीं समोरील याची हद्द गज ७९ बाकी निमे सरकारची गज ७९ दर १॥ प्रमाणें. रुपये.

५१॥ खबुद (त?)र खान्याचे उत्तरेकडील बाजू पूर्व पश्चिम रस्तेयांतील मोरी तीन तोंडीची लांब गज ६९ पैकीं निमे शेजारीं समोरील याची गज ३४॥ बाकी निमे सरकारची गज ३४॥ दर गजी १॥ प्रमाणें. रुपये.

३०॥ जुन्या कोटांत रस्ता पूर्व पश्चिम जातो, तेथील मोरी तीन तोंडीची गज एकूण. रुपये.

८। दारुखान्याची हद्द मोरी गज ११ पैकीं निमे शेजारीं समोरील याची हद्द गज ५॥ बाकी निमे सरकारची गज ५॥ दर १॥ प्रमाणें.

२२॥ बंदीखान्याचे जाग्याची मोरी गज ३० पैकीं निमे शेजारीं

---

the duties of patrol and for other police duties. The fact being represented by Gháshirám Sáwaldás, kotwál to Government, 25 additional men were given and he was directed to detect the dacoities that were being committed in the city.

(1165) The drains on Government sites in Poona were constructed at a cost of Rs. 226.

A. D. 1789-90.

समोरील याची हद्द गज १५ बाकी निमे सरकारची गज १५
दर गजी रुपया १॥ प्रमाणें. रुपये.

२०॥।	२०॥
२०१	१३४

२५ गुजारत पंचम गंवडा याजकडून पेठ शुक्रवार येथील मोरी बांधविली त्याचा आकार. रुपये.

६। आपाजी शिंदा याचे हद्देची मोरी दगडाची पूर्व पश्चिम गल्लीची लांब गज १० पैकीं निमे शेजारीं समोरील याची हद्द गज ५ बाकी निमे सरकारची गज ५ दर १। प्रमाणें. रुपये.

१८॥। हैबतजी शिंदा याचे हद्देची मोरी दगडाची पूर्व पश्चिम लांब गज ३० पैकीं निमे शेजारीं समोरील याची हद्द गज १५ बाकी निमे सरकारची गज १५ दर गजी रुपया १। प्रमाणें. रुपये.

२५	२०
२२६	१५४

एकूण दोनशें सवीस रुपये मोरींचे कामास लागले ते कोतवालीचे हिशेबीं खर्च लिहिणें, मजुरा पडतील म्हणोन, घासीराम सांवळदास कमावीसदार कोतवाली शहर पुणें यांचे नांवें.

सनद १.

रसानगी याद.

११६६ (१००६) फिरंगोजी खाडे निसबत राजश्री बाळाजी जनार्दन फडणीस यांणें हुजूर येऊन अर्ज केला कीं, शहर पुणें येथें बाजार मजकूरचे वाणी, उदमी, बेपारी वगैरे आहेत, त्यांपैकीं कांहीं उदमीयांचीं घरें पुणियांत आहेत, कांहींचीं नाहींत; दरसाल दरएक जागा छपरें घा-

तिसैन गया व अलफ जमादिलाखर १९.

(1166) Traders being put to inconvenience for want of land to build houses for their residence, a new suburb was permitted to be established to the east of Gaṇeshpeṭh to the north of Bhawánipeṭh and upto the limits of the stream to the south of the Ráste's peṭh.

A. D. 1789-90.

लून राहतात. नेहमीं घराची सोय नाहीं; याजकरितां साहेबीं कृपाळू होऊन गणेश पेठेचे पूर्वेस नवी पेठ वसवावयास जागा नेमून देऊन सात साला माफीचा कौल दिल्हास वसाहत करीन ह्मणून; त्याजवरून नवी पेठ होऊन माहामुरी होते हें जाणून पेठेस जागा, गणेश पेठेचे पूर्वेस, भवानी पेठेचे उत्तरेस, रास्ते यांचे पेठेचे दक्षिणेस, वोढा आहे तेथपर्यंत, रुंदी गज ४५० चारशें पन्नास, व लांबी पूर्व पश्चिम नागझरीपासून गज ६०० सहाशें खुली आहे ती पेठ वसवावयास नेमून देऊन इस्तकबील सन तिसैन सालमजकूर तागाईत सन सीत तिसैन सात साला माफीचा कौल सादर करून पेठ वसवावयाची आज्ञा केली असे, तरी तुह्मीं कोण्हे गोष्टीचा अंदेशा न धरितां पेठेची वसाहत करणें. सात साला कौल भरल्यावर सरकार महसूल शिरस्तेप्रमाणें देत जाणें. पेठ मजकूरचें शेट्येपण फिरंगोजी मजकर यास करार करून दिल्हें असे. कौल भरल्यावर शेटेपणाचा हकदक करार करून दिल्हा जाईल ह्मणोन, वाणी, उदमी, बेपारी वगैरे यांचे नांवें. कौल १.

सदरील अन्वयें बापूजी आनंदराव कमावीसदार कसबे पुणें यांचे नांवें सनद कीं, सदरहूप्रमाणें जागा नेमून देणें ह्मणोन. सनद १.

——
२

एकूण कौल व सनद मिळोन दोन दिल्ह्या असेत.

रसानगी याद.

सदरील कौल, व सनद दिल्ही त्यांत फिरंगोजीनें अर्ज केला असी मालुमांत लिहिली ती नसावी, याजकरितां दुसरी याद देण्याची जाहाली आहे, त्याप्रमाणें छ. २ रमजानीं कौल, व सनद दिल्ही असे, सबब दूर. रसानगी, मोरो महादेव कुंटे.

माधवराव नारायण ऊर्फ सवाई माधवराव पेशवे यांची रोजनिशी.

LIST OF PLACES AT WHICH THE PESHWA RESIDED DURING THE YEAR.

इंग्रजी साल व मुसलमानी साल, महिना	मुसलमानी तारीख.	मुक्काम.	शेरा.
अर्बा सबैन मया व अलफ	१ ते ७	कसबा पुणें.	
१७७३–७४	८ ते ९	मु. दाखल नाहीं.	
माहे रजब.	१०	कोरेगांव प्रांत, जुन्नर.	
	११ ते १८	जुन्नर.	
	१९	मौजे नायगांव, तर्फ सांडस, प्रांत पुणें.	
	२० ते २२	मौजे कोथलें, तर्फ करेपठार, प्रांत पुणें.	
	२३	मौजे मोरगांव, प्रांत पुणें.	
	२४	मौजे कुरकुंब, तर्फ पाटस, प्रांत पुणें.	
	२५ ते २९	मौजे पेडगांव, तर्फ पाटस, प्रांत पुणें.	
साबान, रमजान.		मु. दाखल नाहीं.	
माहे सवाल.	३	मौजे तोंडर, परगणे कलबुर्गे.	
	९	मौजे भुरखेड, परगणे चितापूर.	

इंग्रजी साल व मुसलमानी साल, महिना	मुसलमानी तारीख.	मुक्काम.	शेरा.
	१०	मौजे कोटगिरें, परगणे यतेगिर.	
	१९	मौजे कोडद्दूर, परगणे रायचूर.	
	२२	मौजे मंचाल, परगणे आदवानी.	
	२३	सदर.	
	२४	मौजे कनकुरी, परगणे आदवानी.	
	२५	मौ. आंचोली, परगणे आदवानी.	
	२६	मौ. नागनहळ्ळी, पर० लोचागुड	
	२७	सदर.	
	२८	सदर.	
	२९	सदर.	
माहे जिल्काद.		माची, किल्ले पुरंदर.	
माहे जिल्हेज.		माची, किल्ले पुरंदर.	
माहे मोहरम.		माची, किल्ले पुरंदर.	
माहे सफर.	१ ते १५	माची, किल्ले पुरंदर.	
	१६ ते २४	पुरंदर, माची.	§

§ पेशवे यांचे नांव ठेवलें त्याजबद्दल आहेर जमा आहे. ता. २१ चे कीर्दीत.

(माहे सफर)	२५	वटेश्वर, कसबे सासवड.
	२६	मौजे पिंपरें, कसबे सिरवळ.
	२७	मौजे दहिगांव, प्रांत वांई.
	२८	मौजे आरळें, प्रांत वांई, कृष्णा दक्षिणतीर.
	२९	सदर.
	३०	सदर.
माहे रबिलावल	१ ते ७	मौजे आरळें, प्रांत वांई.
	८	मौजे किकली, प्रांत वांई.
	९	कसबे सिरवळ, नीरा उत्तरतीर.
	१०	पट्टे पुरंदर.
	११ ते २२	माची, किल्ले पुरंदर.
खमस सबैन मया व अलफ १७७४–७५		
माहे रबिलावल.	२३ ते २९	माची, किल्ले पुरंदर.
माहे रबिलाखर.	१ते३०	माची, किल्ले पुरंदर.
माहे जमादिलावल.	१ते३०	माची, किल्ले पुरंदर.
माहे जमादिलाखर.	१ते२९	माची, किल्ले पुरंदर.
माहे रजब.		माची, किल्ले पुरंदर.
माहे साबान.		माची, किल्ले पुरंदर.
माहे रमजान.	१ते१८	माची, किल्ले पुरंदर.

	१९	पट्टे पुरंदर नजीक.	‡
	२० ते २३	मौजे यखतपूर, प्रांत पुणें.	
	२४	मौजे वलती, प्रांत पुणें.	
	२५	कसबे तळेगांव, तर्फ पाबळ.	
	२६	मौजे काडापुरी, तर्फ पाबळ, प्रांत जुन्नर.	
	२७	मौजे कोकडी, तर्फ कर्डे, प्रांत जुन्नर.	
	२८	मौजे रुई, तर्फ रांजणगांव.	
	२९	मौजे चास, परगणे पारनेर.	
माहे सवाल.	१	मौजे चास, परगणे पारनेर.	
	२	मौजे जेऊर, परगणे कडेवलींत.	
	३	सदर.	
	४	मौजे हिंगोणी, परगणे नेवासें.	
	५ ते ७	मौ. आंबगांव, पर० गांडापूर.	
	८	मौजे काठीपिंपळगांव, परगणे गांडापूर.	
	९	मौजे पारोळें, परगणे खंडाळे.	
	१०	कसबे नसरतपूर, परगणे देहेरें.	
	११	मौजे उंबखेड, प्रांत खानदेश.	

‡ स्वारीस सखाराम भगवंत व बाळाजी जनार्दन निघाले.

(माहे सवाल.)	१२	सदर	
	१३	मौजे बोरकुंड, परगणे धुळें प्रांत खानदेश.	
	१४ व १५	कसबे धुळें, परगणे मजकूर प्रांत खानदेश.	
	१६	मौजे डाफरी, परगणे सोनगीर, प्रांत खानदेश.	
	१७ व १८	कसबे थालनेर, परगणे मजकूर.	
	१९	सिगवें, परगणे थालनेर.	
	२० ते २३	मौजे तारखेडें, परगणे सुलतानपूर.	
	२४	मौजे खरदें, परगणे थालनेर प्रांत खानदेश.	
	२५	मौजे दगडी, परगणे चोपडें.	
	२६	मौजे नमर्णे, परगणे आडावंद प्रांत खानदेश.	
	२७ व २८	मौ. दाबुरडी, परगणे आडावंद.	
	२९	कसबे यावल, परगणे मजकूर.	
	३०	मौजे पिंपरुड, परगणे सावर्दे.	
माहे जिल्काद.	१ व २	मौजे पिंपरुड परगणे सावर्दे.	
	३ ते ५	मौजे भोकरी, परगणे रावेर, प्रांत खानदेश.	
	६ ते १०	काळाचौतरा नजीक बऱ्हाणपूर.	
	११ ते १७	मौजे सारोळें, परगणे जैमाबाद.	
	१८	मौजे अंतोरली, परगणे येदलाबाद.	
	१९	मौ. हात्याले, परगणे येदलाबाद	§
	२०	मौजे साकेगांव, परगणे येदलाबाद.	
	२२	मौजे हणमंतखेड, परगणे उत्राण.	
	२३	मौजे हिंगोर्णे, परगणे बाहाल.	
	२४	मौजे करजगांव, परगणे देहरें.	
	२५	मौजे कासाठी, परगणे पाटोर्दे.	
	२६	मौजे रोठेगांव, परगणे वैजापूर	
	२७ व २८	मौजे मातुलठाण, परगणे वजापूर, गोदा दक्षिणतीर.	
	२९	कसबे राहुरी, परगणे मजकूर.	
माहे जिल्हेज.	१	मौजे जांबगांव, परगणे पारनेर	
	२	मौजे गणेगांव, तर्फ कर्डे.	
	३	मौजे वडकी प्रांत पुणें.	
	४ त ३०	माची किल्ले पुरंदर.	*

§ आज रोजीं सखाराम भगवंत व बाळाजी जनार्दन यांस निरोपाचीं वस्त्रें नबाब निजामअल्लीखान यांणीं छ. १७ जिल्काद रोजीं दिलीं तीं जमा आहेत.

* नानाफडणीस व सखाराम भगवंत स्वारीस गेले होते, ते माचीस दाखल झाले

माहे मोहरम, सफर, रविलावल.		माची किल्ले पुरंदर.
माहे रविलाखर.	१ ते ५	माची किल्ले पुरंदर.
सित सबैन मया व अलफ १७७५–७६		
माहे रविलाखर.	६ ते ३०	माची किल्ले पुरंदर.
माहे जमादिलावल, जमादिलाखर, रजब, साबान, रमजान, सवाल, जिल्काद, जिल्हेज.		माची किल्ले पुरंदर.
माहे मोहरम.	१ ते ५	मौजे कोढीत तर्फ करेपठार.
	६ ते ३०	माची किल्ले पुरंदर.
माहे सफर, रविलावल.		माची किल्ले पुरंदर.
माहे रबिलाखर.	१ ते १५	माची किल्ले पुरंदर.
सबासबैन मया व अलफ १७७६–७७		
माहे रविलाखर.	१६ ते २९	माची किल्ले पुरंदर
साल अखेर.		माची किल्ले पुरंदर.
समान सबैन मया व अलफ १७७७–७८		
माहे रबिलाखर	२७ ते ३०	माची किल्ले पुरंदर.
साल अखेर.		माची किल्ले पुरंदर.
तिसासबैन मया व अलफ १७७८–७९		
माहे जमादिलावल.	९ ते ३०	माची किल्ले पुरंदर.
माहे जमादिलावल-ते-जिल्हेज.		माची किल्ले पुरंदर.
माहे सफर.	१ ते १०	पट्टे किल्ले पुरंदर.
	११ ते ३०	सासवड.
माहे रविलावल.	१ ते २०	सासवड.
	२१	मौजे आंबी, परगणे सपें.
	२२	मौजे वळती, प्रांत पुण.
	२३	मौजे थेऊर, प्रांत पुणें.
	२४ ते २९	मौजे पर्वती, प्रांत पुणें.
माहे रविलाखर.	१ ते ९	मुक्काम पर्वती, प्रांत पुणें.
	१० ते ३०	पुणें.
माहे जमादिलावल.	१ ते १८	मुक्काम दाखल नाहीं.

समानीन मया व अलफ १७७९–८०		
माहे जमादिलावल.	१९ ते २९	पुणें.
माहे जमादिलाखर ते जमादिलावल.		पुणें.
माहे सवाल.	१ ते २१	पुणें.
	२२ ते २९	खडकी प्रांत पुणें.
इहिदे समानीन मया व अलफ १७८०–८१		
माहे रविलावल.	१ ते १०	मौजे कार्ले, तर्फ नाणेमावळ.
	११ ते २९	मौजे मुडवरें, तर्फ नाणेमावळ.
	३०	मौजे खडकाळें, तर्फ नाणेमावळ.
माहे रबिलाखर	१ ते २४	कसबे नाणे, तर्फ मजकूर.
	२५	मौजे मढ तर्फ बोराटी.
	२६ व २७	मौजे खालापूर, तर्फ बोराटी.
	२८ ते ३०	मौजे कांबे तर्फ तुंगारतन.
माहे जमादिलावल	१ ते ४	मौजे कांबे तर्फ तुंगारतन.
	५ ते ७	मौजे वयाल.
	८ ते १८	मौजे मढ, तर्फ बोरेटी.
	१९ ते २४	मौजे सिरसे तर्फ बोरेटी.
	२५	मौजे मढ.
	२६ ते २८	मौजे जांबले.
	२९	मौजे शेलारवाडी.
इसन्ने समानीन मया व अलफ १७८१–८२		
माहे जमादिलाखर	१ ते ३०	पुणें.
माहे रजब	१ ते २९	पुणें.
माहे सावान ते माहे जमादिलावल		पुणें.
माह जमादिलाखर	१ त २१	पुणें.
सल्लास समानीन मया व अलफ १७८२–८३		
माहे जमादिलाखर	२२ ते ३०	पुणें.
माह रजब त माह जमादिलाखर		पुणें.
माहे रजब	१ ते ३	पुणें.

अर्बा समानीन मया व अलफ १७८३–८४			
माहे रजब	४ ते ३०	पुणें.	
माहे साबान ते जमादिलाखर		पुणें.	
माहे रजब	१ ते १४	पुणें.	
खमस समानीन मया व अलफ १७८४–८५			
माहे रजब.	१५ ते ३०	मुक्काम पुणें.	
माहे साबान ते जिल्काद		मुक्काम पुणें.	
माहे जिल्हेज	१ ते ९	मुक्काम पुणें.	†
	१०	मुक्काम पुणें.	§
	११ ते १७	मौजे भांबुर्डे, तर्फ हवेली.	
	१८	कसबे खेड, तर्फ मजकूर प्रांत जुन्नर.	
	१९	नारायणगांव, प्रांत जुन्नर.	
	२०	कसबे ओतूर, प्रांत जुन्नर.	

	२१	मौजे कुंभफळ, परगणे, आकोलें
	२२	कसबे सिन्नर, परगणे मजकूर.
	२३ ते २९	क्षेत्र पंचवटी, परगणे नाशिक.
माहे मोहरम	१ ते १३	क्षेत्र पंचवटी, परगणे नाशिक.
	१४	मौजे जागेली, परगणे नाशिक.
	१५	मौजे फदीपूर, तर्फ देपूर.
	१६	मौजे निलवाडी, तर्फ हवेली परगणे संगमनेर.
	१७	मौजे मांडवे, परगणे पारनेर.
	१८	मौजे टाकळी, परगणे पारनेर.
	१९	मौजे देवीभोईरे, तर्फ निघोज प्रांत जुन्नर.
	२०	मौजे वरुडे, तर्फ पाबळ, प्रांत जुन्नर.
	२१	मौजे वडुखुर्द, तर्फ सांडस, प्रांत पुणें.
	२२ ते २९	कसबे पुणें.
माहे सफर, रविलाखर व जमादिलोवल		मुक्काम पुणें.
माहे जमादिलाखर		मुक्काम दाखल नाहीं.
माहे रजब	१ ते २५	मुक्काम दाखल नाहीं.

† तारीख ९ रोजी पेशव्यांची स्वारी गंगापुरास जाण्यास मुहूर्तेंकरून रात्रौ सत्तावीसावे घटकेस वाड्यांतून निघाली सबब घटकास्थापनास वगैरे खर्च ४६।.

§ गवसाहेब गेज गदस्न खासा स्वारी महतेंकरून डेऱ्यास दाखल जाली.

सीत समानीन मया व अलफ १७८५–८६		
माहे रजब	२६ ते ३०	मुक्काम पुणें.
माहे साबान ते जमादिलाखर		मुक्काम पुणें.
माहे रजब	१ ते २९	मुक्काम पुणें.
माहे साबान	१ ते ७	मुक्काम दाखल नाहीं.
सबा समानीन मया व अलफ १७८६–८७		
माहे साबान	८ ते ३०	मुक्काम पुणें.
माहे रमजान ते माहे सफर		मुक्काम पुणें.
माहे रविलोवल		मुक्काम दाखल नाहीं.
माहे रविलाखर	१ ते १५	मुक्काम पुणें.
	१६ ते ३०	मुक्काम दाखल नाहीं.
माहे जमादिलोवल	१ ते २९	मुक्काम पुणें.
माहे जमादिलाखर व माहे रजब		मुक्काम पुणें.
माहे साबान	१ ते १२	मुक्काम दाखल नाहीं.
	१३	मुक्काम पुणें.
	१४ ते १७	मुक्काम दाखल नाहीं.

समान समानीन मया व अलफ १७८७–८८		
माहे साबान	१८ त २९	मुक्काम पुणें.
माहे रमजान ते माहे रजब		मुक्काम पुणें.
माहे साबान	१ ते २७	मुक्काम पुणें.
तिसा समानीन मया व अलफ १७८८–८९		
माहे साबान	२८ ते २९	मुक्काम पुणें.
माहे रमजान ते माहे साबान		मुक्काम पुणें.
माहे रमजान	१ ते ८	मुक्काम पुणें.
तिसैन मया व अलफ १७८९–९०		
माहे रमजान	९ ते २९	मुक्काम पुणें.
माहे सवाल ते माहे साबान		मुक्काम पुणें.
माहे रमजान	१ ते २०	मुक्काम पुणें.
इहिदे तिसैन मया व अलफ १७९०–९१		
माहे रमजान	२१ ते २९	मुक्काम पुणें.

माहे सवाल ते माहे रमजान		मुक्काम पुणें.
माहे सवाल	१	मुक्काम पुणें.
इसन्ने तिसैन मया व अलफ १७९१–९२		
माहे सवाल	२ ते २९	मुक्काम पुणें.
माहे जिलकाद व जिल्हेज		मुक्काम पुणें.
माहे मोहरम	१ ते १८	मुक्काम पुणें.
	१९ ते २९	मुक्काम वानवडी, प्रांत पुणें.
माहे सफर	१ ते ३	मुक्काम वानवाडी, प्रांत पुणें.
	४	मौजे लोणी, प्रांत पुणें.
	५	मौजे जेजुरी, तर्फ करेपठार, प्रांत पुणें.
	६ ते ७	मौजे पिंपरें बुद्रुख, परगणे सिराळें.
	८	मौजे जेऊर, तर्फ वंदन, प्रांत वाई.
	९	मौजे पांडें, समत हवेली, प्रांत वाई.
	१० ते १४	कसबे वाई.
	१५	मौ. महाबळेश्वर, प्रांत जावली.
		... तर्फ

माहे रविलावल	१ ते १४	मुक्काम वाई.
	१५	मौजे पळसी, समत वाघोली, प्रांत वाई,
	१६	मौजे निबेंद तर्फ निरथडी.
	१७	कसबे सुपें, परगणे मजकूर.
	१८	मौजे आंबळे, प्रांत पुणें.
	१९ ते २९	कसबे पुणें.
माहे रविलाखर ते रमजान		मुक्काम पुणें.
माहे सवाल	१ ते १२	मुक्काम पुणें.
सलास तिसन मया व अलफ १७९२–९३		
माहे सवाल	१३ ते २९	मुक्काम पुणें.
माहे जिलकाद ते रमजान		मुक्काम पुणें.
माहे सवाल	१ ते २३	मुक्काम पुणें.
अर्बा तिसैन मया व अलफ १७९३–९४		
माहे सवाल	२४ ते २९	मुक्काम पुणें.
माहे जिलकाद ते माहे सवाल		मुक्काम पुणें.
माहे जिलकाद	१ ते ५	मुक्काम पुणें.

खमस तिसैन मया व अलफ १७९४–९५		
माहे जिलकाद	६ ते २९	मुक्काम पुणें.
ग्राह जिल्हेज ते रविलाखर		मुक्काम पुणें.
जमादिलावल.	१ ते १९	मुक्काम पुणें.
	२० ते २९	मुक्काम गारपीर.
जमादिलाखर.	१ ते १३	गारपीर, कसबे पुणें.
	१४ ते २३	मौजे खराडी, प्रांत पुणें.
	२४ ते २६	मौजे कोरेगांव, तर्फ पाबळ, प्रांत जुन्नर.
	२७ ते ३०	मौजे मीरगव्हाण, तर्फ पाबळ, प्रांत जुन्नर.
रजब	१	मौजे आलेगांव, परगणे कर्डें रांजणगांव.
	३ ते ६	मौजे काष्टीतांदळी, परगणे कर्डें रांजणगांव.
	७ ते १५	मौजे बेलवडी, परगणे कर्डें.
	१६	मौजे आडळगांव, परगणे कर्डें
	१७	मौ.खांडवी, परगणे मिरजगांव.
	१८ ते २९	मौजे हिंगणगांव, परगणे कर्डें.
साबान.	१ ते २०	मोजे हिंगणगांव, परगणे कर्डें.
	२१ ते ३०	मौजे धानोरें, परगणे कडेवलीत.
रमजान.	१ ते १०	मौजे धानोरे, परगणे कडेवलीत.
	११ ते १५	मौजे जवळे, परगणे कडेवलीत.
	१६ ते २८	मौ.शेळगांव, परगणे कडेवलीत.
	२९	मौजे कर्जे, परगणे कडेवलीत.
सवाल.	१	मौजे कर्जे, परगणे कडेवलीत.
	२ ते ३	मौ. सोगांव, परगणे कडेवलीत.
	४ ते ६	मौजे सिरापूर, प्रांत पुणें.
	७	मौजे कानगांव प्रांत पुणें.
	८	मौजे खामगाव, प्रांत पुणें.
	९ ते ११	मौजे लोणी, प्रांत पुणें.
	१२ ते २९	कसबे पुणें.
जिलकाद.	१ ते १६	मुक्काम पुणें.
सित तिसैन मया व अलफ १७९५–९६		
जिलकाद.	१७ ते ३०	मुक्काम पुणें.
जिल्हेज.		मुक्काम पुणें.
माहरम.		मुक्काम पुणें.
सफर.		मुक्काम पुणें.
रविलोवल.		मुक्काम पुणें.
रविलाखर.	१ ते १३	मुक्काम पुणें. §

§ छ १३ रोजीं माधवराव नारायण उडी टाकून अस्तमानीं मयत जाले. छ. १४ पासून चिमणाजी माधव यांची कारकीर्द सुरू.

ERRATA.

Number	Page	Line	Incorrect	Correct
881	83	4	Ápajis	Apaji's
891	88	10	in	on
897	92	6	Châdak	Chândak
900	93	8	Ápâjis	Ápâji's
911	102	2	Apâjis	Apaji's
913	103	2	Ápajis	Apaji's
918	108	5	adultry	adultery
951	129	8	sucessful details	successful debts
,,	,,	,,		
999	158	12	only; it	only: It
1005	166	4	term	tenure
1030	188	3	1015	1013
	188		690...each	690; 2 offerred to four deities at 8 annas each.
1032	194	10	villaged	village
1034	195	3	details	debits
1042	205	7	amount,...Government	amount was to be levied for Government from the holder as nazar
1045	208	5	âftâgir bearer	âftâgir & bearer
1047	209	11	other person	other
1088	215	3	owing to	during
1089	216	1	labour'	labour,
1129	277	4	honor	honour
1156	349	1	Dairy	Diary

शुद्धिपत्र.

पृष्ठ	ओळ	अशुद्ध.	शुद्ध
४	१०	रकदर्जी	रद्कर्जी
२	१७	बाजीराऊ	बाजीराव
३	९	फडनीस	फडणीस
५	१८	मृत्य	मृत्यु
७	२	दरकसंमंधें	दरकसंबंधें
२२	२९	बल्लाल	बल्लाळ
४१	२	गागू	गानू
५७	१०	नासिककर	नाशिककर
५९	१४	बाजीराऊ	बाजीराव
६१	४	जोसी	जोशी
६२	१२	आमचेव	आमचे
६३	१०	वृत्ति	वृत्ति
६५	२७	किली	किल्ली
८२	९	रामगिरधर	रामगिरिधर
८९	२०	नीलकंठ	नीळकंठ
९७	२३	हेळवांकला	हेळवांक
९७	२८	हेलवांक	हेळवाक
१०९	१३	कीर्दीपैका	कीर्दीपैकीं
१३४	५	एकशएक	एकशेएक
१४५	१	दुसर	दुसरे
१६६	१४	सबंधें	संबंधें
१६९	२	मोज	मौजे
१७५	२३	सितेनांव	सितैनांत
१९३	१२	बालोजी	बाळोजी
१९९	१८	यथुराभट	मथुराभट
२०२	१९	म्हणून	म्हणोन
२०७	११	देहेबि	देहेवी
२०९	८	मजकर	मजकूर
२९०	८	निसब	निसबत
३२१	११	कमळजा वाई	कमळजाबाई
३५०	५	देण.	देणें.
,,	२१	ज	जे.
३५५	६	रणें	रहाणें
३५८	१०	मजकर	मजकूर

सवाई माधवराव पेशवे यांचे रोजनिशातील अपरिचित शब्दांचा कोश.

पृष्ठ सं.	ओळ.	कठिण शब्द.	कठिण शब्दांचे अर्थ.
२८८	१३	अजपत्रें.	शेरेपत्र ?
२२१	६	अजुरा.	मजुरी.
५७	५	अडशेरी.	अडीच शेरी. अर्धी पायली.
२३५	१४	अदगज.	अर्धागज.
७९	१४	अन्वयें.	प्रमाणें.
७०	२०	अफलाद.	कन्यासंतति.
२२४	११	अमदरफ्ती.	ये, जा.
२५७	१९	अमीन.	हुद्दाविशेष. अधिकारी—न्यायाचे वगैरे.
१६५	१	आकस.	द्वेष.
२१९	२३	आजुरदार.	मजुरदार.
५२	८	आदा.	दिलेले, देण्यांत आलेले.
२८	९	आफ्तागिरी.	अबदागीर.
२२४	११	आफ्ती.	दुष्काळ.
१८४	२६	आक्षेप.	मागणें, तक्रार, आशंका.
१६३	२५	इजमाहाल. (इजमायली?)	चालू, तातपुरत्या, कामचलाऊ.
२१७	२१	इजाफा.	पगाराची बहुडती, वाढ.
७६	२२	इतबारी.	विश्वासू.
६	९	इतल्यानें.	सल्लयानें.
४	४	इस्तकबील.	ह्यापासून.
२३९	१८	इस्तंबोल.	नांव (कान्स्टांटीनोपल).
१८	१	इस्ताव्याचे.	दरसालचे चढाचे.
१६९	१०	उच्छेद.	नाश, उपटून टाकणें.
१७९	१५	उजूर (करणें).	वाट पाहात बसणें; हरकत करणें.
२९९	२६	उष्ट्रखाना.	उंट बांधण्याची जागा (उंटखाना).
१६४	२२	उफाल (ळ).	जास्तीबाकी, जास्त शिल्लक.
१८९	१	उलफा.	बिन शिजविलेलें धान्य.
१२३	६	एकजदी.	एके ठिकाणीं असलेले, एकत्र.
१५४	१४	एख्तीयार.	जबाबदारी, अखत्यार.

पृष्ठ सं.	ओळ.	कठिण शब्द.	कठिण शब्दांचे अर्थ.
११३	२०	ऐन तैनांत.	मुख्य तैनात.
१०१	२६	कतबा.	जबाबदारीचा कागद.
१०७	९	कमच्या.	वेताच्या छड्या.
४	८	कमावीस.	वसूली, सारा वसूली.
२४२	१४	कमोद.	तांदुळाची जात.
२४६	१९	कर्यात.	पोट महाल.
६२	१७	करीने (करिणा).	लेखी म्हणणें.
२४८	१३	कस.	इसम.
१५२	११	कारखानीस.	कारभारी, हिशेबनवीस, कोठीवाला.
१८	१०	कारसाई.	तगाई.
२२६	१४	काराणी.	कामगार, खलासी.
२२०	१	कासीद.	टपाल घेऊन जाणारा गडी.
१५९	४	काळीची.	शेतांतील जमीन.
१६९	६	कुफराणा.	आगळीक.
६९	२६	कौल.	अभयपत्र.
२१२	३०	खाजण.	समुद्रकिनाऱ्यावरील लागवडीची जमीन, खार
२४३	१	खारेभात.	खाऱ्या जमीनींत तयार झालेलें.
६	१२	खासबरदार.	खासगीचे नोकर.
२४६	१३	खिलार.	गाई, म्हशी वगैरे.
६९	१३	खिसा.	राखून ठेवलेला भाग.
२२६	९	खुटवा.	जहाजावरील जकात.
२०५	८	खुमाचे.	समुदायाचे, जमावाचे, गटाचे.
५८	१८	खोजेदायम.	विशेषनाम.
३	१९	खोतीस.	मक्त्यास.
२९३	१३	गरत.	गृहस्थीण, घरातील बायका.
१४७	१४	गुजारतीनें.	मार्फतीनें, हस्तें.
५	१९	गैरवाका.	निष्काळजीपणानें.
८२	२	घरवंद.	पडीक घराची जागा.
५	१७	घालघसर.	टाळाटाळी, लांबवालांबवी.
१६९	१३	घासदाणा.	कर.
२७९	१३	चाकरमान्या (ने).	चाकरीचे.
१८४	२५	चाटी.	शिंपी.
२२५	१०	चारण.	धान्य नेणारे आणणारे व्यापारी, तांडेवाले.

पृष्ठ सं.	ओळ.	कठिण शब्द.	कठिण शब्दांचे अर्थ.
२१०	१५	चिगर.	किरकोळ.
१४	८	जकीऱ्या (स).	सामान.
१७२	२	जथे.	जासूदांची टोळी.
१६६	१७	जराबाजरा.	किरकोळ सामानसुमान.
१४	७	जदीद.	नवीन.
२३३	२७	जाबता.	पत्रक.
२२०	१	जाबसाल.	बोलणें चालणें.
१२	१६	झाडीयानसी.	झाड्यानिसी.
२१४	४	ठिकीं.	ठिकाणें, जमिनीचे तुकडे.
२२६	११	डंगी.	होडी, बोट फताडी, ढाण.
२८०	१०	ढेगोमेगो (ढेंगोमेंगो).	महारांचे गुरु.
१८५	२२	तकिया.	बसण्याची जागा, फकीराची उभी राहण्याची जागा.
२६	७	तर्पे.	तर्फें.
१२३	२०	तालीक.	नक्कल.
१६१	६	तेजकरी.	सावकार वगैरे.
१९३	२४	तैवज.	पानसुपारी.
१४०	११	तोतया.	सादृश्यावरून दुसऱ्याचें नांव सांगणारा.
२२४	१३	थळभरीत.	माल भरण्याचे ठिकाणचा कर.
२२४	१२	थळमोड.	माल विकण्याचे ठिकाणाचा कर.
६७	२२	दखलगिरी.	मध्यें पडणें.
३	१९	दरकदार.	सरकारनें नेमलेला मनुष्य.
७	२०	दरसदे.	दरशेंकडा.
२४	१९	दस्तक.	परवाना.
६२	२	दायाद.	नातेवाईक, वारस.
१०	५	दास्तान.	कोठार.
१०७	९	द्वाहिदुराई.	आरडाओरडा.
१४	९	दिगर.	अधिक, जास्त, इनाम सरंजाम वगैरे.
११	२३	दिंमत.	निसबत, तर्फेचा.
६२	२१	दिव्य.	खरे, दाखविणारें अद्भुत.
२२६	१६	दिवसगत.	जास्तदिवस.
२	१२	दिवाणदस्तुरी.	सरकारी कर.
१८६	६	दुवा.	आशिरवाद.

पृष्ठ सं.	ओळ.	कठिण शब्द.	कठिण शब्दांचे अर्थ.
७०	२५	देहाय.	गांवगन्ना.
६२	७	दौहित्र.	मुलीचा मुलगा.
१६४	९	नाकारे.	वाईट, गहाळ.
७४	२	नामजाद.	कीर्तिमान, एक पदवी, मान्यतेनें.
२५९	१	निका.	लग्न दुसरें, पाट.
२४२	१३	निरख.	भाव.
२६६	१७	नीचाभिगतयोषित्संसर्गप्रायाश्चित्त.	हलक्या जातीच्या माणसाशीं सहवास असणाऱ्या बाईच्या संसर्ग दोषाचें प्रायश्चित्त.
२७२	७	नीलांबर.	निळें वस्त्र नेसणारे.
१३३	११	पथक.	सरदारांच्या हाताखालील फौजेचा भाग.
११२	५	पडथळे.	अंगांतील देव अगर भुतें.
२३६	१०	पटणी.	पाटण येथील.
१२८	१५	परनिष्ठ.	सत्यवादी, केव्हांही खोटें न बोलणारे.
६५	२	परिचारक.	नौकर, हुजऱ्या.
६७	६	पांढरीनें.	समस्त खेडे गांवांतील मंडळीनें.
२९९	१४	पीलखाना.	हत्ती बांधण्याची जागा (हत्तीखाना).
६२	१८	पुरशीस.	अर्ज.
७०	१५	पुस्त दर पुस्त.	पिढीनपिढी.
२	११	पेशकसी.	इनामावरील कर, नजराणा.
५४	१४	पोता.	पिशवी, खजिना.
२६६	१७	प्रत्याम्नाय.	वैदिक.
६४	२६	प्रथकोंकोर.	पृथक् पृथक्.
२७७	२	प्राकार.	हद्दीची भिंत.
२६६	१७	प्राजापत्य.	गोप्रदान, प्रायश्चित्ताचें गोप्रदान.
९	२५	फडफर्म.	ऐनजिनसी नजर.
४	५	फरोक्त.	विक्री, विकलेला.
१५५	३	फुटखोत.	फुटकळ खोत, थोड्याभागाचे जमीन साऱ्याचे मक्तेदार.
१२८	८	फेरिस्त.	याद.
२३३	२१	बटछपाई.	शिक्का मारण्याबद्दल वार्षिक कर.
९४	११	बदफैली.	गैरवर्तन.
२२५	३	बमय.	सहित.
११२	११	बमोजीब.	प्रमाणें, बरहुकूम.

पृष्ठ सं.	ओळ.	कठिण शब्द.	कठिण शब्दांचे अर्थ.
१९२	२७	बारदार.	हुजऱ्या.
१७७	२२	बालपर्वेशी.	मुलांचें पोषण.
१४४	१२	बेकार.	बिनरोजगारी, बिनधंद्याचे लोक.
१६४	२०	बेहडे.	अंदाज पत्रकें.
३	८	मखलासी.	पसंतीचा शेरा.
२१२	३०	मच्छीमार.	मासे मारणारे, कोळी.
६	५	मजमू.	वसुलीचें काम.
२४६	१९	मजरें.	लहान खेडें.
२२०	१०	मचवा.	लहान जहाज.
१२३	७	मनसुफी.	न्याय.
१५	५	मरामत.	दुरुस्ती.
१२०	८	मलई.	गर्दी.
६९	२७	महचर.	सनदलेख.
१६	२	महागिरी.	गलबत.
२५	१३	माली.	वसूल संबंधीं.
२४२	१९	माहासरखेल.	राजे रजवाड्यांचा किताब.
१९०	३	मिनहु.	चालू सदरहू.
२४८	१६	मुशाहिरा.	पगार, रोजमुरा.
२६१	५	मेटा.	टोंक.
२	३	मोकासा.	लष्करी नोकरीबद्दल वसूलांपैकीं वांटा.
३	१	मोईन.	कायम नेमणूक.
२०५	११	मोईतसबी.	मुकरर वस्ती करणारे (?)
१०	७	मोर्तब.	राजशिक्का.
५९	७	यजीतपत्र.	अजिंक्य पत्र, शरण पत्र.
३	६	रजातलबेत.	हुकुमांत.
७३	१०	रयते.	रयत.
६७	१७	रयान.	रयत.
२८	३	रवासुदगी.	रोखे पत्राचे रजिस्टर.
४	७	रसद.	रसीद, भरणा.
१	१०	रसानगी.	रवानगी.
२३४	२१	राजीरजावदीने.	राजीखुषीनें.
१२४	१४	रुईनें.	रिवाजानें, सीध्या रस्त्यानें.
७०	५	रुसूम.	दरसाल मिळणारी नक्त नेमणूक.

पृष्ठ सं.	ओळ.	कठिण शब्द.	कठिण शब्दांचे अर्थ.
६०		रूबरू.	समक्ष.
१८५	१६	लवणशाकेस.	लोणच्याकरितां.
८१	११	लाजा.	संबंध.
६४	१२	लिख्या.	हिशेबाच्या, नोंदीच्या.
२४२	१९	वजारत महासरखेल.	एक किताब.
१५८	५	वरात.	हुंडी.
६४	९	वस्तवानी.	चीजवस्त.
२४७	२	वळवटा.	वहिवाट, पद्धत, क्रम.
६९	२९	शाहिदीनामा.	साक्षिदारांचालेख-जबान्या.
२७१	८	षड्दर्शन.	योग, सांख्य, पूर्व व उत्तर मीमांसा, न्याय व वैशेषिक हीं सहा दर्शनें, सामान्यतः सहा शास्त्रें.
२७०	१६	षडब्द.	सहा दिवसाचें प्रायश्चित्त.
६४	२६	सड्या.	एकट्या, नुसत्या.
१६०	११	सतेल.	एक प्रकारचें भांडें.
२०५	८	सदारत.	ऐपतदार ?
६५	२०	समापत्र.	संमतिपत्र.
१५५	३	सरखोत.	मुख्य खोत.
२५	२०	सरदेसगत.	मुख्य देशमुखी.
२५	१२	सरसुभा.	मुख्य तालुकदार.
१७	२१	सरहवाला.	मुख्य हवालेदार.
८२	७	हटकरी.	बाजारकरी.
२६५	१८	हरकी.	नजराणा, हरल्याबद्दल दंड, बक्षिसी.
१७०	६	हरद्र.	आशय.
५७	१५	हरदू.	दोन्ही.
१०	१९	हशम.	तैनातीचे लोक.
१२	५	हशमनिसी.	हशमनिसाचा, हशमनीस-हजीरीपट ठेवणारा अधिकारी.